D1771721

தி. ஜானகிராமன் குறுநாவல்கள்

முழுத் தொகுப்பு

தி. ஜானகிராமன் குறுநாவல்கள்
முழுத் தொகுப்பு

தி. ஜானகிராமன் (1921–1982)

தி. ஜானகிராமன் தஞ்சை மாவட்டம் மன்னார்குடியை அடுத்த தேவங்குடியில் பிறந்தவர். பத்து வருடங்கள் பள்ளியாசிரியராகப் பணியாற்றியவர். பின்பு அகில இந்திய வானொலியில் பணியாற்றி ஓய்வுபெற்றார். கர்நாடக இசை அறிவும் வடமொழிப் புலமையும் பெற்றிருந்தவர்.

1943இல் எழுதத் தொடங்கிய தி. ஜானகிராமன், 'மோக முள்', 'அம்மா வந்தாள்', 'மரப்பசு' உள்ளிட்ட ஒன்பது நாவல்கள், நூற்றுக்கும் மேற்பட்ட சிறுகதைகள், மூன்று நாடகங்கள், பயண நூல்கள் ஆகியவற்றை எழுதினார். சிட்டியுடன் இணைந்து எழுதிய 'நடந்தாய் வாழி காவேரி' பயண இலக்கிய வகையில் முக்கியமான நூலாகக் கருதப்படுகிறது.

'மோக முள்', 'நாலு வேலி நிலம்' ஆகியன திரைப்படமாயின. 'மோக முள்', 'மரப்பசு', 'அம்மா வந்தாள்' ஆகிய நாவல்களும் பல சிறுகதைகளும் இந்திய, ஐரோப்பிய மொழிகளில் மொழிபெயர்க்கப்பட்டிருக்கின்றன.

1979இல் 'சக்தி வைத்தியம்' சிறுகதைத் தொகுப்பு சாகித்திய அக்காதெமி விருது பெற்றது.

ஆசிரியரின் காலச்சுவடு வெளியீடுகள்

நாவல்

- ❖ அமிர்தம்
- ❖ மோக முள்
- ❖ அன்பே ஆரமுதே
- ❖ அம்மா வந்தாள்
- ❖ உயிர்த்தேன்
- ❖ செம்பருத்தி
- ❖ மரப்பசு
- ❖ நளபாகம்
- ❖ மலர் மஞ்சம்

சிறுகதை

- ❖ கொட்டு மேளம்
- ❖ சிவப்பு ரிக்ஷா
- ❖ பாயசம்
- ❖ கச்சேரி
- ❖ சிலிர்ப்பு
- ❖ தி. ஜானகிராமன் சிறுகதைகள் (முழுத் தொகுப்பு)

கட்டுரை

- ❖ தி. ஜானகிராமன் கட்டுரைகள்

குறுநாவல்

- ❖ அடி

பயண நூல்

- ❖ நடந்தாய் வாழி காவேரி (சிட்டியுடன்)
- ❖ கருங்கடலும் கலைக்கடலும்
- ❖ உதய சூரியன்
- ❖ அடுத்த வீடு ஐம்பது மைல்

வாழ்வியல் சித்திரம்

- ❖ அபூர்வ மனிதர்கள்

இப்பதிப்பில் உதவிய கல்யாணராமன், தஞ்சாவூர் கவிராயர் ஆகியோர்க்கு நன்றி

தி. ஜானகிராமன் குறுநாவல்கள்

முழுத் தொகுப்பு

காலச்சுவடு பதிப்பகம்

● அன்பார்ந்த வாசகருக்கு,
வணக்கம்.

காலச்சுவடு நூலை வாங்கியமைக்கு நன்றி.

நூலின் உள்ளடக்கம், உருவாக்கம், அட்டைப்படம் இன்ன பிற அம்சங்கள் பற்றிய உங்கள் கருத்துகளையும் ஆலோசனைகளையும் காலச்சுவடு வரவேற்கிறது. தகவல், எழுத்து, வாக்கியப் பிழைகள் தென்பட்டால் அவசியம் தெரிவித்து உதவுங்கள். நூல் தயாரிப்பில் கடும் குறைபாடு இருப்பின் மாற்றுப் பிரதி உங்களுக்குக் கிடைக்கக் காலச்சுவடு ஏற்பாடு செய்யும்.

மின்னஞ்சல்: publisher@kalachuvadu.com

காலச்சுவடு நாகர்கோவில் அலுவலகத்திற்குக் கடிதம் அனுப்பலாம்.

தங்கள்
எஸ்.ஆர். சுந்தரம் (கண்ணன்)
பதிப்பாளர் — நிர்வாக இயக்குநர்

தி. ஜானகிராமன் குறுநாவல்கள்: முழுத்தொகுப்பு ❖ ஆசிரியர்: தி. ஜானகிராமன் ❖ © உமா சங்கரி ❖ முதல் பதிப்பு: டிசம்பர் 2017, ஒன்பதாம் பதிப்பு: ஏப்ரல் 2025 ❖ வெளியீடு: காலச்சுவடு பப்ளிகேஷன்ஸ் (பி) லிட்., 669, கே.பி. சாலை, நாகர்கோவில் 629001

ti. jaanakiraaman kuRunaavalkaL ❖ Complete Novellas of Thi. Janakiraman ❖ © Uma Shankari ❖ Language: Tamil ❖ First Edition: December 2017, Ninth Edition: April 2025 ❖ Size: Demy 1 x 8 ❖ Paper: 18.6 kg maplitho ❖ Pages: 336

Published by Kalachuvadu Publications Pvt. Ltd., 669 K.P. Road, Nagercoil 629001, India ❖ Phone: 91-4652-278525 ❖ e-mail: publications @kalachuvadu.com ❖ Printed at Print Point Offset Printers, Nagercoil 629001

ISBN: 978-93-86820-13-6

04/2025/S.No. 793, kcp 5720, 18.6 (9) ass

பொருளடக்கம்

கமலம்	9
சிவஞானம்	48
தோடு	91
அவலும் உமியும்	143
நாலாவது சார்!	167
வீடு	214
அடி	257

கமலம்

நானும் மாமாவும் காற்றுக்காக வாய்க்கால் மதகில் உட்கார்ந்திருந்தோம். சாலையையும் ஊருக்குள் போகிற பாதையையும் இணைக்கிற மதகு இது. கீழே வாய்க்கால் வழிந்து ஓடிக்கொண்டிருந்தது. சாலையின் அக்கரை முழுவதும் மண்டி, இருண்டு கிடந்த மூங்கில் கொல்லைகள் மாலையின் நிசப்தத்தைக் கிர்கிர்ரென்று முள்ளால் கீறிக்கொண்டிருந்தன. காக்காய்களின் கரையல்கூட அடங்கி விட்டது. இந்த ஊரில் காண்கிற காக்காய்கள் நாலைந்து மைலில் உள்ள காக்காய்த்தோப்பு என்னும் ஊரிலிருந்து வருபவை. காலையில் வந்து மாலையில் திரும்பிவிடும்.

குருவிகளைக்கூடக் காணவில்லை. எப்போதாவது மீன் குத்தி ஒன்று வாய்க்கால் தண்ணீருக்கு மேல் ஒரு ஆள்உயரத்தில் நின்று செங்குத்தாக ஒரு முழுக்குப் போட்டுவிட்டு நீர் மட்டத்தோடு பறந்து செல்லும்.

மாமாவும் நானும் பேச ஒன்றுமில்லாமல் உட்கார்ந்திருந்தோம். இந்த நிசப்தத்தின் ஆழத்தில் நான் முழுகிக் கிடந்தேன். நான் ஊருக்கு வந்து நாலு நாளாகிவிட்டது, பேசுவதெல்லாம் பேசித் தீர்த்தாகி விட்டது. திருவல்லிக்கேணி ஹைரோடு வீட்டின் முன் போகிற பஸ்ஸுகள், டாக்ஸிகள், லாரிகள், முன்னும் பின்னும் கேட்கிற ரேடியோக்கள் ஆகிய எல்லாவற்றிலிருந்தும் எழும்பி இந்த நிசப்தத்தில் வந்து குதித்திருந்தேன் நான். ஆகவே அது ஒன்றுதான் என் மனத்தில் உரைத்தது. மாமாவுக்கு இது புதிது இல்லை. என்ன நினைத்துக்கொண்டிருந்தாரோ!

“என்ன இன்னும் ஆறரை பஸ் வரலெ? – கிழக்கே போற பஸ்ஸு?” என்றார் அவர்.

“இப்ப என்ன அந்தக் கவலை?”

“கவலை ஒண்ணுமில்லெ. மூணு மணி ட்ரிப்பிலே ட்ரைவர் உத்ராவதி போனான். அவன் கிட்ட ஒரு ரூபா பணத்தைக் கொடுத்துப் பொடி வாங்கிட்டு வாடான்னு சொல்லியிருக்கேன். வல்லேன்னா, ராத்திரி தூக்கம் வராதே” என்றார் கவலையுடன்.

“நான் வாங்கிட்டு வந்தது ஆயிட்டுதா?”

“ஆமா அளகா வாங்கிட்டு வந்தியே! நீயும் என் தங்கச்சி மவன்னு பேர் வச்சிக்கிட்டு, ஒரு தோலா வாங்கிட்டு வந்தே பாரு! அப்பறம் மூணு அணாக்கு வாங்கிப்பிட்டேன் நான். பட்டணத்திலிருந்து வரவன் ஒரு அஞ்சு பலம் டின்னா வாங்கிட்டு வந்தா, அளுகியா போயிரும்?”

“காரம் போயிடுமோன்னு நெனச்சேன், மாமா!”

“காசிலேன்னு சொல்லு. தொட்டுக்க தொடச்சுக்கன்னு தானே இருக்கு, மருமான் பாடு! நீயும்தான் பதினைஞ்சு வருசமாச் சம்பாரிக்கிறே” என்று மாமா புன்சிரிப்புச் சிரித்தார். அந்தப் புன்சிரிப்பின் எகத்தாளம் எனக்குத்தான் புரியும். ‘கெக்கே’ காட்டுகிற புன்சிரிப்பு அது.

படித்தவரல்ல அவர். அந்த நாளில் பெருமாள்கோயில் முகப்புச் சார்ப்பில் குப்புசாமி வாத்தியாரிடம் வாசித்ததைத் தவிர வேறு ஒன்றும் தெரியாது. கொன்றை வேந்தன், ஆத்திசூடி, வாக்குண்டாம், நாலு திருப்புகழ், காளமேகம் சிலேடைப் பாட்டு, ஒரு ஏழெட்டு ராமலிங்கர் அருட்பா, நாலு காணி முந்திரி வாய்பாடு – இவ்வளவுதான் அவர் படிப்பு. இரண்டே வருஷத்தில் இவ்வளவும் முடிந்துவிட்டது. இங்கிலீஷ் தெரியாது. ஆனால் சொத்து நில சம்பந்தமான சட்டங்களெல்லாம் தலைகீழ்ப்பாடம். மாசத்துக்கு நாலு தடவை கும்பகோணம் கச்சேரிக்குப் போகாமல் இருக்க மாட்டார். அவரிடம் நூறு ஆயிரம் என்று கடன் வாங்கி விவசாயக் கடன் நிவாரணச் சட்டத்தின் கீழே பதுங்கி வயிற்றெரிச்சலைக் கொட்டிக்கொள்கிற தகல்பாஜிகளைக் கண்ணில் விரல்விட்டு ஆட்டிக்கொண்டேயிருப்பார். இப்போது அவருக்கு இருக்கிற இரண்டு வேலி நிலமும் அவரே சொந்தப் பாடுபட்டு இரண்டு ஏக்கராவைப் பெருக்கின பெருக்கு. அவருக்கு வக்கீல் வேண்டிய அவசியமில்லை. ஆனால், கச்சேரியில் வக்கீல் என்று ஒருவன் வேண்டியிருக்கிறதே. அதற்காகத்தான் வைத்துக்கொள்வார். அதனால்தான் பெரிய வக்கீல்களிடம்

அவர் போவதில்லை. ஆளுக்கு ஒரு அணாவென்று நாலு பேராக ஒரு மாட்டு வண்டியைப் பேசிக்கொண்டு கச்சேரிக்கு வந்து பிழைப்பு நடத்துகிற எத்தனையோ வக்கீல்களில் ஒருவரை "ஓய்! கும்பேச்வரய்யரே, இங்க வாங்க. ஒரு பாயிண்டு இருக்கு. பேசறீரா?" என்று அதட்டுவார். என்ன பேச வேண்டும் எப்படிப் பேச வேண்டும் என்று அவரே சொல்லிக் கொடுப்பார். பேசியானதும் இரண்டோ மூன்றோ அவர் கையில் வைத்துவிட்டு, வெற்றி வாகையோடு ஊருக்குத் திரும்பிவிடுவார். இந்த மாதிரியாக அவர் சாமர்த்யத்துக்கு ஆயிரம் சொல்லலாம். மலை மாதிரி பொறுமை. அதைமீறி வருகிற கோபமும் மலையாகத்தான் வரும்; வந்து அமர்ந்து ஆளை எறும்பாகத் தேய்த்துவிடும். தான் இத்தனை பெருமை உள்ளவர் என்ற உணர்வும் உண்டு, அவருக்கு. அதற்குமாறாக, எம்.ஏ. படித்த அப்பாவியாக நான் இருப்பதும் அவருக்குத் தெரியும். அந்தப் புன்சிரிப்பில் உதிர்கிற எகத்தாளம் அதுதான். ஆனால் வெறும் எகத்தாளப் புன்சிரிப்பு இல்லை. 'பாவம்' என்று இரக்கமும் பரிவும் கலந்த எகத்தாளம்தான் அது. செல்லமாகப் படிக்க வைத்து வளர்த்த குழந்தை என்கிற ஒரு அன்பு.

அவருக்குப் பதில் சொல்லிப் பேச்சை வளர்க்க நான் விரும்ப வில்லை. நான் காசு மிச்சுப்படுத்தாததைப் பற்றி அவரும் நானும் வாதப் பிரதிவாதம் செய்துசெய்து வாய் நோவெடுத்துவிட்டது. அவர் இடுக்கு அகப்பட்ட போதெல்லாம் கிண்டாமலும் இருக்க மாட்டார். நான்தான் இப்போதெல்லாம் பதில் பேசாமல் அந்தப் பேச்சை அணைத்துவிடுகிற வித்தையைக் கையாண்டு வருகிறேன்.

"பஸ் வறாப்போலிருக்கே" என்றார் திடீர் என்று.

"எங்கே, மாமா?"

"சத்தம் கேக்குதே!" என்றார். பத்து நிமிஷம் முன்னாலேயே கேக்கற காது அவருக்கு. எனக்குக் கேட்கவில்லை. "எங்கே, மாமா?"

"வருதுடா" என்றார் அவர்.

ஐந்து நிமிஷத்திற்குப் பிறகுதான் எனக்குக் கேட்டது. கடைசி யில் அவர் எதிர்பார்த்த 'கிழக்கே போகிற' பஸ் வந்தேவிட்டது. சரக்கென்று ப்ரேக் போட்டு நின்றது.

"வேலுப் பிள்ளையா! இந்தாங்க, புடியுங்க" என்றான் ட்ரைவர். மாமாவுக்கு முகம் மலர்ந்தது. "அப்பாடா!" என்றார். வாங்கிக்கொண்டு பல்லாண்டு கூறிவிட்டு, "சரி, போயிட்டு வா" என்றார்.

கமலம் 11

"இருங்க, உங்க ஊருக்கு விருந்தாளி வருது, இறக்காமப் போயிடறதா?" என்றார் ட்ரைவர்.

"விருந்தாளியா! யாரு?" என்று கூறியபடியே பஸ்ஸை வளைத்துக்கொண்டு படிக்கட்டின் பக்கம் போனார் மாமா.

"அடெடெ! யாரோன்னில்ல நெனச்சேன்! சாமிநாதனா? வா, தம்பி" என்றார் மாமா. எனக்குக் குரல் மட்டுமே கேட்டது. பஸ் அவரை மறைத்திருந்தது.

பஸ் நகர்ந்ததும், சாமிநாதன் மட்டும் இல்லை — இரண்டு பேர் சாலையில் நின்றார்கள். அவனோடு ஒரு பெண்ணும் நின்று கொண்டிருந்தாள். வெளிர் நீலப்புடவை, மாநிறத்துக்கும் மேலான வர்ணம். எடுப்பான ஒரு தோற்றம். நல்ல உயரம். உயரத்துக்குத் தகுந்த கட்டு. கையில் இரண்டே இரண்டு வளைகள். இடது கையில் ஒரு 'வாலெட்.' காலில் ஒரு வெல்வட்டுச் செருப்பு. பெரிய இடத்து முகம். மட்டம், உயர்த்தி என்று முகத்திலேயே தெரியுமே, — அடியெடுத்து வைப்பது, பார்ப்பது, புன்னகை பூப்பது, பேசுவது, சொறிந்துகொள்வது — எதிலேயும் தெரியுமே — அந்த எல்லாம் சேர்ந்த தன்மை அவள் பெரிய இடத்துப் பெண் என்று அந்தச் சாலையிலேயே நிறுத்தி வைத்துச் சொல்வது போலிருந்தது.

இந்த முகக்களை. நடை உடை, வர்ணம் — எல்லாம் பட்டணத்தில் பார்த்தது. ஒரு வாரமாக இதையெல்லாம் பார்க்காத என் கண்ணுக்கு என்னத்தையோ கண்டுவிட்டாற் போலிருந்தது. பார்த்துக்கொண்டேயிருந்தேன். மாமாவும் அவளைப் பார்த்துக்கொண்டே நின்றார்.

"இப்பத்தான் வறியா?" என்றார் மாமா, சாமிநாதனிடம்.

"ஆமாம்."

"எங்கேருந்து?"

"கல்கத்தாவிலேர்ந்து."

"—?" —, ஒன்றும் கேட்காமல் பார்வையால் அடுத்த கேள்வியைக் கேட்டுவிட்டார் மாமா.

"இவங்கதான் எங்க ஐயா வீட்டு இவங்க... நான் வேலையா இருக்கேன்ல..?" என்றான் சாமிநாதன்.

"ஆமா, ஆமா—"

"அந்த ஐயா வீட்டவங்க."

தி. ஜானகிராமன்

"அப்படியா? வணக்கம்!"

"வணக்கம்" என்று இருவாட்சி விரல்களை எடுத்துக் கூப்பினாள், அந்தப் பெண். பெண் என்றால் பதினேழு பதினெட்டு வயதில்லை, முப்பத்து நாலு முப்பத்தைந்து இருக்கலாம், அதற்குக் குறைவில்லை. முப்பத்தெட்டுக்கு மேலிராது என்று தோன்றிற்று எனக்கு, கன்னத்தையும் உடலையும் பார்த்தபோது.

சாமிநாதன் சொன்னான்: "அம்மா திருநெல்வேலிப் பக்கம்னு பேரு. நம்ம சனங்கதான். பிள்ளைமார்தான். ஆனாப் பேருதான் அப்படி. பொறந்து வளந்தது எல்லாம் பட்டணத்திலே. அப்புறம் ஐயாவோட பம்பாயி, டில்லி, ஐதிராபாத் – இப்படியே வடக்கேயேதான் இருக்காங்க . . . அங்கேயும் திடீர்னு சீமைக்குக் கிளம்பிடுவாங்க, ஐயாவோட. போன வருசம்கூட அமெரிக்கா போய் வந்தாங்க. போய்ட்டு, போன மாசி மாதம்தான் திரும்பி னாங்க."

"ம்!" என்று கண்ணகல வியந்தார் மாமா. "பின்னே போகாம என்ன செய்யிறது? ஐயாவுக்கு ரொம்பப் பெரிய உத்தியோகம் – அந்த அந்தஸ்துக்கு ஏத்தாப்பல அம்மாவும் போகத்தானே வேணும்? ராமன் இருக்கிற இடம் அயோத்தின்னு சொல்ற பழக்கம்தான். ஆனாலும் ராமன்மாதிரி அந்தஸ்து இருக்கிறவங்களுக்குத்தான் அந்த வார்த்தை ரொம்பத் தகும். பெரிய ஆபிஸர்னா அதுக்குத் தகுந்தாப்பல அவங்களோட இருந்துக்கிட்டு எத்தினி பேரைப் பார்க்கணும், பேசணும், காரியமெல்லாம் நிர்வாகம் பண்ணணும்!" என்று உற்சாகமாக, அந்தஸ்து என்று சொல்லும்போதெல்லாம் இரு தோள்களையும் உடலையும் அந்தஸ்தாகவே இப்படியும் அப்படியும் லேசாக அசைத்துக்கொண்டு பேசினார் மாமா.

"இந்தத் தடவை அவசர அவசரமா ரண்டு மூணு மகா நாடுன்னு அவசரமாச் சேதி வந்திச்சு. ஒடனே புறப்பட்டு நாலுநாள் முன்னாலே சீமைக்குப் போனாங்க ஐயா. வரத்துக்கு நாலு வாரம் செல்லும். அம்மாவும் நம்ம கிராமங்கள்ளாம் பார்த்ததேல்லியே. போய்ட்டு வரலாமேன்னேன். சரின்னாங்க."

"வாங்க, வாங்க. நாங்கள்ளாம் கொடுத்து வக்யணுமே. ஆனா சீமை, கல்கத்தா மாதிரியெல்லாம் இருக்குமா இஞ்ச? பட்டிக்காடு, படிக்காத சனங்க. ஆனா அங்கே இல்லாததும் இங்கே இருக்கும். காவேரி இருக்கு; நல்லா அமுங்கிக் குளிக்கலாம். நல்லா எளஎளன்னு காயும் கறியும் கிடைக்கும். நல்ல பாலு கிடைக்கும் . . . நிம்மதியா இருக்கலாம் . . . ஆனா எத்தினி நாளைக்கின்னு நம்ம பையனைக் கேளுங்க . . . ம் . . . என் தங்கச்சி

பையன். ரயில்வேலே சூப்ரிண்டா இருக்கான். லீவு எடுத்துக்கிட்டு வந்திருக்குறான்" என்று நடுவில் என்னை அறிமுகப்படுத்தினார் மாமா.

"ஐ ஸீ."

"ம் . . . அதெல்லாம் நல்லாத்தான் இருக்கும் . . . காசு மாத்ரம் சேக்கத் தெரியாது."

அந்த அம்மா சிரித்தாள்.

"ஆரமிச்சிட்டீங்களா, மாமா?"

"சரி அதைச் சொல்லப்படாது அவனுக்கு – எதுக்குச் சொன்னேன்னா, ஒரு வாரமாச்சு வந்து. பையனுக்கு இருப்புக் கொள்ளலே. போகணும் போகணும்னு முணுங்க ஆரமிச்சாச்சு, இன்னிக்கிக் காலமேருந்து."

"நான் அப்படி அவசரப்பட மாட்டேன். நான் நாட்டுப் புறத்திலேயே இப்பதான் காலெடுத்து வைக்கிறேன்" என்று அந்த அம்மாள் சிரித்தாள். என்னைப் பார்த்து ஆங்கிலத்தில் சொன்னாள்: 'என்ன அழகான கிராமம்! எத்தனைப் பச்சை! எத்தனை தினுசுப் பச்சை! இந்த நிசப்தத்தைப் பாருங்களேன். நீங்கள் நன்றாக அதைக் கேட்கவே முடியும் போலிருக்கிறதே! எனக்கு கேட்க முடிகிறது. இந்த மாதிரி ஒரு நிமிஷம் உட்காரத் தான் முடியுமா கல்கத்தாவிலேயும் பம்பாயிலேயும்? என்ன மௌனம்! என்ன மௌனம்! அப்புறம் இவரைப் பாருங்கள். என்னை முன்னேப் பின்னே பார்த்ததில்லை – எவ்வளவு அன்பாக, எவ்வளவு பரிவாகப் பேசுகிறார்! ம்! என்னமோ, இந்த பஸ்ஸிலிருந்து இறங்கி இந்த மண்ணில் கால் வைத்ததுமே எனக்குப் பிரயாணத் தொல்லையெல்லாம் மறந்துவிட்டது. என் மனம் லேசாக, மிதப்பது போலிருக்கிறது. அந்தப் பட்சியைப்போல எனக்கு இந்த நீரின் மேலேயே பறக்க வேண்டும் போலிருக்கிறது. அவ்வளவு ஆனந்தமாயிருக்கிறது. எல்லாவற்றிற்கும் மேலாக உங்கள் மாமாவை எனக்கு மிகவும் பிடித்துவிட்டது.' பிறகு அவரைப் பார்த்தாள் அந்த அம்மாள்.

"உங்களைப் பத்தித்தான் மாமா சொல்றாங்க" என்று ஒன்றும் புரியாமல் என்னைப் பார்த்துக்கொண்டு ஆவலாக நின்ற மாமாவிடம் சொன்னேன். "நீங்கள் எவ்வளவு பிரியமா, ஆதரவாப் பேசறீங்கங்கறாங்க. உங்களைப் ரொம்பப் பிடிச்சிருக்காம்."

"ரொம்ப நல்லாருக்கே! வராதவங்க வந்திருக்கீங்க, உங்களுக்கு எவ்வளவோ செய்யணும்."

தி. ஜானகிராமன்

நான் விசாரித்ததில் அந்த அம்மாளின் கணவர் மத்திய சர்க்காரில் மூவாயிர ரூபாய் சம்பளம் வாங்கும் பெரிய அதிகாரி என்றும், ஏதோ தூதுகோஷ்டியில் முக்ய அங்கத்தினராக வெளி நாடுகளுக்குச் சென்றிருக்கிறார் என்றும் ஊகிக்க முடிந்தது.

"அவங்களுக்கு நாடாறு மாசம், சீமை ஆறு மாசம்" என்று முடித்தாள் அவள்.

"என்ன செய்யறது? தேசத்தை ஆள்ற பொறுப்பு முக்கியம் இல்லீங்களா? எங்க மாதிரி நாட்டுப்புறத்துத் தவளைங்களாருந்தா சரி; வீடு வாசல்னு பந்தல் கால்லெ நாக்குட்டி முடங்கிக் கிடக்கறாப்பல கிடக்கிறோம் நாங்க. அவங்க என்ன செய்ய முடியும்? உலகம் முளுக்க வீடு, போற இடங்கள்களாம் வீடு வாசல்னு நெனச்சுக்க வேண்டியதுதான்" என்றார் மாமா.

சொல்லிக்கொண்டே கீழே சாலையிலே வைத்திருந்த பெட்டி படுக்கைகளைப் பார்த்தார். "ஏலே நல்லமுத்து!" என்று கிழக்கே பார்த்து ஒரு இரைச்சல் போட்டார். அப்பால் சாலையில் டீக்கடையிலிருந்து "வந்திட்டேங்க" என்று குரல் வந்தது. சற்றுக்கழித்து நல்லமுத்துவே ஓடி வந்தான்.

"இதெல்லாம் எடுத்துக்கிட்டுப் போயி நம்ம சாமி வீட்டிலெ கொண்டு வையி. என்னடா முளிக்கிறே – நம்ம சாமிநாதண்டா ... இலுப்பக்குடியார் வீட்டு சாமி ... கல்கத்தாவி லேந்து வந்திருக்காரு –"

"அடேடே! ... வாங்க – இந்த பஸ்ஸிலேதான் வந்தீங்களா? அடையாளமே புரியலே, முதல்லே" என்று வியப்புடன் சொல்லிக் கொண்டே பெட்டி படுக்கைகளைத் தூக்கிக்கொண்டான் நல்லமுத்து.

"நான் வர்றேன். அப்பறம் சந்திக்கிறேன்" என்றாள் அந்த அம்மாள்.

"சரிங்க . . . நல்லா வெந்நீர் போட்டுக் குளிச்சு ரெஷ்ட் எடுத்துக்குங்க. எவ்வளவு தூரம். எத்தினி நாளு பிரயாணம்!"

"வர்றேன், வேலு மாமா" என்று சாமிநாதனும் சொல்லிக் கொண்டான்.

மாமா இருவரையும் பார்த்துக்கொண்டே நின்றார் – தெருத் திருப்பத்தில் மறைகிற வரையில்.

"இந்த அம்மாவையும் இவங்க புருஷனையும் இவங்க வீட்டிலெ போயி லேசிலே பார்த்திட முடியுமா? எத்தினி

காவல்! எத்தினி சேவகன்! பேட்டியே கிடைக்காது. அதுக்காக, வேண்டியப்பட்டவங்களை விட்டுக்கொடுக்கறாங்களா, பாத்தியா? இந்தப் பய சமைச்சுப் போடற பயதானேன்னு ஏதாவது தப்பா கடுமையாப் பேசினாங்களா? என்ன கௌரவமா நடந்துக்கிறாங்க பாரு! பெரிய இடம்னா பெரிய இடம்தான்!" என்று பழைய மாதிரியே தோளையும் தலையையும் 'அந்தஸ்தாக' அசைத்துக்கொண்டே சொன்னார் மாமா.

"மெய்தான், மாமா. எங்க ஆபீசரைப் போய் நான் லேசிலே பார்க்க முடியாது. ஆனா அவங்க வீட்டுச் சமையக்காரனைப் பாருங்க. எங்க ஆபீசிலே இருபது பேரை வேலைக்குக் கொண்டு வச்சுட்டான் – எசமான் கிட்ட சொல்லி" என்றேன்.

"ஏன், நம்ப சாமிநாதன்தான் என்ன? இலுப்பக்குடியார் கும்பலுக்கு அஞ்சு வீடு. அந்த அஞ்சு வீட்டிலெ பொறந்து வளர்ந்த அத்தினி புள்ளேங்களும் இப்ப கல்கத்தா, டில்லி, பம்பாய் அப்படீன்னு வேலைக்குப்போயி ஆளுக்கு முந்நூறு நானூறுன்னு சம்பாரிக்கிறானுக – எல்லாம் இந்தப் பயலாலதானே? அப்படியில்ல உறவு சனத்துக்கு செஞ்சிருக்கான் பய! இந்த அம்மாவாகட்டும், இவங்க புருசனாகட்டும் – இவன் ஒண்ணு கேட்டான்னா இல்லைன்னு சொல்றது கிடையாதாம். அப்படி ஒரு நம்பிக்கை – ஒரு மதிப்பு ஏற்படுத்திக்கிட்டிருக்கான். பதினாயிரக்கணக்கிலெ வரவு செலவை ஒப்படைச்சிருக்காங்க. கார்கூட இவன் பார்த்து சரின்னாத்தான் வாங்குவாராம் அவரு. அதெல்லாம் ஒரு ஜாதகம்னு வச்சிக்க. அப்படியொண்ணும் வயசும் ஆயிடல்லெ… இருபத்திரண்டுதான் ஆவுது. உன்னைவிடப் பதிமூணு வயசு சின்னவன். ஏழு வருசம் முன்னாடி புறப்பட்டுப் போனான், ஊரை விட்டு. படிப்புவல்லெ. சமைச்சுப் போட, வீட்டுக் கணக்கு கிணக்கு பார்த்துக்க பம்பாயிலே ஒரு ஆபீசருக்கு ஒரு ஆள் வேணும்னாங்க. இவன் அப்பன் 'போடாலெ'ன்னு இவனை அனுப்பிச்சான். போயி ஏழு வருசத்திலே என்ன பண்ணியிருக்கான், தெரியும்ல? வீடு முளுக்க பிரிச்சு புதுசாக் கட்டிப்பிட்டான். ஆறாயிர ரூவா செலவு. போன வருசம் நாலு ஏக்கரா நெலம் வாங்கிப்பிட்டான், ஏழாயிரத்து இருநூறு ரூவாய்க்கு. கையிலே வேற மூணுநாலு ரூவா ரொக்கம் இருக்கும்னு சொல்லிக்கிறாங்க. எல்லாம், ஏழு வருசத்துக்குள்ளாரடா. இருபத்து மூணு வயசுக்குள்ளாரடா, பாத்துக்க! அவன் எம்.ஏ.யும் படிக்கலே, ரயில்லெ சூப்ரிண்டு வேலையும் பாக்கலெ" என்று கொம்பை என் பக்கம் திருப்பினார் மாமா.

"நானும் ஒண்ணு செய்யலாம்னு இருக்கேன், மாமா."

"என்ன?"

"இந்த வேலைக்குக் கால் கடுதாசை நீட்டிப்பிட்டு சமையல் வேலை கத்துகிட்டு நானும் கல்கத்தா, டில்லின்னு ஒரு ஆபீசர் வீட்டிலெ போய் உக்காந்துக்கறேன்."

"அது நடக்காதுரா."

"ஏன் நடக்காது?"

"இடுப்புலே சோமனைக் கட்டிக்கிட்டு, கையாலெ வாயை பொத்திக்கிட்டு நிக்கத் தெரியணும். பெரிய மனுசங்க தயவு வேணும்னா, வீட்டுத் திண்ணையிலே அவங்க உட்கார்ந்திருக்கறப்ப நீ கீழே பந்தல் கால்லெ கண்ணிலெ பட்டதும் படாததுமா அப்படி தள்ளினாப்பல நிக்கிணும். நீ இன்னமே சமையல் பண்ணப் போனாலும் எம்.ஏ. பாஸ் பண்ணின சமையக்காரன்னு மனசிலியாவது சட்டை பூட்ஸெல்லாம் மாட்டிக்கிட்டு நிப்பே. இப்படியெல்லாம் குளைய முடியுமா உன்னாலெ? அதுக்குத் தைரியம் இருக்குமா?" என்று யதார்த்தமாகப் பேசுவதுபோல கேட்டார் மாமா. பிறகு "போடா உங்க படிப்பும் நீங்களும்" என்று மதகினின்று எழுந்தார்.

அந்தி மங்கல் கருத்துக்கொண்டிருந்தது. சோலை நிரம்ப கோட்டான் கூவிற்று. காவேரியை நோக்கி நடந்தோம்.

2

"**அ**ப்படியெல்லாம் குனிஞ்சு குளஞ்சு பாடுபடாட்டி இந்த இலுப்பைக் குடியானுங்களும் இன்னிக்கு இப்பிடி தலை நிமிர்ந்து, நாலு பேர் போய்ப் பளகிக்கொள்ளும்படியான அந்தஸ்துக்கு ஒசந்திருக்க முடியுமா?" என்றார் மாமா – கால் மணி நேர மௌனத்திற்குப் பிறகு படித்துறையில் கால் கழுவிக்கொண்டே. இன்னும் அதையே சுற்றி அவர் நினைவு வட்டமிட்டுக் கொண்டிருந்தது போலும்!

"இப்பவும் அப்படி என்ன தலை நிமிந்துக்கும்படியா ஆயிடிச்சு அவங்களுக்கு – அந்தக் கூட்டத்திலே ஒத்தொத்தரையா நினைச்சுப்பாத்தா, அப்படி என்ன தலைநிமிந்துக்கும்படியா இருக்கு அங்கே?" என்று மாற்றுக் கேள்வி போட்டேன்.

"அப்படிச் சொல்லாதே. அவனவன் ஒரு வீடு வாசல்னு சொந்தத்துக்குப் பண்ணிக்கிட்டானா, இல்லியா?" என்றார் மாமா. எப்பேர்ப்பட்ட மகா புருஷனாயிருந்தாலும், திருமாலாக

இருந்தால்கூட, பணம் இல்லாவிட்டால் குப்பையில் தூக்கிப் போட்டுவிடுவார் அவர். அதைப்பற்றி அவருக்குத் தீர்மானமான முடிவு உண்டு. இந்தக் கொள்கையில் எந்தச் சிந்தனையையும் தத்துவவாதியையும் மண்டையை உடைக்கத் தயார் அவர்.

இலுப்பைக்குடியார் வீடு என்று ஐந்து வீடுகள், இந்த ஊரில். என்னுடைய மாமாவின் வீட்டுக்குக் கிழக்கே இரண்டு வீடு தள்ளி, சேர்ந்தாற்போல மூன்று வீடுகள். எதிர்த்த வீட்டுக்கு மூன்று வீடு தள்ளி, சேர்ந்தாற்போல ஒரு இரண்டு வீடுகள். இலுப்பைக்குடியார் வீடு என்று ஐம்பது வருடங்களுக்கு முன்னால் ஒரே ஒரு வீட்டுக்குத்தான் பெயர். ஆனால், அங்கே பிறந்தவர்கள் இப்போது இன்னும் நாலு வீடுகளில் விழுதுவிட்டு வேரூன்றி, குலப் பெயரை இந்த நாலு வீடுகளுக்கும் சம்பாதித்துக் கொடுத்துவிட்டார்கள். அடையாளம் புரிவதற்காக மாடி வீடு, பெரிய வீடு, கிணறு வீடு, சுப்பக்கா வீடு என்று ஊரார் சொல்வது வழக்கம். இந்த சுப்பக்கா வீடுதான் இலுப்பைக்குடியார்களின் பழைய காலத்துப் பரம்பரை வீடு. நீளமும் அகலமுமாகப் பெரிய திண்ணைகள். உள்ளே இருநூறு இலை போடக்கூடிய கூடம். தாழ்வாரம், முற்றம் எல்லாம் உண்டு. சுப்பக்காவின் பிள்ளைதான் சாமிநாதன்.

இந்தச் சுப்பக்காவின் கொள்ளுப் பாட்டனார் மகாசிவபக்தர். தலம் தலமாகச்சென்று சிவன்மீது பல பாடல்கள் பாடிய மகான் என்பார்கள். அவருடைய புதல்வரான சாம்பசிவன் அந்தக் குடும்பமே, அந்த ஊரே, சுற்று வட்டாரமே செய்யாத, கனவில் கூடச் செய்யத் துணியாத ஒரு தொழிலை மேற்கொண்டான். நாலு மைலுக்கு அப்பால் உள்ள ஒரு ஊரைச் சேர்ந்த நரசிங்கராயனுடனும் அபூபக்கர் ராவுத்தனுடனும் கூட்டுச் சேர்ந்துக்கொண்டு தீவட்டிக் கொள்ளைத் தொழிலை மேற்கொண்டான். சாம்பசிவன் என்றால் சிரிக்கிற பிள்ளை அழும் என்பார்கள். முப்பது மைல் சுற்றுக்குப் பெரிய பெரிய, நானூறு ஐநூறு வேலிப் புள்ளிகளை எல்லாம் ஒரு கை பார்த்திருக்கிறான். அவன், கடைசியில் பிடிபட்டு ஜெயிலுக்குப் போனான். அவன் சிறையில் இருந்தபோது அவன் பிள்ளைகள் இரண்டும் இரண்டு தவசிகளுக்குக் கையாளாகப் போனார்கள். அந்தச் சமையல் தொழில் குலத்தொழிலாக நிலைத்துவிட்டது. அதையும் உள்ளூரில் செய்யவில்லை. பட்டணம் என்ன, மதுரை என்ன, திருச்சி என்ன என்று எங்கெங்கேயோ செய்து பிழைத்து வந்தார்கள்.

எல்லாமாகச் சேர்ந்தால் ஐந்து வீட்டிலும் எட்டு ஆண்கள், பெண்டுபிள்ளைகளோடு அங்கங்கே பிழைப்பு. ஆனால், இங்கே

ஒவ்வொரு வீட்டிலும் ஒரு விதவை அக்காவோ, தாயாரோ, கடைசித் தம்பியோ வீட்டைக் கவனித்துக்கொண்டிருப்பார்கள். ஏழெட்டு மாதங்களுக்கொரு தடவை கலகலவென்று இருக்கிற முறை ஒவ்வொரு வீட்டுக்கும் வருவதுண்டு. பட்டணத்திலிருந்தோ, கொச்சியிலிருந்தோ ஒரு குடும்பம் வரும். குழந்தைக்குத் தலைமுடி, ஊர் அம்மனுக்குப் படையல் என்று செய்துவிட்டு, ஓரிரண்டு வாரம் இருந்துவிட்டுத் திரும்பிவிடும்.

சிறிது வேடிக்கையையும் ஊர் ஆவலையும் தூண்டுகிற குடும்பங்கள்தான் எல்லாமே. ஏனென்றால், இலுப்பைக் குடியார் வீட்டுப் பெண்கள் யாருமே சாதாரணப் புடவையைக் கட்டியிருக்க மாட்டார்கள். ஒரு சாணிலிருந்து இரண்டு சாண்வரை ஜரிகையுள்ள பட்டுப் புடவையைத்தான் பார்க்கமுடியும், பட்டணங்களில் வருகிற புது மாதிரிப் பட்டுகளையெல்லாம் அவர்கள் உடம்பில் பார்க்கலாம். ஊரில் படிக்கிற தங்கை மகளுக்கோ, மகனுக்கோ மாசத்துக்கு ஒருமுறை இரண்டு பட்டுப் பாவாடைகளோ கால் சட்டைகளோ வராமல் இராது. இவர்கள் சமைக்கிற வீடுகள் எல்லாம் பெரிய இடங்கள். அங்கே போடுகிற மிச்சம் மீதியோ அல்லது போரில் பிடுங்கினதோ? – ஆண்டவனுக்குத்தான் வெளிச்சம்.

இலுப்பைக்குடியார் வீட்டு மருமகள்களில் ஓரிரண்டு பேர் பார்க்க எடுப்பாக இருப்பார்கள். அவர்கள் வீட்டிலும் பங்கும் மனையுமாக ஏறிக்கொண்டிருந்தது.

“சங்கரன் தவசி வேலை பாக்கறான். எசமானுக்கு அவன் பேரிலே பிரியம், அவளும் போயி கூடமாட எசமானிக்கு செஞ்சு போடுவா... அதெல்லாம் எத்தினியோ இருக்கும்” என்று மாமா பூடகமாக இந்த ரகசியங்களை எல்லாம் விசாரித்து, பூடகமாகவே வெளிப்படுத்துவதும் வழக்கம்.

பொதுவாக, இலுப்பைக்குடியார் வீட்டுப் பெண்கள் எல்லாரைப் பற்றியுமே இப்படி ஒரு பேச்சு உண்டு. “சமையல் பண்ணிப்போடறவன் ஊரிலே இப்படிச் செலவழிச்சு ஒரு வீட்டைக் கட்டறதுன்னா, அது என்ன சமையல் மாத்திரம் பண்ற சாமார்த்யமா?” என்று ஒரு மாதிரியாக இழுத்துவிட்டு, கற்பனைக்கு நிறைய இடம் கொடுத்துப் பேசிக்கொண்டிருப்பார்கள் எல்லோரும். மாமாவும் பொடிவைத்துப் பேசுவதிலே ராஜா. ஆனால், கூடவே, “எப்படியிருந்தா என்ன? இப்ப பாரு, கும்பிக் கவலை கிடையாது. கிணத்து வீட்டுப் பேத்தியை கோயமுத்தூரில் ஒரு மில் மானேசருக்குக் கொடுத்திட்டான். ஏகப்பட்ட சீரு. கலியாணமும் அப்படி நடத்தினான். கச்சேரி, பேண்டுன்னு ரகளை பண்ணிப்டானா? பாதிச் செலவைப் பட்டணத்திலெ

இருக்காராமே, ஜட்ஜி – அவரே போட்டு நடத்திட்டாரு... ஜட்ஜி கொடுத்தாருன்னு பொண்ணோட அப்பன்தான் சொன்னானா? இல்லே, பிள்ளை வீட்டுக்காரன்தான் ஏது பணம்னு கேட்டானா? அதையெல்லாம் யார் கவனிக்கறாங்க! அந்தப் பொண்ணுக்கு தனி பங்களாவாம். பெரிய காராம். என்னமோ இந்தப் பயலுகள்ளாம் குசுகுசுன்னு பேசிட்டு நிக்கிறானுவ. இவர்களை யாரு கேக்கறா?" என்று மாமா மன்னித்தும்விடுவார்.

இத்தகைய இலுப்பைக்குடியார் வீடுகளில் முதல் வீட்டைச் சேர்ந்தவன்தான் சாமிநாதன் – சுப்பக்கா மகன்.

சுழியிட்டு ஓடிற்று ஆறு. கிர்கிர்ரென்று கரையிலிருந்த மூங்கில் கொல்லைகள் முனகிக்கொண்டிருந்தன. அந்த நிசப்தத்தில் மாமா விபூதியைப் பட்டையாகப் போட்டுக்கொண்டு முருகாற்றுப்படையை முணுமுணுத்துக் கொண்டிருந்தார். வார்த்தைகள் ஓடிச் சிதறுகிற வேகத்தைப் பார்த்தால் அவர் மனது அதில் இல்லை போலிருந்தது. முடித்து, ஒரு கும்பிடு போட்டுவிட்டு 'இந்தப் பயலைப் பாரேன். ஏழு வருசம் ஆகலே போய்! ஒரேடியா ஏறிப்ட்டானே – இவ்வளுண்டுப் பய! – அம்!' ஆரம்பித்துக்கொண்டே எழுந்தார். நன்றாக இருட்டிவிட்டது. வானம் முழுக்க நட்சத்ரங்கள் முளைத்துக்கிடந்தன.

"பாத்து வா, செவ்வட்டை ஓடுது" என்றார் மாமா.

வேலியோரத்திலும் பாதை நடுவிலும் பளீர் என்று நீலமாக வெளிச்சம் அடித்தது. செவ்வட்டைகள்தான் அப்படி வெளிச்சம் போட்டு ஊர்ந்துகொண்டிருந்தன. "இதுக பாளாப்போக! பாத்தா என்ன அளகா இருக்கு வெளிச்சம்! ப்ளூ ஜாகர்மாதிரி– மேலே பட்டுதோ வந்தது ஆபத்து. தோலெல்லாம் பெரு வியாதி புடிச்சாப்பல ஆயிடும்" என்றார் மாமா. இதை அவர் எத்தனையோ தடவை சொல்லிச் சொல்லி, என் மனசிலே பெரிய பீதியைப் பயிர் செய்திருந்தார். செவ்வட்டை ஒளியைக் கண்டாலே எனக்கு முதுகில் கொஞ்சம் நடுங்குகிற வழக்கம், பார்த்துப் பார்த்து அடிவைத்து வந்தேன். அங்குமிங்கும் பளீர் பளீர் என்று அடிக்கிற அந்த அழகிய ஒளியைப் பார்க்காமலும் இருக்க முடியவில்லை.

"எவ்வளவு அழகான வெளிச்சம்! ஆனா, கிட்ட அண்ட முடியலியே" என்றேன்.

"பதிவிரதைகள்ளாம் அப்படித்தாண்டா இருப்பாங்க. தொட்டியோ போச்சு."

“ஏன் மாமா, பெரிய வீட்டு சங்கரன் பொஞ்ஜாதி இப்படித் தானே இருக்கா?”

“எலே, மெதுவாப் பேசுராலெ, இருட்டு – எவனாச்சிம் கேட்டுக்கிட்டு வரப்போறான் . . .” என்று குரலைத் தாழ்த்திக் கொண்டார் மாமா.

தெருவுக்குள் திரும்பி வீட்டுக்குள் நுழைந்தபோது “யாரு?” என்றார் மாமா, நடையில் ஒதுங்கிக்கொண்ட உருவத்தைப் பார்த்து.

“நான்தான்.”

“யாரு? சுப்பக்காவா?”

“ஆமாம்.”

“மகன் வந்திருக்கானே! பார்த்தேனே.”

“ஆமா – அதுக்குத்தான் பாலுக்குச் சொல்லலாம்னு வந்தேன். ராத்திரி பால் சாப்பிடாம இருக்கமாட்டாங்களாம், அந்த அம்மா. காலமே சாப்பாட்டுக்கு முன்னாடியே ரண்டு தடவை காப்பி குடிக்கணுமாம். சாயங்காலம் ரண்டு தடவையாம். அதுக்குத்தான் காலமே ரண்டு சேரு, ராத்திரி ரண்டு சேரு அவங்க இருக்கறவரைக்கும் பால் கொடுக்க முடியுமான்னு கேக்க வந்தேன்.”

“அட, உனக்கில்லாமியா–”

“அதான் கொடுக்கறேன்று சொல்லிச்சு, பர்வதம்,”

“வாயேன், போகலாம்” என்று மாமா அழைக்கவே உள்ளே வந்தாள் சுப்பக்கா.

“இந்தா, சுப்பக்காக்கு நாளையிலேந்து பால் வேணுமாமே” என்று உள்ளைப் பார்த்துக் குரல் கொடுத்தார் மாமா.

“சொன்னேனே – கொடுக்கறேன்னு.”

“சொன்னியா, சரி, சரி, சரி, வா, சுப்பக்கா. உன் மகனைப் பார்த்து ரண்டு வருஷம் ஆச்சில்ல? . . . ம், எப்படி இருக்கானாம்?”

“நல்லாருக்கான். எல்லாம் உங்க கை முகூர்த்தம்தான். அவன் வேலைக்குப் போறப்ப வேலு மாமாகிட்ட கைச்செலுவுக்கு வாங்கிட்டுப் போடான்னேன். நீங்க கொடுத்தீங்க, நாப்பது ரூவா. உங்க கையி, உங்க மனசு – ஏதோ நல்லபடியா இருக்கான்” என்று சொல்லும்போது சுப்பக்காவின் குரல் தழதழத்து விட்டது.

"அ! என் கையாவது, காலாவது சுப்பக்கா! – அவனவன் லிபி நல்லாருக்கணுமில்ல? உம் மவனுக்கு நல்ல பணிஞ்ச குணம் – அடக்கம், பொறுப்பு எல்லாம் நெறஞ்சிருக்கு; அதெல்லாம்தான் காப்பாத்துதுன்னு வச்சுக்க."

"இருக்கட்டும், அதுக்காக உங்க கைராசியில்லேன்னு ஆயிருமா? . . . என்னமோ . . . அதே கையோட நீங்களே ஒரு நல்ல பொண்ணாப் பார்த்துக் கட்டி வச்சிருங்க."

"அதையும் செஞ்சிர வேண்டியதுதான் . . . அவனுக்கு என்ன? நல்ல இடமெல்லாம் வரப்போவுது."

"நல்ல இடம் எல்லாம் சரி! நாம பாத்துப் பளகின இடமா இருந்தாத்தானே பாங்காயிருக்கும்?"

"ஏன்? நீ யாரையாவது மனசிலே வச்சிட்டிருக்கியா?"

"இருக்கு. நீங்க மனசு வச்சா நடக்கும்."

"சொல்லு."

"நம்ம அர்ணாசலம் மவளைத்தான் சொல்றேன்."

"கப்பக்காரரு பேத்தியா?"

"ம்ம். அதான்."

"செஞ்சிப்பிடலாம். பொண்ணு லச்சணம்; அடக்கம், இருந்தாலும் இன்னும் கொஞ்சம் நல்ல எடமாப் பாத்தா நல்லதில்லியா? அவன் டில்லி, கல்கத்தான்னு போயிட்ருக்கான், கொஞ்சம் படிச்ச பொண்ணா . . ."

"ம் . . . படிப்பு தானா வருது. அங்கங்கே போயி பளகினாச் சரியாப்பூடுது. எனக்கு என்னமோ இந்த ஆசை ரொம்ப நாளாயிருக்கு."

"சரி, முடிச்சிப்பிடறேன்" என்று சொல்லிவிட்டார் மாமா.

"அர்ணாசலம் ஒரு போக்கு. நீங்க சொன்னாக் கட்டுப் படுவாருன்னு எனக்கு ஒரு நெனப்பு."

"'கட்டுப்படுவானா! அவனுக்குக் கொஞ்சமாச் செஞ்சிருக்கேனா!"

"ம்."

"அதெல்லாம் நான் பாத்துக்கறேன், போ . . . உம் மகனாலே இப்ப பதினஞ்சு குடும்பம் போலப் பிளைக்குது. இத்தனை

பேருக்கு வேலை பண்ணி வச்சிருக்கான் – அதுவும் இந்தச் சின்ன வயசிலே. அவன் வயசுப் புள்ளெங்கள்ளாம் படிச்சுப்பிட்டு வேலை வேலைன்னு ஆலாப் பறந்துகிட்டிருக்கு. இந்த வயசிலெ இப்படி உவகாரம் பண்ணியிருக்கான். யாருக்கு மனசு வரும்? அந்தப் பையனுக்குப் பண்ணாம வேற யாருக்குப் பண்ணப் போறேன்?"

"அந்த அம்மாளும் வந்திருக்காங்க இப்ப. அவங்க முன்னாலேயே பண்ணிப்பிடுவோம். மகாலச்சுமிமாதிரி அவங்க ஆளாக்கியிருக்காங்க, இந்தப் புள்ளையை. அவங்களே மகாலச்சிமியா இருந்து வாள்த்தட்டும். அவங்க முன்னாலேயே நடத்திப்பிடுவோம், இந்த வைபோகத்தை."

"ஜாம்ஜாம்னு நடக்கும். கவலைப்படாதே. உம் மகன் மனசுக்கு எது நடக்காது? இதை முன்னாடி முடிச்சிட்டுத்தான் மறு காரியம், நீ வேணாப் பாரு."

அது மாமாவின் இயல்பு. பிறர் காரியம் என்றால் தலைப் பொறுப்பாகப் போட்டுக்கொண்டு அலையோ அலை என்று அலைவார். அதுவும் சாமிநாதனுக்கா அலைய மாட்டார்?

மறுநாள் காபியைச் சாப்பிட்டதுமே என்னை அழைத்துக் கொண்டு கிளம்பிவிட்டார். அடுத்த ஊருக்குப் போனோம். அடுத்த ஊர் என்று பெயர்தான் மங்காபுரத்திற்கு. ஆனால் இந்த ஊரின் மேலக்கோடி திரும்பினால் குளம். குளத்தைத் தாண்டினால் ஒரே ஒரு வயல், அதையும் தாண்டியவுடனே மங்காபுரம் கீழக்குளம். குளத்தைத் தாண்டினால் தெரு. அடுத்த ஊர் என்பதற்குப் பதிலாக அடுத்த தெரு என்று சொல்ல வேண்டிய இடம். அருணாசலத்தின் வீட்டுக்குப் போனோம். அவர் ஊரில் இல்லை. தங்கைக்கு உடம்பு சரியாயில்லை என்று அவளைப் பார்ப்பதற்காகத் திருச்சிக்குப் போயிருந்தாராம், இரண்டு நாளாகுமாம் திரும்பி வர. ஆகவே, இரண்டு நாள் கழித்து வருவதாகச் சொல்லிவிட்டுத் திரும்பிவிட்டோம்.

"மகா உவகாரிடா இந்தப் பய. இதை எப்படியாவது முடிச்சி வச்சிரணும் . . . பொண்ணு எப்படி?" என்று கேட்டார், மாமா.

"எந்தப் பொண்ணு?" என்றேன்.

"அதான் வாசல்லெ உக்காந்து தேங்காப் பருப்பு கீறிக் கிட்டிருந்திச்சேடா . . !"

"அப்பவே சொல்லியிருக்கப்படாது? நல்லாப் பாத்திருப் பேனே."

“நீ நல்லாக் கவனிக்கிறியா சொல்றியான்னு விட்டுட்டேன். என் தங்கச்சி மகன், எப்பிடியிருக்கான்னு நான்தான் தெரிஞ்சிக்க வாணாமா?”

எனக்குப் பெண்ணைப் பார்த்த ஞாபகம் இருந்தது. சிலுவை யான உடலும் சிவப்புச் சிற்றாடையுமாக உட்கார்ந்திருந்த அந்தப் பெண்தான். களையான முகம். சற்று நீண்ட முகம். சிற்றலை ஓடுகிற தலை – அவ்வளவுதான். நினைவில் பதிந்திருந்தது எனக்கு. மொத்தமாக லட்சணம் என்று சொல்லவேண்டிய பெண்தான். லட்சணக் குறைவில்லை என்று நிச்சயமாகச் சொல்கிற அளவுக்கு நினைவு உதவிற்று.

“ரண்டாயிர ரூபாய்க்கு நகை பண்ணிவச்சிருக்கானாம் அருணாசலம், கலியாணத்துக்குன்னு. என்ன?”

“எப்படியிருந்தாலும் சரி, மாமா. பொருத்தமாயிருக்கும் போலத்தான் படுது.”

“இல்லாட்டி, சுப்பக்கா அப்படி மாஞ்சு போயிடுவாளா? அருணாசலம் ஒரு போக்குத்தான். தோசிப்பய – அப்படி இப்படின்னு ஏதாவது உளறுவான். ஆனா, நான் முடிக்காம விட்டிறப் போறேனா இதை?” என்று சொல்லிவிட்டு, “அப்படி முடியாட்டி இத்தினி நாளா முருகாத்துப்படை சொல்றதுக்கு என்ன பிரயோசனம்னு அந்த சுப்பிரமணியனையே ஒரு வார்த்தை கேட்டிரமாட்டேனா?” என்று பேசிக்கொண்டே வந்தார் மாமா.

ஊருக்குள் வந்ததும் நேராக வீட்டுக்குப் போய்விடவில்லை. சுப்பக்கா வீட்டுக்குள்தான் நுழைந்தோம்.

நடையில் போனதுமே “வாங்க” என்ற குரல் கேட்டது நடையிலுள்ள முன்னறையிலிருந்த வந்தது குரல். திரும்பினோம்.

அந்த அம்மாள் எங்களை வரவேற்றாள். சாய்வு நாற்காலியில் சாய்ந்து கால்களை ஒரு தூணில் உதைத்துக்கொண்டிருந்தவள் விசுக்கென்று எழுந்து நின்றாள்.

“நீங்க உக்காருங்க – நீங்க ஏந்திரிக்கப்படாது” என்றார் மாமா.

“பரவாயில்லை.”

“நீங்க அதிலே உக்காந்தாத்தான்.”

இப்படி அரை நிமிஷச் சண்டைக்குப் பிறகு “சரி, எல்லாருமே கீழே உட்காந்துடறது” என்று கீழேயே உட்கார்ந்துவிட்டாள் அந்த அம்மாள்.

நான் சற்றுத் திகைத்தே போய்விட்டேன். அந்த மேனியையும். நிறத்தையும் முக – உடல் அமைப்பையும், பார்த்துத்தான். குளித்துவிட்டுத் துல்லியமானதொரு சேலையை அணிந்திருந்தாள் அவள். நடுவில் எடுத்திருந்த வகிட்டின் இரு பக்கங்களிலும் காட்டருவி மாதிரித் தலை மயிர் அலைந்து நீள விழுந்து கிடந்தது. பளபளவென்று பழத்தோல் வண்ணம். எனக்கு இந்தப் பெரிய மனிதர்கள் ப்ரிஜிடேரிலிருந்து எடுத்து எடுத்துச் சாப்பிடுகிற ஆப்பிளும் ஆரஞ்சும், பாலும் தயிரும்தான் நினைவுக்கு வந்தன. அந்த ஊட்டம் இல்லாவிட்டால் இந்த மேனி ஏது? கையில்தான் என்ன குழைவு சரிவு! உள்ளங்காலில்கூட அழுக்குப்படாத ஒரு பளபளப்பு. நான் காலைப் பார்த்ததைக் கவனித்ததும் அவள் தலைப்பால் அதை லாவகமாக மூடிக்கொண்டாள்– அவளுக்கு நேற்று மாலை முப்பத்தெட்டு வயது மதிப்புப் போட்டேன். இப்போதோ ஒரு மூன்று வயது குறைந்தேயிருந்தது.

“ராத்திரி நல்லாத் தூங்கினிங்களா?”

“நல்லாத்தான் தூங்கினேன்.”

“இதென்னை, பளம் புஸ்தகங்களாயிருக்கே! மீனாட்சி அம்மைக்குறம், பாரத வசனம், அல்லி அரசாணிமாலை –” என்று நாற்காலிக்குப் பக்கத்தில் வைத்திருந்த அடுக்கைப் பார்த்தார் மாமா.

“இந்த ஊருக்கு வந்தா இதைத்தான் வாசிக்கணும். நம்ம சாமியோட தாயாரு ‘உனக்குப் பொழுதே போகாது, இதுங்களை வேணும்னா வாசின்’னு கொண்டு வந்து வச்சாங்க. இந்த மாதிரி நல்லதெல்லாம் அங்கே எங்கே கிடைக்கப் போவுது? இதுதான் புஸ்தகம். எழுத்திலேதான் என்ன அழகு! என்ன வேகம்! குழந்தைக்குக்கூடப் புரியறாப்பல ஒரு நேர்ப் பேச்சு . . . இத பாருங்க, இன்னும் இதுமாதிரிப் பழசெல்லாம் எனக்கு வேணும் – நீங்கதான் தரணும்.”

“அதுக்கென்ன? எங்க வீட்டிலெ இருக்கறதெயெல்லாம் கொண்டுவந்து போட்டுப்பிடறேன். நீங்க அறிவாளி, உங்களுக்கு இதெல்லாம் எப்பேர்ப்பட்ட புதையல்னு தெரியுது. இந்த ஊரிலேகூட இப்ப இதையெல்லாம் திரும்பிப் பார்க்க ஆள் இல்லாம போயிரிச்சே. ஆங்! காலம் என்ன வேகத்தில்லே போவுது, பாருங்க.”

“ஆமாம் – உங்களுக்கு என்ன வயசு?” என்றாள் அவள் திடீர் என்று.

“என் வயசா? இந்த ஆனிக்கு அறுவது முடிஞ்சிரிச்சி.”

“எனக்கு இந்தப் புரட்டாசிக்குத்தான் நாப்பது முடியப் போவுது. உங்களுக்கும் எனக்கும் இருபது வருஷம் வித்யாசம், உங்க மகளை, ‘வாங்க போங்க’ன்னுதான் நீங்க கூப்பிடுவீங்களா?”

“அதுக்காகவா! . . . நல்லாருக்குது! வயசாயிடிச்சின்னா நான் பெரியவனாப் போயிருவேனா! மடத்தவளை நான் . . . நல்லாருக்கே நீங்க சொல்றது!”

“என் பேரு, கமலம்; நீங்க என்ன ‘கமலம்; வா – போ’ன்னுதான் கூப்பிடணும். இல்லாட்டி உங்களை உள்ளே விடமாட்டேன்” என்று சிரித்தாள் கமலம்.

“ஐயையோ, . . . நீங்க சும்மா இருங்க, கிடக்கு . . . காப்பி யெல்லாம் ஆச்சா?” என்று பேச்சைத் திசை மாற்றினார் மாமா.

கமலத்தோடு அரை மணி பேசுவதற்குள் எனக்கே இரண்டு மூன்று புத்தகம் வாசித்துவிட்டாற்போலிருந்தது. ஜெட்விமானப் பயணத்தில் ஏற்படுகிற கிளர்ச்சி, லண்டன் வாழ்க்கை, வடநாட்டு மனிதர்கள், ஐரோப்பாவில் உள்ள பன்றிப் பண்ணைகள் – என்று தான் கண்ட அனுபவங்களையெல்லாம் பேசுகிறவாக்கில் சொல்லிக்கொண்டே போனாள் அவள். எதையும் கூர்ந்து நோக்கிப் பதித்துக்கொள்கிற சுருக்கு, எதிராளி பேச்சில் ஒரு வார்த்தைவிடாமல் கேட்டு ஞாபகம் வைத்துக்கொள்கிற புத்தி, தடங்காத பேச்சு, அதை எதிராளி ஏற்றுக்கொள்ளும்படியான நயமும் உறுதியும் – இவ்வளவும் அவளிடம் நிறைந்திருந்தன. ஊரில் வயல் எல்லாம் பார்த்து விவசாயத்தைப்பற்றித் தெரிந்துகொள்ள ஆசை அவளுக்கு. நாங்கள் பேசிக்கொண்டிருந்தபோது ஜன்னலில் வந்து எட்டிப் பார்த்துச் சிரிக்கும் குழந்தைகளைக் கூப்பிட்டு ஒரு பெப்பர் மிண்டைக் கொடுப்பாள். பண்பட்ட பெரிய மனுஷி. இன்று உள்ள பல பெரிய மனிதர்களையெல்லாம் தன் கணவனுடன் சந்தித்திருக்கிறாள். கிராமத்து வீடுகளின் அமைப்பு அவளுக்கு மிகவும் பிடித்திருந்தது. ஆரோக்யத்துக்கு மட்டுமில்லாமல் இந்த வீடுகள் விருந்துகளுக்கும், பந்து ஜனங்கள் வந்து வசதியாகத் தங்கள் வீடென மதித்துத் தங்குவதற்காகவும் கட்டப்பட்டவை என்றும், நம்முடைய முன்னோர்களின் வாழ்க்கையில் தம்மைவிடப் பிறர் நலம்தான் தட்டோங்கி நின்றதென்றும் அவள் கூறியதைக் கேட்டு மாமாவுக்குப் பரவசமாகப் போய்விட்டது. “ஏ அப்பா, நீங்க எப்படி எப்படியெல்லாம் பேசறீங்க! நானும் பெரிய மனுஷங்களைப் பார்த்திருக்கிறேன். ஆனா, இவ்வளவு ஒரு . . . ஒரு ஒரு இதோட, நான் பார்த்ததில்லே.” ‘இது’விலேயே தன் மெய் மறதியைத் தெரிவித்தார் அவர்.

“ஆரமிச்சிட்டீங்களா?” என்று சற்றுக் கோபித்துக்கொண்டாற் போலத் தொடங்கினவள், “அட சாமி வந்திட்டானே!” என்று நடையைப் பார்த்தாள்.

சாமி ஒரு பை நிறையச் சாமான்களுடன், கையில் *சுதேசமித்திரன்* பத்திரிகையோடு வந்து நின்றான்.

“எங்கே போய்ட்டு வரே, சாமி?”

“அக்கரைக்கு மாமா.”

அக்கரையிலும் மஞ்சக்காடுதான் இந்த ஊருக்குப் பட்டணம். கடைகண்ணி, நெல் மிஷின், தபாலாபீஸ் – எல்லாவற்றுக்கும் அங்குதான் போகவேண்டும்.

“ஐயா வியன்னாவிலே இருந்தாங்களாம், முந்தாநத்து. இன்னக்கி ஸூரிச்சுக்குப் போறாங்களாம் – பேப்பரிலே வந்திருக்குது” என்றான் சாமி.

‘எங்கே’ என்று ஆவலோடு கணவனையே கையில் வாங்கிக்கொள்வதுபோல் பத்திரிகையை வாங்கிப் படித்தாள் கமலம். “ஆமாம், இன்னிக்கி ஸூரிச்சிலேதான் இருப்பாங்க. நாம இங்கே காவேரி டெல்டாவிலே இருக்கோம். அவங்க பனிமலைகளையெல்லாம் பாத்துக்கிட்டு, கம்பளிச் சட்டையைப் போட்டுக்கிட்டிருப்பாங்க” என்று இரண்டு மூன்று தடவை செய்தியை வாசித்தாள் . . . “இங்கிலீஷ் பேப்பரே கிடைக்கலியா?”

“இல்லேம்மா. சந்தாக்காரங்களுக்குத்தான் சைக்கிள்ளே நேரிலே கொண்டுவந்து கொடுப்பாங்களாம். ஒரு மாசத்துக்குப் பணம் கட்டிட்டு வந்திருக்கேன். நாளையிலேந்து போடறேன்னிருக் கான்.”

“சரி, போடட்டும். சாமி, இவங்க வந்து அரைமணியாச்சு, நான் ஒண்ணுமே கொடுக்கலெ, நான் பேசிப்பேசி இவங்க காது நோவெடுத்திருக்கும்.’

“என்ன . . . என்ன . . . என்ன!” என்று குறுக்கே விழுந்தார் மாமா.

“ஏதாவது சாப்பிடக் கொண்டா சாமி!”

“இதோ” என்று ஒரு கணத்திற்குள் ஒரு தட்டில் அயல் நாட்டு பிஸ்கட்டுகளில் பத்துப் பதினைந்து நிரப்பிவந்து எங்கள் முன்னே வைத்து மரியாதையாக ஒதுங்கி நின்றான் சாமி.

“நீ போய்க் குளி, சாமி.”

“சரி” என்று கிளம்பிவிட்டான் அவன்.

“நம்ம சாமிக்கு இந்தமாதிரி நல்ல மனுசங்க கிடைச்சீங்களே, அதை நெனச்சுதான் நான் சந்தோஷப்பட்டுக்கிட்டிருக்கேன்” என்றார் மாமா.

“எங்களுக்கும் சந்தோஷம்தான். நல்ல அடக்கம், சூரத்தனம், நம்பிக்கை – இந்த மாதிரி ஒரே ஆள்கிட்ட எல்லாம் சேந்து இருக்கறது கஷ்டம். இப்ப அவன்தான் எங்களுக்கு எல்லாம். அவன் இல்லாம ஒண்ணுமே நடக்கிறதில்லெ. அந்த மாதிரிப் பண்ணிப்பிட்டான்” என்றாள் கமலம்.

“ஏதோ ஆண்டவன் வெளிச்சம் காமிச்சுப்பிட்டான். அவன் அம்மாளுக்கு இருக்கற ஆசையும் நிறைவேறிடிச்சின்னா நிம்மதியாயிருப்பா; நீங்க திரும்பிப் போறதுக்குள்ளாரவே அவனுக்கு ஒரு கலியாணத்தையும் முடிச்சிப்பிட்டாத் தேவலாங்குது. அது எல்லாம் உங்க முன்னாடியே நடக்கட்டும்.”

“கலியாணம் பண்ண வேண்டியதுதான். ஆனா இருப்பதிரண்டு வயசுக்குள்ளார கலியாணம் பண்ணி யாரு என்னத்தைக் காணப் போறாங்க? ஓட்டை பக்கெட்டிலே தண்ணி ரொப்பறாப்பல சம்பாரிக்கிறதெல்லாம் குடும்பத்துக்கே செலவாகிக்கிட்டிருக்கும். நல்லா சம்பாரிச்சு கொஞ்சம் காசை மிச்சப்படுத்திக்கிட்டு நிமிர்ந்த அப்பறம் அதைப்பத்தி யோசிக்க லாம்னு எனக்குத் தோணுது.”

“எனக்கும் அப்படித்தான் நெனப்பு. ஆனா, என்னமோ சுப்பக்கா சொன்னா நேத்து ராத்திரி, சொன்னேன்.”

“இவ்வளவு சின்ன வயசிலே கலியாணத்தைப் பண்ணினா, அந்த பொண்ணுக்குத்தான் என்ன சுகம்? இவனுக்குத்தான் என்ன சுகம்? சடசடன்னு நாலு குழந்தையைப் பெத்துப்பிட்டு, அது இருபத்தஞ்சு வயசுக்குள்ளே அப்பாடா அக்காடான்னு கையும் காலும் ஓஞ்சு முப்பது வயசுக்குள்ளே மூப்பை எட்டிப் பாக்க ஆரமிச்சிடும். இவனும் கவலையைக் கண்ணிலியும் மனசிலியும் சுமந்துக்கிட்டு அலையணும்.”

“லட்சத்திலே ஒரு வார்தை! ஆனா இந்தப் பட்டிக் காடுங்களுக்கு அது எங்கே தெரியுது?”

“நீங்கள்ளாம் வயசானவங்க, அனுபவம் உள்ளவங்க. நீங்க தான் சொல்லணும் . . . என்ன, உங்க தங்கச்சி மகன் பேசவே மாட்டேங்கறாங்களே, ரொம்ப சங்கோசக்காரர் போலிருக்கு.”

“எனக்கு எப்பவும் கேக்கறதுதான் பிடிக்கும், பேசினா . . .”

“பேசினா?”

“என் சாயம் வெளுக்கிறதை நானே பாத்துக்கிட்டிருப்பேனா?”

“ஏம்பா, பொல்லாதவராயிருக்காரே!” என்று என் உத்தியோகம், வீடு, எல்லாவற்றையும் விசாரிக்கத் தொடங்கி விட்டாள் கமலம்.

“பொதுவாப் பிளைக்கிற பிள்ளை இல்லே. ஏதாவது கேட்டா, என்னென்னமோல்லாம் பேசறான். பணமிருந்தா ஒரு தெம்பு, மனசிலே ஒரு பலம். உன்னைப்போய் கொள்ளையடிக்கச் சொல்லலே. லஞ்சம் வாங்கச் சொல்லலே. மாசம் ஒரு அம்பது ரூவா மீறுடா’ங்கறேன். அம்பது ரூவா மீக்கறது கிடக்கட்டும். மாசம் அம்பது ரூவா கடன் வாங்கறானே – அதைப் பண்ணாம இருந்தாப் பத்தாதா? . . . நான் சொல்றது இப்ப தெரியாது. கொஞ்சம் வயசாச்சின்னா இப்பமாதிரி வேலை செய்ய முடியாது. அப்ப என்ன செய்வோம்னு நெனச்சுப் பாக்கணும், நீ பிஞ்சின் வாங்கறப்ப பாதிக் காசுதான் வரப்போவுது. அப்ப என்ன செய்வே? அதுக்குத்தான் ஒரு வீட்டைக் கட்டிப் போடறாங்கறேன். ஹ்ம், எங்கே?” என்று அலுத்துக்கொண்டார் மாமா.

“சர்க்கார் வேலையிலே பூந்தமோ, ஆறம்பத்திலெ வாங்கற சம்பளம்தான் கடைசி வரைக்கும். அறுவது ரூவா சம்பளத்திலே நுளஞ்சேன், பதினஞ்சு வருசத்துக்கு முன்னாலே, இப்ப முன்னூறு ரூவா வருது. அந்த அறுபது ரூவா மதிப்புத்தான் இதுக்கு. நான் ரிடயராறப்ப அறு நூறு ரூவா வாங்கறேனோ என்னவோ. அப்பவும் அந்த அறுபது ரூவா மதிப்புத்தான் அதுக்கு. சர்க்கார் வேலைக்கு அதுதான் ராசி. ஜனங்களுக்கு சேவை பண்ற சர்க்காரிலே ஒரு ஆளாயிருந்துக்கிட்டு, இதை ஒரு குறைன்னு சொல்லலாமான்னு சந்தேகமாயிருக்கு” என்று நான் விளக்கியது மாமாவுக்குப் பிடிக்கவில்லை.

“நல்லா, வாகிளியப் பேசத் தெரியுது. இந்த சாமர்த்யத்தை நாலு காசு மீக்கறத்திலே காமிக்கலாம்” என்று எழுந்தார் மாமா. “ஒரே ஒரு சந்தோசம்; புள்ளை ஊருக்கு வரத்துக்கா வது காசில்லாம பாஸ்லெ வந்துப்பிடறான். சவாரிச் செலவு மிச்சம் . . . சரி, அப்ப வர்றோம்.”

“வாங்க” என்று கமலமும் எழுந்தாள்.

“நம்ம வீட்டிலே ஒரு நாளைக்குச் சாப்பாடு வச்சுக்கணும்.”

“உங்க வீட்டிலே சாப்பிடாமயா?”

எனக்கு வெகுநேரம் வரையில் அவள் பேச்சு என் உணர்வைத் தாக்கின இனிமையை மறக்க முடியவில்லை. இந்த உலகத்தில் அழகாக இருக்க என்றே சிலர் பிறந்திருக்கிறார்கள். இவர்கள் பேசுவது அழகு. செய்வது அழகு. நடப்பது அழகு. கையைத் தூக்குவது அழகு. ஒவ்வொரு அசைவும் அழகுதான். எதையும் மனதில் வாங்கிக்கொள்ளும்போது அதிலே ஒரு தனித் தன்மை: தனக்கென்று ஒரு தனிப்போக்கு. ஆனால் எல்லோரும் ஒப்புக்கொள்ளக் கூடிய போக்கு, என்ன வந்தாலும் நிதானம் இழக்காத ஒரு பெருமிதம் – உணர்ச்சி பொங்கி அலை மோதாத ஒரு அமைதி. வெகுகாலப் பயிற்சியில், வெகுகாலத் தவத்தில் வரவேண்டிய சொத்துக்கள் இவை. அந்தப் பயிற்சிக்கு வசதி கொடுத்திருப்பது எது? பணமா? அல்லது எப்போதும் எல்லோரும் வந்து தன்னை வணங்கி மரியாதை செய்ய, தான் யாரையும் அண்டி நிற்க வேண்டிய தேவையில்லாமல் வாழ்க்கை நடத்த உதவியிருக்கிற நிலையா? – இல்லை, இப்படியும் சொல்ல முடியவில்லை. அந்தப் பதவியும் பணமும் பலபேரைப் பறைத் தம்பட்டமாக அடித்திருக்கின்றன. படைப்புச் சக்திக்கு ஏதோ, எப்போதோ தோன்றின நல்ல புத்தியின் விளைவாகத்தான் இருக்க வேண்டும் இது.

3

"**சு**ப்பக்காவானா அப்படிச் சொல்றா; இந்தக் கமலத்தம்மாவானா இப்படிச் சொல்றாங்க, என்ன செய்யலாம்?" என்று இரண்டு கட்சிகளுக்கும் இசைவாக மாறிமாறி வாதம் செய்துகொண்டே யிருந்தார் மாமா. "பெத்தவளுக்கு மஞ்சவேட்டியும் மங்கிலியமுமாப் பாக்கணும்னு இருக்கு. வளத்தவங்க விவேகத்தோட வளரட்டும். வேரூனிக்கட்டும்கறாங்க . . .ம்" என்று மூன்றுநாள் குழம்பினார். "உனக்கென்ன தோணுது?" என்று என்னைக் கேட்டார்.

நான் என்னத்தைச் சொல்லப் போகிறேன்! நான் செல்லப் பிள்ளை. உலகம் தெரியாதவன். இரண்டு பேர் சொல்லுகிறதிலும் நியாயம் இருக்கிறது என்று தொல்லறிவாளர் கையாளும் நடுநிலையைத் தழுவிக்கொண்டேன். பரம்பொருள் ஒன்றில்தான் உண்மை என்பது இருக்கிறது. அதைத் தவிர மீதியெல்லாம் துவைதம்தான். இரண்டுதான். இரண்டுமட்டுமில்லை. இரண்டும் சரி, இரண்டும் நியாயம்! பாபத்தைப்போல் புண்ணியமும் தீயது. இல்லாவிட்டால் 'பாப புண்யங்களிலிருந்து என்னை விடுவி' என்று ஏன் தொண்டர்கள் அழவேண்டும்?

மூன்று நாள் குழம்பிவிட்டு நாலாம் நாள் காலை, மறுபடியும் அருணாசலத்தைப் பார்ப்பதற்காக என்னை அழைத்துக்கொண்டு

போனார், மாமா. நடுவில் சுப்பக்கா தினம் ஒருமுறை வந்து "போனியா? போனியா?" என்று நச்சரித்துப் போய்விட்டாள்.

பேச்செடுத்ததும் மாமாவையே தோற்கடிக்கும்படியான ஒரு எகத்தாளப் புன்னகை பூத்தார், அருணாசலம். "தரையிலே கிடந்தவங்க பாயிலே ஏறவேண்டியதுதான். இருந்தாலும் இலுப்பைக்குடியார் கும்பலுக்காக நீங்க வந்தீங்க பாருங்க – போயும் போயும் நீங்க!" என்றார் அவர்.

"போயும் போயும் நீங்கன்னு இப்ப சொன்னியே, அதைச் சொல்லு மறுபடியும். அவனுக்குக் கொள்ளுப் பாட்டன் தீவட்டிக் கொள்ளையடிச்சான், நமக்குத் தெரிஞ்சிருக்கு. ஆனா நம்ம முப்பாட்டனுக்கு முப்பாட்டன் எப்படியிருந்தான்? அவன் கொள்ளைக்காரனா, கர்ணப் பிரபுவா, இல்லை, பைத்தியமா, சித்தா சொல்லேன். நானும் தெரிஞ்சுக்கறேன்" என்று மடக்கினார் மாமா.

". . ."

"எம் முப்பாட்டனுக்கு முப்பாட்டன் பேருகூட எனக்குத் தெரியாதுப்பா. தெரிஞ்சா சரி. இந்தப் பயலோட கொள்ளுப் பாட்டன் கொள்ளையடிச்சான். ஆனா அவனோட அப்பன் காலிலே சைவக்குலம் முளுக்கவிளுந்து கும்பிட்டுது. அவன் பாடின பாட்டுக்கூட ஒண்ணு ரண்டு சுப்பக்கா பாடிக்கிட்டிருக்கிறாளா, இப்ப! இதிலே எது தத்துவம் – எது மெய்யி?' – மாமாவுக்கு இந்தத் தந்திரம் எல்லாம் அற்றுபடி. திடீரென்று ஒரு பெரிய வார்த்தையாகப் போட்டு, சாதாரண வாதப் பிரதிவாதத் தரத்துக்கு மேலே பேச்சை உயர்த்திவிடுவார் – உயர்த்துவதுபோல் பொடி ஊதுவார்.

"சொல்லேண்டா, அருணாசலம். இப்ப இந்தப் பயகிட்ட பொட்டிச் சாவி முதக்கொண்டு கொடுத்துப்பிட்டு ஒரு பெரிய இடத்துக் குடும்பம் விசாரமில்லாம பொளுதை ஓட்டிக்கிட்டிருக்கு. அவுங்களுக்கு இவன் பாட்டனைப் பத்தித் தெரியுமா? அட, அப்படித்தான் தெரியட்டும், அதுக்காக சாவியைப் புடிங்கி வச்சிரப் போறாங்களா? அவங்களுக்குத் தெரியாதா, சேத்திலே அல்லி பூக்குதுன்னு. என்னடா பேசாம இருக்கறே – ஏய் அர்ணாயலம்!"

"ஏன் மாமா?"

"இப்படியே உக்காந்திருந்தா? நான் சொல்றது காதிலே உளுதா, இல்லியா?"

"உளுது மாமா."

“அடுத்த வருசம் அவங்களோட சீமைக்கு என்ன சீனா என்ன, சப்பான் என்ன, சிங்கப்பூர் என்னன்னு சுத்தப் போவான் இவன். பாடிகார்டு மாதிரி வச்சிக்கிட்ருக்காங்க. திடீர்னு உம் பொஞ்ஜாதியையும் அளச்சிட்டு வாடான்னு சொன்னாலும் சொன்னதுதான். இந்த எலந்தூர் களர் மண்ணிலே பொறந்த எந்தப் பயலுக்குடா இதெல்லாம் கிடைக்கப்போவுது? . . . இத பாரு . . . உலகம் எப்படி எப்படி யெல்லாமோ மாறிக்கிட்டு வருது, நீ என்னமோ இஞ்ச உக்காந்துக்கிட்டு காளாஞ்சேரி கைலாசய்யரு மாதிரி மாரைப் பாத்துக் கிட்டிருந்தா, தானா வந்த அதிர்ஷ்டம் ஓடிப்போயிரும். அப்புறம் உம்பாடு” என்று வளைத்து வளைத்து எல்லாப் பக்கங்களிலிருந்தும் தாக்கினார், நெருக்கினார், மடக்கினார், மாமா.

அருணாசலம் இன்னும் பேசவில்லை.

“நான் இன்னக்கி முடிவாச் சொல்லிப்பிடறேன்னு சுப்பக்கா கிட்டச் சொல்லிட்டு வந்தேன். அந்த அம்மா கிட்டவும் சொல்லிப்பிட்டேன். உம் மக நேத்து பேயம் பளச் சீப்பை எடுத்துக்கிட்டு அத்தை வீட்டுக்குக் கொடுக்க வந்திருந்தா. அப்ப அந்த அம்மா அது வாசலோட போறதைப் பார்த்து அப்படியே ப்ரமிச்சுப்பூட்டாங்க. யாரு இதுன்னாங்க. நான் சொன்னேன், இந்த மாதிரி நம்ம சிநேகிதன் மகதான்னு. ‘ஏ அப்பா!’ன்னாங்க. என்னான்னேன். பட்டணத்துப் பொண்ணுக்கெல்லாம் இந்த மாதிரி லச்சணம் எங்கே இருக்கப் போவுதுன்னாங்க பாரு – நான் அப்படியே அசந்து போய்ட்டேன்” என்று மாமா வாய்போனவாறு புளுகத் தொடங்கினார். அருணாசலத்தின் பிகு துவண்டுவிட்டது.

“எதுக்கும் அவக்கிட்டவும் ஒரு வார்த்தை கேட்டுப் பிட்டா நல்லதுன்னு நெனக்கிறேன்” என்றார் அவர்.

“யாருகிட்ட?”

“வீட்டுக்காரி கிட்டதான்.”

“நல்லா . . . நல்லாக் கேளு – மொதல்லே கேளு.”

அருணாசலம் உள்ளே போனவர், அரை மணியாகியும் வெளியே வரவில்லை. மாமா கற்றுக்கொடுத்த அத்தனை சாமர்த்தியத்தையும் அங்கு காட்ட வேண்டிய அவசியம் வந்ததோ என்னவோ?

அரைமணி ஆயிற்று. அதன்பின்பே அருணாசலம் வந்தார். அவர் பெண்சாதியும் மலர்ச்சியும் நாணமும் புன்னகையுமாக வந்து கதவுப் பக்கம் நின்றாள்.

"இவங்க சொன்னா, நல்லா யோசிக்காமியா சொல்லுவாங்க? ஆனா அதையும் ஒரு வார்த்தை கேட்டுப்பிட்டாத் தேவலாம், இல்லையா?" என்று மாமாவுக்கு ஒரு பாராட்டோடு தன் சம்மதத்தைத் தெரிவித்துவிட்டாள் அவள்.

"அது வாணாம்னா நான் சொல்லப்போறேன்? நல்லாக் கேளுங்க. குடித்தனம் பண்ணப்போறது அதுவா, நாமளா? நல்லாக் கேளுங்க!"

அருணாசலத்தின் மனைவி உள்ளே தளர்நடையாகப் போனாள். ஐந்து நிமிஷத்திற்கெல்லாம் திரும்பி வந்தாள்.

"அது என்னாங்க. நமக்கு மாறாச் சொல்லப் போவுதா?" என்றாள்.

"பலேடாய்ய!" என்று எழுந்தார் மாமா.

"அருணாசலம்! பணம் கிணமெல்லாம் ரெடி பண்ணிவச்சுக்க, நான் வெள்ளிக்கிழமை காலமே வரேன்" என்று சொல்லிவிட்டுப் படியிறங்கினார்.

வீட்டுக்கு வந்ததும் மனைவியைக் கூப்பிட்டு சுப்பக்காவைக் கூட்டிவரச் சொன்னார்.

"சுப்பக்கா, உன் கவலை தீந்துது."

"என்ன?"

"அருணாசலம் சரின்னு சொல்லிட்டான்."

"சரின்னிட்டாரா!"

"இதோ, கேளேன், இவனை? அப்படியே பாக்குவட்டியிலே வச்சில்லே அவனை நெருக்கினேன்!"

"என்ன சொன்னாரு?"

"அதெல்லாம் இப்ப சொல்லிக்கிட்டிருக்கணுமா? நான் இத்னி நாளி பேசினது பத்தாதா? காரியம் பளம். பாக்கு வெத்திலை மாத்தறதுக்கு ஏற்பாடு பண்ணு... ம்...போ" என்று செல்லமாக அதட்டினார் மாமா. உடனே 'இரு' என்று எல்லாவற்றையும் சொல்லவும் சொல்லிவிட்டார்.

அவள் போன அரை மணி நேரத்திற்கெல்லாம் சாமிநாதன் வந்தான்.

"என்ன மாமா இது? கூத்துக்கட்டி அடிக்கிறீங்க?" என்று பாதிச் சிரிப்பும் பாதி வேதனையுமாக வரும்போதே வேகமாக வந்து நின்றான்.

கமலம்

“சரிடா சரி. கலியாணம்ல வருது! சிரிப்பு வராது உனக்கு?”

“கலியாணச் சிரிப்பா இது! நீங்க பாட்டுக்குப் போயி யாரையும் கலக்காம பேசிட்டு வந்திட்டீங்களே?”

“ஏண்டலெ, நான் இன்னும் உங்க அம்மாகிட்டவே முளுச்சேதியும் சொல்லலியே.”

“எல்லாம் சொல்லிச்சு அது!”

“என்ன சொல்லிச்சு?”

“எல்லாம்தான்.”

“பின்னே பேசாம இரு.”

“நீங்க யாரைக் கேட்டுக்கிட்டுப் போயிப் பேசினீங்க?”

“எலெ! என்னடாது?”

“நான் இன்னும் அஞ்சு வருசத்துக்குக் கலியாணங்ற பேச்சே எடுக்கப் போறதில்லே தெரியும்ல?”

“அஞ்சு வருசம் என்னடா! அம்பது வருசம்னுதான் சொல்லேன், அஞ்சு வருசம் என்னடா கணக்கு?”

“இப்ப ஐயாவுக்கு ரொம்பப் பொறுப்பான, கஷ்டமான வேலை. சர்க்கார்லே இன்னொரு லாக்காவுக்கு அவரைக் கொடுத்திருக்காங்க. வருசத்திலெ ஆறு மாசம், ஒம்பது மாசம்னு அவரு சீமைக்கும் அமெரிக்காவுக்குமா போயிட்டிருக்காரு. இன்னும் அஞ்சு வருசத்துக்கு இந்த வேலை பாக்கியிருக்கு. அதுவரைக்கும் வீட்டுக் காரியம், கணக்கு வளக்குன்னு என்னைக் கவனிச்சுக்கச் சொல்லியிருக்காரு. எனக்கு மூச்சு விட நேரமில்லெ. வாயிலே ஈ பூந்தது தெரியாம அலைஞ்சிக்கிட்டிருக்கேன். இந்த அஞ்சு வருசத்துக்கு நான் கலியாணம், குடும்பம்னு ஒண்ணும் நினைக்கிறதுக்கு இல்லெ, அப்புறம் அவங்க வச்ச நம்பிக்கை, பொறுப்பு எல்லாம் என்ன ஆகும்?”

“அதுக்கும் இதுக்கும் என்னடா?”

“மாமா, உங்களுக்குத் தெரியாது. அதுக்கும் இதுக்கும் என்னன்னு கேட்டுட்டுப் போற சங்கதியில்லே இது.”

“எலே, நானும் கணக்கு வளக்கெல்லாம் பார்க்கறவன் தாண்டா.”

“மாமா, இது வேற, உங்களுக்குச் சொன்னாப் புரியாது.”

“எனக்காப் புரியாது?”

“எனக்கான்னா? இப்ப உங்களுக்குப் புரிஞ்சதெல்லாம் எனக்குப் புரியுமா? நீங்க பேசினா இந்த ஊர்க் குடிபடை எல்லாம் கேக்குது. நான் சொன்னாக் கேக்குமா? மத்தவங்க சொன்னாத்தான் கேக்குமா? ஏன்னு கேக்க முடியுமா இதிலெ? ஒருத்த ஒருத்தருக்கு ஒரு சாமார்த்தியம், ஒரு வேலை . . . அந்த மாதிரித்தான் எனக்கும்.”

“அதனாலெ?”

“இப்ப கலியாணப் பேச்சே பேசாதீங்கங்கறேன்.”

“நெசந்தானா?”

“பின்னே பாரேன்” என்று என்னைப் பார்த்தான் சாமிநாதன் “இவங்க பாட்டுக்கு என் காதிலெ சேதியையே போடாம போயிட்டு, இப்படிக் கோவிச்சுக்கிட்டுப் பாக்கறாங்களே – நீங்கதான் சொல்லுங்கண்ணா.”

“ஏண்டால, இதுக்காகவா நான் ரண்டு மூணு நடை அலஞ்சேன்?”

“நீங்க முன்னாடியே என்னைக் கேட்டிருக்கணும்.”

மாமாவின் முகத்தைப் பார்க்க முடியவில்லை. “சரி” என்று எழுந்து வேகமாக நடந்தார். சுப்பக்கா வீட்டின் நடை அறைக்குள் நுழைந்தார். கமலத்தம்மாளையே கேட்டுவிட்டார்.

“நான் எல்லாம் பேசிட்டு வந்தப்புறம், சாமிநாதன் இப்படிச் சொல்றானே?”

“இப்ப கலியாணம் பண்ணிக்கப்போறது அவன்தானே? அவனையும் ஒரு வார்த்தை கேட்டிருக்க வாணாமா நீங்க?”

“நீங்களும் இப்படியே சொல்றீங்களே?”

“பின்னே வேற என்ன சொல்லட்டும்?”

‘கலியாணம் பண்ணிக் குடித்தனம் பண்ண முடியாம அவ்வளவு வேலையா இவனுக்கு வச்சிட்டுப் போயிருவாங்க, உங்க ஐயா?’

“வேலை செய்றவன் அவன். வேலை அதிகம்னு அவன் சொல்றான். இதிலே நாம என்ன சொல்ல இருக்கு?”

இந்த சம்பாஷணையை மாமா என்னிடம் முகத்தைத் தொங்கப்போட்டுக்கொண்டே வந்து சொன்னார்.

“இதப்பாரு – இக்கட்டிலே கொண்டு நிறுத்திப்பிட்டான்” என்று பொருமினார் அவர்.

சமயம் பார்த்து மாமாவின் மனைவியும் சாட்டை கொடுத்தாள். "சுப்பக்கா வந்து சொல்லிச்சின்னா இஞ்ச தான் அப்படி என்ன அவசரம்? குடுகுடுன்னு ஓடினாங்க, என்னமோ செஞ்சாங்கம்பாங்களே, அந்த மாதிரி போய்ப் பேசுவானேன்! அப்புறம் இவன் வாண்டாங்கறான்னு காயுவானேன்" என்று காய்ச்சினாள் மாமாவை.

மாலையில் சுப்பக்கா வந்து ஒரு பாட்டம் கண்ணால் நீராகக் கொட்டினாள், "அஞ்சு வருசம், அஞ்சு வருசம்ங் கறானே, பாவிப்பய. எனக்கு உடம்பே சரியில்லே. ஒண்டியா இப்படிப் பொங்கித் தின்னுட்டே நான் அஞ்சு வருசம் இருக்கவே போறதில்லெ" என்று விக்கிவிக்கி அழுதாள்.

"நீ இப்படி அளறே! உன் வயத்திலே பொறந்த புள்ளைக்கு உன் மனசு தெரியலியே, நான் என்ன பண்ண? சொன்னத்தைக் கேக்கற புள்ளைன்னு நெனச்சேன்."

"நீங்க இப்படியே சொல்லி கையைக் கழுவிடாதீங்க, அவனை எப்படியாவது நல்ல வார்த்தை சொல்லி சம்மதிக்கச் செய்யணும்" என்று கண்ணீரைத் துடைத்துக்கொண்டாள் சுப்பக்கா.

ஐந்து வருஷமாக அவள் விதவை. பிள்ளையும் பக்கத்தில் இல்லாமல் போகவே அந்தப் பெரிய வீட்டின் தனிமை அவளைப் பயமுறுத்தியிருந்தது. இன்னும் ஐந்து வருஷம் என்று நினைக்கும் போதே அவளுக்கு கிலிபிடித்துவிட்டது. மாமாவைப் பேதைத் தனமாகக் கெஞ்சினாள்.

மாமாவும் விடவில்லை. கமலத்தம்மாளைச் சாப்பிட அழைத்தது இரண்டு நாள் கழித்துத்தான் பலித்தது. கமலம் சாப்பிடும்போதும் அவள் சாப்படுகிற நயத்தையும் பெரிய தனத்தையும் பார்த்துப் பார்த்து எனக்குக் கண் எடுக்க முடிய வில்லை.

"அன்னக்கி அந்த விஷயத்தை அப்படி ஒரு தினுசாச் சொன்னீங்கள்ள?" என்று ஆரம்பித்தார் மாமா.

"எது?" என்று நிமிர்ந்தாள் கமலம்.

"அதான், கலியாணம்தான்."

"அவன்தான் வேண்டாங்கறானாமே?"

"நீங்க சொன்னாக் கேக்கமாட்டானா?"

"சரி, நான் சொல்றேன். இன்னிக்கி கட்டாயமாச் சொல்றேன்."

"நல்லா மனசிலே பதியும்படியாச் சொல்லணும். அவன் அம்மாவைப் பார்த்தா எனக்கு வேதனையாயிருக்கு."

"எனக்குந்தான் கஷ்டமாயிருக்கு. நான் சொல்றேன். ஆனா அவன் கேக்கலேன்னா?"

"நீங்க சொல்லுங்க. அவன் கேக்காமலா போயிருவான்? பார்த்துப்பிடறது."

"சரி. சொல்றேன்" என்று குஞ்சாலாடு பூந்தியை நாசுக்காக வாயில் போட்டுக்கொண்டாள் கமலம்.

4

அவள் அன்று கட்டாயம் சொல்லியிருப்பாள். ஆனால் பலிக்கவில்லை என்றுதான் தோன்றிற்று. மறுநாள் காலையில் சுப்பக்கா வந்து மாமாவைக் கெஞ்சின கெஞ்சலில் அது தெரிந்தது.

"நான் என்ன செய்வேன், சுப்பக்கா? இப்ப எனக்கே எப்படி அருணாசலம் மூஞ்சிலே முழிக்கிறதுன்னே புரியல்லே" என்று வயலுக்குப் புறப்பட்டுவிட்டார் மாமா.

சுப்பக்கா அரைமணி பொறி கலங்கினாற்போல உட்கார்ந்து விட்டு, மூக்கைச் சிந்திக்கொண்டு எழுந்து வீட்டுக்குப் போனாள்.

"பெத்தவ இப்படிக் கண்ணீர் விடறா! இந்தப் பயலானா மனசிலேயே போட்டுக்க மாட்டேங்கறானே, அத்தை?" என்று மாமாவின் மனைவியிடம் கேட்டேன்.

"மாமா எதிலியும் தோத்ததே கிடையாது. ஆனா இந்தப் பயலை அசைக்க முடியலியே, ஏன், அத்தை?"

"ஆமா, உங்க மாமாவுக்கு என்ன புரியப் போவுது? கோர்ட்டு வியாஜ்யம்னா அரைக்கைச் சட்டையும் நம்பர் கட்டும் கொடையுமா அலைவாங்க! ஜப்திக்குப் போவாங்க, அமீனாவைக் கொண்டாந்து வெரட்டுவாங்க. பயிர்ச் செலவுக்காரன் கூலிக் காரன் எல்லாரையும் வெரட்டுவாங்க. சாமிநாதனைக் கேக்காம இவங்க போகலாமா? அவன் சொல்றதிலேதான் என்ன தப்பு? ஏகப்பட்ட பொறுப்பை அவன் தலையிலே சுமத்தியிருக்காங்க, சமையல் வேலை, கணக்கு எளுதறது, கடை கண்ணிக்குப் போறது, அம்மாவுக்கு எண்ணெய் தேச்சு விடறது, கால் பிடிச்சு விடறது – எல்லாம் அவன்தான் செய்ய வேண்டியிருக்கு? மாங்குமாங்குனு வேலை இருக்கறப்ப அவன் வேலையைப் பாப்பானா, குடித்தனம் நடத்துவானா?"

அத்தையை நான் நிமிர்ந்து பார்த்தேன் – நேராக.

"என்ன அத்தை இது?"

"என்ன?"

"எண்ணெய்கூட அவங்களுக்கு இவன்தான் தேய்க்கணுமா?"

"ஆமாம், அவன்தான் தேய்க்கறான்னு தெரிஞ்சுது, நேத்து யோகாம்பாளை கீரைக்கட்டு கொடுத்திட்டு வரச் சொன்னேன், சுப்பக்காகிட்ட. அப்ப கொல்லைக்கட்டிலே அவங்களை மணையிலே உக்காத்திவச்சு சாமிநாதன் எண்ணெய் தேச்சுக்கிட்டிருந்தானாம். இவ சட்டுனு இந்தாண்டை வந்துப் பிட்டா."

"நெசமாத்தானா?"

"ஏன் நெசமாயிருந்தா என்ன? எதோ அவங்களுக்கு உடம்பிலே தெம்பில்லே, தேச்சுக்க முடியலே. அவன் தேச்சுவிட்டா என்ன? இவ்வளவு செய்யறப்ப இதுகூடச் செய்யப்படாதா அவன்?"

அத்தையின் முகத்தைக் கூர்ந்து கவனித்தேன். ஒன்றும் தெரியவில்லை. அத்தையின் நெஞ்சு அதளபாதாளம். எதிருந்தாலும் தெரியாத இருட்டாழமாக இருக்கும். பழகிப் பழகி, அவள் கிண்டல் புன்னகையில்லாமல், சிரிக்காமல் ஏதாவது சொன்னால், உண்மைபோல ஒன்றைச் சொன்னால் அதற்கு நேர் மாறாக இருக்கும் என்று எனக்கு ஒரு அனுபவம். மற்றவர்கள் செய்கிற விஷமப் புன்னகை அவளைக் கட்டியடித்தால்கூட அவள் உதட்டில் வராது. ஆனால் என்னையே இப்படி ஏமாற்ற முடியுமா?

நான் நன்றாக அவளைப் பார்த்தேன். "அத்தை, என்னைக் கொஞ்சம் பாரேன். கொஞ்சம் குறும்பாச் சிரிச்சுக்கிட்டுச் சொன்னா நான் சட்னு புரிஞ்சுக்குவேன்."

"நீ ஒண்ணு! குறும்பு என்னடா குறும்பு இதிலே? ஏதோ அவங்க ரண்டுபேருக்கும் பளக்கம். பெரிய மனிசங்க வீட்டிலெ நம்ம மாதிரி யெல்லாம்தான் இருப்பாங்கன்னு நெனைக்க முடியுமா? அவங்க அப்படியிருக்கிறதிலேதான் என்ன தப்பு?" என்று அதே பழைய முகத்துடன் சொன்னாள் அத்தை.

'உன் நெஞ்சைச் சுட' என்று மனத்திற்குள்ளேயே அத்தையைப் பார்த்துப் பல்லைக் கடித்துக்கொண்டேன்.

இரவு தூக்கம் பிடிக்கவில்லை. வாசலில் கட்டிலில் உடல் படுத்துக் கிடந்தது. மனசு சுப்பக்கா வீட்டு நடையுள்ளுக்கும்

கொல்லைக் கட்டுக்குமாக அலைந்துக்கொண்டிருந்தது. யாரோ மணைமீது அமர்ந்து கூந்தலை அவிழ்த்து எண்ணெய் தேய்த்துக் கொள்ளத் தலையைக் காட்டிக்கொண்டிருப்பதைப் பார்த்தவாறு நின்றது. நின்றுகொண்டேயிருந்தது. ஆவல் என்னும் பைசாசம் என்னுள்ளே எழுந்து கண்ணை மூடவிடாமல் ஆடிக் குதித்தது.

சுப்பக்காள் மறுநாள் வந்து அழவில்லை. ஆனால், அழுததாக நான் நினைத்துக்கொண்டேன். அதே மறுநாள் மாலையில் சாமிநாதன் அக்கரைக்குப் போவதைப் பார்த்துப் பின்னாலேயே போனேன். தெரு திரும்பியதும் பிள்ளையார் கோயிலாண்டை வேகமாக நடந்து அவனைப் பிடித்துவிட்டேன்.

“எங்கே சாமி, பையும் கையுமாக் கிளம்பிட்டே?”

“அட அண்ணனா! வாங்கண்ணா. சும்மாத்தான். மஞ்சக்காடு வரைக்கும் போறேன். சர்க்கரை ஆயிரிச்சு. அண்ணன் எது வரைக்கும்?”

“நானும் மஞ்சக்காடுதான் போறேன். ஹோட்டல்ல வாங்கித் திங்கலியா, ரண்டு வாரம் போல, நாக்கு செத்துக்கிடக்கு.”

“வாங்க அப்ப ரண்டு பேரும் சாப்பிடுவோம்.”

“உனக்கும் ஓச்சல் ஒழியல் இல்லியே, வந்ததிலேந்து! நானும் பார்த்துக்கிட்டிருக்கேன்.”

“ஆமா, அண்ணா.”

“இங்கியே இப்படியிருக்கு. வேலை செய்ற இடத்தில் எப்படி யிருக்குமோ.”

“அங்கியும் இப்படித்தான்.”

இப்போதுதான் அவனைத் தனியாகப் பார்த்து நாலு வார்த்தை பேச வாய்ப்புக் கிட்டிற்று எனக்கு. இந்த இந்தியாவில் முக்கியமான வட இந்தியாவில் அவன் சுற்றாத இடம் இல்லை என்று தெரிந்தது. “இப்ப மூணு வருஷமாகத்தான் அலைச்சல் அதிகம் இல்லை. கணக்கு வளக்கு தெரிஞ்சிக்கிட்டப்பறம் வீட்டிலேயே இருக்கறேன்” என்றான் சாமிநாதன்.

மூங்கில் பாலத்தைக் கடந்து போகிறவரையில் பேசாமல் போனோம்.

“எல்லாம் நல்லாத்தான் இருக்கு. ஆனா உன் தாயார்படற கஷ்டம்தான் எனக்குப் பொறுக்கலே. அவளும் ஒண்டியா எத்தினி நாளைக்குத்தான் இருப்பா, இந்தப் பெரிய வீட்டைக் கட்டிக்கிட்டு?”

"என்னண்ணா செய்யிறது?"

"கலியாணத்தைப் பண்ணிக்கிறது; ஆறு மாசத்துக்கு ஒரு தடவை வந்து பத்து நாள் இருந்திட்டுப் போறது."

"இதெல்லாம் என்ன பேச்சு, அண்ணா?"

"இத பாரு, எனக்கு மனசிலே பட்டதைச் சொன்னேன். நீ தப்பா நெனச்சுக்காதே. எனக்கும் இதுக்கும் என்ன சம்பந்தம்? ஒண்ணுமில்லை. ஆனாலும் உங்கம்மா வந்து கண்ணாலெ தண்ணிவிடறப்பல்லாம் சங்கடமாயிருக்கு . . . நானும் யோசிச்சு யோசிச்சுத்தான் பார்க்கறேன். நானும் அந்த மாதிரி பெரிய ஆபீசர்ங்களோட பழகறவன்தானே? அவங்க வீட்டிலே குமாஸ்தா இல்லியா? தவசி இல்லியா? அப்படியா வேலையிருக்கும்? நல்லா விளக்காட்டமா ஒரு பொண்ணு வருது, கலியாணம் பண்ணிக்கிறேன்னு – அதைக்கூட வேண்டாங்கும்படியா!"

சாமிநாதன் பதில் பேசாமல் நடந்தான்.

"இருக்கிறது ஒரு பிள்ளை. அதுவும் ஆயிரம் காதத்துக் கப்பாலெ."

". . ."

"நமக்கெல்லாம் ஒரு கடமை, தர்மம், இதெல்லாம் இருக்கா, இல்லியா?"

". . ."

"நீ பேசவே மாட்டேங்கிறியே?"

கட்டுக்கரையை விட்டு இறங்கியவுடன் ஒரு ஆலமரம். அதன் கீழ் ஒரு அனுமார் உண்டு. வெகுகாலமாகப் புகழ்பெற்ற அனுமார் அவர். கோயில் கிடையாது. இந்தப் பெரிய ஆல நிழல்தான் அவருக்கு எல்லாம். கலியாணம் ஆகாத பெண்களுக்கெல்லாம் காரியசித்திக்காக இங்கு வந்து வேண்டிக்கொள்ளும் இந்தப் பிராந்தியம் முழுவதும். எனக்கு பளிச்சென்று ஒரு யோசனை தோன்றிற்று! "சாமிநாதா, இந்த அனுமார் கலியாண அனுமார், இந்த வட்டாரத்துக்கு. நீ இவர் சாட்சியாச் சொல்லு, பார்ப்பம். 'எனக்கு இன்னும் அஞ்சு வருஷம் கலியாணம் பண்ணிக்க முடியுமா, உண்மையாவே வேலை நிறைய இருக்கு'ன்னு சொல்லேன், பார்ப்பம்" என்றேன்.

சொல்லுகிறபோது மரத்தடிக்கருகில் வந்து நின்றிருந்தோம்.

"அட போங்கண்ணா, பேசாம வாங்க நீங்க" என்று நகர்ந்தான் சாமிநாதன்.

“அப்படின்னா, உன்னை நான் நம்பமாட்டேன். நீ என்னமோ தெய்வத்தையும் மதிக்காம மறைக்கப் பாக்கிறே?”

நடமாட்டமில்லாத இடம். சுற்றிலும் கரும்புவயலும் நெல்வயலும் தென்னந்தோப்புமாகத் தனியாக இருந்த இடம்.

சாமிநாதன் முகத்தில் வெளிர் படர்ந்தது.

“என்ன அண்ணா இது?” என்று முகத்தைச் சுளுக்கினான்.

“ஆமா. நீ உண்மையைச் சொல்லலேன்னுதான் எனக்குத் தோணுது.”

“ஆமாம், சொல்லலே. அதுக்கு என்ன இப்ப?”

“என்ன இப்பவா? அப்படினா நாங்க நெனைக்கிறாப்பல நீ அவ்வளவு நல்லவன் இல்லியா?”

“இல்லே.”

“உன் தாயார் மனசு இப்படி வெதும்புதே!”

“எனக்குத் தாயாரே கிடையாது.”

“என்னது?”

“ஆமாண்ணா . . . எனக்கு யாருமே இல்லை.”

“யாரும் இல்லேன்னா, இங்க ஏன் வந்தே?”

“தாயாரைப் பார்க்கக்கூடவா வரப்படாது?”

“எனக்கு ஒண்ணும் விளங்கலெ.”

“அஞ்சு வருஷமில்லேண்ணா, அம்பது வருஷமானாலும் எனக்கும் கலியாணம் கிடையாது. சாமி முன்னாலெ கேக்கறிங்க. உண்மையைச் சொல்லிப்பிடறேன் – நீங்க ஒருத்தர் கிட்டவும் சொல்லப்படாது. வாங்க போவம் . . .”

கூடவே நடந்தேன்.

“எனக்குக் கலியாணம் கார்த்தி எல்லாம் ஆயாச்சு” என்றான் அவன்,

“எங்கே?” – திடுக்கிட்டுக் கேட்டேன் நான்.

“ஆனாப்போலத்தான். இந்தக் கமலத்தைவிட்டு, எது வந்தாலும் அந்தாண்டை போறதில்லை, கலியாணம் பண்ணிக்கிற தில்லே’ன்னு நான் சத்தியம் பண்ணிக் கொடுத்திட்டேன். போதுமா?”

“என்னடாது! நிஜமாவா?”

“ஆமாண்ணே. அவ என்னைச் சாதாரணமா வச்சுக் காப்பாத்தலே, பெரிய சீமான் வீட்டுப் புள்ளைக்குக்கூட அப்படி ஊட்டமும் கவனிப்பும் கிடையாது, நான் ரண்டு நாள் இல்லாட்டி அவ செத்துக்கூடப் போயிடுவா ... அந்த வீட்டிலெ நான் வச்சதுதான் சட்டம், நான் கீறின கோட்டை யாரும் தாண்ட முடியாது. இன்னக்கி நான் பதினஞ்சு பேருக்கு வேலை பண்ணி வச்சுருக்கேன்னா பெரிசா, அந்த புண்யத்துக்கெல்லாம் இந்தப் பாவம்தான் மூலம். இன்னும் எத்தனையோ புண்யமும் இப்படி இருந்துக்கிட்டுச் செய்ய முடியும்.”

“என்ன சாமி இதெல்லாம்?”

“அதான், அண்ணா! நான் கலியாணம் பண்ணிக்கலே. உன் கண்ணை விட்டு, உன் காலடியைவிட்டு அகல மாட்டேன்’னு கைமேலே அடிச்சுக் கொடுத்தாச்சு . . . மகாபாவம்தான். நான் என்ன செய்வேன், ஐயாவுக்கு எங்கசேதி யெல்லாம் தெரிஞ்சும் ஒண்ணும் செய்ய முடியலே. அப்பேறப்பட்ட பதவி அவருக்கு. சீமை கீமைன்னு சுத்தறதெல்லாம், வேலையாலே மட்டுமில்லே. இஞ்ச இருக்க முடியாத வேதனையினாலெதான். தன் வீட்டிலே தானே வேலைக்காரன் போல இருக்கறதுன்னா, சம்பாரிச்சு மட்டும் போட்டுவிட்டு, வெறும் சோத்தைத் திங்கற உரிமை மட்டும்தான் ஒருத்தனுக்கு உண்டுன்னா, அவனுக்கு அந்த வீட்டிலே கால் எப்படித் தரிக்கும்? வெளியிலேயும் சொல்ல முடியலே. நானும் என்னிக்கி குண்டு விளப்போவுதோன்னு பயந்துக்கிட்டேதான் இருக்கணும். அந்த ஆபத்து எப்படி வரப் போறதோ? துப்பாக்கிக் குண்டா அவமேல பாயப்போறதோ, என் மேல் பாயப் போறதோ? இல்லை, ஊர் சிரிச்சுக் கல்யாண ரத்தாக முடியப்போவுதோ? – ஆனா சில சமயம் யோசிச்சா – இரண்டுமே நடக்காதோன்னுதான் தோணுது. நேரா பாத்தப்பறமே ஒண்ணும் செய்யாதவரு இனிமேலா ரோசத்தோட கிளம்பப் போறாரு?”

“நேரப் பாத்தாரா?”

“கதவைத் தாப்பாப் போட்டுக்கிட்டு இருந்தோம். ‘இருங்க’ன்னு கதவைத் திறந்தா அவ. எனக்கு பகீர்னுது. தலையைக் குனிஞ்சிட்டு நின்னேன். அவர் பாத்திட்டு கொஞ்சம் நின்னிட்டு அப்பாலே போயிட்டாரு, அப்புறம் அந்த இலை மறைவு காய் மறைவுகூடப் போயிட்டுது.”

“அடப் பாவி!”

“நான் என்ன செய்வேன்? ஆனா நானும் ஒப்புக்கறேன். எனக்கும் அவளை விட்டுட்டு இருக்க முடியலே. அவர் வந்து யாரைச் சுட்டுக் கொல்லப் போறாரோ, அன்னக்கித்தான் இது அறுந்து போவும்.”

“நீ அவரைக் கொல்லும்படியா அவ உன்னைப் பண்ணாம இருக்கணுமேன்னு இருக்கு எனக்கு.”

“அதைக் கட்டாயம் செய்ய மாட்டேன். சமையல், திருட்டு – ரண்டுபோதும். கொலை வேற வாண்டாம் . . . நான் இதெல்லாம் யார்கிட்டே சொல்றது? உங்களுக்கு ஆணை வச்சிட்டேன். இதைக் கேட்டதை மறுகாதாலே விட்டுப்பிட்டு மறந்திருங்க” என்று நடந்துகொண்டே சொன்னான் சாமி.

எனக்கு அவன் மீது வந்தது கோபமா, பொறாமையா என்பது புரியவில்லை. புகைந்துக்கொண்டே, எரிந்துகொண்டே அவனோடு நடந்தேன். மஞ்சக்காடு பஸ்ஸ்டாண்டு காபி கிளப்பில் எனக்கு ராஜோபசாரம் செய்தான்.

திரும்பி வரும்போது சவுக்குத் தோப்புகளின் ‘உய்உய்’ என்று ஓசையுடன் இருள், மண்ணை மிதித்துக் கவிந்துகொண்டிருந்தது. வயல்களில் அமுங்கிக் கிடந்த பசுந்தாள் நொதிப்பின் மணம் மூக்கை நிறைத்தது. மேற்கில் மட்டும் மாலையின் கடைசி ஒளி, அயர்கிறவன் கண்ணை விழித்து மூடுவது போல் மினுக்கிற்று.

“சாமி, இருந்தாலும் நீ ரொம்பக் கொடுத்து வச்சவண்டா” என்று என் பொறாமையைக் கொட்டிவிட்டேன்.

கரும்பு, மஞ்சள் கொல்லைகளைக் கடந்துகொண்டு மறுபடியும் அனுமார் நிற்கிற ஆல் வழி வந்தோம், அந்தி மயக்கின் படுதாவில் பரந்து கவிழ்ந்த ஆலின் குடையும் விழுதுகளும் சித்திரம் போட்டுக்கொண்டிருந்தன.

பையைக் கீழே வைத்து, செருப்பைக் கழற்றி அனுமாரைக் கையெடுத்து கும்பிட்டான் சாமி – இவர்களுக்கெல்லாம் தெய்வ பக்தி எப்போதுமே அதிகம்!

“இந்த அனுமார் வேடிக்கையான சாமில்லே, அண்ணா?” என்று கேட்டான் சாமி.

“ஏன்?” என்றேன்.

“குரங்கு மூஞ்சி, ஆனா நல்ல படிப்பு. ஊசிமாதிரி அறிவு. வாயை தொறந்துபேச ஆரமிச்சா தட்டுத்தடங்கலில்லாம, அவசரமில்லாம, நிதானமா, அமர்க்களமாப் பேசும், வாயைத்

தொறந்து இன்னி முழுக்கக் கேட்டுக் கிட்டேயிருக்கணும், உடம்பிலே வலுவோ சொல்லவேண்டியதில்லே, அதோட நடுவிலே குரங்கு புத்தி இல்லாட்டி ராவணன் அந்தப்புரத்திலே போய், அலங்கோலமா மேல்துணி போனது தெரியாம தூங்கிட்டுக் கிடக்கிற மண்டோதரியைப் பார்த்துப்பிட்டு 'கண்டேன், சீதையம்மாவை'ன்னு கிலிகிலின்னு இளிச்சிக்கிட்டுத் தூண்மேல் ஏறி உத்தரத்திலே வாலைச் சுருட்டிக்கிட்டுத் தொங்கியிருக்குமா? ஆனா, புத்தியிருக்கில்ல! உடனே முளிச்சுக்கிட்டுது. 'சேச்சே, என்ன இப்படி குரங்குப்புத்தி வந்திருச்சே'ன்னு ஆயாசப்பட்டுதாம், ஒருநாளிப் போது. ஒம்பது சாஸ்திரம் படிச்சாலும் குரங்கு குரங்குதானே?" என்றான் சாமி.

"நல்லா ராமாயணம்லாம் படிச்சிருக்கியே!"

"படிக்கலேண்ணா, கல்கத்தாவிலே இங்கேருந்துதான் ஒரு அய்யர் வந்து சொல்லிக்கிட்டிருந்தாரு. கேட்டேன்."

இரவு முழுவதும் நான் தூங்கவில்லை. சாமிநாதனின் அதிர்ஷ்டத்தை நினைத்து நினைத்து என் உடல் எரிந்தது.

இலுப்பைக்குடியார் வீட்டு முன்னறையில் நள்ளிரவு வரை வெளிச்சம் தெரிந்தது. பிறகு இருள் அடைந்து ஒளியை விழுங்கிற்று. அந்த இருளில் . . .

மண்ணில் நடக்கிற எத்தனையோ துரோகங்களைப் பார்த்துக்கொண்டு கலங்காமல் அலுங்காமல் ஊர்கிற நட்சத்திரங் களையும் மேகங்களையும் பார்த்துக்கொண்டே வாசல் கட்டிலில் படுத்துக்கிடந்தேன்.

காலையில் சாமி வந்தான். தினமும் ஆங்கிலத் தினசரியை – தான் பார்த்த பிறகு – எனக்கு அனுப்பிக்கொண்டிருந்தாள் கமலம். சில நாளாக அதைக் கொடுக்கத்தான் வந்திருந்தான்.

"மாமா இல்லே?"

"இல்லியெ – கும்மாணம் போயிருக்காங்க, ஈரங்கி இன்னைக்கி."

"அப்படின்னா இதைக் கொடுத்திட்டு வரச் சொன்னாங்க, அம்மா. தனியாப் பாத்துப்பிட்டு, நீங்களே நேராக் கொண்டாந்து கொடுத்திருங்கண்ணே" என்று ஒரு காகித உறையை நீட்டினான் அவன்.

"என்ன இது?"

"தெரியலியே" என்று திரும்பிச் சென்றான் அவன்.

கவர் ஒட்டவில்லை. அப்படியே கவிழ்த்தேன். ஒரு கையகலப் புகைப்படம் விழுந்தது. கவரைத் தட்டினதும், ஒரு மடித்த கடுதாசி வேறு விழுந்தது.

எக்ஸ்–ரே படம், மார்புக் கூட்டின் படம். புகைப்படத்தில் ஒரு பையன் மாலைத் தொப்பியுடன் அரைச் சட்டையை அரைக்கால் சட்டைக்குள் விட்டு காலுறையும் பூட்ஸுமாக நின்றுகொண்டிருந்தான்.

ஒன்றும் விளங்கவில்லை.

கடுதாசைப் பிரித்தேன்.

தலையில், "உங்கள் பார்வைக்கு மட்டும் – படித்தவுடன் திருப்பியனுப்புவதற்காக" என்று எழுதியிருந்தது.

"ராஜசுந்தரம் அவர்களுக்கு,

கிணற்றுத் தவளைகளில் இரண்டு விதங்கள் உண்டு, சின்னக் கிணற்றில் வாழ்கிற தவளை, எம்.ஏ. படித்துவிட்டு சென்னை போன்ற பெரிய கிணற்றில் வாழ்கிற தவளை. ஆனால், குணம் இரண்டிற்கும் ஒன்றுதான்.

நான் அன்று சொன்னாற் போலவே நாட்டுப்புறத்தை இப்போது தான் முதலில் பார்க்கிறேன். வந்த நாலு நாட்களுக் குள்ளாகவே என் காதுபட, ஆனால், ரகசியம் போலப் பேசப்பட்ட பேச்சுகள் என்னைக் கவர்ந்தன.

எனக்கு வயசு நாற்பது, சாமிக்கு வயது இருபத்திரண்டு. ஆயினும் இவ்வளவு குறைந்த வயதுள்ள வாலிபனுடன் சரீர உறவு வைத்துக்கொள்ளலாம்; வைத்துக்கொள்ள முடியும் – சில ஸ்திரீகள் அப்படி நடந்துகொண்டும் வருகிறார்கள்.

ஆனால், சாமியும் நானும் அந்த உறவில் பழகவில்லை. இதோ இருக்கிற புகைப்படம், என் புதல்வனின் புகைப்படம். இப்போது இருந்தால் சாமியைவிட ஒரே வயது குறைவாக இருப்பான். பத்து வருடங்களுக்கு முன்னால் பம்பாயில் நீந்துகிற தொட்டியில் விழுந்து பலியாகிவிட்டான் இந்தப் பையன். அன்றிலிருந்து இந்த உலகத்தில் எந்தப் பையனைப் பார்த்தாலும் அந்தக் குழந்தையின் ஜாடை இருப்பதுபோலவே படுகிறது. அந்த பிரமையிலிருந்து நான் இன்னும் விடுபடவில்லை. சாமியைப் போல எத்தனையோ சோக்ராக்கள் எங்களிடம் வேலைக்கு இருந்ததுண்டு. சாமி பதினைந்து வயதுப் பையனாக வேலைக்கு வந்தபோது என் பையனைப்போல் இருந்ததாகப் பட்டது எனக்கு. மூக்கையும் கண்ணையும் பாருங்கள், இந்த ஒப்புமை இருக்கிறதோ

என்னவோ. எனக்கு இருக்கிறாப் போல்தான் தோன்றிற்று. அந்த உணர்வு வளர்ந்தும் விட்டது. அது முற்றின பிறகுதான் சாமியை வேலைக்காரப் பையன் என்ற நிலையிலிருந்து நீக்கிவிட்டுக் குழந்தையாக மாற்றிக்கொண்டேன்.

நாலைந்து நாட்களுக்கு முன்னால் நீங்கள் சாமிக்காகப் பார்த்த பெண்ணின் தகப்பனார், என் காதுபட 'அதை'ச் சொல்லிக்கொண்டு போனார். சமையல்காரர்களை எஜமானிகள் ஆசைநாயகர்களாக வைத்துக்கொள்வதில் அப்படியொன்றும் புரட்சியோ புதுமையோ இல்லை. விக்ரமாதித்ய ராஜா காலத்துக்கும் முன்னாலிருந்தே நடந்துவருகிற சாதாரண விஷயம் தான் அது; சமையல்காரப் பையன் வீட்டுக் குழந்தையாக மாறுவதுதான் அதிர்ச்சிதரும் புதுமை என்பது என் சொந்த எண்ணம்.

சாமிக்கு இப்போது கலியாணம் தேவையே இல்லை. காசம் அவனது இரண்டு விலா எலும்புகளைத் தொட்டிருக்கிறது. அவனுக்கு ராஜ வைத்யமாகவே நடந்து வருகிறது. இன்னும் ஐந்து வருடங்களுக்குக் கலியாணம் தேவையில்லை. அவசரக் கலியாணம் அவன் உயிரைத் தின்றாலும் தின்றுவிடும்.

யார் யாரோ என்னென்னமோவெல்லாம் பேசுகிறார்கள் என்று போன வாரம் என்னிடம் அழுதான் சாமி, 'எதற்காகடா அழுகிறாய்? கொஞ்சம் வேடிக்கை பார்ப்போமே! இந்த ஊரில்தான் சினிமா இல்லை, நாடகமும் இல்லை; பொழுது போகவேண்டுமே!' என்று சொல்லி வைத்தேன், அதற்காகத்தான் சற்றுப் பகிரங்கமாகவே – அதாவது, இலை காய் மறைவாக அவன் கையாலேயே எண்ணெய் தேய்த்துக்கொண்டேன். நல்ல வேளையாக வேலைக்காரியும் அந்த சமயம் வந்து பார்த்துவிட்டுப் போனாள். நாடகம் களைகட்டிவிடும் என்பதை உடனேயே உணர முடிந்தது. நேற்று அனுமாருக்கு முன்கடைசிக் காட்சிவரையில் நாடகத்தைப் போட்டுக் காட்டிவிட்டதாகச் சொன்னான் சாமி – திரும்பி வந்தவுடன்.

அவன் கலியாணத்தைப் பற்றி உங்கள் மாமாவைக் கவலைப் பட வேண்டாம் என்று சொல்லுங்கள். அவர் எடுத்துக்கொண்ட சிரமங்களுக்கு நன்றி. ஐந்து ஆண்டுகளுக்குப் பிறகு அவன் என் அண்ணன் மகளையே மணப்பான்.

சாமி கல்கத்தா பல்கலைக்கழகத்தில் இரவுக் கல்லூரியில் படித்து பி.ஏ. தேறிய செய்தி உங்களுக்குத் தெரிந்திராது. இப்போது அவன் அதே கல்லூரியில் எம்.ஏ.க்குப் படிக்கிறான்.

தி. ஜானகிராமன்

அதிகப் பிரசங்கித்தனமாக இந்த வேடிக்கை செய்ததற்காக மன்னிக்க வேண்டும். கடுதாசையும், புகைப்படத்தையும் தயவு செய்து தாங்களே நேரில் கொண்டு வந்து கொடுக்குமாறு வேண்டுகிறேன்.

தங்கள் அன்புள்ள
கமலம்

இரண்டு மணிநேர உதைப்புக்குப் பிறகு எல்லாவற்றையும் எடுத்துக்கொண்டு கமலத்தைப் பார்க்கச் சென்றேன்.

"வாங்க" என்று வரவேற்றாள் கமலம். செவ்வட்டை போல் ப்ளூஜாகர் தோடு காதில் ஜொலித்துக்கொண்டிருந்தது. கவரைக் கையில் வாங்கிக்கொண்டு, "அவசரமில்லை, உட்காருங்கள். கொஞ்ச நேரம் கழித்துப் போனால் போகிறது" என்று ஸ்டூலை எனக்கு நகர்த்திப் போட்டாள் அவள்.

(*சுதேசமித்திரன் தீபாவளி மலர்*, 1959)

சிவஞானம்

சிவஞானத்தை இறக்கிவிட்டு குடவாசல் பஸ் தூசியைக் கிளப்பிக்கொண்டு ஓடி சாலைத் திருப்பத்தில் மறைந்தது.

தனியாக நின்றான் அவன். எதிரே கண்ணுக் கெட்டிய வரை வயல்கள், கிழக்கிலும் மேற்கிலும் சாலை மரங்களின் பரந்த, அடர்ந்த கரும்பச்சை. பின்னால் வடக்கே மூங்கில், மாந்தோப்புகள்.

சாலையோரமாக வந்து நின்றவனுக்குக் கால் நிலைகொள்ளவில்லை. புருபுருவென்று வசமில் லாமல் துடித்தது. மார்புக்குள் தக்தக்கென்று ஒரு குதிப்பு.

'இந்த ஊர்தானா! . . . அதோ அந்தக் கோவில் தானா?'

நடமாட்டம் அதிகமில்லை. ஒரு சமயம் அவன் இறங்கின இடம் அப்படியிருக்கலாம். அவன் இறங்கினது சாலையிலிருந்து ஊருக்குள் போகும் வண்டிப் பாதை அல்ல. அது கிழக்கே கால் கல் தள்ளியிருக்கிறது மேற்கே இறங்கிவிட்டான் அவன். இந்த வழியாகவும் ஊருக்குள் போகலாமாம். ஆனால், இங்கு மதகு இல்லை. வாய்க்காலில் இறங்கி வரப்பில் நடந்து போகவேண்டும்.

நடமாட்டம் ஓய்ந்து கிடந்ததற்கு நேரமும் ஒரு காரணம். சூரியன் அஸ்தமித்து அரைநாழியாகி விட்டது. காற்றில் குளிர் கண்டுவிட்டது. தைக் காற்று. வயல்களில் சாய்ந்து படுத்த கதிர்கள்மீது புகைப்பனி தொங்கிக்கொண்டிருந்தது. வெள்ளை

தி. ஜானகிராமன்

சிறிதுசிறிதாகக் கரைந்து நரையும் கருமையும் கூடிவரும் வானத்தில் காக்கைக் கூட்டங்கள் நாலும் எட்டும் பத்துமாகப் பறந்து வருவது தெரிந்தது. கூடடையும் காக்கைகள், 'க்ராச்', 'க்ராச்' என்று ஒரு கிளி கூட்டம் நொடிப்போதில் தலைக்கு மேலே பறந்து போயிற்று. சிள்வண்டுகள் அருகிலும் தொலைவிலும் இரையத் தொடங்கிவிட்டன.

மீண்டும் சாலையில் கிழக்கே பார்த்தான் அவன். மூங்கிலும் நெட்டிலிங்கையும் பூவரசுமாக வேலி அடைத்த தோப்புகள் கறுத்து மண்டிக் கிடந்தன. வீட்டுக் கொல்லைகள் போலிருக்கிறது. வாய்க்காலுக்கு இப்பால் சாலையின் இரு மருங்கிலும் ஆலும் மாவும் புளியும் கையணைப்பை மீறிப் பருத்தும் ஓங்கியும் உறங்கின. வெகு காலத்து மரங்கள். 'அவர்கள்'கூடப் பார்த்திருப்பார்கள். இந்த மரங்களை – இந்த மாதிரி ஒரு இடத்தில் நின்று. ஆனால், அப்பொழுது இவ்வளவு பருமன் இருந்திராதோ என்னவோ?

கோவில் அதோ தெரிகிறது. அந்தக் கோவிலாகத்தான் இருக்கவேண்டும். வேறு கோவில் தென்படவில்லை. அதுவும் தெருக்கோடியில், மத்தியில் இல்லை. தெருவின் இருசாரிகளுக்குமப்பால் நூறடி தள்ளியிருக்கிறது. ஊருக்கு வெளியே உள்ள கோவில் என்றுதான் சொல்லவேண்டும்.

செருப்பைக் கழற்றிக் கையில் எடுத்து, வேட்டியைச் சுருக்கிக்கொண்டே வாய்க்காலில் இறங்கினான், அவன். கால் சிலீர் என்றது. நடந்தான். 'சாள்', 'சாள்' என்று நீரைக் கிழித்து வரப்பில் செருப்பைப் போட்டு மாட்டிக்கொண்டு நடக்கத் தொடங்கினான். பூண்டும் கோரையும் நாயுருவியும் தேள் கொடுக்குக் காயும் மேலே உராய்ந்தன. 'அவர்' கூட இந்த வரப்பில் பல தடவை நடந்திருப்பார். அவர்மீதும் இப்படி உராய்ந்திருக்கும், இந்தக் காய்களும் கோரைகளும்.

எங்கோ தொலைவில் பேச்சுக் குரல்கள் கேட்டன. களத்தில் தாளடி முடிந்து, நெல்லைப் பட்டறை போடுகிறார்கள் போலிருக்கிறது. வயல்கள் சில ஒட்ட அறுத்துக் கிடந்தன. அறுக்காமல் கதிர் படுத்துக் கிடந்த வயல்களும் ஆங்காங்கே காத்திருந்தன.

சிறிது தூரம் நடந்ததும் ஊரின் இரு சாரிகளையும் பார்த்துக் கொண்டே நடந்தான். நின்று பார்க்கவில்லை. ஆனால், கடந்த கணத்திற்குள்ளேயே வாசல்களில் கட்டில்களைப் போட்டும், தரையிலும் உட்கார்ந்து ஊர் ஜனங்கள் பேசும் குரல்கள் கேட்டன. ஆங்காங்கு கறுப்பு ஆடுகள் முடங்கிக் கிடந்தது தெரிந்தது.

தாண்டி நடந்தான் அவன். கோவில் வந்துவிட்டது. எதிரே ஒரு குளம். கோவிலுக்கு எதிரே மட்டும் படிக்கட்டு. மற்ற இடங்களில் சரிவுதான். யாரோ அறுப்பு அறுத்த ஆள் ஒருவன், நெல் சுணையைத் தேய்த்துக் குளித்துக்கொண்டிருந்தான்.

சிவஞானம் சற்று நின்றான்.

"சிவங்கோவிலா இது?" என்று கேட்டான்.

"ஆமாங்க."

"ஒரு கோயில்தானா ஊருக்கு?"

"ஆமாங்க... பிடாரி கோயில் ஒண்ணு இருக்கு. அது அதோ அந்தாலே கிளக்க இருக்கு. ஒரு கல்லு நடக்கணும்."

சிவஞானம் நகர்ந்து கோவில் வாசலுக்கு வந்தான். நடுத்தர உயரம், கோபுரம். நிமிர்ந்து பார்த்தான். நெஞ்சை ஏதோ வந்து அடைத்தது. அதிலிருந்த பொம்மைகள், சுதைகள் ஒன்றும் கண்ணில் படவில்லை அவனுக்கு. வெறித்துப் பார்த்தான். கால் நடுங்கிற்று.

உள்ளே நுழைந்தான்; கை மணிச் சத்தம் கேட்டது. குருக்கள் வலது பக்கத்தில் பிள்ளையாருக்குத் தீபம் காட்டிக் கொண்டிருந்தார். அதையும் வெறித்துப் பார்த்தான். திரும்பி உள்ளே போனான். பட்டைச் சக்கரக் கண்ணாடியில் பல சுடர்களாக ஒளிர்ந்த ஒளிக்கு முன்னே சிவலிங்கத்தைப் பார்த்தான். கால் வெலவெலவென்று துணியாகத் துவண்டது. பொத்தென்று தரையில் உட்கார்ந்தான்.

பழைய காலத்துக் கோயில். பதினாயிரக் கணக்கில் செலவழித்துக் கருங்கல்லும் கல் தச்சர்களும் கொண்டு கட்டிய கோவில் இல்லை. செங்கல்லும் காரையும் கொண்டு கட்டினது. வட்டவட்டமாகத் தூண்கள். பாதியிடத்தைத் தூண்களே பிடித்துக்கொண்டிருந்தன. காரை பூசிய செங்கல் தூண்கள். அவையும் உயரமாக இல்லை. தலை உயரத்திற்குத் தூண்களி லிருந்து வளைவு கிளம்பிற்று. கோவில் முழுவதுமே இப்படி வளைவும் கூம்புமாகவே இருந்தது. கண் விழுந்த இடமெல்லாம் இப்படித் தூணும் கூம்பும் வளைவுமாகப் போட்டு அடைத்து வைத்திருந்தார்கள்.

கர்ப்பக்கிருகம்கூடச் சிறியதுதான். இரண்டு ஆட்கள் நிற்கலாம்; அவ்வளவுதான். லிங்கமும் ஆவுடையாரும் மீதி இடத்தை அடைத்துக்கொண்டிருந்தன. 'அவரும்' அதைச் சுற்றி வந்திருப்பார். அபிஷேகம் செய்திருப்பார். அர்ச்சனை

செய்திருப்பார். அடுக்கு தீபம் காட்டியிருப்பார். வேறு யாரும் போக முடியாத இடம் அது. குருக்கள்தான் போகலாம். கோடி சொத்துக்காரனாயிருந்தாலும், கோவிலையே கட்டியிருந்தாலும், ஆறு சாஸ்திரம் படித்திருந்தாலும் அங்கே போக முடியாது. குருக்களுக்குத்தான் அங்கே கால் வைக்க உரிமை.

'நான்கூட ...'

முடிக்க முடியாமல் திணறினான் சிவஞானம். உதடு நடுங்கி, கண் கலங்கிற்று. கண்ணீர் முட்டி நின்றது. உதட்டைக் கடித்துக்கொண்டான்.

குருக்கள் மணியையும் தீபக்காலையும் எடுத்துக்கொண்டு வந்தார். படியில் இரண்டையும் வைத்துவிட்டு, அங்கேயிருந்த குடத்தை எடுத்துக்கொண்டு உள்ளே போனார். தண்ணீரை லிங்கத்தின்மீது கவிழ்த்தார். அங்கேயே கொடியில் தொங்கிய வஸ்திரத்தை எடுத்து மேலே சாத்தினார். வெளியே வந்து தீபக்காலை எடுத்துப் போய், முன்னே இருந்த இரண்டு விளக்கு களையும் ஏற்றினார். மந்திரம் மாதிரி ஏதோ சொன்னார். கூம்பும் வளைவும் அதை எதிரொலித்தன.

"அர்ச்சனை பண்ணணுமா?" என்று வெளியே இருந்த சிவஞானத்தைப் பார்த்துக் குரல் கொடுத்தார்.

அவன் எழுந்து கர்ப்பக்கிருக நிலையண்டை போய் நின்றான்.

"தேங்கா, பூவு, பணம் ஒண்ணுமே கொண்டாரலியே. வேணா ஒரு கல்பூரம் ஏத்துங்க."

'சரி' என்ற வழக்கமான விபூதி அர்ச்சனையைச் செய்துவிட்டு, கர்ப்பூரம் கொளுத்தினார் குருக்கள்.

"நீலகண்டடேச்வரர்னு பேரு ஸ்வாமிக்கு. மந்தர மலையைத் தேவாளும் அசுராளும் கடைஞ்சபோது முதல்லெ ஆலகால விஷம் வந்துது. ஸ்வாமி அதைச் சாப்பிட்டார். தேவி வந்து அது உள்ளே போயிடாமல் கழுத்தைப் பிடிச்சாளாம். அது அங்கேயே தங்கினதாலே பகவான் கழுத்து நீலம் பாஞ்சுடுத்து. அப்பறம் அமிர்தம் கடைஞ்சு விநியோகம் ஆன பின்னே ஈச்வரனும் தேவியும் இந்த இடத்திலே வந்து ஏகாந்தமாயிருந்தாளாம். நீலகண்டேச்வரர்னு அதனாலெதான் ஸ்வாமிக்குப் பேரு. நீலகண்டன் வந்த ஊர்னு அதனாலெதான் ஊருக்கே பேரு வந்துது" என்று கற்பூரத் தட்டை சிவஞானத்தின் முன் நீட்டி, ஒரு சிட்டிகை விபூதியை எடுத்து, அவன் கையில் போட்டார் குருக்கள்.

“நீலகண்டன் வந்த ஊரா இது? அதுதான் நீலாண்டூர்னு ஆயிடுத்தா?”

“ஆமாம். இன்னிக்கும் இந்த ஊர்லே விஷ ஜந்துக்கள் யாரையும் தீண்டறதில்லை.”

“அப்படியா?”

“ஆமாம். கேளு. பாம்பு, நட்டுவாக்கிளி, பூரான், ஜலமண்டலி – இதெல்லாம் யாரையும் தீண்டாது.”

“விஷ ஜுரம்கூட வராதா?”

“அப்படின்னா?”

“வைசூரி, சின்னம்மை, தட்டம்மை –”

“அதெல்லாம் மகமாயி விளையாட்டுன்னா!”

“அதானே கேட்டேன்! ரொம்ப நாள் முன்னாலெ இஞ்ச ரண்டு பேரு – குருக்களையாவும் அவங்க சம்சாரமும் – அம்மை போட்டுக் குளிர்ந்து போயிட்டாங்களாமே – அது விஷ நோய் இல்லை?”

‘அது மகமாயி விளையாட்டு. விஷம்னு சொல்ல ஆரமிச்சா, எல்லாம் விஷமாகத்தான் இருக்கும். ஒரு பிடி கூடச்சாப்பிடறது விஷம்தான். காபி சாப்பிடறதும் விஷம்தான்’ என்று சிவஞானம் தட்டில் போட்ட நாலணாவை விரலால் எடுத்துக்கொண்டே, உள்ளே திரும்பினார், குருக்கள். பிறகு அம்மன் சன்னதிக்கு வந்து பழையபடி உபசாரம் செய்தார். கற்பூரம் ஏற்றி, குங்குமம் கொடுத்து, “அம்பாள் பேரு கருணாம்பிகை. கையிலே கருணை பொங்கி பகவான் கழுத்தைப் பிடிச்சு, விஷத்தை நிறுத்தியது. அதனாலே ...” என்றார்.

“சாமி எனக்கு துண்ணூறு கொஞ்சம் கொடுங்க” என்று குரல் கேட்டது, சிவஞானம் திரும்பினான். வெள்ளைப் புடவை யும் முண்டனம் செய்த தலையுமாக ஒரு கிழ ஆச்சி கண்ணை இடுக்கிக்கொண்டு நின்றாள். இடுப்புக்கு மேல் கூனல் உடம்பை ஒடித்திருந்தது.

குருக்கள் திருநீற்றைக் கொடுத்துவிட்டு வெளியே பிராகாரத்துத் தெய்வங்களுக்கு உபசாரம் செய்துவிட்டு, வெளியே போனார்.

ஆச்சி ‘தாயே, ஈச்வரி’ என்று முனகிக்கொண்டே, தூணோர மாக உட்கார்ந்து, ருத்திராட்சமாலையை விரலில் நகர்த்தத்

தொடங்கினாள். சிவஞானமும் இன்னொரு தூணோரமாக உட்கார்ந்துகொண்டான்.

“யாரு தம்பி! சிதம்பரம் மவனா?” என்று கண்ணை இடுக்கிக் கேட்டாள் ஆச்சி.

“இல்லே, ஆச்சி” என்றான் சிவஞானம்.

மறுபடியும் கண்ணை இடுக்கி, ‘பின்னே யாரு?’ என்றாள் ஆச்சி.

“அசலூரு.”

“அசலூரரா! சிதம்பரம் மவனோன்னு பார்த்தேன்... எந்த ஊரு?”

“வேலங்கோட்டை.”

“வேலங்கோட்டையா? – இஞ்ச யார் வீட்டுக்கு வந்திருக்கீங்க?”

“சும்மா தரிசனம் பண்ணத்தான் வந்தேன்.”

“பண்ணுங்க, பண்ணுங்க. குருக்களையா நான் ஜவம் பண்ணிட்டு எளுந்து போனப்பறம் வந்து கோவிலைப் பூட்டுவாங்க.”

“குருக்களையாவுக்கும் இதே ஊர்தான?”

“இதோ, பக்கத்திலே வீடு தெரியலே? அய்யமார் வீடு வேற ஏது இஞ்ச? பாப்பார சனம் இவங்க ஒண்டிதான்”

“அப்படியா!... ம்... கோவிலுக்கு நிலபுலன்லாம் இருக்க?”

“தனியா ஒண்ணும் கிடையாது. ஊர்ப் பொதுவிலே கொஞ்சம் பணம் வச்சிருக்காங்க. ஊர் ஜனங்கள்ளாம் தலைக்கு மூணு கலம், நாலு கலம்னு போட்டு, வருசத்துக்கு அறுவது கலம் கொடுக்கிறாங்க, குருக்களையாவுக்கு. அவங்களுக்குப் பத்தாவது இது. ஊராருக்கும் அதுக்குமேலே கொடுக்கத் தெம்பு கிடையாது. அதுக்காக, விளாஞ்சேரி கோவிலையும் இவங்களே கவனிச்சுக்கலாம்னு சொல்லியிருக்கு... அதுக்கு ஒரு அம்பது கலம் வராப்பல இருக்கு. சம்போ, நீலகண்டா, என் அப்பனே!”

“திருப்பணி பண்ணிக்கூட ரொம்பநாளாயிருக்கும் போலிருக்கே?” என்றான் சிவஞானம்.

“திருப்பணியா? இந்தப் பங்குனிக்கு இருபத்தஞ்சு வருசம் ஆகப்போவுது, போன திருப்பணி பண்ணி, அதுகூட

ஊர் பண்ணலே எங்க ஊட்டுக்காரங்க அப்ப இருந்தாங்க. இப்படி ஆலும் வேலும் மதில்மேலே வேர் விட்டிடிச்சேன்னு நாட்டுக்கோட்டை செட்டியார் ஒருத்தரைப் போய்ப் பார்த்து, திருப்பணி பண்ணி, கும்பாபிஷேகம் பண்ணச் சொன்னாங்க. அவரும், மகாராசன் வந்து செஞ்சாரு. பிராகாரம் எல்லாம் குண்டும் குளியுமாகக் கிடந்திச்சு. சண்டிசேகர் சன்னதிக் கிட்டல்லாம் உக்காந்து போச்சு. செட்டியார் வந்து ஏளு, எட்டு ஆயிரம் செலவளிச்சுப் புதுப்பிச்சாரு. பூசைக்கு நல்லாப் படிச்ச குருக்களாக் கொண்டு வந்து வச்சாரு. ஆறு மாசம் இங்கியே இருந்தாருன்னு வச்சுக்கங்களேன். குருக்களையாகிட்ட தீட்சைகூட வாங்கிக்கிட்டார்னு கேள்வி. அந்தக் குருக்களையாக்குக் குரல் எப்படி இருக்கும்கிறீங்க! அப்படி வெங்கல மணியைச் சுண்டுனாப்போல கணகணகணகணன்னு இருக்கும். அவங்க அர்ச்சனை பண்றப்ப சங்கீதக் கச்சேரி பன்றாப்பல இருக்கும். ஏதோ தேவதை வந்து பாடறாப்பலதான் இருக்கும். அவங்க வெறும் குருக்களையா இல்லே; கோவில் கட்டறது. கும்பாபிஷேகம் பண்றது. அஷ்டபந்தனம் பண்றது, எந்த விக்ரகம் எந்த அளவிலே, எந்த லோகங்களைக் கலந்து வார்க்கறது. எல்லாம் தெரியும் அவங்களுக்கு. ஊட்டுத் திண்ணையிலே உக்காந்து சில நாள் ராத்திரி வேளையிலே பாடுவாங்க பாரு! நந்தனார் கீர்த்தனைங்க, காவடிச்சிந்து, ராம நாடகம்! தெருவிலே கீளக்கோடி வீட்டிலே உள்ற படுத்திருக்கிறவங்களுக்குக் கேக்கும்! பார்த்தாலும் சுடராட்டம் பளபளன்னு இருப்பாரு. அந்த அம்மாகூட அவ்வளவு சேப்பில்லெ. திருநெல்வேலியிலேந்து அளச்சிட்டு வந்தாரு: செட்டியாரு, அவங்களை அளச்சிட்டு வரப்ப, இப்படி மாரியாத்தா ரண்டு பேரையும் கொண்டு போவான்னு அவங்க நினைச்சிருப்பாங்களா?"

"மாரியாத்தாவா?" என்றான் சிவஞானம்.

"ஆமாம், தம்பி. கும்பாபிஷேகம் நடந்து ஆறு மாசம் முளுசா ஆகல்லே. அந்த வருசம் வெய்யிலான வெய்யில் இல்லெ. வேப்ப மரங்ககூட இலைவாடி வெம்பிச்சு; அத்தினி வெய்யில், மாரியாத்தாளுக்குக் கொண்டாட்டம். அந்த மாதிரி வெய்யில் அடிச்சிச்சோ, தீமிதிக்கிறவள் மாதிரி விளையாட ஆரமிச்சிருவாளே! அந்த வருசம் சேரியிலே ரண்டு, தெருவிலே அஞ்சு, ஆக ஏளு பேரை அளச்சிட்டுப் போனா மகமாயி அத்தோட நின்னிட்டான்னு பார்த்தோம். திடீர்னு ஒரு நாளைக்கு இந்த மணி இருக்கு பாரு – அது காலமே விச்வரூப பூசைக்கு கணகணன்னு அடிக்குமே – அது கேக்கலெ. என்னாடாதுன்னு வந்தேன். கோவில் தொறக்கலெ. பக்கத்திலெதானே வீடு. போய்ப்

பார்த்தேன். வாசல் சார்ப்பிலே வேப்பிலை சொருகித் தொங்கிட்டிருந்திச்சு. அந்த அம்மா வந்துது ... ஐயாவுக்கு பெரியம்மா கண்டிருக்கிறான்னாங்க பாரு. அன்னிக்கு பொளுது சாயறப்ப அந்த அம்மாவுக்கும் காச்சல் கண்டுது. மூணுமாசக் குளந்தை வீல்வீல்னு கதறது. ஓடிப்போய் எங்க ஊட்டுக்காரங்க 'ஒனக்கு எத்தினி வேணும்னாலும் தரேம்மான்னு சொல்லி, யாராவது பாப்பாத்தி அம்மாளைக் கூப்பிட்டு வரேன்'னு போனாங்க. ரண்டு மூணு ஊருக்குப் போயும் யாரும் வரலெ. கடசீல மூங்காநகரத்திலே ஒரு கிளம் இருந்திச்சு. தனிக் கட்டை. அது வரேன்னுதாம். அளச்சிட்டு வந்தாங்க. வாசத்திண்ணையை ஒட்டி ரண்டு உள்ளு – ஒண்ணிலே ஐயா; இன்னொண்ணிலே அம்மா. கூடத்திலே ஒரு பாயிலே குளந்தை மூணையும் மாறிமாறிப் பார்த்துக்கிட்டு பம்பரமா அலைஞ்சுது அந்தக் கிளம். ஆறுநாளாச்சு, ஐயாவுக்குக் கண்ணெல்லாம் மூடிடிச்சு. 'ஒலத்தூராரைக் கூப்பிட்டு வாங்க'னு கிளவிக்கிட்ட சொன்னாங்களாம் அய்யா. கிளவி தெருவுக்கு வந்து எங்க வாசல்லெ நின்னுக்கிட்டு எங்க ஊட்டுக்காரரைக் கூப்பிட்டுது. அவங்க போயிட்டு வந்தாங்க. பணத்தைக் கொடுத்து ஒரு ஆளை செட்டி நாட்டக்கு அனுப்பிச்சாங்க. மறுநா விடிஞ்சு நாலு நாளியாயிருக்கும். செட்டியாரும் அவங்க பெஞ்சாதியும் வந்திட்டாங்க. பெத்தவங்க ரண்டு பேரும் பிளைக்கமாட்டாங்கன்னு தெரிஞ்சு போச்சு. சிசுவை என்ன செய்யிறது? யாரு காப்பாத்துவாங்க? பக்கத்திலே நாலு ஊர்லே போய் 'யாராவது எடுத்து வளக்கிறீங்களா, பணம் தரேன்'னு கேட்டுப் பார்த்தாங்க செட்டியாரு. பாப்பார சனம் ஒண்ணுகூட சரின்னு சொல்ற ஆளாக்கிடைக்கலெ. இங்கியா உசிருரண்டும் கொஞ்சம் கொஞ்சமா அணைஞ்சிக்கிட்டுக் கிடக்கு என்ன செய்யிறது? கடசீலே மாத்தூருக்கு ஓடிப்போனாங்க செட்டியாரு. அங்கே அவருக்கு மூணு வேலி நிலம் இருக்கு. அதைப் பார்த்துக் கிட்டிருந்தான் மருதமுத்து, மருதமுத்துன்னு ரொம்ப நம்பிக்கைப்பட்ட ஆளு. அவனை அளச்சிட்டு வந்து குளந்தையை எடுத்து, 'இந்தப் பாரு, மூவாயிர ரூவா தரேன். குளந்தையை, நல்ல குடும்பமா, ஒரு அய்யர் குடும்பமாப் பார்த்துக் கொடுத்திரு, வளர்த்துக்கிட்டு வரட்டும்'னு குளந்தையைக் கொடுத்தாங்க. கொடுத்த ரண்டு நாளைக்கெல்லாம் அம்மா, அதுக்கு மறுநா அய்யா – ரண்டு பேரு காரியமும் ஆயிரிச்சு, செட்டியாருக்கு ரொம்பக் கோவம் அப்புறம் இந்தப் பக்கமே திரும்பிப் பார்க்கலே!–'

ஆச்சியின் கதையை 'ம்' போடக்கூட மறந்து பரவசமாக, துக்கம் நெஞ்சை இறுக்கக் கேட்டுக்கொண்டிருந்த சிவஞானம் சட்டென்று, 'யார்மேலே கோபம்?' எனக் குறுக்கிட்டான்.

“யார் மேலேன்னா! சாமி மேலேதான். அவ்வளவு ஆசையாக் கொண்டு வச்சாரு அவரை மூக்கறுத்தாப்பல செஞ்ச துல்ல தெய்வம்! தெய்வம்னா தெய்வமா! ஊருவாசின்னு வச்சுக்கவேன். ஊரே அவருக்குப் பிடிக்கலெ. அப்புறம் மனசன் இஞ்ச காலடி எடுத்து வக்யலியே! திருவாதிரைக் கட்டளை அவங்க கட்டளை. அதுக்குக்கூட அவரு நேர வர்றதில்லெ. அப்படிக் கசந்து போய்ட்டாங்க.”

“குருக்களையாவுக்கு வேற உறவு சனமே கிடையாதா?”

“இருந்திருந்தா குளந்தையை அங்கே சேர்ந்திருப்பாங்களே! இல்லே, இருந்துதான் யாரும் வளர்க்கறேன்னு வல்லியோ என்னமோ! மாடா, கன்னா. வளக்கறப்பவே பலன் கொடுக்க? மனுசனை பதினஞ்சு வருசமாவது வளத்துல்லே ஆளாக்கணும்!”

‘உண்மை. மனிதனின் குளந்தைப் பருவம்தான் எத்தனை நீளம்! ஆடும் மாடும் ஈற்று ஈற்றாகப் போட்டு, உடம்பையே செருப்பாகத் தைத்துப் போட்டு, ஒவ்வொரு அணுவும் வீணாகாமல் மனிதனுக்குக் கொடுத்துவிட்டுச் சாகிற பருவத்தில், நாம் நடமாடக் கற்கிறோம், பேசக் கற்கிறோம்! பிறந்த கணத்தில் துள்ளுகிற ஆட்டுக்குட்டியாக இருந்திருந்தால், நான் இந்த நீலகண்டனையே குழந்தையைப்போலக் குளிப்பாட்டி, சோறூட்டி, இவன் வீட்டுக்கு மீண்டும் கும்பாபிஷேகம் செய்திருப்பேனே; யாரும் போக முடியாத இந்தக் கர்ப்பக்கிருகத்திற்குள் கால் வைத்த நடந்து, இந்த நீலகண்டனைத் தொட்டு, நெற்றியிலிட்டு, சூடம் காட்டி...’

அதற்கு மேல் அவனுக்கு நினைக்க முடியவில்லை. விம்மலை அடக்கிக்கொண்டான். ஆச்சிக்குக் கண் தெரியாதது நல்லதாய்ப் போயிற்று. துடைக்காமல் கண்ணீர் சொரிய முடிந்தது. மூச்சு விட்டால்கூட எதிரொலிக்கும் கோவில் மண்டபமும் வளைவு களும் அவன் கண்ணீரை எதிரொலிக்க முடியாமல் தவித்தன. விளக்குச் சுடர்கள் நாணத்தால் கூனிக் குறுகுவது போல் ஒரு தடவை ஆடின.

மருதமுத்து குழந்தையை எப்படி வளர்த்தான்; குழந்தை எங்கு எப்படி வளர்ந்தது என்றெல்லாம் அவன் ஆச்சியிடம் கேட்கவில்லை.

அந்தக் கதைதான் அவனுக்குத் தெரியுமே! மருதமுத்து அப்பனாகி, தன்னை எப்படி வளர்த்தான் என்பது அவனுக்கு நன்றாகத் தெரியும். இருந்தாலும்கூட மறுபடியும் கேட்க வேண்டும் என்று மனசு பரபரத்தது. ‘ஆச்சி! குழந்தை அலறுகிறது. யாரையாவது உதவிக்கு அழைத்து வாருங்க’ என்று உன்

புருஷனை அனுப்பி, ஒரு கிழத்தை மூங்காநகரத்திலிருந்து கொண்டு வரச் செய்தாயே, 'அந்தப் பாலுக்குக் கதறிய சிசு நான்தான்' என்ற அழவேண்டும் போலிருந்தது அவனுக்கு. ஆனால், நெஞ்சுக்குள்ளே தள்ளித் தள்ளி அந்தப் பரபரப்பை அமுக்கிக்கொண்டான்.

இவளுக்குத் தெரிந்து என்ன ஆகப்போகிறது? கர்ப்பக் கிருகத்தில் நுழைந்து தாராளமாக நடமாடி, சாமிக்குக் குளிப்பாட்டி, படையல் படைத்துக் காக்கவேண்டிய பிள்ளை, கோழியும் ஆடும், வெங்காயமும் சோம்பும், பீடியும் சிகரெட்டும் சாப்பிட்டு, சிவஞானப் படையாச்சியாக வளர்ந்தது என்று ஆச்சிக்குத் தெரிந்து என்ன ஆகப்போகிறது?

லிங்கத்தைப் பார்த்துக்கொண்டே உட்கார்ந்திருந்தான். 'பாட்டி வறியா?' என்று ஒரு பையன் வந்தான்; கண் தெரியாத பாட்டியை அழைத்துப் போக வந்த பேரனின் அழைப்பைக் கேட்டதும், ஆச்சி எழுந்து பையனின் நீட்டிய விரலைப் பிடித்துக் கொண்டு தடவித் தடவி நடந்தாள். அவள் போய் ஐந்து நிமிஷம் கூட ஆகியிராது. குருக்கள் வந்தார். சிவஞானத்தைப் பார்த்துத் தயங்கினார்.

கோவிலைப் பூட்ட வந்திருந்தார் என்று தெரிந்தது. சிவஞானம் எழுந்து பிராகாரத்தை ஒரு முறை வலம் வந்தான். அங்கே ஒரு ஒற்றைப் பன்னீர் மரம் மெல்லிய மணம் வீசிக் காற்றைப் புனிதப்படுத்திற்று. வெளியே வந்தான். கோவில் வாசலுக்கப்பாலிருந்த எருக்குழியிலிருந்து எருமைச் சாணம் மட்கிய நெடி வீசிற்று.

குருக்கள் வாசல் கதவைப் பூட்டிக்கொண்டு நடந்தார். தெற்குப் பக்கம் நடந்தார். பத்தடி நடந்து தனியாக நின்ற ஓட்டு வீட்டுக்குள் நுழைந்தார். கதவு சாத்தும் ஓசை கேட்டது.

சிவஞானம் அந்தச் சத்தத்தைக் கேட்டுக்கொண்டே நின்றான்.

குளத்தங்கரை அரச மரம் சலசலத்து, இலைகளில் மின் மினிகள் பறந்தன. வேலியோரமாக செவ்வட்டை நீலமாக ஒளியடித்தது. குளத்தங்கரைச் சேற்று நொதிப்பிலிருந்து ஈவ் ஈவ் என்று தண்ணீர்ப் பாம்பின் வாயில் பட்ட தவளை கத்திக் கத்தி உயிரை விட்டுக்கொண்டிருந்தது. சில் சில் என்று மீன்கள் குளத்தில் துள்ளிக்கொண்டிருந்தன.

குளிர் தாங்கவில்லை. நட்சத்திர ஒளியின் துணை கொண்டே வரப்பில் நடந்தான் சிவஞானம். வாய்க்காலில் இறங்கி நடந்து,

சாலையில் ஏறினான். கூப்பிடு தூரத்தில் ஒரு டீக்கடை தெரிந்தது. இந்தக் குளிரில் டீ சாப்பிட்டால் இதமாயிருக்கும். ஆனால் இனி இங்கெல்லாம் சாப்பிடக் கூடாது என்று உள்ளே ஒரு குரல் கேட்டது. சுவர்க்கோழியின் குரலைப்போல, கவனித்தால்தான் கேட்கும் குரல் அது. சபலத்தைப் பேசாமல் அடக்கிக்கொண்டு திரும்பி வரும் பஸ்ஸுக்காகக் கடை வாசலிலேயே காத்துக் கொண்டு நின்றான்.

"டீ சாப்பிடலாம். ஆனால், நான் இப்பொழுது மருதமுத்து மகனில்லையே?" என்று குளிரைத் தாங்கிக்கொண்டே நின்றான்.

சிள் வண்டுகள் சாலை மரங்களில் இறைந்துகொண்டிருந்தன.

2

சாலையில் நின்றவாறு மீண்டும் கோவிலைப் பார்த்தான். சரியாகத் தெரியவில்லை. அடிப்பாகத்தை நடுவில் உள்ள மரம் மறைத்தது. கோபுரம்மட்டும் தெரிந்தது; குருக்கள் வீடு தெரியவில்லை. அவனுடைய பிறப்பைப் போலவே அதுவும் இருளிலும் மறைவிலும் புதைந்து கிடந்தது.

குருக்கள் உள்ளே போய்க் கதவைச் சாத்தித் தாழிடும் ஓசை கேட்டபொழுது, அவனுக்கு கதவைத் தட்டி, தாகத்துக்கு வேண்டும் என்கிற சாக்கிலாவது அந்தக் கூடத்தை, தான் பாலுக்கு அலறி உதைத்துக்கொண்ட கூடத்தைப் பார்க்க வேண்டும் போலிருந்தது; பெற்ற அப்பனும் தாயும் தனித்தனியாக மகமாயியின் 'விளையாட்டு'க்கு உடலைக் கருவியாகத் தந்து தீயாக எரிந்துகொண்டிருந்த அறைகளின் சுவர்களையாவது பார்க்க வேண்டும்போலிருந்தது. ஆனால் அங்கு போய்க் கதவைத் தட்டவோ, பேசவோ 'திராணி' இல்லை; கால் பின்னே பின்னே இழுத்தது.

இன்று பகல் பொழுது வரையில் படையாச்சி; பகலுக்குப் பிறகு பார்ப்பான்!

இன்று பகல் பொழுது வரையில் – இருபத்தைந்து ஆண்டு களாக – கோழியும் முட்டையும் மீனும் கறியும் தின்ற படையாச்சி! பகலுக்குப் பிறகு, வெங்காயத்தைப் பார்த்தாலே முகம் சுளிக்கிற பூஜைப் பார்ப்பான்!

இன்று பகல் வரையில் தம்பம்பட்டி சுருட்டும் சாயபு பீடியும் பல்லால் கடித்துப் பற்ற வைத்த படையாச்சி; பகலுக்குப் பிறகு கோவில் கருவறையின் விளக்கை ஏற்றி வைக்க வேண்டிய கோவில் பார்ப்பான்!

தி. ஜானகிராமன்

பஞ்சாமி அய்யர்தான் எப்படி இந்தச் செய்தியை அவனிடம் சொன்னார்!

கோவிலில் ஆச்சியிடம் சிவஞானம் கேட்ட செய்தி முதல் தடவையல்ல; இரண்டாவது தடவை. முதல்முதலாகக் கேட்ட பஞ்சாமி அய்யரிடம் கேட்கிறபொழுது பகல் பதினொரு மணி இருக்கும்.

நேற்றுக் காலையில் பஞ்சாமி அய்யரின் கடிதத்தைப் பார்த்த வுடன், அவரைப் பார்ப்பதற்காகப் பஸ் ஏறித் திருவையாற்றுக்குப் போனான். உள்ளே நுழைந்ததும், "அட, சிவஞானமா! வா!" என்று ஊஞ்சல் பலகையில் உட்கார்ந்து சிறு ஆட்டமாக ஆடிக் கொண்டிருந்த பஞ்சாமி அழைத்தார்.

"எப்ப வந்தே?"

"வந்திட்டே இருக்கேன்."

"ம் . . . உங்கப்பன் இப்படித் திடீர்னு கண்ணை மூடிப் பிடுவான்னு நான் நினைக்கவேல்லேடா. முதநாக் காலமே இஞ்ச வந்தான். குறுவைக் கண்டு முதல் கணக்கெல்லாம் ஒப்பிச்சான். பணத்தைக் கொடுத்தான். கோவிலுக்குப் போய்ட்டு வரேன்னு போனான். மத்யான்னம் இஞ்சதான் சாப்பிட்டான். சாயங்காலம் அம்மா காவு கொடுத்திருக்காங்க, சாப்பிட்டுப் போயிருக்கான். மறுநாக் காலமே போயிடவாவது! என்னடா அக்ரமம் இது!" – பஞ்சாமிக்குக் குரல் உடைந்துவிட்டது.

சிவஞானம் கண்ணைத் துடைத்துக்கொண்டு அப்பன் போன விவரத்தைச் சொன்னான். மருதமுத்துவுக்கு நோய் ஒன்று மில்லை. வாழைக்கொல்லைக்குப் போனான். ஒரு மணி வேலை செய்துவிட்டுத் திரும்பி வந்தான். வரும்போதே ஏதோ தலை சுற்றுகிறாற்போலிருந்ததாம். கர்ணிகர் வீட்டு வாசலில் சார்ப்பு நிழலில் ஒதுங்கி, திண்ணைமீது சாய்ந்து நின்றிருக்கிறான். கண் பஞ்சடைகிற மாதிரி இருந்தது. பொத்தென்று விழுந்துவிட்டான். உடனே நாலைந்து பேராகத் தூக்கி வீட்டில் கொண்டு போய்ப் போட்டிருக்கிறார்கள். முகத்தில் தண்ணீரடித்து விசிறி யிருக்கிறார்கள். பலிக்கவில்லை. வண்டியைக் கட்டி, போர்டு ஆஸ்பத்ரி டாக்டரைக் கூட்டிவரச் சொன்னான் சிவஞானம். வண்டியை விட்டு இறங்கினவர், உள்ளே வந்தார். தட்டிக் கொட்டிப் பார்த்தார். "உசிரு ஒடுங்கி அரைமணி ஆயிட்டுதே" என்று வாசலுக்குப் போய் வண்டியில் ஏறிக்கொண்டு விட்டார்.

"என்னத்தைடா நம்பறது! மருதமுத்து தனியா நின்னு நாலு ஆளை அடிப்பான். மூஞ்சியிலே ஒரு சுருக்கமில்லை. தலையிலே

அப்பா அய்யான்னு கெஞ்சினாலும் ஒரு நரை கிடைக்காது... என்னடா மாயம்!" என்று விதியின் வியப்புகளைப்பற்றி ஒரு பதினைந்து நிமிஷம் கோபமும் வேதனையும் திகைப்புமாக அரற்றினார் பஞ்சாமி. அவர் சம்சாரமும் அதேபோல ஒரு ஐந்து நிமிஷம் கையில் கன்னத்தைச் சாய்த்து அரற்றினாள்.

மத்யான்னம் அங்கேயே சாப்பிட்டான் சிவஞானம். மாலையாயிற்று. இரவு வந்தது: கடிதம் போட்டுவரச் சொன்னவர், காரியத்தைச் சொல்லவில்லை.

இரவுச் சாப்பாடு ஆயிற்று. திண்ணையில் வந்து உட்கார்ந்தவர், குறிப்பாக ஒன்றும் பேசவில்லை. எந்தெந்த வயல் எப்படி எப்படிக் காணும் என்று பொதுவாகப் பேசிக்கொண்டிருந்தார்; அவ்வளவுதான். இதற்காகவா கடிதம் போட்டு வரச் சொல்ல வேண்டும்?

மணி பத்தடித்தது. "சரி, நீ படுத்துக்கோ. நாழியாச்சு" என்றார். புதிதாக ஒரு ஜமக்காளமும் தலையணையும் கொண்டு வந்து போட்டார். இத்தனை காலமாக அரிசிச் சாக்கு இரண்டு மூன்றுதான் கொடுக்கிற வழக்கம். அவர், எப்போது வந்தாலும்! இன்று என்ன?

படுத்தவாறே குழம்பிக்கொண்டிருந்தான் சிவஞானம்.

காலைக் காபியும் ஆயிற்று. ஒன்றும் சொல்லவில்லை. விடை கொடுக்கவும் இல்லை. திண்ணையிலேயே உட்கார்ந்திருந்தான் சிவஞானம்.

பொழுது ஏறிவிட்டது.

"சிவஞானம்!" என்று உள்ளேயிருந்து குரல் கேட்டது. போனான். ஊஞ்சல் பலகையில் உட்கார்ந்திருந்த பஞ்சாமி "வா, இப்படி உட்கார்" என்றார். கீழே உட்கார்ந்தான் அவன்.

அவர் தலை குனிந்திருந்தது. உதட்டில் ஒரு புன்னகை.

என்ன எது?

"ஏண்டா சிவஞானம், உங்கப்பா ஒண்ணுமே சொல்லலியாடா உங்கிட்ட?"

"என்ன?"

"செத்துப் போறதுக்கு முன்னாலே?"

"கணக்கப்பிள்ளை வீட்டு வாசல்லெ மயக்கம் போட்டு விளுந்தவங்கதானே? அப்புறம்தான் பேச்சு மூச்சில்லையே! ஒரே மயக்கமாவே பூட்டுதே!"

“ம்.”

“என்ன ?”

“சரி, அன்னிக்குச் சொல்லலே. அதுக்கு முன்னாலயாவது ஒண்ணும் சொன்னதில்லையோ ?”

“எதைப்பத்தி ?”

“ஏன் சுத்திச்சுத்தி வளைக்கிறேள் ? மருதமுத்து சொல்லிடுவனா ! சொல்றவனாயிருந்தா மூவாயிரத்தை சீதையாச்சி கிட்ட கொண்டுபோய்க் கொடுத்திருப்பனோ !”

“அட இருடி !” என்று அலுத்துக்கொண்டார் பஞ்சாமி. முகத்தில் மட்டும் புன்சிரிப்பு இன்னும் விரிந்தது.

“என்னங்க இது ! என்னமோ புரியாமப் பேசிட்டிருக்காங்களே ஐயா !” என்று அம்மாளைப் பார்த்துக் கேட்டான் சிவஞானம்.

“ஐயாவுக்கு எங்கே ஆரம்பிக்கிறது, எப்படிச் சொல்றதுன்னு புரியலியோ என்னமோ ?”

“என்னத்தை ஆரமிக்கிறது ! என்னத்தைச் சொல்றது ! விளக்கமாச் சொல்லப்படாதா ?”

“சொல்றேண்டா, சிவஞானம் ! அம்மா சொல்றாப்பல எனக்கு எங்கே ஆரமிக்கிறதுன்னுதான் புரியலே. வேலங்கோட்டையிலே நீ, உங்கம்மா யோகாம்பா, உங்கப்பன் மருதமுத்து மூணு பேரும் எத்தனை வருஷமா இருக்கேள் ?”

“அது இருபத்தஞ்சு வருஷம் இருக்காதுங்களா ! எனக்கு விவரம் தெரியறதுக்கு முன்னாலெ புடிச்சு அங்கேதான் இருக்கறோம் !”

“அதுக்கு முன்னாலெ ?”

“அதுக்கு முன்னாலெதான் மாத்தூரிலே இருந்தோம். நான் பொறந்து அஞ்சாறு மாசத்துக்கெல்லாம் வேலங்கோட்டைக்கு வந்தாச்சு.”

“ஏன் ?”

“அது என்னமோ !”

“என்னத்தினாலென்னு நீ கேட்டதில்லே ?”

“கேக்கறதுக்கு என்ன இருக்கு ? அஞ்சு வேலி நிலம் உங்க ஐயா குத்தகைக்குக் கொடுக்கறேன்னு சொல்லியிருப்பாங்க, வந்திருப்பாங்கன்னு நினைக்க வேண்டியதுதான்.”

"ம் . . . மாத்தூர்லெ உங்கப்பன் என்ன செஞ்சிண்டிருந்தான்?"

"எங்கப்பன் என்ன! எங்க பாட்டன், அவருக்குப் பாட்டன் – எல்லாரும் பயிர்த் தொளில்தான் செஞ்சிட்டு வராங்க"

"பயிர்த் தொழில்–ப–யி–இர்–இத்–தொ–ழி–இல்... பயிர்த் தொழில் – காலம் எப்படி மார்றது பார் –"

"என்ன?"

"படையாச்சின்னா ராஜாக்களோட படையை ஆட்சி நடத்தி, சிப்பாய்களைக் கட்டி மேச்சு, பழைய காலத்திலே சண்டை யுத்தம் எல்லாம் போட்டவான்னு அர்த்தம். படையாச்சி வம்சம் கடைசியிலே பயிர்த்தொழில் வம்சமா ஆயிடுத்து!"

"இப்ப ஏதுங்க படை பட்டாளம்? ராஜா இருந்தால்ல படைங்க நடத்தறதுக்கு!"

"அதான் சொல்றேன், காலம் எப்படி மார்றது பார்னு. படையாச்சி வேளாளனா மார்றான்! வேளாளன் வியாபாரி யாறான். பிராமணன் வேதம் படிக்கிறதை விட்டுப்பட்டு வடை பக்கோடா வியாபாரம் பண்றான், படையாச்சி பிராமணன் ஆறான்."

"என்னங்க, என்னமோ சொல்றீங்களே!" என்று சிரித்து இடைமறித்தான் சிவஞானம்.

"ஏண்டா ஆகப்படாது?"

"அய்யமாரெல்லாம் வியாபாரம் பண்ணுவாங்க. சேத்துலெ இறங்கி, ஏர்கூடப் பிடிச்சாங்களாம் ஏதோ ஒரு ஊர்லெ. ஆனா படையாச்சி அய்யராயிட்டேன்னு சொன்னா யார் கேக்கப் போறாங்க?"

"அப்படியா? . . . ஏய், நீலாண்டூர் நீலாண்டூர்னு ஒரு ஊரு இருக்கே, தெரியுமா?"

"ஆமாம்."

"அங்கே ஒரு கோவிலுக்குக் கும்பாபிஷேகம் பண்ணினார் ஒரு நாட்டுக்கோட்டைச் செட்டியார். பண்ணி, ஒரு நல்ல குருக்களையாவைக் கொண்டுவந்து பூஜைக்கு வச்சார். ஊரு முழுக்க வெள்ளாளக் குடும்பங்கள்தான். தனியா ஒரே ஒரு பிராம்மண வீடு. திடீர்னு அந்தக் குருக்களும் அந்த அம்மாளும் இன்னிக்கி ஒருத்தர், நாளைக்கி ஒருத்தரா அம்மை போட்டிச் செத்துப் போயிட்டா. மூணு மாசத்திலே ஒரு குழந்தை

அவாளுக்கு. செட்டியார் ஓடி வந்தார் செட்டி நாட்டிலேர்ந்து, 'குழந்தையை வச்சுக்காப்பாத்தறேன்'னு ஒரு பிராமணன்கூட ஏத்துக்கமாட்டேன்னுட்டான், சுத்து வட்டார ஊர்கள்ள. உடனே அவர் கிட்டவே ஒரு பயிர்ச் செலவுக்காரன் இருந்தான். அவன் கிட்ட மூவாயிர ரூபா பணத்தைக் கொடுத்து, குழந்தையையும் கொடுத்து, 'இதை யார்கிட்டவாவது, நல்ல பிராமணன் கிட்டக் கொடுத்து வளக்கச் சொல்லு, இந்தப் பணத்தையும் கொடு'ன்னு சொன்னார் செட்டியார். பயிர்ச் செலவுக்காரன் ரொம்ப சத்யசந்தன். ஆனா குழந்தையைப் பார்த்தான்; ஆசை வந்தது. பணம், குழந்தை ரண்டையும் வச்சிண்டுட்டான் ரண்டு மாசம் ஆச்சு. செட்டியார் செட்டி நாட்டிலெ திடீர்னு காலமாயிட்டார். மருதமுத்துப் படையாச்சிக்கு மனசு கேக்கலெ. கையிலே சேத்துவச்ச ஆயிர ரூபா இருந்தது. எங்கப்பா கிட்ட ஓடிவந்தான்; ரண்டாயிரத்தைக் கடனா வாங்கிண்டான். செட்டி நாட்டுக்கு ஓடினான். ஆச்சி கிட்ட கொண்டுபோய்க் கொடுத்தான். 'ஆச்சி! செட்டியார் சொன்னதை நான் நிறைவேத்தலெ. குழந்தையை நானே வச்சினுட்டேன். எனக்குக் குழந்தை இல்லே, வச்சினுட்டேன். பணத்துக்கு ஆசைப்பட்டுண்டு இப்படி செஞ்சேன்னு நெனக்கப் படாது. இந்தாங்க பணம்'னு கொடுத்தான். ஆச்சிக்குக் கண்ணாலெ ஜலம் கரகரன்னு கொட்டித்து. 'ஏன்யா பாவி, செட்டியாரு, அதைப் பாடசாலையிலே படிக்க வச்சு, வேதம் சாஸ்திரம் எல்லாம் படிக்கணும்னுல்ல நினைச்சாரு? இப்படிப் பண்ணிட்டியே'ன்னு அழுதா. 'இந்தக் குழந்தைக்கு அவ்வளவுதான் ஆச்சி தலையிலே எழுதினது. அது இன்னொரு ஜன்மத்துலெ அய்யராவே இருக்கட்டும். இப்ப என் புள்ளையாவே இருக்கட்டும். நான் பண்ணின ஏமாத்துக்கு உங்க குத்தகையும் வாண்டாம். வேற எங்கியாவது போய் உங்க கண் காணாம பொழச்சிக்கறேன்'னு ஓடி வந்துட்டான் மருதமுத்து. அப்புறம் மாத்தூரை விட்டுட்டு, எங்கப்பாகிட்ட வந்து, குத்தகைக்கு நிலம் எடுத்துண்டான். அதான் கேட்டேன் – உனக்கு சந்தேகம் வரும்படியா மருதமுத்து தப்பித் தவறிக்கூட நடந்துக்கலையா, பேசலையான்னு" என்று நிறுத்தினார் பஞ்சாமி.

கேட்ட முதல் நிமிஷம் சிரிக்கத்தான் தோன்றிற்று சிவஞானத்திற்கு. அய்யருக்கு இன்றைக்கு ஏதோ விளையாட்டு மனசாக இருக்கிறது!... ஆனால் பஞ்சாமி அப்படியெல்லாம் தாராளமாக, அந்தஸ்தை மறந்து வேடிக்கை, கேலியில் எல்லாம் பொழுது போக்கக்கூடியவரல்ல. அப்புறம் அந்த ஜமுக்காளம்! தலையணை! கடிதம் போட்டுவரச் சொல்லிவிட்டு ஒரு நாள் முழுவதும் சொல்ல வகைதெரியாமல் தயங்கினது! ஒரு வேளை உண்மையாக இருக்குமோ?

மருதமுத்து தன்னைத் தூக்கிக் கொஞ்சினதெல்லாம் படமாக விரிந்தது. இதே திருவையாற்றுக்கு சப்த ஸ்தானம் பார்ப்பதற்காக மருதமுத்துவும் யோகாம்பாளும் மூன்று தடவை வந்திருக்கிறார்கள். முதல் தடவை யோகாம்பாளின் இடுப்பிலேயே சவாரி செய்தது குழந்தை. அடுத்த இரண்டு தடவை மருதமுத்துவின் தோள்மீது உட்கார்ந்து கூட்டம் முழுவதையும் பார்க்க முடிந்தது. மருதமுத்து குழந்தையின் முழங்கால்களைப் பிடித்துக்கொண்டு கூட்டத்தை இடித்துக்கொண்டே போவான். இரண்டு மூன்று இடங்களில் அவனை இறக்கிவிட்டு, பானகமும் நீர்மோரும் வாங்கிச் சாப்பிட்டு அவனுக்கும் அரை அரைக்குவளை வாங்கிக் கொடுத்துச் சாப்பிடச் சொன்னது, கடும் மாங்காய்த் துண்டங் களும் மிதக்கிற நீர்மோர், கழுத்தை ஒட்ட ஒட்ட யோகாம்பாள் அணிந்திருந்த நாடா அட்டிகை, தங்கக் காப்பு, காலில் வெள்ளிக் காப்பு – எதிரே காவேரி மணல் – எல்லாம் இப்பொழுது பார்க்கிறாற்போலிருக்கிறது!

அம்மாவைப் பார்த்து அவனுக்கே பெருமிதமாக இருக்கும். யோகாம்பாள் மற்றப் பெண்பிள்ளைகளைப் போலில்லை; வாட்டசாட்டமாக இருப்பாள். இந்த ஐம்பத்தைந்து வயசிலும் அவன் விவரம் தெரிந்த வயதில் பார்த்த மேனிக்குத்தான் நிற்கிறாள். நல்ல உயரம் – அதே கட்டுவிடாத, உறுதி தெறிக்கிற உடம்பு அதே வயதுடைய மற்றவர்களைப்போல அனாவசிய இடங்களில் சதை போடாத, தளராத ஆரோக்யக்கட்டு அவளுக்கு. அவளைப் பார்த்தால் ‘கறி’யில்லாமல் ஒரு நாள்கூடச் சாப்பிட மாட்டாள் என்று தோன்றும். அந்த மாதிரி வைரம் நிறைந்த தோற்றம்.

ஆனால் அவளும் சரி, மருதமுத்துவும் சரி சைவத்தைத் தவிர எதையும் திரும்பிக்கூடப் பார்த்ததில்லை. இரண்டு நாளைக்கொரு முறை முருங்கைக் கீரையைக் கொல்லை மரத்திலிருந்து ஒரு மரக்கால் அளவுக்குப் பறித்து உருவிச் சுண்டி விடுவாள். பூண்டு ரசமும் வெங்காய வதக்கலும் மருதமுத்துவுக்குப் பிடிக்கும் என்று வாரம் இரண்டு நாளைக்கு இரண்டும் கட்டாயம் அடுக்களையில் வீசும். மற்ற வீடுகளைப் போல அங்கே புறாக்கூண்டு கிடையாது. கோழிக் கூடை கிடையாது. ஆட்டுமூளை கிடையாது.

பெருமாள் கோவில் வாசலில் சோமு வாத்யார் போட்டிருந்த திண்ணைப் பள்ளிக்கூடத்தில் படித்து முடிந்ததும் மூன்று மைல் நடந்து பாபநாசம் பெரிய எலிமெண்டரிப் பள்ளிக்கூடத்தில் போய்ப் படித்துக்கொண்டிருந்தான் சிவஞானம். முருகத் தென்கொண்டார் மகனும் அவனும் சேர்ந்துதான் பள்ளிக்கூடம் போய் வருகிற வழக்கம். மூன்று நாலு வயது பெரியவன் அந்த அய்யாச்சாமி. பாபநாசம் பெரிய பள்ளிக்கூடத்தில்

படித்து வந்தான். பகல் இடைவேளையில் இருவரும் வந்து குடமுருட்டியாற்றங்கரையில் சோற்று மூட்டையை அவிழ்த்துச் சாப்பிடுவார்கள். அய்யாச்சாமி பெரிய வகுப்புக்குப் போன பிறகு சோறு கொண்டுவருவதில்லை. கையில் நாலணா எட்டணாவென்று அவனிடம் நடமாடத் தொங்கிவிட்டது. தன் வீட்டில் இல்லாத உணவு வகைகளை சிவஞானம் முதல் முதலாக ருசிக்க ஆரம்பித்தது அய்யாச்சாமியின் செலவிலும் தூண்டுதலிலும்தான். கோழிப் பிரியாணி, ஆட்டுக்கால் சூப்பு. குருமா! முதலில் பெயர், பதார்த்தம் – இரண்டுமே கசந்தன. பின்பு பெயர் மட்டும் கசந்தது. நாளடைவில் இரண்டுமே இனிக்கத் தொடங்கிவிட்டன. இப்பொழுதெல்லாம் பெயர் கேட்டாலே இனிக்கிறது.

அம்மாவை ஒரு நாள் கேட்கக்கூடக் கேட்டுவிட்டான் சிவஞானம். அவன் பிறந்த பிறகு இரண்டு வருஷம் வயிற்றுக் கோளாறு அவளை வாட்டிற்றாம். வைத்தியர் யோசனையின் பேரில் புலாலை விட்டுவிட்டாள். அப்பாவும் விட வேண்டியதாகி விட்டது.

சிரிப்பில் தொடங்கி, குழப்பமாகி, கடைசியில் அய்யரும் அவர் சம்சாரமும் சொன்னது உண்மையென்று மனசுக்குப் பட அரை மணி ஆயிற்று. அய்யர் கொஞ்சம் கொஞ்சமாகச் சொல்லிச் சொல்லி நம்பிக்கையைக் கெட்டிப்படுத்தி வந்தார்.

மதனகாமராஜன் கதை படிப்பது போலிருந்தது, அவர் சொன்னதையெல்லாம் கேட்கும்பொழுது. அய்யருக்கு உறவுக்காரர் ஒருவர் சிதம்பரத்தில் இருக்கிறார். திருவாதிரை தரிசனத்திற்காகப் போன மாதம் சிதம்பரம் போன அய்யர் அங்கு தங்கியிருந்தாராம். உறவினர் வசதியானவர். பெரிய நெல் மிஷின் வைத்து அரைத்து மொத்த வியாபாரம் செய்யும் செட்டியாரிடம் கணக்குப்பிள்ளையாக இருந்து பதினாயிரக் கலக் கணக்கில் அரிசி பிடித்துப் பல ஊர்களுக்கு அனுப்பும் பொறுப்பு அவருக்கு. அவர் வீட்டில் வந்து தரிசனத்திற்காகத் தங்கியிருந்தது. நகரத்தார் குடும்பம் ஒன்று. அங்கேயே அய்யரின் உறவினர் ஒருவர் மாயவரத்துக்குப் பக்கத்துக் கிராமம் ஒன்றிலிருந்து தரிசனத்திற்கு வந்திருந்தார் அய்யருக்கு ஒன்றுவிட்ட தம்பி அவர். சிறுவயதில் சேர்ந்து வாழ்ந்தவர்கள். அவர் கிராமத்தில் கோவில் க்ஷீரணமாகி விட்டதாம், அதைப் புதுப்பித்துக் கும்பாபிஷேகம் செய்ய ஒரு பத்திரிகையை அச்சடித்துக் கொண்டு ஊர் ஊராக அலைந்துகொண்டிருந்தார். தங்கியிருந்த ஆச்சியையும் மகனையும் பார்த்துப் பத்திரிகையை நீட்டியபொழுது, ஆச்சி நீலாண்டூர்க் கதையைச் சொன்னாளாம். நீலாண்டூர்க் கோவிலைப் புதுப்பித்துக் கும்பாபிஷேகம் செய்த செட்டியாரின் மனைவி

அவள். குழந்தையையும் பணத்தையும் மாத்தூர் மருதமுத்து வாங்கிப்போனதையும் பின்பு செட்டியார் மரித்த பிறகு ஆச்சியிடம் பணத்தைக் கொடுத்துக் குழந்தையைத் தனதாக்கிக் கொண்டதையும் சொன்னாள் அவள். குத்தகையை விட்டுவிட்டு அவன் மாத்தூரை விட்டுக் குடிபெயர்ந்து போனதையும் சொல்லிவிட்டாள் ஆச்சி.

“கருமம் பண்ணறதுக்குக் கண்ணு மாதிரி ஒரு புள்ளை. அதை என் மவனாக்கிக்கிட்டேன்னான் சாமி, அந்த ஆளு. ரொம்ப ஆசையாக் கண்ணாலெ இம்புட்டுத் தண்ணி விட்டான், சும்மா உடச்சிக்கிட்டாப்பல; ‘சரிதான், என் மூஞ்சியிலே முளிக்காதையா போ’ன்னு அனுப்பிச்சிட்டேன். அவென் போன பெறவு என்னமோ பண்ணிச்சி. ‘சரின்னிட்டோமே – மகமாயிலே குளுந்துபோன ரண்டு உசிருக்கும் யாரு வருசா வருசம் திதி கொடுப்பாங்க – கொடுக்க வேண்டிய புள்ளை இப்படி ஆயிரிச்சே’ன்னு தவிச்சேன். அதிலேர்ந்து எந்தத் தீர்த்தத்துக்குப் போனாலும், எந்தத் தலத்துக்குப் போனாலும் அந்த ரண்டு பேரையும் நெனச்சிட்டு ஒரு தானம் பண்ணிடறது” என்றாளம் ஆச்சி.

ஊஞ்சல் பலகைக்கு முன் உட்கார்ந்திருந்த சிவஞானம் விசித்து விசித்து அழுதான்.

இறந்த குருக்கள், அவர் சம்சாரம் இருவரின் பெயர்களைக் கூட ஆச்சியிடம் கேட்டுத் தெரிந்துகொண்டாராம், பஞ்சாமி அய்யர்.

அவர் பெயர் ஞானஸ்கந்த குருக்கள் – அவள் பெயர் தையல்நாயகி.

“என் அப்பன் பெயர் ஞானஸ்கந்தன் – என் ஆயி பெயர் தையல்நாயகி! மருதமுத்து, யோகம்பா இல்லையா?”

உச்சிப்பொழுது ஆகிவிட்டது. காவேரிக்குக் குளிக்கக் கிளம்பினான். போகும்பொழுதே கடைத் தெருவில் ஒரு படி அரிசி, கால் படி எள், ஒரு தொன்னை நெய், ஒரு சீப்பு வாழைக்காய், தேங்காய், ஒரு படி துவரம் பருப்பு, வெற்றிலை பாக்கு – எல்லாவற்றையும் வாங்கி, மேல் சவுக்கத்தில் முடிந்துகொண்டான். அரித்தோடும் தண்ணீரில் மடுவாக இருந்த இடத்தில் விழுந்து முழுகினான். மண்டபத்தில் பஞ்சாங்கக்காரர் ஒருவர் தர்ப்பையும்கூடையுமாக உட்கார்ந்திருந்தார்.

“திதி கொடுக்கணும்” என்றான்.

சங்கல்பம் பண்ணி வைத்து, மறுபடியும் முழுகச் சொன்னார்.

“ஞானஸ்கந்தம் தர்ப்பயாமி?”

“தையல் நாயகி தர்ப்பயாமி?”

திருப்பித் திருப்பி இதைத்தான் சொன்னார் அவர். அரிசி, பருப்பு, வாழைக்காய், மிச்சமிருந்த எள் எல்லாவற்றையும் கொடுத்து எட்டணாவையும் கொடுத்துவிட்டுத் திரும்பி அய்யர் வீட்டிலேயே போய்ச் சாப்பிட்டான்.

பேச்சுவாக்கில் பஞ்சாமி அய்யரின் பெரியப்பா பிள்ளையின் சென்னை விலாசத்தைக் கேட்டுக்கொண்டான்; அதை நெட்டுருட்டுப் போட்டுக்கொண்டான். ஊருக்கு வந்தான்.

“என்னாத்துக்குடா கூப்பிட்டாரு ஐயரு?” என்று கேட்டாள் யோகாம்பாள்.

“ஒண்ணுமில்லேம்மா. அறுவடைக்கப்புறம் நிலம் தரிசா கிடக்க வாணாம், பருத்தி போடலாம்னு சர்க்கார்லெ சொல்றாங்களாம். போடலாமாடான்னு யோசிக்கறாரு அய்யரு. அதைப் பத்திப் பேசத்தான் கூப்பிட்டாராம்” என்று அவளைப் பார்க்காமல் குனிந்துகொண்டே சொன்னான்.

காளை மாடு விற்ற பணம் முன்னூறு ரூபாய் இருந்தது. அதை எடுத்துக்கொண்டான்.

“யம்மா, நான் டெமான்ஸ்ட்ரேட்டர் அய்யாவைப் பார்த்திட்டு வரேன், தஞ்சாவூர் போயி” என்று கிளம்பிவிட்டான்.

“இப்பத்தானே வந்தே? அதுக்குள்ளார என்னடா?” என்றாள் யோகாம்பாள்.

“அப்புறம் சுத்தறத்துக்குப் போயிடுவாரு. இன்னிக்கு ஞாயித்துக்கிழமை. ஊர்லியே இருப்பாரு” என்று கூறிவிட்டுத் தெருவில் இறங்கினான்.

யோகாம்பாள் ஒன்றும் புரியாமல் விழித்த சந்தேகம், அவன் உள்ளே அடிமனம் வரையில் பாய்ந்தது. பேசாமல் நடந்தான்.

பஸ் ஏறினான். இருபது மைல் போய் வேறு பஸ்ஸைப் பிடித்தான். நீலாண்டூர் வந்து சேர்ந்தான்.

கோவிலைப் பார்த்தாகிவிட்டது. ‘அவருக்கு’ப் பிறகு வந்த குருக்களையும் பார்த்தாகிவிட்டது. அந்தக் கதையைக்கூடக் கேட்டாகி விட்டது.

சாலையில் இருள் மண்டிக் கிடக்கிறது. இப்படியும் பஸ் வரும், அப்படியும் வரும், இப்படிப் போனால் குடவாசல் பஸ்ஸில் ஏறி, இன்னொரு பஸ்ஸைப் பிடித்துக் கும்பகோணம்

போகலாம். எதிர் பஸ்ஸில் ஏறினால் பாபநாசம் போய் ஊர் போகலாம்.

எப்படி இருபத்தைந்து வருஷமாக மறைத்து வைத்தார்கள்? வேலங்கோட்டையில் மற்ற யாருக்குமே இது தெரியாதா? தெரிந்துதான் மருதமுத்து எல்லோர் கையில் காலிலும் விழுந்து மன்றாடி, வாய்க்குப் பூட்டுப் போட்டு விட்டாரா?

ஒருவேளை தெரிந்திராது. வெட்டாற்றின் கிளைப் பாசனங் களில் ஒன்று பாய்கிற கிராமம் மாத்தூர். காவேரிக்கு வடக்கே பாய்கிற ஒரு கிளையில் வாழ்கிற ஊர், வேலங்கோட்டை. இரண்டுக்குமிடையே நாற்பது மைலுக்கு மேல் இருக்கும்.

ஒரே இருளாக இருந்தது.

தூரத்தில் மேற்கே 'ஹார்ன்' ஓசையும் பஸ் என்ஜின் ஓசையும் கேட்டன. சற்றுக் கழித்து பூனைக் கண்களைப் போல வெகு தொலைவில் மேற்கே இரண்டு ஒளிப் புள்ளிகள் தெரிந்தன. லாரியோ, பஸ்ஸோ தெரியவில்லை. பஸ்ஸாயிருந்தால் குடவாசல் பஸ்ஸாக இருக்கும்.

ஒளி நெருங்கிக்கொண்டே வந்தது. கால் வெடவெடத்தது அவனுக்கு. குடவாசல் பஸ்ஸில் ஏறிவிடலாமா? யோகாம்பாள் என்ன செய்வாள்?

ஒளி சற்று மறைந்தது. பத்து விநாடி கழித்து மீண்டும் இன்னும் பளபளப்பாகத் தெரிந்தது. ஏதோ முக்கில் திரும்பியிருக்கிறது. அருகே கண்ணைக் கூசிக்கொண்டே வந்தன இரண்டு ஒளிகளும்.

கையை உயர்த்தினான் சிவஞானம். தூக்கின கை தன் வசமின்றி நடுங்கிற்று.

பஸ் நின்றுவிட்டது.

ஏறிக்கொண்டான்.

"எங்கே போகணும்?"

"கும்பகோணம்."

"இது குடவாசலுக்குப் போற பஸ்ஸைய்யா!..."

"சரி, குடவாசல் கொடுங்க."

"அங்கே இறங்கி கும்பகோணம் பஸ்ஸிலே ஏறுங்க" என்று கண்டக்டர் டிக்கட் எழுதினான்.

சாலை மரங்கள் போட்ட வளைவுகளூடே சிள் வண்டின் இரைச்சலில் புகுந்து ஓடிற்று வண்டி.

3

சென்னை தனி உலகம். 'நம்ம' ஊரும் இந்தப் பட்டணமும் மலையும் மடுவும்போல. இங்கே நாற்பது நிமிஷத்துக்கு ஒரு பஸ் இல்லை. நிமிஷத்துக்கு ஒரு பஸ் பறக்கிறது. நம்மை ஏற்றிப் போகிற பஸ்ஸோ, இல்லையோ ஏதாவது ஒன்று ஓடிக்கொண்டுதானிருக்கிறது. ஆனால் இந்த எண்ணிக்கை போதாதென்று வாய் ஓயாமல் சாபம் கொடுத்துக் கொண்டிருக்கிறார்கள்.

நம்ம ஊர் காப்பிக்கடையில் 'இலையைத் தொட்டியில் போடவும்' என்று எழுதியிருக்கும். அவனவன் எச்சிலை அவனவன் கொண்டுதான் எறியவேண்டும். இங்கே அதற்கு ஓர் ஆள் இருக்கிறான். காலணாக் காசுக்குப் போக்கற்ற பரதைப் பயல்களெல்லாம் அப்படியே எச்சிலைப் போட்டுவிட்டு எழுந்து கையலம்புகிறான்கள். தெருவில் பல்லிளித்துப் பிச்சைக் கேட்டுச் சில்லறை சேர்க்கும் பிச்சைக்காரக் கபோதிப் பயல்கள் கூட ஹோட்டல் நாற்காலியில் உட்கார்ந்து பொட்டைக் கார்வார் பண்ணுகிறான்களே, அதைத்தான் சொல்லவா! எச்சில் தின்பதில்கூடக் கால் சட்டை, பூட்ஸ், கழுத்துக்கு 'டை' எல்லாம் போட்டுக்கொண்டிருக்கிற கனவான்கள்கூடக் கூச்சமோ நாச்சமோ படுவதில்லை. இந்தத் தட்டை அலம்பினானா என்றுகூடப் பார்க்காமல் கரண்டியால் சுரண்டிச் சுரண்டிக் காணாததைக் கண்டது போல விழுந்து விழுந்து தின்னுகிறான்கள். பட்டணத்திலும் படு மோசமான எச்சில் பட்டணம்! சாப்பாட்டுக் காவது வாழை இலை போடுகிறான்களே, புண்ணியவான்கள், நாய்க்குப் பால் ஊற்றுகிற அலுமினியத் தட்டை வைக்காமல்! அதுவும் எப்படிப்பட்ட தட்டு! கரும்புள்ளி விழுந்த பரதேசி அலுமினியத் தட்டு!

இரண்டு மாசம் வரைக்கும் எதுவும் ருசிக்கவில்லை. வயிற்றைக் குமட்டிக்குமட்டி வந்தது, தட்டிலேயே புரசிலையை வைத்து போண்டாவும் பஜ்ஜியும் கொண்டுவரச் சொல்லிச் சமாதானப்படுத்திக் கொண்டான் சிவஞானம். அந்தப் புரசிலையில்தான் எத்தனை கறுப்பு? எத்தனை பூஞ்சக் காளான்! இந்த ஹோட்டல்காரப் பயல்கள் நம்மை என்னவென்று நினைத்துக்கொண்டிருக்கிறான்கள்? கல்யாண எச்சில் இலையை மடுக்மடுக்கென்று கடிக்கிற எருமை என்று நினைக்கிறான்களா! எச்சில் தின்பதையே சித்து விளையாட்டு மாதிரிச் செய்துகொண்டிருக்கிற தொம்பப் பயல் என்று நினைத்துக்கொண்டான்களா!

சாஸ்திரியார் வீட்டில் சாம்பார் மணக்கிறது! ஏதோ தாளித்துக் கொட்டுகிறார்கள்; மணக்கிறது! நெய்யில் ஏதோ

வறுக்கிறார்கள்! முந்திரிப் பருப்பு மாதிரிதானிருக்கிறது! சில நாள் உப்புமா மணக்கும் – ஜிர்ஜிர் என்று தேங்காய் எண்ணெயும் தோசையும் அடுக்களையிலிருந்து ஓசையும் மணமுமாகத் திண்ணைக் கிராதிக்குள், மாடிப்படிக்குக் கீழ் உட்கார்ந்திருக்கிற அவன் மூக்கை வளைய வளைய வரும்!

இப்போதுகூட இருப்புச் சட்டியில் என்னமோ துவட்டு கிறார்கள் – ஜிர்ஜிர் என்று பதமாகிக்கொண்டிருக்கிறது.

ஆனால் இதற்கெல்லாம்கூட அவன் ஆசைப்படவில்லை. சமையல் அறை வரையில் போக அவனுக்கு இடம் கொடுத்திருக் கிறார்களே, அது போதும்! திண்ணையில் பெட்டி படுக்கை வைத்துக்கொள்ள இடம் கொடுத்திருக்கிறார்களே, அது போதும்!

திண்ணையென்றால் திண்ணை இல்லை. இது பட்டணத்துத் திண்ணை. ஊராருக்குக் கட்டி வைத்திருக்கிற உபகாரத் திண்ணை இல்லை, வாசல் படியில் ஏறியதும் ஒரு 'ஹால்' மாதிரி. வீட்டுக்கும் வாசலுக்கும் இடையே ஓர் இடம். அதைக் கிராதி போட்டு மறைத்து வைத்திருக்கிறார்கள். கிராதி ஓரமாக மாடிக்குப் போகிற படிக்கட்டு. படிக்கட்டின் கீழுள்ள இடத்தை சிவஞானம் வாசஸ்தலமாகக் கொண்டிருந்தான். அந்த இடம் முழுவதையும் இரண்டு மாதங்களுக்கு முன் அடைத்துக்கொண்டிருந்த கரிக்கூடையும், வாசல் கூட்டுகிற விளக்குமாறும், மொக்கு மாவுத் தகரமும், காதும் குதியும் அறுந்த பழஞ் செருப்புகள் போட்ட கூடையும் இப்பொழுது ஓர் ஓரமாக நகர்ந்து முக்கால் வாசி இடத்திற்குமேல் அவனுக்கு விட்டிருந்தன.

இரண்டு மாதங்களுக்கு முன், வந்தவுடனே அறிமுகப்படுத்திக் கொண்டான் சிவஞானம். சாஸ்திரியாரின் தம்பியும் திருவையாற்றி லிருக்கிறவருமான பஞ்சாமி அய்யருக்கு மிகவும் வேண்டியவன் என்றும், ஞானஸ்கந்தக் குருக்கள் என்ற குருக்களின் பிள்ளை என்றும் கூறிக்கொண்டான் சிவஞானம்.

சாஸ்திரிகள் அவனை ஏற இறங்கப் பார்த்தார்.

அப்படிப் பார்க்கிற காரணம் எனக்குத் தெரியும் என்று உள்ளே மனத்தின் கடைசிக் கட்டிலுள்ள ஒரு அறை முனகிக் கொண்டு நடுங்கிற்று.

"அப்பா அம்மா எல்லோரும் எங்கே யிருக்கா?" என்று கேட்டார் அவர்.

"ரெண்டு பேரும் இல்லை இப்போ."

"அடடா!...ம்...மெட்ராஸுக்கு எங்கே இப்படி வந்தே?"

“ஏதாவது வேலை பார்க்கலாம்னு வந்தேன். நீங்க ஏதாவது யார்கிட்டவாவது சொன்னீங்கன்னா நல்லது.”

மறுபடியும் அவர் முகம் சிணுங்கும் போலிருந்தது.

“என்ன படிச்சிருக்கே?”

“மூணாவது பாரம் வரைக்கும் படிச்சிருக்கேன்.”

“யார் படிக்க வச்சா?”

“சொந்தக்காரங்க.”

மறுபடியும் அவர் முகத்தில் லேசாக ஒரு சிணுங்கல். உதட்டுக்கடையில் ஒரு புன்சிரிப்பு.

வந்த முதல் நாள் அங்கேதான் சாப்பிட்டான் அவன். காபி, மத்யான்னச் சாப்பாடு, சாயங்காலக் காப்பி, இரவுச் சாப்பாடு எல்லாம்.

மறு நாளே ஹோட்டலில் ஒரு மாசச் சாப்பாட்டுக்குச் சீட்டு வாங்கிவிட்டான். டவுனுக்குப் போய் நீலமாக, நடுத்தர அளவில் ஒரு டிரங்குப் பெட்டி, இரண்டு பனியன், நாலு சட்டை, நாலு வேட்டி, இரண்டு துண்டு, ஒரு ஜமக்காளம், தலையணை – எல்லாம் வாங்கி வந்து மாடிப்படி வளைவில் வைத்துக்கொண்டான்.

நுங்கம்பாக்கத்தில் பழைய காலத்துத் தெரு அது. சிகரெட் பெட்டி மாதிரியும், தீப்பெட்டி மாதிரியும், மிட்டாய்க் கடை அலமாரி மாதிரியும் வீடுகள் இல்லாத பழைய தெரு. ஓட்டு வீடுகள் தாம் அதிகம். ஓரிரண்டு வீடுகளுக்கு ஊரில் இருப்பதுபோல் அகலமாகத் திண்ணைகள் கூட இருந்தன. அந்த மாதிரி ஒரு ஓட்டு வீட்டை வாங்கி முன் பக்கத்தையும் கூடத்தையும் இடித்து மாடி வைத்து, கலியாணக்கூடம் வைத்து, பட்டணத்து வீடும் கிராமத்து வீடும் இல்லாத அல்லது இரண்டும் சேர்ந்த ஒரு கலவையாகக் கட்டியிருந்தார் சாஸ்திரிகள். மாடிக்குப் போக வாசல் இரும்புக் கிராதியை ஒட்டினாற்போலப் படிக்கட்டு கட்டப்பட்டிருந்தது. அதன் வளைவில்தான் சிவஞானத்துக்குக் குடியிருப்பு.

வந்து ஒரு வாரத்துக்கு எங்கு போவதென்று தெரியவில்லை. நுங்கம்பாக்கம் பூங்காவில் உட்கார்ந்து சென்னை மனிதர்களைப் பார்த்துக்கொண்டு பொழுதைக் கழித்தான். ஏரிக்கரையில் புதிதாகக் கட்டப்படும் வீடுகளைப் பார்த்தவாறு சாலை ஓரமாக நிற்பான்.

ஆறரை மணிக்கெல்லாம் வீடு திரும்புவான். சாஸ்திரிகள் ராமாயணம், பாரதம் எல்லாம் சொல்லுகிறவர். மாம்பலத்துக்கு ஒரு டாக்ஸி வைத்துக்கொண்டு போவார். டாக்ஸி கொண்டு வருவதும், முன்ஸீட்டில் உட்கார்ந்து போவதும், அவருடைய புஸ்தகத்தைக் கொண்டுபோய் மேடைமீது வைப்பதும், கதை முடிந்ததும் தேங்காய், பழங்களை மூட்டை கட்டிவந்து டாக்ஸி பேசி ஏற்றிக்கொண்டு போவதும் அவன் வேலை.

அந்த வேலை மட்டும் இல்லை. காலையில் மார்கெட்டுக்குப் போய் வருவது, ஸ்டோருக்குப் போய் வருவது, தபாலாபீஸுக்குப் போய் வருவது – எல்லாம் அவன்தான். அவன் தபாலாபீஸுக்குப் போய்த் திரும்பும்பொழுது டாக்டர் இருக்கிறரா என்று பார்த்து வரும்படி சொல்லியிருந்தார் சாஸ்திரிகள்.

“டாக்டர் வீட்டுக்குப் போனியோ?”

“போனேங்க.”

“இருந்தாரா?”

“இருந்தாங்க. இப்ப வேணும்னாலும் வரலாம்னு சொன்னாங்க.”

ஒரு நிமிஷம் கழித்து அம்மாள், “டாக்டர் இருந்தாங்க, சொன்னாங்கங்கிறியே என்ன? இருந்தார், சொன்னார்னு சொல்லேன்” என்று ஜாதியை நினைவு படித்தினாள்.

தலையைக் குனிந்து நின்றான் சிவஞானம்.

“ஏன் இப்படியே பேசறே?”

“பளக்கமா போயிட்டுது.”

“பழக்கம்னு சொல்லமாட்டியா?”

இந்த ‘ழ’வும் ‘ள’வும் இவ்வளவு நெடிய சுவராக எழும்பி நின்று பிரிந்திருப்பதை இப்பொழுதுதான் உணர்ந்தான் அவன். நாக்கை புத்தியால் சுட்டிக்கொண்டான்.

கூடத்திற்கு அப்பால்போய் அடுக்களையை எட்டிப் பார்க்கக் கூடக் கால் கூசிற்று. அந்தக் கூடத்தைக்கூட காலை ஏழரை மணி முதல் எட்டரை மணி வரையில் மிதிக்க முடியாமல் இடை கழியிலும் வாசல் தாழ்வாரத்திலும் சுற்றிச் சுற்றி வந்தன அவன் கால்கள். அப்பொழுது சாஸ்திரிகள் பூஜை பண்ணுகிற சமயம். ஜன்னல் வழியாகப் பார்த்தால் ஒரு சின்னக் கறுப்பு லிங்கத்தின் மீது பாலும் தேனும் சந்தனமும் தண்ணீருமாக அவர் அபிஷேகம் செய்வது தெரியும். ஏதோ மந்திரம் ஜபித்துக்கொண்டே இந்தக் குளிப்பாட்டு நடந்துகொண்டிருக்கும்.

அவனுக்குக்கூடப் பூஜை பண்ணவேண்டும் போலிருந்தது. கிருத்திகைக்காகக் கந்தசாமி கோவிலுக்குத் தரிசனம் பண்ணப் போனவன் வாசலில் கடை விரித்து, மாக்கல் சாமிகள் விற்கும் நாடோடிக் கடைமுன் நின்றான். உள்ளங்கைக்கு அடக்கமான ஒரு கருப்பு லிங்கம், அம்பாள், பிள்ளையார் – மூன்று சிலைகளை ஒன்றரை ரூபாய்க்கு வாங்கி மடியில் கட்டிக்கொண்டு வந்தான். நீல ட்ரங்கில் வைத்தான். காலையில் எழுந்ததும் முதல் காரியமாக ஒரு அணாவுக்கு மருவும் முல்லையும் வாங்கி வந்து, குளித்தவுடன் சாமிகளை ட்ரங்கிலிருந்து எடுத்து, பூச்சூட்டி கால்மணி உட்கார்ந்திருந்தான். கந்தசாமி கோயில் வாசலிலேயே வாங்கின காமாட்சியம்மை விருத்தத்தையும் சிவாஷ்டோத்ரத்தையும் வாசித்தான்.

சிவாஷ்டோத்தரம் புரியாத பாஷை, ஸம்ஸ்கிருதம். எழுத்து மட்டும் தமிழ்.

சாஸ்திரிகள் வந்து நின்றார். சிரித்தார். “ஏண்டா, வாழைப் பழமே வாளப் பளமா கொளகொள கொளன்னு உன் நாக்கிலே பட்டு அளிஞ்சு போறது, இந்த அஷ்டோத்ரத்தை வேறே இப்படி அளியவைக்கணுமா?... தமிழிலே தேவாரம் திருவாசகம் எல்லாம் இருக்கேடா.”

“தமிள்ளதான் ரண்டு வார்த்தைக்கு ஒரு தடவை ‘ழானா’ வருது. சமஸ்கிருதமே தேவலாம் போலிருக்கு” என்று சற்றுத் தைரியமாகவே விடையிறுத்தான் சிவஞானம். சிரித்துக்கொண்டே சொன்னதால் தைரியம் இல்லை, வேடிக்கை என்று சாஸ்திரிகள் மனதில் பதிக்க முடிந்தது.

“சொல்லிக்காம ஓடி வந்துட்டேன். நீதான் என்னை மன்னிக்கணும்’னு சொன்னாலும் சாமி கேட்பர். உனக்கே புரியாத பாஷையிலே தப்பும் தவறுமா அவர் பேரைச் சொன்னால் கேட்பரோ?” என்றார் சாஸ்திரிகள்.

விறுக்கென்று நிமிர்ந்து அவர் முகத்தைப் பார்த்தான் அவன். சாஸ்திரிகள் வறட்சியாகச் சிரித்தார். மலர்ச்சி இல்லாத சிரிப்பு.

தலைகுனிந்து, வாசல்பக்கம் பார்த்தான் அவன். பொழுது ஏறியிருந்தது, தபால்காரன் வரும் நேரம். அவன் சிவலிங்கத்தைப் பார்த்துக் கண்ணை மூடியிருந்த சமயம். காலோசை உள்ளே போய்த் திரும்பிப் போனது நினைவுக்கு வந்தது. தபால்காரன்தான் போலிருக்கிறது அது.

“ஏண்டா, எங்கிட்ட சொல்லப்படாதோ? ரெண்டு பேருமே போயிட்டான்னு சொன்னே, வந்த அன்னிக்கி – இன்னிக்கி, உங்கம்மா ரொம்பக் கவலைப்படறான்னு எழுதியிருக்கான்

பஞ்சாமி, ஏண்டா? கல்லுமாதிரியாயிருக்கா தாயார். அவ இல்லவே இல்லேன்னு சாதிச்ச வாயாலே நீ என்னடா கேட்டு வாங்கிக்கப் போறே இந்தச் சாமி கிட்ட?"

சாஸ்திரிகளின் குரல் வெதவெதவென்று சுட்டது. "எதுக்காக அப்படிச் சொன்னே? தகப்பனில்லைன்னு சொல்லலாம்; தாயில்லைன்னு சொல்லுவாளோ? கெட்ட பிள்ளைதான் உண்டு; கெட்ட தாயே இந்த லோகத்திலே கிடையாதுன்னு மகரிஷிகள்ளாம் அலறியிருக்காளேடா!"

இன்னும் என்னென்னமோ சொன்னார் அவர். பாதிக்கு மேல் அவன் காதில் விழவில்லை. சத்தம் மட்டும் கேட்டது. அவன் மனம் "எல்லாம் நீ பார்த்துக்கோ. எல்லாத்தையும் உங்கிட்ட ஒப்படைச்சாச்சு" என்று சிவலிங்கத்தைப் பார்த்துக் கத்திக் கொண்டிருந்தது. காதில் விரலைவிட்டு அடைத்துக்கொள்ள வில்லையே தவிர, அடைத்தாற்போலவே அவன் காது கூர்மயங்கி மந்தித்துக் கிடந்தது – கிடக்கும்படியாக அவன் செய்து கொண்டான். அவர் இன்னும் என்ன சொன்னார் என்று காதில் ஏறவில்லை. பதிலே பேசாமல் வாயும் அடைத்துவிட்டது.

சாஸ்திரிகள் என்ன பதில் எழுதினாரோ?

வேலை பண்ணிவைப்பதாக அவர் சொல்லியிருக்கிறார். இன்னும் ஒன்றும் பலிக்கவில்லை. அவருக்குப் பெரிய என்ஜினீயர்கள், கடைக்காரர்கள், உத்தியோகஸ்தர்கள் என்று பல பேர் பழக்கம். ஆனால் அவன் படிப்புக்கு யார், எந்த வேலை கொடுக்கப்போகிறார்கள்? பி.ஏ., எம்.ஏ., எல்லாம் வேலைக்கு 'மோளம்' அடிக்கிற பட்டணம் என்று இங்கு அடி எடுத்து வைத்துப் பதினைந்து நாள் அலைந்த பிறகுதான் தெரிகிறது. நல்ல வேளையாக, தை வெயில், மண்டை பிளக்கவில்லை கால் பொரியவில்லை.

அவனும் ஒரு கடை, கம்பெனி பாக்கி இல்லாமல் அலைந்து விட்டு வந்துவிட்டான். பலிக்கக் காணோம். வேளை வரவில்லை.

○○○

நுங்கம்பாக்கம் ஆற்றங்கரையில் வர்ணக் குடை இரண்டை நட்டு அதன் நிழலில் உட்கார்ந்து ஏதோ திரைப்படத்திற்காக வெளிக்காட்சியைப் படம் பிடித்துக்கொண்டிருந்தார்கள். ஏகக் கூட்டம். அதை ஒரு நாள் முழுவதும் வேடிக்கை பார்த்தான் அவன். டைரக்டருக்குக் கையாளாக ஒரு அட்டையில் என்னத்தையோ எழுதி எழுதி ஆலாகப் பறந்துகொண்டிருந்த உதவி டைரக்டர் என்பவரோடு பேச்சுக் கொடுத்தான். "தீப்பெட்டி இருக்காய்யா?" என்று வாய் திறந்து கேட்டுவிட்டார் அவர். உடனே ஓடோடி,

முக்குக்கடையில் ஒரு தீப்பெட்டியோடு ஒரு இருபது சிகரெட் — பெட்டியே வாங்கிக்கொண்டு வந்து கொடுத்துவிட்டான் அவன். அவர் சொல்கிறபடி "உட்காருய்யா, நகரு...ம்ம்" என்று கத்திக் கூட்டத்தை வேறு சமாளித்தான். பொழுது ஏறஏற தொண்டை கம்மிவிட்டது. அவ்வளவு கத்தினான்.

சாயங்காலம் மூட்டை கட்டிக்கொண்டு அவர்கள் புறப்படுகிற சமயத்திற்கு "சார், நம்பளைக் கவனிச்சுக்கணும்" என்று அவரிடம் கெஞ்சினான். "நானும் நாடகம் எல்லாம் நடிச்சிருக்கிறேன் ஊர்லே" என்றான்.

"பாத்தீங்கள்ள, ப்ரதருக்கு நடிக்கிற சான்ஸ் வேணுமாம்" என்று கூட்டாளி ஒருவனோடு சொல்லிச் சிரித்தார் அவர். பிறகு "நாடக அனுபவம் பத்தாதுய்யா இதுக்கு அது வேற, இது வேற" என்று எக்களித்தார்.

"நீங்க பாருங்களேன், ஒரு சான்ஸ் கொடுத்து, நல்லா இல்லேன்னா உட்டுடுங்க..." என்று தயாராக வைத்திருந்த இன்னொரு சிகரெட் பெட்டியை நீட்டினான்.

வீட்டு விலாசத்தைக் கொடுத்துவிட்டுப் போனார் அவர். மறு நாளைக்கு நடந்த அந்த 'தர்சன'த்தின் பயனாக அவனுக்கு ஒரு வேஷம் கிடைத்துவிட்டது. ஆனால் கோடம்பாக்கம் மேல் கோடிக்குப் போன பிறகுதான் சங்கதி முழுவதும் தெரிந்தது. பேசாத வேஷம், ஏதோ கல்யாணத்தில் பாட்டுக் கச்சேரி, பெரிய கூட்டம் அதைக் கேட்டுக்கொண்டிருக்கிறதாம். ஒரு மஞ்சள் வேட்டியைக் கட்டி, கட்டம் போட்ட சொக்காய் போட்டு, மூஞ்சியில் மாவைப் பூசி மரத்தடியில் உட்கார்த்தி வைத்தார்கள். பசி கண்ணை இருட்டிற்று. மூன்று மணி சுமாருக்கு ஒரு பட்டை சாம்பார்ச் சாதத்தை புரசை இலையில் கட்டி எறிந்துவிட்டுப் போனான் ஒரு தாடிக்காரன். பொழுது சாய்ந்ததும் எல்லோரையும் ஓட்டிக்கொண்டு போனார்கள். ஏன் இத்தனை நேரம் என்று சிவஞானம் கேட்டதற்குக் கிடைத்த பதில் இதுதான்: முக்கிய வேஷக்காரர் வண்ணாரப்பேட்டை யில் உள்ள ஒரு ஹோட்டலிலிருந்துதான் சேமியாப் பாயசம் தருவிக்கச் சொல்லிச் சாப்பிடுவாராம். அங்கிருந்து வராமல் இன்று மாம்பலத்திலிருந்து வந்துவிட்டதாம். அது அவருக்குத் தெரிந்து போய்க் கோபித்துக்கொண்டு வீட்டுக்குப் போய் விட்டாராம். கடைசியில் வண்ணாரப்பேட்டையிலிருந்து சேமியாப் பாயசம் தருவித்து வீட்டுக்கு ஒரு சொம்பு நிறைய அனுப்பிய பிறகுதான் வந்தாராம். இதனால்தான் தவக்கமாம்.

"என்னாய்யா இது! பெரிய வேடிக்கையா இருக்கே! இரணியாட்சன், இரணியகசிபு கதை மாதிரில்ல இருக்கு"

என்றான் சிவஞானம், பக்கத்தில் தன்னோடு மரத்தடியில் படுத்திருந்தவனிடம்.

"ஏன்யா? உனக்கு ஏதாவது இருக்காய்யா மண்டையிலே? இரணியாட்சன் என்ன சாதாரணப்பட்டவனா? சாமியையே கதற அடிச்ச பய அவென். அம்புட்டு பலமும் துணிச்சலும் இருந்தவென். அவென் பேரோட இவென் பேரைச் சொல்லிட்டியே! மூணா வருசம் எச்சி பீடி குடிச்சிட்டிருந்த பய இவென். போய் வாயைக் கழுவிட்டு வாய்யா – இரணியாட்சன் காதிலே விளப்போவுது" என்று சீறி விழுந்தான் அவன். பசி அவனுக்கு.

கச்சேரி நடக்கும்பொழுது, நேற்று சிகரெட் வாங்கிக் கொண்டே உதவி டைரக்டர் சிவஞானத்தைப் பார்த்து உருட்டி உருட்டி விழித்தார். 'ஏன்யா மந்தி கணக்கா உக்காந்திருக்குறே? உங்க வீட்டிலே கச்சேரி வச்சா இப்படித் தான் செத்த பொணம் மாதிரி பாப்பியா? ஆட்டுய்யா தலையை! சுத்த கண்ட்ரிங்கள்ளாம் வந்து உசிரை வாங்குது' என்று கத்தினார். அதைத் தொடர்ந்து பக்கத்தில் கேட்ட சிரிப்பில், ஒரே பாய்ச்சலாகப் பாய்ந்து அவன் மென்னியைப் பற்றி 'எலே, யாருன்னு நெனச்சே? அஞ்சு வேலி குத்தகை பண்ற கையிடா இது? எச்சித் தம்பலம் தூக்கற நாயே!' என்று கத்தவேண்டும் போலிருந்தது சிவஞானத்திற்கு. என்னவோ சட்டென்று அடக்கிக்கொண்டு விட்டான்.

மஞ்சள் வேட்டியை அவிழ்த்துக்கொண்டு இரவு பத்து மணிக்குத்தான் எல்லோரையும் வெளியே விட்டார்கள். ரயில் சிநேகிதம்போல வந்த கூட்டாளிகளோடு பேசிய பொழுது பல சங்கதிகள் தெரிய வந்தன. அங்கே காட்சியில் வைத்திருந்த தென்னை மரங்கள் அங்கேயே வளர்ந்த மரங்கள் இல்லையாம். இன்று காலையும் நேற்று இரவும் இதற்காகவே வெட்டி வந்த மரங்களாம்! அட பாவிகளா! தென்னை மரத்தை எவனாவது வெட்டுவானோ? எந்தக் கொலைக்கும் துணிந்த பயல்கூட இந்தக் கற்பகத் தருவைச் சாய்க்கமாட்டானே! மல்லிகைச் செடி என்று வைத்திருந்த ஒவ்வொரு குச்சியும் நாலணா விலையாம்! இது என்ன கொள்ளை? 'நாலணாவுக்கு இந்தக் குச்சியை ஒரு வண்டி கொண்டுவந்து கிடத்தலாமேய்யா! இது என்னய்யா வயித்தெரிச்சல்! நமக்கு மஞ்ச வேட்டி கட்டினானுக! முதலாளிக்கு மொட்டையே அடிச்சுக் கப்பறையைக் கொடுத்திருவானுக போலிருக்கே!' என்று சலித்துக்கொண்டு முகப் பசையைத் துடைத்துக்கொண்டான். கடைசியில் பத்து ரூபாய்க்குக் கையெழுத்து வாங்கிக்கொண்டு, மூன்று ரூபாயைக் கையில் கொடுத்தார் உதவி டைரக்டர். கூடவே "சிகரெட் இருக்காய்யா?" என்று கேட்டு வைத்தார். "அதெல்லாம் நிறுத்தியாச்சுங்க. சும்மா

உங்களுக்காகத்தான் வாங்கினேன், நேத்து" என்று சொல்லிவிட்டு வெளியே வந்தான் சிவஞானம். பஸ் எல்லாம் நின்றுவிட்ட நிசி. மரத்தடிக் கூட்டாளியின் வீட்டுத் திண்ணையில் படுத்து இரவைப் போக்கினான். காலையில் எழுந்து வரும் பொழுது, "அப்பறம் எப்ப பாக்கறது?" என்று அவன் கேட்டதற்கு, "நேத்து நான் சொன்னப்ப நீங்க சொன்னது ஞாபகம் இருக்கு. நிஜ இரணியாட்சன் சூரப்பய. தடுக்கி விளற நோஞ்சான் பயலுவள்ளாம் இரணியாட்சன் மாதிரி நெனச்சிட்டுக் கத்தறாங்க. இஞ்ச இது ரொம்ப ஆபத்தான எடம். எனக்கு வேணும்" என்று விடைபெற்றுப் பஸ்ஸில் ஏறி நுங்கம்பாக்கம் வந்தான்.

அழுகை அழுகையாக வந்தது அவனுக்கு. சாஸ்திரியாரோடு நேற்று கதைக்குப் போவது தவறிவிட்டது. காலையில் போனால் பொழுது சாய விட்டுவிடுவார்கள் என்றுதான் அவன் போனது. ஆனால் இப்படிப் பட்டினியும் உடசலுமாக வருவோம் என்று அவன் கனவுகூடக் காணவில்லை. உடைசல் என்றால் வெறும் உடைசல் இல்லை. நாலாம் நாள் அந்தப் பிச்சைக்காரப்பயல் வீட்டு விலாசம் கொடுத்தபொழுது வானத்தைத் துளைத்துச் சீறிக்கொண்டு உயர்ந்த நம்பிக்கை, எங்கோ ஓர் இடத்தில் உயிரற்று, தெம்பற்று அவிந்து பொத்தென்று விழுந்து உடைந்துவிட்டது.

"எங்கே நேத்தியே புடிச்சுக் காணும்?" என்று புன்னகை, ஆவல் ஒன்றுமே இல்லாமல் பொம்மை மாதிரி கேட்டார் சாஸ்திரிகள்.

நடந்ததையெல்லாம் ஒரு பாட்டம் சொல்லி அழுதான் அவன். சிரிப்பும் அசட்டையுமாகக் கேட்டார் அவர். அவருக்குப் பாதி புரியக்கூட இல்லை என்றுதான் தோன்றிற்று. அவருக்கு அந்த உலகத்தைப் பற்றித் தெரிந்துகொள்ள என்ன அக்கறை? அவருக்கும் அதற்கும் என்ன சம்பந்தம்?

கடைசியில் "அதனாலெதான் வல்லையா? ஏதாவது கௌளி கிவுளி சொல்லித்தான் தலைகாட்டாம திரிஞ்சியோன்னு பார்த்தேன்" என்றார்.

"கவுளியா?" என்று விழித்தான் சிவஞானம்.

"வந்த அன்னிக்கே ஒரு பொய் சொன்னே, அப்பா – அம்மா இல்லேன்னு. அப்பறம் யாருக்கு ஸ்வீகார புத்திரனா வளந்தேங்கிறதையே அப்படியே மறைச்சிப்பிட்டே! . . . பஞ்சாமி எழுதியிருக்காட்டா, நீயே உள்ள வந்து சமைக்கக் கிளம்பியிருப்பே; நாங்களும் பேசாமல் சாப்பிட்டிருக்க வேண்டியதுதானே? மருதமுத்து ஸ்வீகாரமாமேடா, நீ ஞானஸ்கந்தக் குருக்கள் பிள்ளைன்னியே."

கண்ணை மூடிக்கொண்டான் சிவஞானம். சற்று நின்றான். ஆடினான். அப்படியே அவர் காலில் நெடுஞ்சாண் கிடையாக விழுந்தான்.

"என்னைக் காப்பாத்தணும். விட்டுப்ட்டா இப்படியே ஒளிஞ்சு போயிடுவேன் போலிருக்கு. நான் கூடத்துப் பக்கம்கூட வரலே. ஆனா என்னைத் திருப்பி அனுப்பக் கூடாது?" என்றான்.

அழக்கூடாது என்று கல்லாய் மனசைக் கட்டிக்கொண் டிருந்தவனுக்குக் குரல் உடைந்து விரிந்தது.

"எழுந்திரு" என்றார் சாஸ்திரிகள்.

4

வந்து மூன்று மாதமாகிவிட்டது.

இன்னும் வேலை கிடைக்கவில்லை. அலையோ அலை என்ற அலைந்தான் சிவஞானம். மூன்று மாசச் சாப்பாட்டுச் சீட்டுப் புத்தகங்களும் தீர்ந்துவிட்டன. இரண்டு மூன்று சிநேகிதர்களைப் பிடித்துக்கொண்டிருந்தான். அவர்களிடம் வாங்கிய கடன் முப்பது ரூபாயைத் தாண்டிவிட்டது.

வேலை இல்லை. சாப்பாடும் சாஸ்திரிகள் வீட்டில் இல்லை. மாடிவளைவுக்கு வந்து படுப்பதும் அலைவதுமாக ஒவ்வொரு நாளும் ஒரு வருஷமாகப் பருத்து ஊர்ந்தது.

காலையில் எழுந்து குளித்து, ட்ரங்குப் பெட்டியைத் திறந்து சிவலிங்கம், அம்பிகை, கணபதி – மூன்றையும் எடுத்து வைத்துக் கொண்டு தியானம் செய்கிறான். இப்பொழுது அவற்றுக்காகத் தாராளமாகப் பூ வாங்கக்கூட சில்லறை நடமாடவில்லை. முல்லை, ஜாதி எல்லாம் போய் மரு, தவனம் என்று பட்டணத்துப் பெயர் கொண்ட மருக்கொழுந்து – இந்த இரண்டோடு நின்றுவிட்டது, உபசாரம் எல்லாம். மலைப் பழங்களுக்குப் பதிலாக காய்ந்த திராட்சை.

சிலைகளுக்கு முன் கண்ணை மூடினால் மனதுகூட அங்கே நிற்கவில்லை. ஊசலாடுகிறது, அலைகிறது.

"சிவஞானம்! சொல்றேன்னு நெனச்சுக்காதே. மாடி வளைவிலே கரிக்கூடைக்கும் செருப்புக்கூடைக்கும் நடுவிலே எத்தனை நாள்தான் சிரமப்படுவே? வேற எங்கியாவது ஒரு 'ரூம்' இருந்தாப் பாரு. அப்ப கொஞ்சம் சௌகர்யமா இராது? இங்கே காலை கையைக்கூட நீட்ட வசதி இல்லையேடா" என்றார் சாஸ்திரிகள்.

பதில் பேசாமல் நின்றான் அவன். மூன்றாவது நாளும் அதே பேச்சு வந்தது. "முந்தாநாள் சொன்னேனே, அதைப்பத்தி யோசிச்சியா?"

"எது?"

"அதான்? ரூம் எங்கியாவது கிடைக்கிறதோன்னு பார்த்தியோ?"

"இல்லை."

"இல்லைன்னா? ரூம் இல்லையா? நீ பார்க்கலியா?"

"பார்க்கலே."

"பார்க்காம இருந்தா, ரூம் வந்து உன்னை அழைச்சிண்டு போகுமா?"

". . ."

"பேசாம நின்னுண்டிருந்தா?"

". . ."

"வாயைத் திறந்து பதில் சொன்னாத்தானே தெரியும்? ரூம் பார்க்கிறதாக உத்தேசம் உண்டா இல்லையான்னாவது தெரிஞ்சுக்கறேன்."

"பார்க்கறேன்."

"அப்ப!... எப்ப பார்க்கப் போறே?"

"இன்னிக்கி."

இன்றைக்கு என்றால் என்ன அர்த்தம்? அவனுக்கே தெரிய வில்லை. கிளம்பும் நோக்கம் இருந்தால்தானே அர்த்தத்தைப்பற்றிக் கவலைப்படவேண்டும்!

இது நடந்து ஆறு நாளாகிவிட்டது. ஏழாவது நாள் காலையில் வழக்கம்போல அவன் குளித்துவிட்டுச் சிலைகளை வைத்துக் கொண்டு உட்கார்ந்தான்.

இரண்டு வீடு தள்ளி எதிர்ச்சாரியில் குடியிருக்கிறவர் உள்ளே வந்து சாஸ்திரிகளோடு பேசிவிட்டு வெளியே போகிறார். காய்கறிக்காரி வந்தாள். பிறகு மொக்குமாவு விற்கிறவள் வந்து, ஒரு படி மாவு போட்டுவிட்டுப் போனாள்.

எல்லோரும் போய்விட்டார்கள்.

"சிவஞானம்" என்று குரல் கேட்டது, உள்ளேயிருந்து. வெறும் குரல், எதற்கு இந்தக் கடுமை? இவருக்குத் தெரிந்திருக்குமா?

"ஏய்... சிவஞானம்."

"ஏன்?"

"இஞ்ச வா."

இவருக்குத் தெரிந்துவிட்டதா என்ன என்று நினைக்கும் பொழுது கைகால் எல்லாம் நடுக்கம் கண்டது. பளார் என்று ஓங்கிக் கன்னத்தில் அறையப் போகிறாரோ அவர் என்று பயந்தான். அந்த அடி விழப்போகிறது என்று நிச்சயமாக எதிர்பார்த்தான்.

பின்னால் கையைக் கட்டி, மூக்கு விடைக்க நின்றார் சாஸ்திரிகள். கோபப் பெருமூச்சில் மார்பு விம்முவது போலிருந்தது.

"ஏ! தத்தாறி! என்னடா இதெல்லாம்?" என்று அவன் முகத்தில் வீசி எறிந்தார் ஏழெட்டுக் கடுதாசிகளை. எடுத்த எடுப்பிலேயே அவர் குரல் உச்சமாக ஓங்கி உடைபட்டுக் கரகரத்தது.

அவர் முகம் எல்லாம் இழுத்துக் கொண்டது, "மகா பாவி!" என்று அவன் கழுத்தை நெறிக்க வந்தார். இரண்டு கைகளும் அருகே வந்தனவே தவிரத் தொடவில்லை. பயமுறுத்திவிட்டுப் பின்னே போய்விட்டன.

முகத்தில் மோதிய கடுதாசிகள் கீழே கிடந்தன.

"எடுடா இதையெல்லாம்... ம்... எடுடான்னா, எடு... இப்ப உன்னை வதம் பண்ணிவிடுவேன். என்னைக் கொலைகாரனாக்கிப்பிடாதே."

"என்னது! என்னது!" என்ற கிணற்றங்கரையில் அரிசி களைந்துகொண்டிருந்த அவர் சம்சாரம், அரிக்கஞ்சட்டியும் கையுமாக ஓடி வந்தாள்.

"என்னது! என்னது?"

"நீ போ அந்தண்டை!"

ஒன்றும் புரியாமல் விருட்டென்று ஸதம்பித்து நின்றாள் அவள்.

"எடுடா."

சிவஞானம் குனிந்து, மடித்த கடுதாசிகளை எடுத்தான்.

"இதெல்லாம் நீ எழுதினதுதானேடா?"

". . ."

"சொல்லு."

தி. ஜானகிராமன்

‘ஆம்’ என்ற பாவனையில் தலையசைத்தான் அவன்.

“தலை ஆட்டறியேடா, மகாபாவி! நீ இப்படியெல்லாம் பண்ணுவேன்னு நினைக்கலேடா! வயித்தைக் குமுறிண்டு வரதுடா எனக்கு! நீ நன்னாயிருப்பியா?”

“ஏன் இப்படி பதறியாறது? என்ன நடந்தது? என்ன கடுதாசி இது?” என்று சாபம் போன்று வந்த அவருடைய வார்த்தைகளைப் பொறுக்காத அவர் சம்சாரம் கேட்டாள்.

“என்னவா? என் மானம் போறதுடீ! மாடி வளைவிலே இந்தப் பயலுக்கு இடம் கொடுக்கப்போயி, பார்சல் கிளார்க் நாணுவோட பொண்ணுக்கு ஆபத்து வந்துட்டுது, என்னடாப்பா, ‘மாமி... மாமி... மாமி’ன்னு நூறு நடை வந்துண்டிருக்கே அதுவும்னு பார்த்தேன். லெட்டர் எழுதியிருக்காண்டி – லௌவ் லெட்டர்கள்– அவ இவனுக்கு எழுதறதாம்; இவன் அவளுக்கு எழுதறதாம்! ம்... ஏண்டா பாவி! ஹைக் கோர்ட் ஜட்ஜு முதல்கொண்டு, மந்திரி முதக் கொண்டு இங்க வந்திண்டிருக்காடா. அவ்வளவு கௌரவப்பட்டவாள்ளாம் வந்து போயிண்டிருக்கிற வீடுடா இது! இஞ்ச வந்து ஆமை வந்து பூந்தாப்பல பூந்தியேடா, ரண பாதகா!”

அவர் சம்சாரம் சிறிதுநேரம் பொறி கலங்கினாற்போல நின்றாள். வீட்டுக்குள் நடக்காத பாபம் நடந்துவிட்ட அதிர்ச்சியில் புலனொடுங்கிவிட்டது அவளுக்கு.

“இங்க வந்து புலம்பிட்டுப் போனார்டா அவர்! இப்பதான். அவமானம் தாங்கமாட்டாம, தூக்குப் போட்டுனுடுவார் போலிருக்கு அவர்...”

“ஏண்டா சிவஞானம்! இந்தமாதிரிப் பண்ணலாமா?” என்றாள் சாஸ்திரிகளின் மனைவி. மேலே பேசமுடியவில்லை. கண்ணைத் துடைத்துக்கொண்டு நின்றாள்.

மேல் துண்டைக் கடித்துக்கொண்டு விக்கினான் சிவம்.

“இத பாரு; ராத்திரி போட் மெயிலுக்கு டிக்கட் வாங்கிக் கொடுத்துடறேன். ஓடிப்போயிடு. சாயங்காலம் அஞ்சு மணிக்கு மேலே உன்னை இஞ்ச பார்த்தேனோ, உன்னை த்வம்சம் பண்ணிப்பிடுவேன். உன்னைக் கொன்னா எனக்கு பிரம்மஹத்தி தோஷம் வந்துடாது. தாயார் தகப்பனர் பிராம்மணாளாயிருந்தது, உன்னை இந்த லோகத்திலே கொண்டு வந்த ஒரே ஒரு காரியத் துக்குத்தான். உன்னைப் பெத்த பாவத்துக்குப் பிராயச்சித்தமா உடனே செத்தும் போயிட்டா அவா. உன்னைக் கொன்னா எனக்குப் பெரிய தோஷம் வந்துடாது.”

“என்னத்துக்கு இப்படியெல்லாம் பேசணும்? சாயங்காலம் ஊருக்குப் போன்னு சொன்னால் சரி” என்றாள் சாஸ்திரிகளின் மனைவி.

“சரி, நீ போ! என் மூஞ்சியிலே முழிக்காதே. இந்த மகா வித்வானைத் தவிர வேற ஒருத்தனையும் பண்ணிக்க மாட்டேன், இல்லாட்டா சமுத்ரத்திலே விழுந்து செத்துப் போறேங்கறதாம் நாணு பொண்ணு. உள்ளே போட்டுப் பூட்டிவச்சிருக்கா ளாம்…” என்றார் சாஸ்திரிகள்.

சிவஞானத்தின் முகம் சட்டென்று வெளிர் ஓடிற்று. சாஸ்திரிகள் இத்தனை நேரம் பேசியதெல்லாம், அவனுடைய பிறப்பையும் வளர்ப்பையும் மிதித்து நசுக்கினதையெல்லாம் பொறுத்துக்கொண்டான் அவன். ஆனால் சுலோசனா – அந்தப் பெண் – அறையில் பூட்டப்பட்டுக் கிடந்த செய்தி அப்படியே அவனுடைய கைகால், மனசையெல்லாம் ஒடித்துவிட்டது. பலம், ஹ்ரதயம், ஆத்மா எல்லாம் நழுவி விழுந்துவிட்டாற்போல் நின்றான்.

“நீ போகலாம்.”

“. . .”

“போன்னாப் போயிடணும். இனிமே என் மூஞ்சி யிலே முழிக்காதே. உன்னைப் பார்க்கவே எனக்குக் கூசறது… போயிடு…ம்.”

“போயிடறா சிவஞானம்” என்றாள் அம்மாள்.

தலைகுனிந்து வெளியே வந்தான் அவன்.

சிறிதுநேரம் பிரமை பிடித்து நின்றான்.

இந்த மூன்று மாசமாக நடக்கிற சித்ரவதையை இப்பொழுது ஒரு மாசமாகத்தான் சகித்துக்கொள்ள முடிந்தது. எதிர்ச்சாரியில் இரண்டு வீடு தள்ளியுள்ள வீட்டு மாடியில் இனிமேல் சுலோசனாவைப் பார்க்க முடியாது.

இந்த நெருக்கம் எப்படி ஏற்பட்டதென்றே தெரியவில்லை. மாடி வளைவின் கிராதி வழியாக நாலு கண்களும் பார்த்துக் கொண்டு நின்றன. பிறகு நுங்கம்பாக்கம் பார்க்கில் வந்து பார்த்துக்கொண்டன. பிறகு கோவிலில் வந்து பார்த்துக்கொண்டன. மாம்பலத்தில் சாஸ்திரிகள் நடத்துகிற கதைக்கும் திடீரென்று ஒரு நாள் அம்மாவோடு வர ஆரம்பித்தாள் சுலோசனா. கதைக்காக அவள் வரவில்லை என்பதை உணர்ந்தபொழுது சிவஞானத்தின் நெஞ்சு கிளுகிளுவென்றது. கதையில் அவளைப் பார்க்கும்படியான

இடத்தில் உட்கார்ந்துகொள்வான். சாஸ்திரிகளுக்கு டாக்சி கொண்டு வந்து ஏற்றிப் போகும்பொழுது ஒன்பதாம் நம்பர் பஸ்ஸில் அம்மாவும் பொண்ணும் உட்கார்ந்திருப்பது தெரியும்.

நேற்று சாயங்காலம், எப்பொழுதுமே வெறிச்சோடிக் கிடக்கிற, எழும்பூர் போகிற காலேஜ் சாலை வழியாக இருவரும் நடந்தார்கள். யாரிடமும் சொல்லாத தன் அரைப் பார்ப்பனக் கதையை அவளிடம் சொல்லி அழுதான் அவன். ஆச்சரியம் தாங்கவில்லை அவளுக்கு. அதைவிட வேதனைதான் தூக்கி நின்றது. கடைசியில் “இதெல்லாம் எதுக்குச் சொல்றே! உனக்குப் பூணல் இருக்கா இல்லையான்னு என் மனசுக்கு ஜோசியமா தெரியும்? நான் தெரிஞ்சிண்ட வரைக்கும் சரி. ஆனா நீ என்மேல் சந்தேகப்பட்டுத்தானே இதைச் சொன்னே?” என்று பதில் சொல்லிற்று அந்தப் பெண்.

“இல்லை. நான் சாஸ்திரிகள் வீட்டிலேதான் இருக்கேன். ஆனால் உள்ளவும் போக முடியலே. வெளியேயும் நிக்க முடியலே. நான் இப்ப கண்டதையெல்லாம் திங்கிறதைக் கூட விட்டுப்பிட்டேன். பூணல்கூட மாட்டிக்கிட்டேன் – திருவல்லிக்கேணி பைக்ராப்ட்ஸ் ரோட்டுலே வாங்கி, ஆனா சினிமாவிலே அரண்மனை, வீடு கட்றாங்களே, படம் பிடிக்க – அதுமாதிரி இருந்தது. அட்டை வீட்டைப் படம் பிடிக்கலாம், குடியிருக்க முடியாது. எனக்குப் பேச்சும் சரியா வரலே. நான் உங்க மாதிரிப் பேசறதைப் பார்த்து அம்மா சிரிக்கிறாங்க. சாஸ்திரியார் சிரிக்கிறாங்க. ஆனா எங்கப்பாவும் அம்மாவும் செத்துப்போயிருக்காட்டா நானும் இந்த மாதிரி நிறையப் படிச்சு மதிப்பா இருக்க வேண்டியவன் தானே? இப்ப எனக்கு ஆலையிலே சம்மட்டி அடிக்கிற வேலைதான் கிடைக்கும் போலிருக்கு.”

“நீ தெருக்கூட்ற வேலை செஞ்சாலும் நானும் உன்னோட வந்து கூட்டறேன் போறுமா?” என்று சொல்லி அந்தப் பெண் அழுதுவிட்டது.

அந்தக் கணத்திலேயே அவளை அழைத்துக்கொண்டு எங்கேயாவது போயிருக்கவேண்டும்.

இப்பொழுது உள்ளே போட்டுப் பூட்டியிருக்கிறார்களாம்.

உயிரே பாரமாகக் கனத்தது. அப்படியே கரைந்து வெளியோடு வெளியாக அழிந்துவிட வேண்டும்போலிருந்தது அவனுக்கு.

ட்ரங்குப் பெட்டியைத் திறந்து சிவலிங்கத்தையும் அம்பிகையையும் கணபதியையும் எடுத்து மடியில் கட்டிக் கொண்டு தெருவில் இறங்கினான் சிவஞானம்.

வெளியே திரிந்தான். சுலோசனாவை அவளுடைய தகப்பன் விசிறிக்காம்பை எடுத்து, மூஞ்சி முகரை எல்லாம் அடிப்பதுபோலத் திடீர் திடீரென்று அவனுக்குத் தோன்றியது. அவள் அம்மா கரண்டியை அடுப்பில் போட்டு அவள் மேலே இழுப்பது போலிருந்தது. பஸ் ஸ்டாண்டில் நின்றவன், வலியில் புருவத்தையும் கண்ணையும் சுளுக்கிக்கொண்டான். மீண்டும் பஸ் வந்தது. ஏறி மாம்பலத்தில் இறங்கினான். பன்னிரண்டாம் நம்பர் பஸ்ஸில் ஏறித் திருவல்லிக்கேணிக்கு டிக்கட் வாங்கிக் கொண்டான். கண் ஒன்றையும் பார்க்கவில்லை. குத்திட்டு எங்கேயோ நின்றது. சுலோசனா பூட்டிய அறையில் படுத்து அழுகிறாள்! அவள் எலும்பை உடைக்கலாம். மனசை உடைக்க முடியுமா இவர்களால்?

ஐஸ் ஹவுஸில் இறங்கி பீச் ஓரமாக நடந்தான். மெரினா ஹோட்டலில் புகுந்து இரண்டு ரொட்டித் துண்டுகளும் காபியும் சாப்பிட்டான். இப்பால் வந்து பூவரசு நிழலில் உட்கார்ந்தான்.

சாயங்காலக் கூட்டம் ஈசல் ஈசலாக வந்தது. கடலைக்காரன் வந்தான். ஐஸ் க்ரீம்காரன் வந்தான். முறுக்குக்காரன் வந்தான். கடலலை ‘சல்சல்’லென்று விழுந்தது. ஆலை இயந்திரங்களைப் போல உறுமிற்று. தேர்க்கூட்டம் இரைகிறாற்போல இரைந்து உருண்டு வந்து, கரைக்கு வந்துவந்து மோதி அழிந்தது. இந்தக் கரைக்கு எவ்வளவு சக்தி! எல்லாவற்றையும் முதுகை ஒடித்து சாம்பலாக்கினாற்போல, இருந்த இடம் தெரியாமல், ஓசைப் படாமல் நசுக்கித் தேய்ந்து விடுகிற சக்தி!

இருட்டிய பிறகு எழுந்து நடந்தான். சாலையைத் தாண்டி னான். ஓரமாக நின்றான். ஒரு மரக் குப்பல், அருகிலுள்ள குப்பமே கூப்பிடு தூரத்தில் இருந்தது. யாருமில்லாத மரக் குப்பல். சட்டென்று அதற்குள் நழுவினான். நாலைந்து புங்க மரங்களும் இரண்டு பூவரசு மரங்களும் கொண்ட ஒரு குப்பல். தனி இடம். அங்கே இருட்டி வெகுநேரம் வரையில் உட்கார்ந்திருந்தான். கடற்கரைச் சந்தடி ஓய்ந்துவிட்டது. நீல விளக்குகள் தெரிந்தன. சற்றைக்கொருமுறை வெவ்வேறு கார்கள் பளபளவென்று ஓடின. பஸ் போய்க்கொண்டிருந்தது.

இங்கிருந்து எல்லாம் தெரியும். ஆனால் அங்கிருந்து ஒன்றும் பார்க்கமுடியாது.

சாலை ஓய்ந்துவிட்டது.

மடியில் கட்டியிருந்த சிவலிங்கத்தை எடுத்து வைத்தான். அம்பிகையையும் கணபதியையும் எடுத்து வைத்தான். பையிலிருந்த துண்டுக் கடுதாசை எடுத்தான். இருளிலேயே

பென்சிலால் எழுதினான். "நானே வெறுத்துப் போய் உயிரைப் போக்கிக் கொள்ளுகிறேன். இதற்கு யாரும் காரணமல்ல" என்று எழுதினான். மூன்று சிலைகளையும் கும்பிட்டுவிட்டு மரத்தில் ஏறிக் கழுத்தில் துண்டைச் சுருக்கு முடிந்து மாட்டிக்கொண்டான். கிளையில் ஒரு கோடியை முடிச்சுப்போட்டான். விடுதலை இனித்தது; புரண்டான், சுருக்கு இறுகிற்று. கண்ணை நசுக்குவது போலிருந்தது. மூக்கை ஏதோ வந்து அடைத்தது.

5

இது என்ன வெளிச்சம்! பிள்ளையாரை மடியில் வைத்துக் கொண்டு பார்வதி உட்கார்ந்திருக்கிற காலண்டர் – மஹா விஷ்ணு துருவனுக்கு எதிரே நிற்கிற காலண்டர் – வடநாட்டில் புகைகிற உருக்காலையின் காலண்டர்.

"டிக்டிக்டிக்" என்று மேஜைக் கடியாரம் டிக்கிடுகிறது. சாஸ்திரியார் வீட்டு இடைகழியா என்ன? அதோ ஜன்னல் வழியாக மாடிப்படி தெரிகிறது. நிலைக்கதவுக்கு மேலே கண்ணை மறைத்து நாமம் போட்ட வெங்கடாசலபதி காலண்டர் . . . ஆமாம். சாஸ்திரியார் வீட்டு இடைகழிதான்! கண்ணை நன்றாகக் கொட்டிக் கொட்டி அகற்றி விழித்தான் சிவஞானம். எழுந்திருக்க முடியவில்லை. கழுத்து உருண்டை வலித்தது. இன்னும் யாரோ சற்றுத் தள்ளிப் படுத்திருக்கிறது போலிருந்தது.

காலையில்தான் விவரம் தெரிந்தது. சாஸ்திரியார் வீட்டுப் பால்காரன் பீச்சுப் பக்கம் நடந்துகொண்டிருந்தானாம். யாரோ குமுறிக் குமுறிக் கத்துவது போலிருந்ததாம். சத்தம் வந்த மரக் குப்பலுக்குள் ஓடிப்போய்ப் பார்த்தபொழுது ஒரு ஆள் மரத்திலிருந்து தொங்குவதைக் கண்டானாம். சட்டென்று பேனாக் கத்தியால் துண்டை நறுக்கி, அவனைத் தாங்கிக் கீழே வைத்தானாம். உற்றுப் பார்த்தபொழுது 'நம்ம' சாஸ்திரியார் வீட்டுக்கு வந்திருக்கிற பையன் என்று தெரிந்ததாம். ஒரு ரிக்ஷா பேசி அவனைப் போட்டுக் கொண்டு வந்தானாம்.

அருகே வந்து உட்கார்ந்த பால்காரன் மேலும் சொன்னான்: "ஏனப்பேன், ஐயருக்கு இவ்வளவு கஷ்டம் கொடுக்கணும்னு எத்தினி நாளாப்பா ப்ளான் போட்டுக்கினு இருந்தே? ரிக்ஷாக் காரன் வாயைத் தொறந்து டாக்டர் கிட்ட நெஜத்தைச் சொல்லி – போலீஸுக்குப் போனா என்னா நடந்திருக்கும் தெரியுமா? நீ கம்பி எண்றது இருக்கட்டும். ஐயா ஊட்லெ விசாரணை – அம்மாகிட்ட விசாரணை இதுக்காகவா அய்யா ஊட்லெ தங்கினே? ஏனப்பேன்!"

மறுபடியும் தலைகுனிய வேண்டியிருந்தது. 'இந்த வீட்டுக்குள் காலடி எடுத்து வைத்த நாளாக என்று தலை நிமிர்ந்து நின்றேன்?'

சாஸ்திரியார் அவனோடு பேசவில்லை. அம்மாளும் பேசவில்லை. கறிகாய் வாங்க வாசலுக்கு வருகிறாள். இந்த இடைகழியைக் கடந்துதான் போகிறாள். திரும்பிப் பார்க்கவில்லை; கடைக்கண்ணால் பார்த்துக்கொண்டே போகிறாள்.

பாராப் போட்ட மாதிரி பால்கார நாய்க்கர் இடைகழியை விட்டு அசையமாட்டேன் என்கிறார்.

ஒரு நாள் பூராவும் அசையக்கூடாது என்று டாக்டர் சொல்லிவிட்டாராம். எழுந்து உட்காரவேண்டும் போலிருந்தது.

பகல் போயிற்று. மாலை போயிற்று. கதை சொல்வதற்காக சாஸ்திரியாரும் அவர் மனைவியும் டாக்ஸியில் ஏறி மாம்பலம் போனார்கள்.

வீட்டில் யாருமில்லை; இடைகழியின் அந்தண்டை நிலையை – கூடத்துக்குப் போகிற நிலையையும், மாடிக்குப் போகிற நிலையையும் – பூட்டிக்கொண்டு கதைக்குப் போய்விட்டார்கள் அவர்கள்.

பால்காரனும் இன்னொரு நண்பனும் பாராக் கொடுத்துக் கொண்டிருந்தார்கள்.

கனகம் வந்தாள்; உயரமாக, கன்னத்தில் எண்ணெய்க் கறுப்பும் மச்சங்களும் படர, கோதாத தலையுடன் கிழிசல் புடவையுடன் வந்து நின்றாள். சுலோசனா வீட்டில் கூட்டுகிற வேலைக்காரி அவள்.

"எங்கே ஆத்தா வந்தே?" என்றார் நாய்க்கர்.

"சும்மாத்தான்! உடம்பு சரியில்லையாமெ தம்பிக்கு? பாத்திட்டுப் போகலாம்னு வந்தேன்."

"வீட்டுக்குப் போகலியா? இன்னுமா வேலை செஞ்சுக்கினு இருக்கே?"

"இல்லே நாய்க்கரே, எங்க ஊட்டு அய்யரு, அம்மா, சின்னம்மா அல்லாரும் ஊருக்கு போனாங்க. டாக்ஸி கொண்டாரச் சொன்னாங்க. கொண்ணாந்தேன்; மூட்டையெல்லாம் ஏத்தினேன்; ஏறிக்கினுப் போனாங்க. அவங்களை அனுப்பிட்டு நேரே வரேன். தம்பிக்கு ஏதோ உடம்பு சரியில்லேன்னாங்க; பாக்கலாம்னு வந்தேன்."

"எந்தூருக்குப் போறாங்க?"

"மதுரைக்கு அந்தாண்டையாம்."

"லீவிலே போறாங்களா?"

"ஆமாம் – வர நாலஞ்சு மாசமாகுமாம்."

சிவஞானம் இதையெல்லாம் கேட்டுக்கொண்டிருந்தான். சற்று நின்று அவனைப் பார்த்துவிட்டுக் கனகம் போய்ச் சேர்ந்தாள்.

கனகம் ஏன் இதை மெனக்கிட்டு வந்து சொல்ல வேண்டும்?

அவள் போனதும் அரைமணிக்கெல்லாம் வாசலில் ஒரு ஜட்கா வந்து நின்றது.

யாரது?

செருப்புச் சத்தம் கேட்கிறது.

பஞ்சாமி அய்யர் வந்தார்.

நாய்க்கர் எழுந்தார்.

"வீட்டிலே யாருமில்லை?"

"வாங்க: வந்திருவாங்க. கதைக்குப் போயிருக்காங்க."

"என்னடா உடம்பு?" என்று அருகே வந்தார் பஞ்சாமி. "உங்கம்மா வந்திருக்காடா; யோகாம்பா, உள்ளே வாயேன்" என்றார்.

"ம்..."

யோகாம்பாள் வந்து நின்றாள்.

கூஹூவென்று குழந்தைமாதிரி அழுதான் சிவஞானம்.

பஞ்சாமி அய்யர் தன்னையும் யோகாம்பாளையும் அறிமுகப் படுத்திக்கொண்டார்.

"ஏதோ போதாத காலம்; ஆட்டிவச்சுது" என்றார் நாய்க்கர்.

"என்ன?"

"உங்களுக்குச் சேதியே தெரியாதுங்களா?"

"என்ன?"

"நேத்து ராத்திரி தந்தி கொடுத்தாங்களே அய்யா – ஒண்ணும் சொல்லலியா அதிலே?"

"அவசரமா, உடனே இவன் அம்மாவோட புறப்பட்டு வறதுன்னு அடிச்சிருந்தாங்க!"

"தந்தியிலே எவ்வளவுதான் சொல்லமுடியும்? சுருக்கமா அடிச்சிட்டாங்க போலருக்கு."

நாய்க்கர் தாழ்ந்த குரலில் எல்லாவற்றையும் சொன்னார். அய்யர்தான் அவன் எங்கெங்கே போகிறான் என்று தொடர்ந்து அவரைக் கவனிக்கச் சொன்னாராம். பதினோரு மணிக்கு அவனைத் தொடர ஆரம்பித்த நாய்க்கர், அவனுக்குத் தெரியாமல், அவனைக் கண்காணித்துக்கொண்டே வந்தாராம். கடைசியில் அவன் மரத்தில் ஏறும்போது தூக்கு மாட்டிக்கொள்வான் என்றே நினைக்கவில்லையாம் அவர். சட்டென்று உடல் தொங்கி, தொண்டைக் குழி குழறும் ஓசை கேட்டு ஓடிப்போய் ஏறித் துணியை அறுத்தாராம்.

யோகாம்பாள் ஒன்றுமே சொல்லவில்லை. கன்னத்தில் கையை வைத்து அவனையே பார்த்துக்கொண்டிருந்தாள். அந்தப் பார்வையில் ஒன்றில்லை – இரண்டில்லை – என்னென்னமோ குழப்பங்கள் எல்லாம் தெரிந்தன. ஏக்கம், வியப்பு, சோகம், பித்துப் பிடித்த பிரமை, அட, நன்றிகெட்ட புழுவே!... என்னென்னமோ!

"கெட்ட பிள்ளைகள் உண்டு. கெட்ட தாயார் இருக்க முடியாதுடா இந்த லோகத்திலே!" என்று சாஸ்திரியாரின் குரல் உள்ளுக்குள் கேட்டது.

"நீங்க இன்னும் சாப்பிடலீங்களே?" என்றார் நாய்க்கர்

"சாப்பிட்டாச்சு... வர வழியிலே ஹோட்டலில் சாப்பிட்டுட் டோம்... கொஞ்சம் வெத்திலை பாக்கு வேணும்" என்றார் பஞ்சாமி.

"இதோ" என்று நாய்க்கர் வெளியே போனார்.

"ஹ்ம்" என்று பெருமூச்சு விட்டாள் யோகாம்பாள்.

"நான் இவன்கிட்டச் சொல்லியிருக்கவாண்டாம். நான் தானே எல்லாத்துக்கும் காரணமாக ஆய்ட்டேன்?" என்றார் பஞ்சாமி.

யோகாம்பாள் பேசவேயில்லை.

"இவ்வளவு தூரம் நடக்கும்னு நான் நினைக்கலே" என்றார் அவர் மறுபடியும்.

சற்றுக் கழித்து, "இந்த அலமலப்பிலே கதை சொல்லணும்னு எப்படித் தோணித்து அண்ணாவுக்கு..!" அவர் உதட்டுக் கடையில் ஓடிய புன்சிரிப்பில் வெறுப்பும் அசட்டையும் தெறித்தன.

"அவன் என்னிக்குமே அப்படித்தானே! ஆயிரம் ஆயிரமாக வரது. ஒரு பைசாக் கொடுக்கமாட்டான். கேட்டால், வாங்கத்தான் இந்த ஜன்மம்னு சிரிச்சுண்டு வேடிக்கை பண்றாப்போல சொல்லுவான்... ஏண்டா பாவி. போயும் போயும் இங்கே வந்து

இருக்கணும்னா தோணித்து? ... டேய், உன் மாதிரித்தாண்டா எங்க அண்ணாவும். அவன் பிறந்த ஏழு நாளைக்கெல்லாம் அவன் அம்மா அறையிலே கண்ணை மூடிவிட்டா. மரமேறி அய்யாவு பொண்டாட்டி மீனாச்சின்னு ஒருத்தி பார்த்தா, கிழங்கு மாதிரி இருப்பா, அவளும் அப்ப பிள்ளை பெத்த நாலு மாசம்தான் ஆயிருந்தது. அதோட 'இது வயித்துக்கும் போடுடி, உசிரைத் தொண்டைக் குழியிலே வச்சிண்டு கத்தறது'ன்னு எங்க அத்தை மீனாட்சிட்ட கொண்டு போட்டா குழந்தையை. மூணு வருஷம் அவ பாலைக் குடிச்சான். அந்த ஊட்டம்னா இந்த வயசிலேயும் இப்படி ஓடிண்டிருக்கு! விண்விண்ணுன்னு இந்தக் குரலும், மொடு மொடுன்னு இந்தப் பல்லும் எப்படி வரும் இந்த வயசிலே? எப்படி வரும்? அந்த மீனாட்சி தள்ளாத கிழவியாகி, பிள்ளை ஆம்படையானெல்லாம் செத்துப்போய் நாலு வருஷம் சோத்துக்கில்லாமல் தவிச்சா, அவளுக்காக இவன்கிட்ட எத்தனை தடவை கேட்டிருப்பேன்! அவளுக்கு ரண்டு ஆளைப் போட்டு, ஒரு வீட்டைக்கட்டி செஞ்சுபோட வேண்டியவன், வாயைத் திறக்கமாட்டேன்னுட்டானே! 'அங்கங்கே எத்தனையோ கஷ்டமிருக்கு. எல்லாத்தையும் நம்மாலே தீர்க்க முடியுமோ? வேணும்னா அம்பது ரூபா தரேன் நீ சொல்றதுக்காக'ன்னான் அண்ணா, அப்படிப்பட்ட இளகின பாகு மனசு! அந்தக் கிழம் செத்துப்போய் இன்னும் ஒரு மாசம்கூட ஆகல்லேடா. இவன் கொஞ்சம் மனசு வச்சிருந்தான்னா இன்னும் ரண்டு வருஷம் அவ மனசு பாலாப் பொங்கி யிருக்கும். வாய், மனசு எல்லாம் ஒண்ணாகி வாழ்த்தியிருப்பா ...” என்று பொருமினார் பஞ்சாமி.

என்னது! சாஸ்திரியாரும் சாணாரச்சி பாலிலா வளர்ந்தார்? அந்தத் தாயாருக்கா கடைசியில் இந்தக் கோலம்!

“இஞ்ச வந்து ஹோட்டலிலே திண்ணுண்டு! எங்கிட்ட சொல்லியிருந்தா நூறு பேர் வீட்டிலே ஏற்பாடு பண்ணியிருப்பேனேடா! மனுஷா இல்லையா? அதுக்காக இஞ்சயா வரணும்? இவன் தர்மம் பேசன்னா கிளம்பியிருக்கான்! தான் சொல்ல வேண்டியது, பிறத்தியார் செய்ய வேண்டியது – தர்மம்னா இதுதான் இவனுக்கு. ஏண்டா, போயும் போயும் பால் கொடுத்தவளைச் சாக அடிச்ச இந்த தர்மபுத்திரன் வீட்டுக்கா வந்தே? மாசம் மூணு கலம் நெல்லு மேனிக்கு மூணு வருஷம் கொடுத்ததோட அந்த உறவு அத்துப் போச்சுன்னு நினைச்சானே. இப்பேர்பட்ட தர்மபுத்திரன் வீட்டுக்கா வந்து சேர்ந்தே?”

எதிரே பார்வதியின் மடியில் பிள்ளையார் உட்கார்ந்திருக்கிற காலண்டரைப் பார்த்துக்கொண்டே படுத்திருந்தான் சிவஞானம். நெஞ்சு வலித்தது, பஞ்சாமி அய்யர் அரற்றிக்கொண்டிருந்தார்.

வெற்றிலை பாக்கு வந்தது. அரைமணி கழித்த டாக்ஸி வந்தது.

"யாரு பஞ்சாமியா? அட எப்ப வந்தே?" என்று கேட்டுக்கொண்டே வந்தார் சாஸ்திரியார். "இப்ப ஏது வண்டி?"

"காலமே பத்து மணிக்குக் கிளம்பற வண்டி."

"தந்தி கிடைச்சுதோ?... கிடைச்சு, நீ இன்னிக்கி ராத்திரி தான் புறப்படுவேன்னு நினைச்சேன்."

"கிடைச்சுது. விடியக்காலமே ஒரு டாக்ஸி வச்சுண்டு வேலங்கோட்டைக்குப் போனேன்; யோகத்தை அழைச்சிண்டு மாயவரம் வந்து ரயிலைப் பிடிச்சுப்ட்டேன்."

"அப்படியா?"

பிறகு சாப்பாட்டுக்கு உபசாரம் செய்தார் சாஸ்திரிகள். ஆயிற்று என்று தெரிந்ததும் மேலும் உபசார வார்த்தைகள் சொன்னார்.

"பையன் பண்ணினதையெல்லாம் கேள்விப்பட்டேளோ இல்லையோ?... சிவஞானம் – பார்த்துக்கோ... உன்னாலே எத்தனை பேருக்குக் கஷ்டம், பாரு... என்ன பதிலே பேசலியே! மனசிலேயாவது படறதோ?" என்றார்.

"படுது" என்றான் சிவஞானம்.

"என்ன படறது?"

"கெட்ட புள்ளைங்கதான் உண்டு; கெட்ட தாயாருங்ளே இருக்கமுடியாது."

கண்ணால் மட்டும் சிரித்துக்கொண்டு அவனைப் பார்த்தார் பஞ்சாமி.

இத்தனை நேரம் கல்லாக உட்கார்ந்திருந்த யோகாம்பாள் விசித்து விசித்து அழுதாள்.

மறுநாள் காலை வண்டிக்கே ஊருக்குப் பயணமானார்கள் மூன்று பேரும். பூணூலைக் களைந்து ரயில் ஜன்னல் வழியாக எறிந்துவிட்டு மறுபடியும் படையாச்சி ஆனான் சிவஞானம்.

(*சுதேசமித்திரன் தீபாவளி மலர்,* 1961)

தோடு

எந்த ஊரில் இருந்தாலும் சன்னதித் தெருவுக்கு ஒரு தனிக் களை, அழகு. இந்த ஊர் சன்னதித் தெருவின் அழகும் களையும் இன்னும் தனி. அபிமானத்தில் சொல்லுகிற வார்த்தை இல்லை, நேரில் வந்து பார்த்தால் தெரியும்.

சாதாரண அகலமில்லை. பக்கத்தில் பக்கத்தில் நிறுத்தி வைத்தால் முப்பது வண்டிகள் நிற்கலாம். இந்தச் சாரியில் ஒரு முப்பது வீடு. அந்தச் சாரியில் ஒரு முப்பது வீடு. ஒவ்வொரு வீட்டின் முன்னும் பத்தடி தள்ளி ஒரு மரம். ஒரே மரமில்லை. வேம்பு, நாவல், விளா, வில்வம், நாரத்தை, நெல்லி, பன்னீர், பவழமல்லி, நந்தியாவட்டை, நாகலிங்கம், முருங்கை – இப்படிப் பொறுக்கி எடுத்த மரங்கள். அதாவது, ஒரேயடியாகக் கிளையும் கொப்புமாகப் பரவித் தெருவை அடைத்துவிடாத மரங்கள். இவ்வளவு அகலமும் தெருவை ஹோவென்று கண்ணுக்கு அடங்காமல் பெருக்கிவிடப் போகிறதே என்று பயந்து, இந்த மாதிரி நடுத்தர மரங்களாக வளர்த்திருந்தனர். நல்ல வெயிலில் பார்த்தால்தான் இந்த அழகு தெரியும். வெயில் நிழலைச் சாப்பிட்டுவிடாது; நிழல் வெயிலைச் சாப்பிட்டுவிடாது. மரத்துக்கும் வீட்டு வாசலுக்கும் நடுவில் அரிசிமாக்கோலங்கள் – புள்ளிக்கோலம், அச்சுக் கோலம், குழாய்க்கோலம், தேர்க்கோலம் – போட்டி போட்டு வரைந்த கோலங்கள். கோவிலில் திருவிழா, சுவாமி புறப்பாடு என்று தூண்டுதல் தேவையில்லை. வருஷம் முந்நூற்று அறுபத்தைந்து நாளும் இந்தக் கோலங்களைப் பார்க்கலாம்.

தெருவின் விசால அழகின் கௌரவத்தைக் காப்பாற்ற வேண்டும் என்று வழிவழியாக ஊறிவிட்ட ஆசை. இந்த ஆசையை நேரில் காண விடியற்காலையில் கண் விழித்துக்கொள்ள வேண்டும். விடியற்காலையென்றால், காற்றுக்கூடக் கண்ணை அமட்டி வந்து, நட்சத்திரங்களின் மௌன ஒளியின் கீழ் உறங்குமே அந்த விடியற்காலை அல்ல; இருட்டு மெதுவாக அவிழத் தொடங்கி, கிழக்கில் நரை கண்டு, காற்றும் விழித்து மெதுவாக தவழத் தொடங்குமே அந்தச் சிறு காலை. அப்பொழுது பார்த்தால் சன்னதித் தெருப் பெண்டுகள் நின்று குனிந்து கோலம் போடுகிறதை வாசல் வாசலாகப் பார்க்கலாம். கரிச்சான் கத்துகிறபொழுதே எழுந்து, பல் தேய்த்து, சாணம் கரைத்து, வாசலில் தெளித்து, பெரிய சதுரமாக அல்லது நீள் சதுரமாகப் பெருக்கி, துப்புரவு செய்திருப்பார்கள். அப்பொழுது கரிச்சானின் குழைவோடு இன்னும் பல கூவல்களும் சேர்ந்திருக்கும். நாரத்தங்குருவிகள், தினைக்குருவிகள், காடைகள், கோவில் கோபுர மாடத்தைவிட்டுப் பறந்து தெருவில் நடைபோடும் புறாக்களின் கூவல், சாலியத் தெருவிலிருந்து புழுக் கொத்துவதற்காக வரும் இரண்டு மூன்று சேவல்கள் தொண்டைக்குள்ளேயே பாடிக்கொள்ளும் கொரிப்பு – எல்லாம் சேர்ந்துவிடும். லேசான குளிர் காற்று வேறு.

திண்ணையில் படுத்திருந்த ஆண்பிள்ளைகள் விழித்து, பாயைச் சுருட்டாமல், கால் விழிப்பும் அரைக்கால் விழிப்பு மாக எழுந்து உட்கார்ந்து பார்த்துக்கொண்டிருப்பார்கள். எதைப் பார்க்கிறார்கள், எதைப் பார்க்கவேண்டும் என்று அவர்களுக்கே புரியாது. தலையை ஆட்டி, தாளத்தை முனகிக் கொண்டு தெருவைக் கொத்துகிற சேவல்களைப் பார்க்கிறதா, படபடவென்று அடித்துவந்து கூட்டமாக ஒரு வாசல்முன் இறங்கி, கூவிக் கொத்தும் புறாக்களைப் பார்ப்பதா, கோலம் போடுகிற கைகால்களைப் பார்க்கிறதா, தென்றல் வீசுகிறதை அனுபவிக்கிறதா, அமிருதம் போல உள்ளும் புறமும் குளிர்விக்கும் இந்த அமைதியை அனுபவிக்கிறதா – ஒன்றுமே புரியாமல் அவர்கள் பார்த்துக்கொண்டிருப்பார்கள். வயசுக்கேற்றாற்போல, பக்குவத்திற்கு ஏற்றாற்போல, துணிச்சலுக்கு ஏற்றாற்போல எதை எதையோ பார்த்துக்கொண்டிருப்பார்கள். ஆனால் புறாக்களையா, சேவல்களையா, கால்களையா – எதை என்று நிச்சயமாகச் சொல்ல முடியாத ஒரு பார்வை அது. தெரியும் கால்கள், எத்தனையோ வகை – கொலுசுக் கால்கள், உருட்டுக் கால்கள், எலுமிச்சம்பழக் கால்கள், சந்தனக் கட்டைக் கால்கள், மாநிறக் கால்கள், கறுப்புக் கால்கள், குச்சிக் கால்கள், சப்பைக் கால்கள், பித்தவெடிக் கால்கள், வெண்ணெய்க் கால்கள், சொறிந்துவிட்ட வெள்ளைக் கோடு மறையாத கால்கள், எலும்பி

லிருந்து பற்றுவிட்ட சதை தளர்ந்த கால்கள், கிழக்கால்கள், மசக்கை மெருகு பூத்த கால்கள் – இத்தனையையும், எழுந்து ஆற்றங்கரைக்குப் போகிறவர்கள் பார்த்து மனசில் போட்டுக் கொண்டுதான் போவார்கள்.

கிழக்கேயிருந்து வந்தால் வடவண்டைச் சரகில் நாலாவது வீட்டு வாசலில் தெரிகிற இரண்டு கால்கள் மாநிறக்கால்கள். உருட்டுமில்லை; கொலுசுமில்லை. குதிகாலுக்கு மேல் பின்னெலும்பும் தெரியவில்லை. மொழுமொழுவென்று பூசின வகையான பாதங்கள், கணுக்கால், ஆடுசதை, ஏன், முழங்கால் சில்கூடத் தெரிகிறது. பட்டுக் குட்டி சீட்டிப் பாவாடை நுனியை எடுத்து இடுப்பில் செருகியிருக்கிறாள். அப்பாவின் ஐந்துமுழ, ஒற்றைச் சீர்ஜரிகை போட்ட அங்கவஸ்திரத்தையே சிற்றாடையாக மேலே போட்டுக்கொண்டிருக்கிறாள். அந்த ஜரிகைச் சீர்கூட வெறும் மஞ்சள் கோடாகத்தான் மிஞ்சியிருந்தது. நீரில் பல மாதமாகத் தோய்த்துத் தோய்த்து ஜரிகை கரைந்துவிட்டது.

“ஏண்டி பட்டு எத்தனை நாழிடீ கோலம் போடறே? சட்னிக்கு எப்ப அறைக்கிறதாம்?” என்று குரல் கேட்கிறது.

“இதோ வந்துட்டேம்மா. ஆரமிச்சாச்சு; பாதியிலே எப்படி விட்டுவிட்டு வரது? நீ போ, ஒரு நிமிஷத்திலே அத்தனையும் அறச்சுத் தரேனா இல்லியா, பாரு” என்று திரும்பிப் பாராமலேயே கத்துகிறாள் பட்டு.

“இன்னிக்கு வியாழக்கிழமையாச்சேடி? கொத்ஸுக்குக் கத்திரிக்காய் நறுக்கணும், வெங்காயம் நறுக்கணும்.”

“பச்சை மொளகாயை விட்டுட்டியே . . . சரி. சரி . . . போ – எல்லாம் ஒரு நொடியிலே ஆயிடும். இதோ கொஞ்சம்தான் பாக்கி, வரேன் போ.”

“இன்னிக்கு என்ன சப்பரக் கோலம் வேண்டிக்கிடக்கு? சப்பரம் போடறாளாம் சப்பரம்! உன் ஆம்படையானை ஏத்தி வச்சு இழுத்துண்டு போப்பறியோ?”

“கலியாணத்தைப் பண்ணி வையேன், அவனை வச்சு இதிலே இழுத்துண்டுப் போறேனா இல்லையா, பாரேன்.”

அதைக் கேட்டு அடுத்த வாசலில் கோலம் போட்டுக் கொண்டிருந்த சிவகாமு அம்மாள் சிரித்தாள்.

“போடு சக்கை?” என்றார் திண்ணையில் உட்கார்ந்து வெற்றிலையைக் குதப்பிக்கொண்டிருந்த நடேசு – சிவகாமுவின் கணவர்.

“பின்னே பாருங்களேன், மாமா! பாதிக் கோலத்திலே வந்து இப்படி மொலுமொலுன்னு பிடுங்கினா நான் என்னத்தைச் சொல்றது?”

“அப்படிச் சொல்லுடி, தகிடிகேன்னானாம்!” என்றான் கீழண்டைப் பக்கத்து வீட்டுக் குறட்டில் பாயில் உட்கார்ந்திருந்த பையன் – பன்னிரண்டு வயதிருக்கும் அவனுக்கு.

பட்டுக் குட்டி குனிந்த தலை நிமிராமல், திரும்பாமல் சொன்னாள் “யார்றாது – தண்டுவா? என்ன சொன்னே . . ?”

“தகிடிகேயா? ம்ஹ்ம்! என்ன துளுத்துப்போச்சு கட்டை! தகிடிகேயாமே தகிடிகே! வாயை மூடு, அதிகப்ரசங்கி, வாயை மூடு! – ‘தண்டம்’னு பேர் வக்யணும் உனக்கு! தண்டுன்னு வச்சுப்பிட்டால் – ஏந்திர்றா! ஏந்திருந்து பாயைச் சுருட்டி, ஆத்தங்கரைக்குப் போய் பல்லைத் தேச்சுக் குளிச்சுப்ட்டு படிக்கிறதுக்கு வழியைப் பாரு, மோரக்கட்டை!”

“என்னமோ விளையாட்டாச் சொன்னா ப்ரமாதமா முறைக்கிறியே? சாயங்காலம் மகிழம்பூ யார் எடுத்துக் கொடுப்பா, பார்ப்பம்” என்றான் தண்டு.

“நீ போடா தண்டம் – நீ பொறுக்கிக் கொடுக்காட்டா என் கை எங்கே போச்சு?”

தெருவில் ‘ச்லங் ச்லங் . . . ச்லங் ச்லங்’ என்று சின்ன மணியோசை கேட்டது. பட்டு இடுப்பில் தூக்கிச் செருகியிருந்த அங்கவஸ்திரத் தாவணியைச் சற்று தொங்கவிட்டாள். இழுத்துக் கட்டியிருந்த அங்கவஸ்திரத் தாவணியைச் சற்று முதுகை மூடினாற் போலப் பரத்திவிட்டாள். ஆனால் இதெல்லாம் ஏதோ அசைப்பில் செய்வது போலவே இருந்தது.

‘ச்லங் . . . ச்லங்’ ஓசை நெருங்கி வந்தது. சின்ன ரேக்ளா வண்டி அது. புங்கனூர்க் குட்டை ஒன்று அதை இழுத்து வந்தது. மாடு என்பதைவிடக் கன்றுக்குட்டி என்றே சொல்லலாம்.

‘ச்லங் ச்லங் ச்லங் ச்லங்’

உடம்பை வளைத்துக் குனிந்து நின்ற பட்டு, கடைக்கண்ணால் பார்த்தாள். தலையைச் சற்று நிமிர்த்திப் பார்த்தாள். மார்பு படபடத்தது. ஊன்றி நின்ற உள்ளங்காலில் ஒரு குறுகுறுப்பு. ஆடுசதை, துடையெல்லாம் லேசாக ஒரு நடுக்கம் ஓடி மறைந்தது – மறையவில்லை, திரும்பித் திரும்பி நடுங்கிற்று.

முத்துராமு, ‘ஹேய் . . . போடா கண்ணு’ என்று சிலுக் சிலுக்கென்று ஓடிய கன்றின் முதுகில் விரலை வைத்தான். லேசாகப் பாயத் தொடங்கிற்று கன்று.

‘ச்லங்ங் – ச்லங்ங் –’ என்று பாய்ச்சலுக்கு ஏற்ப ஒலி மாறிற்று.

மறுபடியும் அசைப்பில் பார்க்கிறாற்போலப் பார்த்தாள் பட்டு. மொழுமொழுவென்று கிருஷ்ண பரமாத்மா மாதிரிப் போய்க்கொண்டிருந்தான் முத்துராமு. நிகுநிகுவென்று உடம்பு. வாழைப்பூவை உரித்துக்கொண்டே போனால் முதல் உள் தண்டு தெரியுமே – அந்த மாதிரி மஞ்சளுக்கும் வெள்ளைக்கும் நடுவான வர்ணம். காதில் எட்டுக்கல் வெள்ளைக் கடுக்கன். கழுத்தில் சங்கிலி. இடையில் பட்டையாக ஒரு பெல்ட். கருகருவென்று கட்டையாக வளர்ந்திருந்த குடுமி. ஆனால் குடுமியாகக் கட்டிக் கொள்ளவில்லை. அப்படியே அள்ளிச் செருகியிருந்தான். அந்தத் தலைமயிரும் நெற்றியிலிருந்தே வளர்க்கப்பட்டிருந்தது. அதை அப்படியே அள்ளி பின்னந்தலைமேல் சற்று இடது பக்கமாக, சொருக்கு முடிச்சாகச் செருகியிருந்தது.

அந்தச் சொருக்கோடு, காதில் எட்டுக் கல் கடுக்கனோடு, வழவழவென்ற அந்தக் கன்னத்தோடு பார்த்தால் பெண் மாதிரிகூட இருக்கும். வாட்டசாட்டமான அந்த உருவம் பெண்ணாயிருந்தால் தஞ்சாவூர், பங்களூர் கிருஷ்ணன் படங்களில் யசோதை நிற்பாளே, அந்த மாதிரி இருக்கும். முகத்தில் அப்படி ஒரு களை. வழவழப்பு பால் வடிகிற தோல். கிருஷ்ணன்கூட ஆண் மாதிரியும் பெண் மாதிரியும்தான் இருக்கிறார். முத்துராமு? முத்துராமு? . . . அவனைப் பார்க்கிறபொழுது, கிருஷ்ணன் நினைவுதான் வருகிறது.

பட்டுவுக்கு ஏன் என்று தெரியவில்லை. தொண்டையை லேசாக அடைத்தது. இன்று மட்டுமில்லை; அடிக்கடி – தினமும் என்றுகூடச் சொல்லலாம்.

‘ச்லங் . . . ச்லங் . . .’ என்று பாய்ந்த ஓசை தெருக்கோடியில் திரும்பி, மறைந்து தேய்ந்துவிட்டது. சப்பரத்திற்கு விறுவிறுவென்று இரண்டு சக்கரங்களைச் சுழித்துவிட்டு, கோலக் குழாயை மாவு டப்பியில் போட்டுக்கொண்டு உள்ளே போனாள் அவள்.

2

மாடத்தில் மாப்பெட்டியை வைத்துவிட்டு அடுக்களைக்குள் நுழைந்தாள் அவள். பந்தமாக எரிந்துகொண்டிருந்த அடுப்பின் மீது அந்தப் பழைய இட்லிப் பானை சன்னதித் தெருவுக்கும் மடவிளாகத் தெருவுக்குமாக வெந்துகொண்டிருந்தது. பெரிதும் இல்லை, சிறிதும் இல்லை, இரண்டு தட்டிலுமாக இருபத்திரண்டு இட்டிலி குத்தலாம். அவளுக்கும் அவள் தாயாருக்கும் சோறு போட்டுக்கொண்டிருந்தது, இந்த இருபத்திரண்டு குழிகள்தான். இன்று வெந்தால்தான் நாளைக் கந்தாயம் நடக்கும்.

“இன்னும் முத ஈடே எடுக்கலியாம்மா?” என்று கொத்சுக்குக் கத்தரிக்காயும் வெங்காயமும் நறுக்கிக்கொண்டிருந்த தாயாரைப் பார்த்துக் கேட்டாள் பட்டு.

“எடுக்கிற சமயம்தான். நீ முதல்லெ – சட்னியை அறச்சு வையி, கலியாணமா, கார்த்திகையா, வெண்ணெத்தாழியா, குதிரை வாகனமா – என்னமோ பெரிசாவரிஞ்சு கட்டிண்டு கோலம் போடறியே என்னத்துக்கு? தலைக்கு மேலே வேலை கெடக்கு. மணி ஆறடிக்கப் போறது.”

“கோலம் போடறது மாத்திரம் வேலையில்லையாக்கும்?” என்று தேங்காய்த் துருவலையும் பொட்டுக் கடலையையும் அம்மி மீது கொட்டினாள் பட்டு.

“அதுக்காக எத்தனை பெரிசு? நீ கொட்டற மாவிலே தினமும் ரண்டடுக்குத் தோசை வாக்கலாம் போலிருக்கு?”

“ஆமாம் தோசை வார்க்கலாம்; காசாக்கலாம்; எப்பப் பார்த்தாலும் காசுகாசுன்னு பறப்புதான் உனக்கு!”

“காசுகாசுன்னு பறக்கிறேனா? நானா? காசில்லாம உனக்கு மான்யம் எழுதி வச்சிருக்கானோ ராஜாங்கத்திலே? கோலத்தை சின்னதாப் போட்டு சட்டுபுட்டுனு வாடின்னா வியாஜ்யமாடக் கிளம்பறயே! . . . அரதல்!”

“கோலம் பெரிசாப் போட்டாத்தான் லக்ஷ்மிகரமாயிருக்கு, பாந்தமாயிருக்கு. கோவில் வாசல் நேர இருக்கு; கோலம் போட்டா புண்யம்தானே! . . . குருவிகொத்தும், எறும்பு தின்னும், புறாக் கொத்தும், ஸ்வாமிக்கும் சந்தோஷம்.”

“சமர்த்தில்லாம குடித்தனம் பண்ணிண்டு வாரி இறைச்சா சாமி சந்தோஷப்படமாட்டார்டீ. ரொம்ப தலை கீழா நிக்காதே. வயசு பதினாலு ஆச்சு. உடம்பைப் போத்து மாதிரி வளத்துண்டு வாசல்லெ நிக்கவாண்டாம்னு சொன்னா, மேலே மேலே பதில் பேசிண்டிருக்கியே, என்ன?”

பட்டுவுக்கு இப்பொழுது பதில் பேசத்தான் முடியவில்லை. பட்டென்று ஏதாவது சொல்லி வாயில் போடவேண்டும் என்று துடித்தது. ஆனால் நாக்கு சுருண்டுவிட்டது. உடம்பை நினைத்தால் அவளுக்கே நமநமவென்றது! போன வருஷம் தேங்காய் எண்ணெய், பெருங்காயம், நல்லெண்ணெய், காப்பிப்பொடி, ஓமம், மிளகு, சீரகம், காசு டப்பா, கணக்குப் புஸ்தகம் – எல்லாம் வைத்து அடைத்த இந்த பீரோ அவள் உயரம்தான் இருந்தது. அதன் மேல் வைத்திருக்கிற சர்க்கரை சம்புடத்தையும் சூர்க்கத்தியையும் எடுக்க வேண்டும் என்றால் கால் விரல் மீது நின்று எம்பி, பீரோவின் மேல் குசலியைப்

பிடித்தவாறு எட்டிப் பார்த்துக் கையை நீட்டி, துழாவி எடுக்க வேண்டும். இந்த வருஷம் அதே பீரோ அவள் மோவாய்க்குக் கீழே போய்விட்டது. பல சமயங்களில் மோவாயை பீரோ ஓரத்தில் வைத்து அழுத்தி தன் உயரத்தை அளந்துகொள்வாள் அவள். உயரம் மட்டுமில்லை. எல்லாமே மாறிக்கொண்டிருந்தது. பாதம் நீண்டுவிட்டது. கை நீண்டுவிட்டது. வளையல் போட முடியவில்லை. இந்த வருஷம் பிரம்மோத்சவத்தின் பொழுது வளையல், ரவிக்கை, பாவாடை எல்லாமே புதிதாக மாற்ற வேண்டியிருந்தது. போன வருஷத்துப் பாவாடையைத் தூணில் சுற்றி அம்மா கைதுடைக்க வைத்திருந்தாள். இரண்டு மாதத்துக்குப் பிறகு அதுவும் தூணை விட்டு இறங்கி சாப்பிட்ட தரையைத் துடைக்கும் சுருணையாகிவிட்டது.

கறி நறுக்க உட்காரும்பொழுதும் அப்பளம் உலரக் காவல் காக்கும் பொழுதும் தன் பாதத்தைப் பார்ப்பாள் பட்டு. தொட்டுத் தடவிப் பார்ப்பாள். ஒரு புது வழவழப்பு, மினுமினுப்பு, குளிக்கும்பொழுது ஆடுசதை, துடை, புஜங்களை எல்லாம் தேய்த்துவிட்டுக்கொள்கையில் . . . இதெல்லாம் போன வருஷ புஜமா, காலா? வெள்ளரிப் பழத்தைத் தடவுகிறாற் போல ஒரு அழுத்தம். வர்ணம்கூட மாறிவிட்டது. அவள் அப்படி மாநிறம் என்றுகூடச் சொல்ல முடியாது. மாநிறத்துக்கும் ஒரு மாற்றுக் குறைந்த சருகுப் பழுப்பு. ஆனால் அது இப்பொழுது புளியும் விபூதியும் போட்டுத் தேய்த்த ஏனம் போல மாயமாக மாறிக் கிடந்தது. அவளும் இப்பொழுது நல்ல சிவப்பு என்றுதான் என்று யாரும் சொல்வார்கள். பிற்பகலில் கூடத்தில் உட்கார்ந்து தலைவாரிக்கொள்ளும்பொழுது, ரசம் போன கண்ணாடிகூட அப்படிச் சொல்லுகிறது. என்ன இருந்தாலும் முத்துராமுவின் நிறம் மாதிரி வராது. அவன் நிறம் சுரைக்காயின் நிறம் – பழுத்த சுரைக்காயின் நிறம். உடம்பில் ஒரு எலும்பு தெரியாது அவனுக்கு. முன் கழுத்து எலும்புகூடத் தெரியாது. அப்படியே பழம். பாத எலும்புகூடத் தெரியாது; மழமழப்பு. அதற்காக புஸுபுஸு வென்று குண்டாகவா இருக்கிறான்! அதுவுமில்லை. மையமான உடம்புதான் அது. பிறவி – கிருஷ்ணன் மாதிரி. அவன் கண்கூட எப்பொழுதும் மையிட்டது போல இருக்கும். அப்படி ஒரு கறுப்பு. இப்படிப் பால் வடிகிற முகத்துக்கு இந்த மாதிரி பெரிய, கறுத்த, நீர் மிதக்கிறாற் போல கண்ணுமிரா விட்டால் இப்படி கிருஷ்ணன் மாதிரி எப்படியிருக்க முடியும்? அவனும் திடீர் என்று எப்படி வளர்ந்துவிட்டான்! பெரியவனாகி விட்டான்! மூன்றாவது வருஷம் வரை சடுகுடு ஆட வந்துகொண்டிருந்தவன் அந்த மூன்றாம் வருஷ பிரம்மோத்சவத்துக்குப் பிறகு அப்படியே நின்றுவிட்டானே! பெரியவர்களாகிவிட்டால் இப்படித்தான் தனியாகிவிடுவார்களா எல்லாரும்?

அவளுக்குக்கூட இப்பொழுது இந்த ஒதுக்கம் வந்துவிட்டது. பத்து நாளாயிற்று. சலாங் குடுகுடு ஆடப் போகவில்லை. போன பௌர்ணமியன்று அம்மா கத்துகத்து என்று கத்தினாள், 'ஏண்டி பட்டு! உனக்கு உடம்பிலே வெக்கம், சொரணை ஏதாவது இருக்கோ? மேலாக்கையும் போட்டுக்கிண்டு புருஷப் பசங்களோட சலாங்குடு ஆடறே! மணல்லெ விழுந்து பெரள்றே! ஏண்டி, நீ என்ன பொம்மனாட்டி ஜன்மமா, குதிரையா? துளி கூச்சநாச்சம் இல்லாம? இது ஏதுடீம்மா! ஊர்லே யாராவது பொண்ணாப் பிறந்தது ஏதாவது இந்த மாதிரி ஆம்பிள்ளைகளோட விளையாடறதோ? உனக்குத் தெரியறதோ அது! நீ மட்டும் ஏண்டி இப்படி சுத்தறே! பொண் குழந்தைன்னா பொண் குழந்தை களோடு கலந்துக்கும், பாண்டி ஆடும் – பல்லாங் குழி ஆடும் – புளியங்கொட்டை ஆடும். இப்படியா நாய்மாதிரி ஆம்பிள்ளைப் பசங்க மேலே தெருவிலே புரளும்!... என் வயித்துலெ புளியைக் கரைக்கிறதுடீ. இதெல்லாம் கண்ணாலெ பார்த்தா!... இத பாரு! நீ சொன்னதைக் கேட்டுண்டு வீட்டோட கிடக்கப்போறியோ இல்லியோ? வாசப்படி இடிக்கலாச்சு! உசரம்! உடம்பானா மொச்சக் கொட்டை ஊர்றாப்பல ஊறிக்கிடக்கு! சொன்னதைக் கேட்கமாட்டேன், என் இஷ்டப்படிதான் சுத்துவேன்னு சொல்லிப்பிடு ஆறோ, குளமோ, கிணறோன்னு என் காரியத்தைப் பார்த்துக்கறேன். அப்புறம் அக்கடான்னு தாந்தோணியாத் திரியலாம் ... என்னடி வாயைத் திறக்க மாட்டேங்கிறியே?'

பட்டு வாயைத் திறக்கவில்லை. சுருக்குசுருக்கென்று தோலில் ஏறின இந்த ஊசிகளைச் சகித்துக்கொண்டு, கல்லாக நின்றாள். உள்ளே மட்டும் மனசு கரைந்துகொண்டிருந்தது.

அம்மா சொன்னதவ்வளவும் உண்மை. விவரம் புரிந்த நாள் முதல், பெண் குழந்தைகளோடு எப்போது விளையாடினோம்? ஒரு காலை மடக்கி ஒரு காலைப் பரத்தி பாவாடையில் புளியங்கொட்டைகளைப் போட்டு, தூக்கி எறிந்து புறங்கையில் பிடிக்கிற குட்டிகளை அவள் திரும்பிக்கூடப் பார்க்க மாட்டாள். பார்த்தாலும் போய்ச் சேர்ந்துகொள்ள வேண்டும் என்று தோன்றாது. அவளுக்கு ஜமா சன்னதித் தெரு, மடவிளாகத் தெருப் பையன்கள்தான். அரிச்சுவடியிலிருந்து அப்பா செத்துப்போன நாலாம் வருடம் ஐந்தாவது பரீட்சை எழுதி முடித்தவரையில் பையன்கள்தான் அவள் தோழர்கள். அப்புறமும் மூன்று வருஷமாக அந்தத் தோழமைதான். சமத்தியாக அடி விழுகிற பிள்ளையார்ப் பந்து, பேய்ப்பந்து – இந்த மாதிரி விளையாட்டுகள்தான் அவளுக்கு உயிர்.

அவள் குறி தப்பாது. ஒரே அடியில் பிள்ளையார் செங்கல் மல்லாந்துவிடும். பந்தை எடுத்து எந்தப் பயல் முதுகிலாவது குறி

வைத்தாளானால், கண் வைத்த இடத்தில் குத்தித் திரும்பும் அது. நொண்டியாடினால், இரண்டு எல்லைக் கோட்டுக்கும் நடுவே மூலையில் நெருக்கி மடேர் என்று தலையில் கையால் போடுவாள். எந்தப் பயலும் தப்ப முடியாது. பட்டு நூல்காரத் தெரு தஸ்மா மகன் சோகைத் தோலையும் பழுப்புப் பல்லையும் காட்டிச் சிரித்துக்கொண்டே அவள் கைக்கு அகப்படாமல் நழுவிக்கொண்டிருந்தான். மூலையில் நெருங்கிக்கூட, தலையைத் தாழ்த்தி ஓடிவிட்டான். எல்லாப் பயல்களும் சிரிக்க ஆரம்பித்து விட்டார்கள். 'பட்டுக்குட்டி, அவன்கிட்ட உன் ஜம்பம் சாயாதுடீ. சோகை புடிச்சாப்பல இருக்கான்னு நெனச்சியா! பாம்புக் குட்டியாக்கும் – ம்க்கும்!' என்று மொட்டு காலை அகட்டி நின்று கத்தினான். நீ சும்மா இர்றா கிடக்கு என்று நொண்டிக் காலை இடது முழங்காலில் ஊன்றி சற்று நின்று நெற்றி வேர்வையையும் மூக்கின் கீழ் முத்திட்ட வேர்வையையும் துடைத்துக்கொண்டாள் பட்டு. ஹெஹ்ஹெ ஹோஹோ என்று சிரிப்புக் கிளம்பிற்று. இத பார்றா உங்க தஸ்மா என்ன ஆறான் பாரு இப்ப! என்று நொண்டிக்கொண்டே பாய்ந்தாள். வேகம் இரட்டித்துவிட்டது. சிரித்துக்கொண்டே ஓடிய தஸ்மா மகனுக்கு முகத்தில் சிரிப்பு மறைந்து கவலை வந்துவிட்டது. இப்படியும் அப்படியும் ஓடி மூலையில் சிக்கிக்கொண்டான். ஒரு பக்கமும் போக முடியவில்லை. கையை முறம்மாதிரி வீசிக்கொண்டிருந்தாள் அவள். கடைசியில் நெருங்கி நெருங்கி அந்தப் பயலின் மார்பில் இரண்டு உள்ளங் கைகளையும் விரித்து சதக்கென்று ஒரு அடி வைத்தாள். அந்தப் பயல் அப்படியே மல்லாந்து எல்லைக்கோட்டுக்கு அப்பால் மடார் என்று விழுந்தான். பின்னந்தலை தரையில் மோதிற்று. அவன் எழுந்துகொள்ளப் பத்து விநாடி ஆயிற்று, கண் கலங்கிவிட்டது. பட்டு பார்த்தாள்; 'தூஅம்பேல்' என்று காலை கீழே போட்டு அவனிடம் ஓடி 'ரொம்ப வலிச்சுட்டுதாடா தஸ்மா?' என்று அவன் தலையைத் தடவிக் கொடுத்தாள். 'இல்லை' என்று சிரித்துக்கொண்டு ஓரமாகப் போய் உட்கார்ந்தான் அவன். அன்று போனவன் மூன்று நாள் விளையாட வரவில்லை. நாலாம் நாள் காலையில் இட்லி வாங்க வந்தவன், துணியால் செய்த ஒரு புதுப்பொம்மையையும் ஒரு சுருட்டு பழைய அசல் ஜரிகைகளையும் கொண்டு கொடுத்தான் அவளுக்கு. அவனுக்கு மூன்று நாளாக உடம்பு சரியல்லையாம். 'இன்னிக்கி விளையாட வருவேன்; ஆனா நம்பளை ஒன் கச்சீலேதான் ஸேத்துக்கணும்' என்று சொல்லி வைத்தான். அவளுக்குப் பாவமாயிருந்தது. நல்ல பயல். போன மாசம் காலரா வந்து பொட்டென்று செத்துப் போகிறதற்கு முதல் நாள் வரையில் அவள் கட்சியில் தானிருந்தான் அவன். எந்த விளையாட்டிலும் கட்சி பிரிக்கும்

பொழுது சூதுவாதெல்லாம் செய்து அவன் தன் கட்சியில் இருக்கும்படியாக சமர்த்துப்பண்ணிவிடுவாள் பட்டு.

நொண்டியாட்டம், பேய்ப் பந்தெல்லாம்விட, அவளுக்கு சலாங்குடுதான் உயிர். மூச்சுப் பிடித்து காலால் எட்டி ஒரு பயலின் மூக்கில் கால்விரலால் தேய்த்துவிட்டு ஓடி வருவாள். தன் பக்கம் மூச்சுப் பிடித்து வருபவனைக் காலைப் பிடித்து இழுப்பாள், ஒரே கட்டாகக் கட்டி வீசி எறிவாள். அவளைக் கட்டினாலும் உயிர் போனால்கூட மூச்சை விடமாட்டாள். திமிறிக்கொண்டு கோட்டை எட்டிவிடுவாள். அப்படி எட்டாதது இத்தனை வருஷங்களில் ஒரு இருபது தடவை இருக்குமோ என்னவோ; அதற்குமேல் இராது.

அம்மா சொல்கிறது உண்மைதான். போன மாசம் ஒரு நாள் அந்த வீதியூரார் வீட்டு கணேசன் பயல் சலாங்குடு ஆடும்போது அவளைக் கட்டிப்போடுகிறேன் என்று இருக்க கட்டிக்கொண்டு விட்டான். எப்படித்தான் நடந்ததோ விரல்களோடு விரல்களை வேறு கோத்துக்கொண்டான். மேல் கையைப் பிடித்துப் பார்த்தான் ... 'தூம்மா ... மூச்சை விட்டுட்டேன்; புடிச்சிண்டே நிக்கிறியே! நீ ஒரு ஆம்பளை மாதிரி' என்று மேலாக்கை சரிப்படுத்திக் கொண்டுவந்து நின்றாள் அவள். அன்று முதலே அவளுக்கு என்னவோ போலிருந்தது. சடுகுடு விளையாடக்கூடாது என்று லேசாக ஒரு பயம்கூட வந்துவிட்டது. எல்லாப் பையன்களும் அப்படி இல்லை, ஆனால் இந்த ஆராமுது, மௌனி, முழியன் – இந்த மூன்று பயல்களும் வந்து கட்டினால் என்னமோ போலிருக்கும். இனிமேல் சடுகுடு வேண்டாம் என்று தோன்றிற்று. ஆனால் தண்டு, சப்பாணி, சாரதி – இவர்களுடைய நச்சரிப்புத் தாங்காமல்தான் அவள் போய்வந்துகொண்டிருந்தாள். அவளுக்கும் வீட்டில் உட்கார முடியவில்லை.

அந்த வீதியூரார் வீட்டு கணேசன் பயல் கட்டினதை நினைத்தால் எதையோ மிதிக்கக்கூடாததை மிதித்தாற் போல மூக்கும் புருவமும் சுளித்தன. காலிப் பயல்! அது சிரிக்கிறதும் பார்க்கிறதுமே என்னமோ பண்ணும். இந்த ஊர்கூட இல்லை அதற்கு. இருந்தால் இப்படி இருக்குமா? வீதியூர் மாமா, பிள்ளை இல்லையென்று தங்கை பிள்ளையான இதைக் கொண்டாங்குடியிலிருந்து அழைத்து ஸ்வீகாரம் எடுத்து, பூணூல் போட்டு, ஊரோடு வீட்டோடு வைத்துக்கொண்டுவிட்டார். நல்ல கறுப்பு – எப்போதும் எண்ணெய் வழிகிற முகம் – அசட்டுச் சிரிப்பு, கள்ளப்பேச்சு, எண்ணெய்ச் சிக்கும் அழுக்கும் முடிச்சுமாக ஒரு பூணூல் – இதெல்லாம் போதாதென்று ஒரு கால் வேறு வீக்கம். ச்சீ கட்டிண்டுது பாரு, சனி!

தி. ஜானகிராமன்

அம்மா சொல்கிறது உண்மைதான். இனிமேல் புருஷப் பயல்களின் சங்காத்தம் கூடாதுதான். அன்று தண்டு வந்தான். கூப்பிட்டான். “போடா வேலை மெனக்கெட்டவனே” என்று அம்மா இரைந்தாள். வாசலிலேயே பத்து நிமிஷம் நின்று பார்த்து விட்டுப் போய்விட்டான் அவன். ஒரு நாள், இரண்டு நாள், நாலு நாள் – பதினைந்து நாளுக்கு மேலாகிவிட்டது. பட்டு வீட்டோடுதான் கிடந்தாள். இதுவும் பழக்கமாகிவிட்டது.

முதலில் கால் தரிக்கத்தானில்லை. வீதி மண்ணை நினைத்து நினைத்துக் கால் பறந்தது. ஆனால் அந்த வீதியூரார் வீட்டுப் பயலை நினைத்ததும் துவண்டுவிட்டது. அந்தப் பயலை நினைத்து நினைத்தே உடம்பு வீட்டுக்குள்ளேயே கிடக்கப் பழகிக்கொண்டது.

ஆனால் அம்மா அப்படி அடியோடு கட்டை போட்டு விடவில்லை. கோயிலுக்குப் போவதைத் தடுக்கவில்லை. கோயில் பிராகாரத்தில் உள்ள மகிழ மரத்தினடியில் உதிரும் பூக்களைப் பொறுக்கி அங்கேயே உட்கார்ந்து ஒரு மாலையாகத் தொடுத்து புவனேச்வரிக்குக் கொடுத்துவிட்டு வருவதைத் தடுக்கவில்லை. கோயில் பெரிய கோயில். பிராகாரம் ஹோவென்று கிடக்கும். தெற்குப் பிராகாரத்தில் தட்சிணாமூர்த்தி சன்னதியின் படிக்கட்டில் உட்கார்ந்துகொண்டால் எழுந்து வரமுடியாது. எதிரே நந்தவனத்து மரங்களை விட்டு இறங்கிப் பிராகாரத்தில் நடை பழகும் நார்த்தங் குருவிகளையும் புறாக்களையும் பார்த்துக்கொண்டேயிருந்தால் நாம் எங்கேயிருக்கிறோம், யார் எங்கே போக வேண்டும் என்ற ஞாபகமெல்லாம் அழிந்து கிடக்கும். மனசு எங்கேயோ போய் ஒட்டிக்கொண்டு திரும்பி வர இஷ்டமில்லாமல் கிடப்பதுபோல் கிடக்கும். மேலண்டைப் பிராகாரத்தில், அதாவது புவனேச்வரி கோவிலுக்குப் பின்பக்கம் மகிழ மரம் இரண்டு உண்டு. மாலைக் காற்றில் அசைந்து அசைந்து மகிழ மலர்கள் தோடு தோடாகக் கொட்டிக் கிடக்கும். தோடு தோடாக என்று இவளுக்கு முதலில் தோன்றியதில்லை, ஏதோ நாலு வருஷம் பழக்கம். அந்தப் பூக்களை நூலில் கோத்து புவனேச்வரிக்குப் போடவேண்டுமென்று ஒரு நாள் தோன்றிற்று. அப்பா ஒரு நாள் மாயவரம் போய்விட்டு வரும்போது திருவிடைமருதூர் ரயிலடியில் விற்றான் என்று ஒரு மகிழம்பூ மாலையை வாங்கிக்கொண்டு வந்திருந்தார். மகிழம்பூவை மாலையாகத் தொடுத்தால் இவ்வளவு அழகாக இருக்குமா? அன்றிலிருந்து அவள் மேலண்டைப் பிராகாரத்து மகிழ மரத்தடியில் மாலை வேளையில் பாவாடையைப் பரத்திக்கொண்டு உட்கார்ந்துவிடுவாள். விளையாடிவிட்டு வந்ததுமே அதுதான் வேலை. கையைக் காலை அலம்பி, முகத்தைக் கழுவிக் கோயிலுக்குப் போய்விடுவாள். அதே விளையாட்டுப்

படையும் அவளோடு வந்து பூக்களைப் பொறுக்கிப் பாவாடை விரிப்பில் போடும். மூன்று மாலை காணும். இரண்டைக் கோயிலுக்குக் கொடுத்துவிட்டு, மூன்றாவதை வீட்டில் அலமாரியில் வாயில் கால்விரலைப் போட்டு உட்கார்ந்திருக்கும் ஆலிலைக் கிருஷ்ணன் படத்துக்காகக் கொண்டு வருவாள். இந்த மகிழம்பூ தோடு மாதிரியாக இருக்கிறது என்று அவளுக்குத் தோன்றுவதில்லை. ஆனால் நவராத்திரியின் பொழுது கோயிலில் ஒருவர் வந்து கதை சொல்லும் பொழுதுதான் அது தோடு மாதிரியிருப்பதாகத் தோன்றிற்று. சிவனுடைய பெருமை அவன் ஆலகால விஷத்தைக்கூடச் சாப்பிட்டுவிட்டுப் பிழைத்தது எல்லாவற்றுக்கும் யார் காரணம்? எல்லாம் உன் காதுத் தோட்டின் மகிமைதானம்மா தாயே என்று யாரோ பாடினாராம். அதைக் கேட்டது முதல் அந்தக் காதுத்தோடு அவள் நெஞ்சில் ஒரு ஜிலுஜிலுப்பைக் கிளறும். கண்ணை மூடும் பொழுதெல்லாம் கிரீடம் வைத்த முகம் ஒன்று தோன்றும். அழகான அழகில்லை. அந்த அழகைக் கூட்ட ஒரு புன்னகை, அந்தப் புன்னகையை நினைத்துக்கொண்டே அவள் கண்ணை மூடிப்படுத்திருக்கும் பொழுது, "என்னடீ சிரிக்கிறே!" என்று அம்மா ஒரு நாளிரவு கேட்டாள். அப்படித் தொற்றுகிற புன்னகை அது. ஆனால் அந்தப் புன்னகையை விடக் காதில் பளீர்பளீர் என்று பூரிக்கிற அந்தத் தோடுதான் அவள் கண்ணிலும் நெஞ்சிலும் பூத்துப் பூத்து நின்றது. அன்று அவர் சொன்னதைக் கேட்டுவிட்டு வந்து படுத்துக் கண்ணை மூடியபோது நீலம் பூசின கண்மூடு வெளியில் ஒரு பூமாதிரி தெரிந்தது. மகிழம்பூதான் அது. அந்த மகிழம்பூவே அவளறியாமல் பச்சையும் நீலமும் கொட்டும் தோடாக மாறிற்று. அந்தத் தோட்டையே பார்த்துக்கொண்டிருந்தாள் அவள். தோட்டைத் தவிர வேறு ஒன்றுமில்லை. தோடு தோடு தோடு! அவளே தோடாக மாறிக் கிடந்தாள்.

அந்தத் தோடு தன்னைச் சுற்றிலும் ஒரு முறை பார்த்தது. ஒரு காது தெரிந்தது. யாருடைய காது அது? எந்தக் காதில் இந்தத் தோடு இருக்கிறது? வழவழவென்று, மினுமினுவென்று பூனை மயிர் மின்னும் கன்னம் தெரிந்தது. குழந்தையைப் போன்ற முற்றாத, கொழுந்துத்தோல். அதைப் பார்த்துப் பார்த்து அந்தத் தோடு விம்மிற்று, வியந்தது. அந்த வியப்பை பளீர் பளீர் என டால் வீச்சாக வீசிற்று. யாருடைய முகம்? கூர்ந்து கவனித்தாள் – தெரிந்த முகம்தான் . . . முத்துராமுவின் முகம் – ஆமாம், முத்துராமுவின் முகம் கல்யாணத் தாத்தா வின் பிள்ளை முத்துராமுதான். மூன்றாவது வீட்டு கல்யாணத் தாத்தாவின் பிள்ளை முத்துராமுதான். முத்துராமு! முத்துராமு! பட்டுவின் உடலெல்லாம் ஏதோ ஜில்லென்று பால் பொங்கி வழிவது போலிருந்து. உடம்பு மட்டும் – இல்லை உள்ளே,

எலும்பு, வயிறு, குடல், மார்பு – எங்கு பார்த்தாலும் பொங்கி வழிந்தது – நகக்கணுவெல்லாம் ஜிலீர் என்றது. மயிர்க் காம்பெல்லாம் மலர்ந்தது. படுத்திருந்தவள் எழுந்து உட்கார்ந்தாள். சுவரில் பெட்ரூம் விளக்கின் கோழி முட்டைக் கண்ணாடிக்குள் தீப்பொட்டு மினுங்கிற்று. அம்மா அயர்ந்து தூங்கிக்கொண்டிருந்தாள். மார்பின்மீது கையை வைத்து, காலைச் சற்றுப் பரப்பி, மல்லாந்த அடித்துப் போட்ட உறக்கம். பட்டு மீண்டும் கண்ணை மூடினாள். நெஞ்சுகொள்ளவில்லை. ஏதோ அடைத்தது. உதட்டைக் கடித்துக்கொண்டாள். கரகரவென்று கன்னத்தில் வழிந்த நீரைத் துடைத்துக்கொண்டே மெதுவாக எழுந்து, பூஜை அலமாரியைத் திறந்தாள். ஒரே இருள்! ஆனாலும் ஆலிலைக் கிருஷ்ணன் முகம் அவள் மனசுக்குத் தெரிந்தது. அதன் முன்னால் விழுந்து வணங்கினாள், “நான் பெரியவளாகக்கூட இல்லையே? ஏன் இப்படியெல்லாம் ...” என்று கிருஷ்ணனைப் பார்த்து ஏதோ தவறு செய்துவிட்ட மாதிரி கரைந்தாள் அவள். வணங்கிவிட்டு எழுந்து நிற்கும்பொழுது முழங்கால் சொடுக்கிற்று. அந்தச் சொடுக்கலைக் கேட்டு அம்மா விழித்துக்கொண்டு விடுவாளோ என்று திரும்பிப் பார்த்தாள். நல்லவேளை, அம்மா எழுந்திருக்கவில்லை.

திரும்பி பாய்க்கு வந்தாள். அப்படியே உட்கார்ந்திருந்தாள். பாலில் நீரை விட்டாற்போல், துளி வெளிச்சத்தைக் கலந்து கரைத்த அந்த முக்கால் இருளைக்கூட அவளுக்குப் பார்க்கப் பிடிக்கவில்லை. முழு இருளாக வேண்டியிருந்தது அவளுக்கு. கண்ணை மூடிக்கொண்டாள். கண்ணை மூடினால்தான் தோடு தெரிந்தது. அதன் பூரிப்பைப் பார்க்க முடிந்தது.

எப்பொழுது தூங்கினோம் என்று தெரியவில்லை. மறுநாள் காலையில் ஒரு நாளும் இல்லாத திருநாளாக அம்மா அவளை எழுப்ப வேண்டியிருந்தது. அவ்வளவு அயர்ந்த தூக்கம். ஆனால் அப்படிச் சற்றுக் கூடுதலாகத் தூங்கியதுகூட நல்லதாகப் போய்விட்டது. கோலமாவு டப்பியுடன் அவள் வாசலில் அடியெடுத்து வைப்பதற்கும் ‘போடா கண்ணு’ என்று நல்ல வார்த்தை சொல்லி மாட்டைத் தடவிக்கொண்டு ரேக்ளாவில் முத்துராமு வாசலோடு போவதற்கும் சரியாக இருந்தது. ஏதோ சொல்லிவைத்தாற் போலல்லவா அவள் வரும் சமயம் பார்த்து வாசலைக் கடக்கிறான் அவன்!

கோலம் போட்டுவிட்டு உள்ளே வந்தவள், பூஜை அலமாரி யின் முன் ஒரு கோலம் போட்டாள். என்றுமில்லாத ஒரு புதுக்கோலம். எட்டு வட்டம் வைத்த தோடு, ஆனால் மாத்தோடு இது! அந்த மாத்தோட்டைக் கொடுத்து ஒரு வரம் கேட்டாள் அவள். மனத்துக்குள் கேட்டாள். கேட்கக்கூட இல்லை. நினைத்துக்

கொண்டாள். 'இந்த மாத்தோடு மாத்திரம் இல்லை; மகிழம்பூத் தோட்டால் தினமும் ஒரு மாலை போடுகிறேன். அப்புறம், அது ஆன பிறகு, புவனேச்வரிக்கு . . . புவனேச்வரிக்கு, அவள் காதுக்குப் பளிச்பளிச்சென்று! ஒரு ப்ளூஜாகர் தோடு போட வேண்டும் . . .' எது ஆன பிறகு? அதை எதற்காகச் சொல்ல வேண்டும்?... அவரை விட்டு, முத்துராமுவை அந்தத் தோட்டைப் போடச் சொல்ல வேண்டும். அவர் வாங்கிக் கொடுத்து நான் அதை என் கையால் கொடுக்க வேண்டும் . . . இல்லை . . . அவரேதான், அவர் கையாலேயே கொடுக்கட்டுமே? நான் கொடுத்தால் என்ன? அவர் கொடுத்தால் என்ன?'

'ப்ளூஜாகர்' தோடு என்ன விலை இருக்கும்? இரு நூறு இருக்குமா? முன்னூறு இருக்குமா? மளிகை விச்வமய்யர் வீட்டிற்கு இட்லி கொடுக்கும்பொழுது அதையும் விசாரித்துவிட்டாள். 'நெளு'வாக அவள் விசாரித்த சமர்த்து அவளுக்குத் தெரியும்.

"இப்படி வச்சூட்றீ குழந்தே!" என்று ஊஞ்சல் பலகையில் உட்கார்ந்திருந்த விசாலத்தம்மாள், தூணோரமாகச் சுட்டிக் காட்டினாள். பட்டு இட்டிலித் தட்டை வைத்துவிட்டுப் பார்த்துக் கொண்டேயிருந்தாள்.

"என்னடி குழந்தே பார்க்கறே?"

"ஒண்ணுமில்லே, மாமி."

"என்னடி, சொல்லேன்?"

"இன்னிக்கு உங்களைப் பார்த்தா ரொம்பக் களையா இருக்கு மாமி! அதுவும் அந்தத் தோடு பளீர்னு உங்க கன்னமெல்லாம் விளக்கேத்தி வைக்கிறாப் போல அப்படியே கொட்றது" என்றாள் பட்டு.

"என்னடி குழந்தே இது! இத்தனை நாளா கவனிக்கலியே நீ! . . ."

"பார்க்கிறேன் மாமி, இன்னிக்கு என்னமோ பூத்துக் கொட்றது அது."

"எல்லோரும் அப்படித்தான் சொல்றா. திருவேங்கடம் செட்டி பொண்டாட்டிகூட இது மாதிரி ஒண்ணு வாங்கிக் கொடுங்களேம்மா எனக்குன்னா. இது மாதிரின்னா இது என்ன ரங்கூன் வைரமா? ஒரே தினுசா வச்சிருக்கும், வாங்கிண்டு வரலாம்னு சொல்றதுக்கு! ஏதோ அகஸ்மாத்தா கிடைச்சுது! சக்ரமய்யங்கார் கிட்ட யாரோ திருஷ்ணாப் பள்ளிக்காரா வித்துக்குடுன்னு கொடுத்தாளாம். அவர் இவர் கிட்டே காமிச்சிருக்கார். என்ன விலையானாலும் எனக்குத்தான்னு

இவர் வாங்கிண்டு வந்துட்டார். மூவாயிரத்தி இருநூறு ரூபா ஆச்சு . . . திருவேங்கடம் பெண்டாட்டி நாலாயிரம் தரேம்மா எனக்குக் கொடுத்துடுங்கோம்மான்னா எப்படிக் கொடுக்கிறது, சொல்லு! கேக்கறதுதான் நியாயமோ! ஏதோ நல்லதாக் கிடைச்சிருக்கு அவாளே வச்சுக்கட்டும்னு இருக்கவாண்டாமோ? வாயைத் திறந்து கேட்பாளோ!–"

"அவளுக்கு என்ன மாமி! லட்சலட்சமாக் கொட்டிக்கிடக்கு."

"லட்சக்கணக்காக கொட்டி வச்சிருந்தா கேட்டுப்படறதோ!"

"கேட்டாலும் கொடுப்பாளோ யாராவது இந்தச் சாமானை?"

"நான்தான் கொடுக்கலையே . . . பணம் இருந்தா என்ன வானாலும் கேக்றதோன்னேன். கேட்டா கிடைச்சுருமோ. கிடைக்கணும்னு இருந்தாத்தான் கிடைக்கும்."

"ஆமாம் மாமி" என்று அவள் முகத்தையே சற்றுநேரம் பார்த்துவிட்டு வந்தாள் அவள். ஆனால் விலை சொன்னதுமே நறநறவென்று உள்ளே ஏதோ பாய்ந்து குடைந்தது. மூவாயிரம் நாலாயிரத்துக்கு அவர் எங்கே போவார், முத்துராமு? . . . அதுவும், அப்படி வாங்கி கோவிலுக்குக் கொடு என்றால்! . . .

வீட்டுக்கு வந்தபொழுது கூடத்துக்கு முன்னால் தாழ்வாரத் தில் வெயில் விழுந்து கிடந்தது. கத்தரித்தாற் போல் விழுந்த நிழலில்லை. மேலண்டைச் சுவர் இடிந்து பூச்சி வெட்டின தலைமயிர் மாதிரி மேல்பக்கம் ஒரு சமனாக இன்றி புள்ளலும் பொக்கையுமாகக் கிடந்தது. அந்த நிழல்தான் அவளைப் பார்த்துச் சிரித்தது.

'விடிஞ்சா இட்லியை வித்து ரண்டு ரூபாய் மிச்சம்காண இடுப்பொடியறது. புவனேச்வரிக்கு ப்ளூஜாகர் தோடு பண்ணிப் போடறாளாம். கல்யாணத் தாத்தா ரண்டு மாடி வச்சு வீடு கட்டிண்டிருக்கார். அவருக்கு ஒண்ணே ஒண்ணு கண்ணே கண்ணுன்னு ஒரு பிள்ளை. அவனுக்கு உன்னைத்தான் கலியாணம் பண்ணிவச்சு அழச்சுக்கப் போறாராக்கும்! மகா மகாலட்சமியாச்சே! தட்டுதட்டா வெள்ளியும் பவுனுமா சீர்வச்சடுவள் பாரு உங்கம்மா? அப்பனையும் முழுங்கிப்பிட்டு நிக்கறே நீ! உங்கம்மா என்ன சீர் வச்சுருவ! இட்லிப்பானை யிருக்கே ஒண்ணு, கரியும் நசுங்கலுமா அதைக் கொண்டு வச்சு கலியாணத் தாத்தா பிள்ளை கழுத்திலே ஒரு மாலையைப் போட்டுடலாம்னு பாக்கிறியாக்கும் . . .'

'. . .ஒரு சித்தாடைக்கு நாதியில்லை. அப்பன் மேல் வேட்டியைச் சுத்திண்டு அலையறே! . . . அதெல்லாம் கிடக்கட்டும் . . . நீ அதுக்குள்ளியும் இந்தக் கோட்டையெல்லாம்

என்னத்துக்குடி உனக்கு?' என்று அந்த இடிசுவரின் நிழல் நகைப்பது போலிருந்தது அவளுக்கு. அதைக் காலால் மிதித்து நசுக்கவேண்டும் போல ஆத்திரம் ஆத்திரமாகக் குமுறிற்று. இதெல்லாம் என்ன சொப்பனம்! என்ன அசட்டுத்தனம்! முத்துராமுவுக்கும் நமக்கும் என்ன சம்பந்தம்? எதற்கு இந்த அவல ஆசை? . . . சோர்ந்து போய் அவள் நடந்தாள்.

ஆனால் அந்தத் தோடு! நானே தோடாக மாறி அவள் காதில் பூரித்தேனே! அது பொய்யா, தப்பா? . . .

'புவனேச்வரி நான் உன்னை விடமாட்டேன்' என்று உள்ளுக்குள் சொல்லிக்கொண்டாள் அவள். உள்ளுக்குள்ளே புவனேச்வரியின் நாமம் ஒலித்துக்கொண்டேயிருந்தது. அவள் சொல்லாவிட்டாலும், அது ஒலிக்கிறாற் போலிருக்கும்.

விளையாடப் போகாமல் மாலைப்பொழுது வீட்டுக்குள் வெறிச்சோடித்தான் கிடந்தது. ஆனால் புவனேச்வரியின் பெயரைச் சொல்லிக்கொண்டேயிருந்தால்? முத்துராமுவின் காதில் நான் தோடாக இருந்ததை நினைத்துக்கொண்டேயிருந்தால்? இரண்டு நாளில் அந்தப் பொழுது போகாத சுமையெல்லாம் இருந்த இடம் தெரியவில்லை. அப்புறம் கோயில் பிராகாரத்துக்குப் போய் மகிழ மரத்தினடியில் உட்கார்ந்து பூக்கோக்கும் பொழுது, அந்தத் தோட்டுப் பூவைக் கோக்கும் பொழுது . . . அம்மாவைப் போல் யார் கிடைப்பார்கள்! நல்ல வேளையாகத் தடுத்தாள்! அம்மாவுக்கு இல்லாத கொடுமைதான்! அதனால்தான் இந்தக் கூப்பாடு, எரிச்சல் எல்லாம்! அதுவும் என்னோடு பேசுவதென்றால் எரிந்து விழவேண்டும். சுடச்சுடக் கொடுக்க வேண்டும். அப்படி ஒரு பழக்கமாகப் போய்விட்டது அவளுக்கு! மற்ற பேரோடெல்லாம் சாதாரணமாகச் சிரித்து சல்லோபில்லோ என்று பேசுகிற அம்மாதான்! என்னைக் கண்டதும் அவள் நாக்கில் உப்பும் காரமுமாக விழுந்துவிடுகிறது! பாவம்! அப்படிப் பேசினால்தான் திருந்துவேன் என்று அவள் எண்ணம் . . . அதுவும் உண்மைதான்! நானும் அப்படித் தான்தோன்றியாக 'ஆண் பிள்ளைப் பசங்க'ளோடுதானே லூட்டியடித்துக் கொண்டிருந்திருக்கிறேன்? நான் பெண்ணாகப் பிறந்தவளாக, அத்தும் அடக்கமுமாக இருந்தால் இவள் இப்படிக் கத்துவாளோ? பாவம் . . .

3

சட்னியை அரைத்து வழித்து ஜோட்டியில் வைத்துவிட்டு உட்கார்ந்திருந்தாள் பட்டு. கொடியடுப்பில் பக்கத்துக் கொடியில் கத்திரிக்காய் கொத்ஸு கொதித்துக்கொண்டிருந்தது. கொத்ஸைக் கிளறிக்கொண்டே அம்மா கத்தினாள், "ஏண்டி, முழங்காலைக்

கட்டிண்டே உட்கார்ந்திருக்கே! முதல் ஈட்டை எடுத்து ஸ்வாமிக்கு நைவேத்யம் பண்ணேன், நன்னா வெந்திருக்கும் போலிருக்கு. கலியாணத் தாத்தா, விசாலம், ட்ரெஷரர் மாமா – எல்லோருக்கும் கொண்டு கொடுத்துட்டு வாயேன். ஏன் பிரமை பிடிச்சு உட்கார்ந்திருக்கே?"

முதல் ஈட்டு இட்லி இருபத்திரண்டையும் பட்டுதான் எடுத்துக்கொண்டு போவாள். கலியாணத் தாத்தா, மளிகைக் கடை விச்வமய்யர், கோவில் பொக்கிஷதாரர் அண்ணாசாமி – இந்த மூன்று வீடுகளுக்கும் போய்க் கொடுத்துவிட்டு வருவாள். விச்வமய்யர் உளுந்து, எண்ணெய், அரிசியெல்லாம் கணக்கெழுதிக் கொடுத்துக்கொண்டிருந்தார். மாதத் தொடக்கத்திலோ, இரண்டு மூன்று மாதங்களுக்கொரு முறையோ அந்தக் கணக்கைத் தீர்த்தால் போதும். கோவில் பொக்கிஷதாரர் அண்ணாசாமி கோவில் மரங்களில் பறிக்கிற தேங்காய்களையும், தனக்கு தினமும் கோவிலிலிருந்து வரும் அர்ச்சனைத் தேங்காய் மூடிகளையும் முறையே சகாய விலைக்கும் பாதிவிலைக்குமாகக் கொடுத்து வந்தார். கலியாணத் தாத்தா நாள் கிழமை என்று முடைவந்தால் பத்து இருபது கடன் கொடுப்பார். தானாகக் கொண்டு கொடுத்தால் ஒழிய வாயைத் திறந்து கேட்கமாட்டார். அதனால் இந்த மூன்று பேருக்கும்தான் இந்தக் கொண்டு கொடுக்கிற சலுகை. வேறு யாருக்கும் இப்படிப் பழக்கப்படுத்திக்கொள்ளவில்லை அம்மா. அப்படிச் செய்ய அவசியமும் இல்லை. இந்த மூன்று பேர்கூட இந்தச் சலுகையை எதிர்பார்க்கவில்லை. அவளாக ஏற்படுத்திக் கொண்டதுதான் இது. கோட்டூர் அம்மா வீட்டு இட்லிக்கு அவ்வளவு நிலையும் பெயரும் உண்டு. பூப்பூவாக வாயில் கரையும் அந்த இட்லிக்கு சன்னதித் தெருவும் மடவிளாகத் தெருவும் சாலியத் தெருவும் காலையில் கூடத்திலும் தாழ்வாரத்திலும் வந்து காத்துக் கிடக்கிற கிடையிலிருந்து அது தெரியும்.

முதல் ஈட்டை எடுத்துத் தட்டில் போட்டுக் கூடத்தில் ஸ்வாமி அலமாரியின் முன் வைத்து வணங்கினாள் பட்டு. ஆலிலைக் கிருஷ்ணன் புன்சிரிப்புச் சிரித்தான். உள்ளே புவனேச்வரி, புவனேச்வரி என்று முனகல் கேட்டுக்கொண்டிருந்தது. கண்ணை மூடினாள் அவள். தோடு தெரிந்தது. தட்டை எடுத்து உள்ளே வந்து அலுமினியத் தூக்கில் இட்லியை எடுத்துக்கொண்டு சட்னியையும் கொத்ஸையும் கொத்துச் சட்டியில் போட்டு இலையால் மூடிக்கொண்டாள்.

"சுருக்க வந்துடுடீ" என்றாள் அம்மா.

பட்டு அடுக்களை நிலையைக் கடந்தபொழுது பூஜை அலமாரிக்கு முன்னால் நின்றுகொண்டிருந்தான் மூன்றாவது வீட்டு சங்குரு.

“எப்படா வந்தெ சங்குரு?”

சட்டென்று எதையோ மறைத்துக்கொண்டான் அந்தப் பயல். எதை மறைக்கிறான்?

“இப்பதாண்டி வந்தேன்” என்று அவன் சிரித்தான்.

“நீ வந்ததே தெரியலியே! பட்டுக்குட்டீ, பட்டுக்குட்டீன்னு வீடு இடியறாப்பல கத்திண்டு வருவியே?... என்ன அது கையிலே?...” என்னத்தை இப்படி மறைத்துக்கொண்டிருக்கிறான்?

“ஒண்ணுமில்லேடீ.”

“பின்னே என்னத்துக்கு மறைக்கிறே?”

“கலியாணத் தாத்தாவாத்துக்குத்தானே போறே இப்ப –”... என்று சாதாரணமாகச் சொல்லிவிட்டு, ‘எங்க வீட்டுக்குன்னா கொண்டு வருவியா ... கலியாணத் தாத்தான்னா கொண்டுபோய்க் கொடுப்பே” என்று பின்னால் கட்டியிருந்த கையை அசைத்தான். கடுதாசி மாதிரி இருந்தது. சட்டென்று நாக்கைக் கடித்துக் கொண்டாள் பட்டு. அப்படி வெளிப்படையாகக் காண்பித்துக் கொள்ளவில்லை. மனசு கடித்துக்கொண்டது.

அப்படியே தூக்குகளைக் கீழே வைத்தாள். சரேலென்று ஓடி அவன் கையிலிருந்த கடுதாசைப் பிடுங்கிக்கொண்டாள், “வந்தவனுக்குப் பூஜை அலமாரிக்கிட்டே என்னடா வேலை? பேசாம இட்லியை வாங்கிண்டு நடையைக் கட்டுவியா! அலமாரியைக் குடையறது, மாடத்தைக் குடையறது! சீ! நீங்கள்ளாம் ஒரு மனுஷா மாதிரி!” என்று சீறினாள்.

ஆனால் உள்ளே பயம் படபடவென்று நெஞ்சில் மோதிற்று. என்ன அவமானம்!

“இதுமாதிரி குடையறதுன்னா நீ இனிமே இந்த வீட்டுக் குள்ளே நுழையாதே” என்று உள்ளே கேட்காமல் பல்லைக் கடித்தாள்.

“இல்லேடி – இல்லேடி தெரியாம – செஞ்சுட்டேன்.”

“என்னடீ அங்கே?” என்றாள் அம்மா உள்ளேயிருந்து.

புருவத்தைத் தூக்கி, “சொல்லாதே” என்று ஜாடை காட்டினாள் பட்டு.

“இல்லை” என்றாற்போல ஜாடை காட்டினான் அவனும். அதற்குள் அம்மாவே வந்துவிட்டாள்.

“என்னடா சங்குரு?”

“ஒண்ணுமில்லே மாமி, பூஜை அலமாரியிலே இந்தப் புஸ்தகத்தைப் பிரிச்சு என்ன புஸ்தகம்னு பார்த்தேன் . . . அதுக்குத்தான் கோச்சுண்டா பட்டு.”

அம்மா அதை நம்பினாளோ நம்பவில்லையோ, தெரிய வில்லை; நம்பவில்லை போல்தான் தோன்றிற்று, அவள் இருவரையும் மாறிமாறிப் பார்த்த பார்வையில்.

“புஸ்தகத்தைப் பார்த்தா அதுக்கு ஏண்டி கோவிச்சுக்கணும்?”

“எதாயிருந்தா என்ன? பிறத்தியார் வீட்டுக்கு வந்து அலமாரியைக் குடையவாவது?”

“ஏண்டா சங்குரு! நீயும்தான் இப்படியெல்லாம் பண்ணலாமோ! இங்கே ஒண்ணும் ஆயிரம் ரண்டாயிரம், தோடு மூக்குத்தின்னு போட்டு வைக்கலே – கிழிசல் புஸ்தகம்தான் வச்சிருக்கும். இருந்தாலும் இது நல்ல பழக்கம் இல்லை பாரு. வேற யார் வீட்டிலியாவது இப்படிக் குடைஞ்சு, அங்கே ஏதாவது கெட்டுப் போயிருந்ததுன்னா, உன் தலையிலெ தானேடா வந்து விடியும் – ம்!”

“ஆமாம் மாமி!”

“நீ போயேண்டி, நாழியாச்சே.”

அவனை ஒரு தடவை முறைத்துப் பார்த்துவிட்டு தூக்குச் சட்டிகளை எடுத்துக்கொண்டு வெளியே போனாள் பட்டு. வெளியே போய் இரண்டு வீடு தாண்டிய பிறகும் அவளை விட்டு அச்சம் விலகவில்லை. இருந்து அந்தப் பயலை இட்லியைக் கொடுத்து அனுப்பிவிட்டு, பிறகு வந்திருக்கக் கூடாதா என்று தோன்றிற்று. ஆனால், ஒன்றும் சொல்ல மாட்டான். சொல்லட்டும்! நாளைக்கு முழங்கால் முட்டியை உடைத்துவிட மாட்டேனா? அப்புறம் கோட்டூர் அம்மா வீட்டு இட்லி வாயில் மண்தான் விழும் என்று சமாதானப்படுத்திக்கொண்டே நடந்தாள்.

ரவிக்கைக்குள் கசக்கிப் போட்ட கடுதாசு நெஞ்சை உறுத்திக் கொண்டே இருந்தது. கிழித்துப் போட்டுவிட்டால் என்ன? முடியாது. கை இரண்டிலும் தூக்குகள்.

கலியாணத் தாத்தா வீட்டிற்கு முதலில் போகிறவளுக்கு இன்று கால் வெடவெடத்தது. மளிகைக் கடையார் வீட்டிலும் பொக்கிஷதார் வீட்டிலும் இட்லியைப் போட்டுவிட்டுக் கடைசியில்தான் அங்கே போனாள்.

வழக்கம்போல் கலியாணத் தாத்தா வாசல் திண்ணையில் சாய்வு நாற்காலியில் சாய்ந்திருந்தார். பக்கத்தில் நாலைந்து குழந்தைகள். அவரைப் பார்க்கக்கூடக் கூசிற்று அவளுக்கு. “காலே

அரைக்கால் ரூபாய்க்கு நாலேயரைக்கால் வாழைக்காய்னா, நாலேரைக்கால் ரூபாய்க்கு எத்தனை வாழைக்காய் கிடைக்கும்" என்று குழந்தைகளுக்குக் கணக்குப் போட்டுக்கொண்டிருந்த அவர் பட்டுவைப் பார்த்ததும் "இத பாரு பட்டுக்குட்டி இட்லி கொண்டுவரா, நாலு இட்லி விலை மூணணான்னால் ஒரு ஆழாக்கு சாம்பார் என்ன விலை? ஒரு கரண்டி சட்னி என்ன விலை?" என்று கேள்வி போட்டார் அவர். அவர் கணக்கெல்லாம் இப்படித்தான் இருக்கும்... மூணு வெள்ளைப் பசுமாடு முந்நூறு ரூவா. நாலு சேப்புப் பசுமாடு என்ன விலை? மேற்கத்திக் காளைக்கு லாடம் அடிக்க மூணு ரூவா கேட்கிறான். தெக்கால் தெரு இப்ராஹிம். தெக்குத்திப் பசுமாட்டுக்கு லாடம் அடிக்கிறதுன்னா என்ன கேப்பான்?... இப்படிக் கணக்குகள், புதிர்கள் போட்டுக்கொண்டிருப்பார். குழந்தைகள் மூளையைப் போட்டுக் குழப்பிக்கொண்டிருக்கும்; திடீர் திடீர் என்று சிரிப்பு வெடிக்கும். புரியாத குழந்தைகள் தலையிலடித்தாற் போல விழிக்கும்.

இட்லியைப் போட்டுவிட்டுக் கால் நிலைகொள்ளாமல் வெளியே வருவதற்காக நடந்தாள் பட்டு. இடைகழிக்கு வந்ததும் உள்ளேயிருந்து குரல் வந்தது. "என்னடி பட்டு, பேசாம போறே? மறந்துபோயிட்டியா?" என்று கையில் கலியாண பேடாவை எடுத்துக்கொண்டு வந்தாள் கலியாணப் பாட்டி. இட்லி போட்டுவிட்டு வரும்போதெல்லாம் தினமும் ஒரு பேடா கொடுப்பாள் அவள். ஒரு சின்ன நெருப்புப் பெட்டியளவு இருக்கும் அது. அதில் பாதி கனம் இருக்கும். வாயில் போட்டால் கரகரவென்று கரையும். நெய் மணக்கும். ஓமம் மணக்கும். ஏலம் மணக்கும். ஜாதிக்காய் மணக்கும். இஞ்சி லேசாகத் தொலைவில் மணக்கும். இதையெல்லாம் தவிர இன்னொரு மணமும் அதில் உண்டு. அது என்ன மணம், எந்தப் பொருளின் மணம் என்று யாருக்குமே தெரியாது. கண்டுபிடிக்க முடியவில்லை. இந்த அதிசய பட்சணத்திற்குக் கலியாண பேடா என்றே பெயர் வைத்து வியாபாரம் செய்துகொண்டிருந்தார் கலியாணத் தாத்தா. பட்டுவுக்கு விவரம் தெரிந்த நாளாக இந்தக் கலியாண பேடாவைத் தின்றுகொண்டிருக்கிறாள். ஆனால், அதை எப்படிச் செய்கிறார்கள் என்று யாருக்கும் தெரியாது. அது அவருக்கும் கலியாணப் பாட்டிக்கும்தான் தெரியும். அந்தப் பேடா ஜில்லா ஜில்லாவாக, நகரம் நகரமாகப் போய்க்கொண்டிருந்தது. தஞ்சாவூர் கலெக்டர், திருநெல்வேலி கலெக்டர், ஜமீன்தார்கள், வெள்ளைக்காரர்கள்கூட இந்தக் கலியாண பேடாவைத்தான் டிபனுக்கு நாலு ஐந்து என்று தின்றுவிட்டுக் காபி குடிப்பார்களாம். இப்படி ஊர் ஊராக அனுப்பிஅனுப்பி கலியாணத் தாத்தாவுக்குப் பணம் குவிந்து

தி. ஜானகிராமன்

கொண்டே வந்ததாம். அந்தப் பணம்தான் இப்படி இரட்டை மாடி வைத்த வீடாக நிகுநிகுவென மின்னுகிறது. சன்னிதித் தெருவில் இதைத் தவிர இரண்டு வீடு கலியாணத் தாத்தாவுக்கு உண்டு. ஆற்றங்கரைக்குப் போகிற பாதையில் சிவன் கோயிலுக்கு இப்பால் இருக்கிற மாந்தோப்பு, பாதைக்குத் தெற்கே உள்ள மூன்று வேலி நிலம் எல்லாம் கலியாணத் தாத்தா கடைத் தெருவில் ஒரு சின்னக் கடையே வைத்து அதில் முத்துராமுவை உட்கார்த்தி வைத்துவிட்டார். விடிய விடிய அந்தக் கடையைத் திறக்கத்தான் ரேக்ளாவில் கோலம் போடுகிற அத்தனை பேர்களையும் கடந்து செல்வான் அவன். அச்சோ! அச்சோ! என்ன அழகு! என்ன அழகு! கிருஷ்ண பரமாத்மா மாதிரி! மேலே படிக்கவில்லை! அவன் வியாபாரத்தில் உட்கார்ந்துவிட்டான். எதற்காகப் படிக்க வேண்டும் அவன்! இல்லை அவர்!

பேடாவை வாங்கிக்கொண்டு, "வரேன் மாமி", என்று சொன்ன பட்டுவை கலியாணப் பாட்டி விடவில்லை.

"இருடி . . ." என்று உள்ளே போனாள்.

மறுபடியும் என்ன கொண்டுவரப் போகிறாள்? பாட்டி சமையல் உள்ளில்தான் போனாள். அடுத்த அறையில் போக வில்லை. அடுத்த அறையில் யாருமே போக முடியாது. அங்கேதான் கலியாண பேடாவுக்கு சாமான் இடிக்கிறது, கலக்கறது எல்லாம் நடக்கிறது. அந்தக் கதவு எப்பொழுதும் சாத்தியே இருக்கும். பாட்டியைக் கூப்பிட்டால் ஒரு நிமிஷம் கழித்துத் திறந்துகொண்டு வருவாள். வெளியே வந்துதான் பேசுவாள். வரும்போது கதவை ஞாபகமாகச் சாத்திக்கொண்டுதான் வருவாள். அப்படிச் சாத்தும் பொழுது பார்த்த பார்வையில் அது ஒரு தனிக்கட்டு என்று தெரியும். முன்னே ஒரு அறை. அதன் கோடியில் ஒரு நிலை. அதற்குப்பால் ஒரு அறை. அதற்குமப்பால் இன்னொரு அறை. அது தூர இருந்து பார்க்கும்போதே கரியும் பழுப்புச் சுவருமாகத் தெரியும். பேடா பண்ணுகிற அடுப்பு அங்கேதான் இருக்கிறதோ என்னவோ? இந்தப் பரம ரகசியக் கட்டுக்குள் மனுஷப் பிறவி யாரும் அடி எடுத்து வைக்க முடியாது. கலியாணப் பாட்டியையும் கலியாணத் தாத்தாவையும் – முத்துராமுவையும் தவிர! ஒரே ஒரு பிள்ளை. அவனுக்குக் கூடவா கட்டுப்பாடு இருக்கும்! அவருக்குக்கூடவா! செல்லப்பிள்ளை! ஒரு தாய்க்கு ஒரு பிள்ளை! அவன்தான் பிடிவாதம் பண்ணி போன வருஷம் அப்பாவை ஒரு காலண்டர் போடச் சொன்னானாம். அதிலே ஒரு பிள்ளையார் பொம்மை பல வர்ணங்களில் போட்டிருந்தது. மேலே கலியாண விலாஸ் என்று சிவப்பாக எழுதியிருக்கும். பிள்ளையாருக்குக் கீழே 'கலியாண் பேடா' என்று கொட்டை எழுத்துக்கள். கீழே ஈடற்ற மணம், இணையற்ற ருசி, யாருக்குமேற்ற

இனிய உணவு, சுத்தமானது, ஆரோக்கியமானது – என்று மூன்று வரியில் எழுதியிருக்கும். ஒரு நாளைக்கு இட்லி போட்டுவிட்டு வரும்பொழுது தாத்தா, பாட்டிக்கு ஒரு உத்தரவு போட்டு ஒரு காலண்டரைப் பட்டுவிடம் கொடுக்கச் சொன்னார். அந்தக் காலண்டரைப் பூஜை அலமாரிக்கு மேலே மாட்டி வைத்தாள். அதைப் பார்த்துப் பார்த்து அந்த வாசகமெல்லாம் நெட்டுருவாகி விட்டது அவளுக்கு.

சமையலறையிலிருந்து ஒரு அலுமினியத் தூக்கு டப்பாவோடு வெளியே வந்தாள் கலியாணப் பாட்டி.

"இதபாரு பட்டு! இதிலே அரைப்படி உளுந்து வச்சிருக்கேன்! மிளகு, மிளகாய், உப்பு எல்லாம்கூடக் கட்டிவச்சிருக்கேன். இன்னிக்கு வியாழக்கிழமையா? வடைமாலை சாத்தறேன்னு அனுமாருக்கு வேண்டிண்டேன்; எனக்கோ கடைப்படலே. உங்கம்மாக்கிட்ட சொல்லி இதைக் கொஞ்சம் வழுமூணா அறச்சுக் கொடுக்கச் சொல்லு. கோடி புண்யம் உண்டு" என்றாள் பாட்டி.

"இதென்ன பாட்டி பிரமாதம்! நான் அறைச்சுக் குடுக்கறேன்" என்று சொல்லும்போது பட்டுவுக்கு உள்ளெல்லாம் சந்தோஷத்தைப் போட்டுத் திணித்து அடைக்கிறாப் போலிருந்தது. "நான் அறைச்சுக் கொடுக்கிறேன், பாட்டி. அனுமாருக்கு செய்யக் கொடுத்து வக்யணுமே!"

"நீ மகராஜியா இருக்கணும்டீம்மா! உங்கம்மாவுக்கு எத்தனையோ பாடு! எப்படிடாப்பா சொல்றதுன்னு நெனச்சிண்டேயிருந்தேன் ..."

"நான் இல்லியா பாட்டி! எனக்கு இதைவிட என்ன வேலையாம்! ... நீங்க கவலைப்படாதீங்கோ. இன்னும் சித்தெ நாழியிலே கொண்டு கொடுக்கிறேன்."

"குளிச்சிட்டியோ?"

"குளிக்கப் போறேன்."

"குளிச்சுட்டு அறைக்கணும்டீம்மா, ஸ்வாமிக்குச் செய்யறது."

"ஆமாம் பாட்டி. நன்னாத் தலைக்கு ஸ்நானம் பண்ணி விட்டு மடியா அறைச்சுக் கொடுக்கறேன்."

"ஆமாண்டி கண்ணு! நீ மகராஜியா இருக்கணும்டீம்மா" என்றாள் பாட்டி.

பட்டு வெளியே வரும்பொழுது கலியாணத் தாத்தாவின் குரல் மறித்தது. குழந்தைகள் ஹோவென்று சிரித்துக்கொண்டிருந்தன.

தி. ஜானகிராமன்

“பட்டுக்குட்டீ!”

“என்ன தாத்தா!”

“என்னடி பேசாம நீ பாட்டுக்குப் போயிண்டே இருக்கே, அழகுசிங்கு பட்பட்பட்னு கணக்கு போட்டிண்டிருக்கான். நீ பார்க்க வாண்டாமோ அதிசயத்தை! சித்தெ நில்லுடீ . . . இதோ பாரு எப்படி டக்குடக்குன்னு ஆன்சர் சொல்றான் பாரு” என்றார் தாத்தா.

பட்டு திண்ணையில் பார்த்தாள். தூணில் சாய்ந்ததும் சாயாததுமா, குட்டைக் கையை மேலே தூக்கிப் பின் பக்கமாகத் தூணை அணைத்தவாறு உட்கார்ந்திருந்தான் அழகுசிங்கு, அழகுசிங்கு குள்ளன். உயரம் – நாலு ஐந்து வயதுக் குழந்தையின் உயரம்தான். ஆனால், வயசு அவனுக்கு நாற்பதோ முப்பதோ தெரியாது. குட்டைக்கால், குட்டைக்கை, குட்டை உடம்பு. ஆனால் கால் கை எல்லாம் மொத்தமாக நாற்பது முப்பது வயசுக் கால் கையாகவே இருக்கும். மார்பில், புஜத்தில், கணுக்காலில் கண்டு கண்டாகச் சதை, குடுமி, பட்டையாக நாமம், மொத்தமாக ஒரு பூணூல், பட்டைக்கரை போட்ட வேட்டி. அந்த வேட்டியின் நீளத்தைப் பாதியாக மடித்து அந்த மடிப்பையும் ஓரமாக இன்னொரு மடிப்பு மடித்துக் கட்டிக்கொண்டிருந்தான்.

எல்லோருக்கும் வேட்டி பார்டர் கீழே இருந்தால் இவன் கட்டில் முந்தி கீழே இருக்கும். அந்த முந்தியின் நூல் பிசிறுகள் மண்ணில் பட்டுவிடப் போகிறதே என்று கவலையாக கணுக்காலுக்குக் கீழே போகாமல் கட்டிக்கொண்டிருப்பான். தோளில் ஒரு இரண்டுமுழத் துண்டு. கண்ணில் கோலிசோடா பாட்டில் இரண்டை உடைத்து அடிப்பக்கத்தைக் கண்ணுக்கொன்றாக மாட்டினாற் போல் ஒரு மூக்குக்கண்ணாடி. அப்படியும் கண் சரியாகத் தெரியாமல் கண்ணை இடுக்கி இடுக்கிப் பார்ப்பான் அழகுசிங்கு. கணக்கில் அவன் சூரப்புலி. சன்னதித் தெருவில் அவனுக்குப் பொழுது போகவில்லை என்றால் கலியாணத் தாத்தாவிடம்தான் உட்கார்ந்துகொண்டிருப்பான்.

“சொல்லுங்கோ தாத்தா” என்று அத்தனைப் பல்லையும் காட்டி, கண்ணை இடுக்கிக்கொண்டு கணக்குப் போடத் தயாரானான் அழகுசிங்கு.

“போடட்டுமா கேள்றீ பட்டு. அறுபத்தெட்டும் முப்பத்தெட்டும்?” என்று நறுக்கென்று ஒரு கூட்டல் போட்டார் கலியாணத் தாத்தா.

“நாப்பத்தெட்டு” – நறுக்கென்று விடை வந்தது.

“இருபத்திநாலும் அம்பத்திநாலும்?”

"பதினாலு" பட்டென்று விடை.

"கரெக்ட். நாப்பத்தேழும் இருபத்தஞ்சும்?"

"அம்பத்தஞ்சு."

"தொள்ளாயிரத்தெட்டும் தொள்ளாயிரத்தெட்டும்?"

"நாலாயிரத்தெட்டு."

"நாலாயிரத்து அறுபத்திநாலும் மூவாயிரத்து முப்பத்தி நாலும்?"

"ரண்டாயிரத்து எழுபத்திநாலு."

"முப்பதும் முப்பதும்."

"அறுபது."

"ச்சே, தப்பிப் போயிட்டுதேடா. இத்தனை நாழி கரெக்டாப் போட்டுண்டு வந்தே!"

குழந்தைகள் ஹோவென்று சிரித்தன. ஒரு பயல் குப்புற விழுந்து சிரித்தான். அவன் கண்ணில் நீர் கட்டிவிட்டது.

"எப்படிச் சொல்றான் பாத்தியா ஆன்சர்லாம், கன்னத்திலே அறையறாப்பல?" என்று பட்டுவிடம் சொன்ன தாத்தா, "என்ன இந்தக் கையிலே?" என்றார்.

"பாட்டி இன்னிக்கி அனுமாருக்கு வடைமாலை சாத்தப் போறாளாம். ஊந்து அறச்சுக் கொடுக்கச் சொன்னா. எடுத்துண்டு போறேன்."

"எத்தனை படி?"

"அரைப்படி"

"சட்னு சொல்லுடா அழகுசிங்கு – அரைப்படி உளுந்துக்கு எத்தனை வடை தட்டலாம்?

"அறுநூறு." டக்கென்று பதில் சொன்னான் அழகுசிங்கு.

"அறுநூறு, வருமா? பலே. அப்படீன்னா எல்லாரும் வந்துடுங்கடா சாயங்காலம்" என்றார் தாத்தா.

மீண்டும் இரைச்சல்.

பட்டு தாத்தாவிடம் விடை பெற்றுக்கொண்டு கிளம்பினாள். கலியாணத் தாத்தா மாதிரி யாருமே இருக்க முடியாது. குழந்தைகள் என்றால் அவருக்கு உயிர். குழந்தைகளும் அவரைக் கண்டால் விடாது. அதே சமயம் அண்ணாசாமி, இருக்கிறதே,

தி. ஜானகிராமன்

கோவில் ட்ரெஷரர் அதற்குக் குழந்தைகள், குட்டிகள் என்றாலே வேப்பங்காய்.

முன்பெல்லாம் கோவில் பிராகாரத்தில் ஒரே குழந்தைக் கூட்டமும் பையன்கள் கூட்டமுமாகத்தானிருக்கும். ஊருக்கு விளையாட்டு மைதானம் இந்தக் கோவில் பிராகாரம்தான். இவ்வளவு பெரிய பிராகாரத்தில் வேறு என்னதான் செய்கிறது? பேய்ப் பந்து, சுவர்ப்பந்து, கிட்டிப்புள் – இப்படி. குருவி இரைச்சல் காக்காய் இரைச்சலாக இருக்கும் கோயில். இந்த அண்ணாசாமி ட்ரெஷ்ரராக வந்தாலும் வந்தது, நாலு வருஷகாலமாகக் கோயில் பக்கம் ஒரு குழந்தை தலைகாட்ட முடியாமல் பண்ணிவிட்டது. ஊளைச் சதை மார்பிலும் கையிலும் ஆட ஆட, ஓடி ஓடி வரும். அடிக்க அடிக்க வரும். நாலைந்து பையன்களை வசமாகப் பிடித்துக் கிள்ளிக்கூடவிட்டது. கிள்ளினால் கையில் 'தவக்களை' புடைக்கும். அப்படி ஒரு பிசாசுவிரல்! தண்டு ஒரு தடவை அகப்பட்டுக்கொண்டு இந்தப் பிசாசு ரத்தம் கசியத் துடையில் கிள்ளிவிட்டது. அது மூக்குப் பொடி வேறு போடுமாம். நக இடுக்கில் இருந்த பொடிவேறு புகுந்து தண்டு எரிச்சல் தாங்காமல் அப்பா அப்பா என்று கொஞ்ச அவதிப்படவில்லை. அந்த அண்ணாசாமிக் கடுவன் பூனைக்கும் இந்தக் கலியாணத் தாத்தாவுக்கும் எவ்வளவு தூரம்!... கலியாணத் தாத்தா பட்டுக்குட்டி என்று கூப்பிடும்போதே எத்தனை வாஞ்சை! எத்தனை வாத்சல்யம்! ஆனால், பட்டுக்குட்டி என்று அப்போது கூப்பிடுவாரோ? மாட்டுப்... அப்போது..!

பட்டுவுக்கு இப்பொழுது உடலெல்லாம் குன்றிற்று. அவரை நினைத்து இல்லை. இந்த சங்குருப்பயல் கண்ணில் படும்படியாக ஒரு கடுதாசி எழுதி அதை பூஜை அலமாரியில் வைத்தேனே! என்ன அவமானம்! அவன் சொல்லாமல் இருக்கவேண்டும் என்று வயிற்றில் சந்தேகம் நெளியநெளிய நடந்தாள். ரவிக்கைக்குள் அந்தக் கடுதாசு அப்படியே கிடக்கிறது.

வீட்டில் நுழையும்பொழுது கூடத்தில் சற்றுக் கூட்டமாக இருந்தது – வழக்கம்போல், சன்னிதித் தெருப் பயல்கள் நாலு பேர், மடவிளாகத் தெருக் குட்டிகள் இரண்டு, சாலியத் தெரு கிஷ்டம்மா, கும்டாவின் இரண்டாம் பெண்டாட்டி ருக்குமணி – எண்ணெய்க் கடை மகாலிங்கம் செட்டியார் எல்லாரும் தட்டும் குவளையும் பேலாவும் கிண்ணமுமாக நின்றுகொண்டிருந்தார்கள். இட்லிக்கும் கொத்சுக்கும் நாக்கை நீட்டிக்கொண்டு.

"தாளம் என்னடா தாளம் – எதுக்குத் தாளம் போடறே! சோத்துக்கா?" என்று தட்டில் காசால் தாளம் போட்டுக்கொண் டிருந்த ஒரு பயல் மீது எரிந்து விழுந்துகொண்டே உள்ளே போய்

தோடு

தூக்குகளை வைத்துவிட்டு, உடனே கொல்லையில் காலலம்பப் போவது போல் போய் ரவிக்கைக்குள் கிடந்த கடுதாசைச் சுக்கல் சுக்கலாகக் கிழித்து வாழை மரங்களின் இடுக்கில் எறிந்துவிட்டு, காலைக் கழுவிக்கொண்டு உள்ளே வந்தாள் பட்டு.

கூடத்தில் வந்த கும்பல் கூடுவதும் குறைவதுமாக இருந்தது. முற்றிலும் கலைந்து கூடம் ஒழிய ஒன்பது மணியாகிவிட்டது. அதுவரையில் அம்மா வாயைத் திறக்கவில்லை. மூலையில் வைத்திருந்த தூக்குக்கூட எல்லாம் ஒழிந்த பிறகுதான் அவள் கண்ணில் பட்டது.

"ஏதுறீ உளுத்தம் பருப்பு?"

"இன்னிக்கு சாயங்காலம் அனுமாருக்கு வடைமாலை சாத்தறாளாம் கலியாணிப் பாட்டி தள்ளலையாம். சித்தெ அறைச்சுக் கொடேன்னாள். ஸ்நானம் பண்ணிப்ட்டு அறைக்கப் போறேன்."

"எல்லாம் நீயா நிச்சயம் பண்ணினுடுவே போலிருக்கே."

"என்னம்மா!"

"அறைச்சுக் கொடுக்கலாமான்னு ஒரு வார்த்தை என்னைக் கேக்கலாமேடி. அம்மான்னு, ஆத்துக்குப் பெரியவள்னு என்னை ஒருத்தியை வச்சிருக்கே!"

"உனக்கு சிரமமாயிருக்குமேன்னுதான் நான் அறச்சுக் கொடுக்கிறேன்னு எடுத்துண்டு வந்தேன்."

"அதுக்குத்தாண்டி நானும் சொல்றேன். என்னை ஒரு வார்த்தை கேட்கப்படாதான்னு. என்னமோ மாட்டுப் பொண் மாதிரி நீ எடுத்துண்டு வரதும் அவ சொல்றதும் . . . ரொம்ப நன்னாயிருக்கு."

"நீ என்ன சொல்றே! . . ."

"கல்யாணிப் பாட்டியும் நீயுமா பேசிண்டேளாக்கும் நான் மாமியாரா இருக்கேன், நீ மாட்டுப் பொண்ணா இருடீன்னு."

"என்ன திப்புதிப்புன்னு என்னமோ சொல்லக் கிளம்பிட்டே."

"நான் என்னத்தைடி கண்டேன்! நீதான் அலமாரியிலே கடுதாசு எழுதி வக்யறே! வடைக்கு அறச்சுக் கொடுக்கறேன்னு வாங்கிண்டு வரே. நான் எதைக் கண்டேன்!"

பட்டு ஒன்றும் பேசவில்லை. அம்மாவைத் திரும்பிப் பார்க்க வும் இல்லை. ஆனால் அம்மா தன்னைத் துருவி, துளைத்துப் பார்ப்பது அவள் கண் தோல் மீதெல்லாம் உரைத்தது.

"சும்மாக் கிடக்கற சங்கை ஊதிக் கெடுத்தானாம் ஆண்டிங்கற மாதிரி இருக்கு. ரண்டு பேர் சமர்த்தன்னு சொன்னவுடனே, அப்படியெல்லாம் நெனச்சுக்க வாண்டாம்னு அசடு வழிஞ்சி யாக்கும். கலியாணத் தாத்தா மாட்டுப் பொண்ணா என்னைக் கொண்டு சேர்த்துடுன்னு எழுதி வச்சிருந்தியாமே அலமாரியிலே."

"—"

"ம்?"

"—"

"பதில் சொல்ல மாட்டியோ?"

"—"

பட்டு பேசவுமில்லை, அவளைப் பார்க்கவுமில்லை. பயந்து கொண்டிருந்தவளுக்கு ஏதோ மார்புக்குள் கிளுகிளுவென்றது. அந்தக் கிளுகிளுப்பு முகத்திற்கு வந்து உதட்டிலும் ஒரு புன்னகை யின் சாயலாக வழிந்தது. அதை அடக்கி அடக்கிப் பார்த்தாள். முடியவில்லை.

முகத்தை இன்னும் அப்பால் திருப்பிக்கொண்டாள்.

"யாருக்கடி அதை எழுதி வச்சே?"

"—"

சட்டென்று அம்மா வளைத்து அவள் முகத்திற்கு முன்னால் வந்து நின்றாள்.

"யாருக்கடி எழுதி வச்சேங்கறேன். என்னமோ குரவளையை முறுக்கிண்டு நிக்கறியே!"

அம்மாவின் முகம் மலர்ந்து கிடந்தது. அவளும் சிரிக்கிற மாதிரி இருந்தது.

"யாருக்கு எழுதினே? சொல்லேண்டி!"

பட்டு இரண்டு கைகளையும் முறுக்கிக்கொண்டு நின்றாள். அவள் முகம் இன்னும் மலர்ந்துவிட்டது.

"யாருக்கு எழுதினேடி? சொல்லேன்! ஸ்வாமிக்கா?"

"போம்மா."

"ஸ்வாமிக்குத்தானே?"

"ஆமாம் – அப்படித்தான் – போ!"

அம்மா வாயைவிட்டுச் சிரிக்கவில்லை. ஆனால் வாய் மலர்ந்து உடம்பு குலுங்கிற்று.

"எழுதினதுதான் எழுதினே! சங்குரு கண்ணிலே படும் படியா அலமாரியிலே வக்யணுமா? ஏண்டி! அது தெருவெல்லாம் போய்த் தம்பட்டம் அடிச்சு உன்னைச் சிரிக்க அடிக்குமே!"

"அதெல்லாம் மாட்டான்."

"எங்கிட்ட சொன்னாப்பல அவன் தெருவிலியும் போய்ச் சொன்னா? தரித்ரமே – இனிமே இதெல்லாம் பண்ணி வக்யாதே. இப்படியெல்லாம் எழுதியும் வக்யாதே . . . முத்துராமுக்கு மூணு வீடு, மூணு வேலி நிலம், கடையெல்லாம் வரப்போறது. பதினாயிரம் இருபதினாயிரம்னு வச்சுண்டு ஆயிரம் பேர் காத்துண்டிருப்பா அவனுக்குப் பொண்ணு கொடுக்க. இனிமேல் இப்படியெல்லாம் கேக்க மாட்டேன் தாயே, எனக்கு யோக்யதை இல்லாத பண்டத்துக்கெல்லாம் ஆசைப்படமாட்டேன்னு ஒரு கடுதாசியை எழுதி அலமாரியிலே வச்சுப்ட்டு வடைக்கு அறைச்சுக் கொடுத்துப்ட்டு, ரண்டணா கூலியை வாங்கிண்டு வந்து சேரு, கலியாணிப் பாட்டிக் கிட்டேருந்து" என்று சொல்லிக்கொண்டே அம்மா அப்படியே தூண் மீது சாய்ந்தாற்போல் உட்கார்ந்து கொண்டாள்.

பட்டு குளிக்கக் கொல்லைக்குப் போனவள், கொல்லை நிலையின் இறக்கத்தில் கால் தடைப்பட்டாற்போல் நின்றாள். வெளியைப் பார்த்தாள். குமுறிக் குமுறி வந்தது. இறக்கத்திலிருந்து கொல்லைத் திண்ணை மீதேறி சுவர்ப்பக்கம் திரும்பி, பல்பொடி வைக்கும் மாடத்தைப் பார்த்துக்கொண்டு அழுதாள். உதட்டைக் கடித்து அழுகையை விழுங்கப் பார்த்ததெல்லாம் பலிக்கவில்லை. மூக்கு, அவளறியாமல் உறிஞ்சிற்று. அந்தத் திண்ணை மூலையில் தேங்காய் உறிக்கிற குத்துப்பாறை, மரத்தில் செருகி நின்றது – கூராக, கறுப்பாக மின்னிக்கொண்டு – அந்தக் கூரில் அப்படியே வயிற்றைக் கொடுத்துக் குதித்துவிட்டால் . . .

காலடி கேட்டது. சட்டென்று கண்ணைத் துடைத்துக் கொண்டாள் அவள்.

"என்னத்துக்குடி அழறே!"

"–"

"அழு, அழு – இப்பவே அழுது தீத்துப்பிடு. அப்புறம் இந்த அசட்டு ஆசையெல்லாம் வராம அழுது கரைச்சுத் தொலை", என்று சொல்லிவிட்டு, "வடைக்கு நானே அறச்சுக் கொண்டு கொடுத்துட்டு வரட்டுமா?" என்ற கேட்டாள் அம்மா.

"நானே அறைக்கிறேன் – குளிச்சுப்ட்டு."

"அறைக்கிறதுன்னா சுருக்க அரை – போடி, அசடு! அப்படி யெல்லாம் எம்பி எம்பிப் புடிக்கிறதுக்கு இஞ்ச என்ன வச்சிருக்கு?"

என்று சொல்லிக்கொண்டே நகர்ந்தாள் அம்மா. அவளுடைய குரலும் கம்மிக் கரகரத்தது. உள்ளே போய் அவளும் இப்படித்தான் அழப்போகிறாளோ என்னவோ?

அப்படி ஒரு துணை கிடைத்ததும் தான் பட்டுவுக்குக் கால் நின்றது. தரையில் ஊன்றி நகர முடிந்தது. கிணற்றண்டைபோய்ப் பாவாடையை அவிழ்த்து, தாவணியைச் சுற்றி செருகிக் குளிக்கத் தொடங்கினாள்.

4

வடைக்கு அரைத்து, கலியாணிப் பாட்டியிடம் கொடுத்துவிட்டு வந்தாள் பட்டு. மாலையில் அனுமார் கோயிலுக்கும் போனாள். அனுமாரிடம் கூட வேண்டிக்கொள்ள வேண்டும் போலிருந்தது அவளுக்கு. ஆனால் மனசெல்லாம் மழையாக அடித்து, அசட்டுத் தனங்களையெல்லாம் கரைத்துக் கழுவிவிட்டாற் போலிருந்தது. மறுபடியும் ஒரு மழை பெய்து சூறையாடப் போகிறதே என்று ஒன்றும் வேண்டிக்கொள்ளாமல் பேசாமல் நின்று கும்பிட்டுவிட்டு, பாட்டி தாம்பாளத்தில் போட்டுக் கொடுத்த வடைகளையும் துளசியையும் வாங்கிக்கொண்டு வீடுவந்து சேர்ந்தாள். கோயிலுக்குப் போனாள். மகிழம்பூ கோத்தாள். மகிழம்பூ, தோடு மாதிரிதான் இருக்கிறது. இருந்துவிட்டுப் போகட்டும். நான்கூட அவள் காதில் தோடு மாதிரிதான் இருக்கிறேன் – இல்லை – இருந்தேன் – இருந்ததாக சொப்பனம் மாதிரி கண்டேன். கண்டால் என்ன? புவனேச்வரியின் சன்னதியில் குங்குமார்ச்சனை செய்துகொண்டு இருந்தான் பஞ்சு. அர்ச்சனை முடிந்ததும், செய்ய வந்தவருக்குப் பிரசாதத்தைக் கொடுத்துவிட்டு, “மாலை கொண்டு வந்திருக்கியா?” என்று மகிழ மாலையை வாங்கிக்கொண்டான். பட்டு புவனேச்வரியைப் பார்த்தாள். தலை முடியைப் பார்த்தாள். முகத்தைப் பார்த்தாள். கழுத்தைப் பார்த்தாள். அகன்ற மார்பகத்தைப் பார்த்தாள். வளைந்த இடையைப் பார்த்தாள். காலை ஒட்டிக் கட்டியிருந்த புடவையைப் பார்த்தாள். முழங்கைக்குக் கீழே சற்று வெளியே வளைத்த அபயகரத்தைப் பார்த்தாள். காலில் பசும்பொன்னாக மின்னிய கழலைப் பார்த்தாள். தோட்டைப் பார்க்கவில்லை. பார்க்காமல் கண்ணை வேறு பக்கமெல்லாம் ஓட்டிக்கொண்டு நின்றாள். நிக்க முடியாமல் திரும்பினாள். “ஏண்டி பட்டு! கிளம்பிட்டே?” என்று கர்ப்பக்கிருகத்திலிருந்து குரல் கொடுத்தான் பஞ்சு. திரும்பினாள் அவள். “மாலை கொண்டு கொடுத்தேன், உனக்காகக் கர்ப்பூரம் காட்டப் போகிறேன். பார்த்துட்டுப் போக வாண்டாமோ?” என்று கர்ப்பூரத்தை ஏற்றி புவனேச்வரியின் முகத்திற்கு முன் பிடித்தான். பளீர் என்ற தோடு ஒரு நீலவீச்சு வீசிற்று. கண்ணைக் குத்திப் பாய்ந்து உள்ளே குருத்தைக் குத்திற்று – தேன் துளிவிட்டால்

கண் எரியுமே அந்த மாதிரி. தலையைக் குனிந்துகொண்டாள் பட்டு. பஞ்சு கற்பூரத் தட்டுடன் வந்தான். சுடரைக் கண்ணில் எடுத்து ஒற்றி, குங்குமத்தையும் நாலுவிரற்கடை ஜாதிப் பூவையும் வாங்கிக்கொண்டு திரும்பினாள் அவள்.

சாப்பாடு, படுக்கை, சுவரில் முத்தொளியிட்ட பெட்ரூம் விளக்கு, படுத்தவுடனே கட்டை போட்டாற்போலத் தூங்குகிற அம்மா, ஆனால், இன்று தூங்கவில்லை போலிருக்கிறது. நெஞ்சைக் கமறிக் கனைத்துக்கொண்டிருந்தாள். பேச்சில்லை, மூச்சில்லை.

திடீரென்று அம்மாவின் குரல் மொணமொணவென்று கேட்டது. "பிராப்தம் எப்படியிருக்கோ . . . ஒண்ணும் சொல்றதுக் கில்லை. இருந்தாலும் நடக்கிற சங்கதிக்கு ஆசைப்பட்டால்தான் பாந்தமாயிருக்கு" என்றது அம்மாவின் குரல். பட்டு திரும்பிக்கூடப் பார்க்கவில்லை. அப்படியே மோட்டு வளையின் இருளைப் பார்த்துக்கொண்டே மல்லாந்து படுத்திருந்தாள். அம்மாவின் குரல் அப்புறம் கேட்கவில்லை.

தோடு பளிச்சிட்டது... அம்மா கனைக்கிறாள் – கமறுகிறாள் . . . அன்றிரவு மட்டுமில்லை. மறுநாளும் அப்படித்தான் கனைத்தாள், கமறினாள். மூன்றாம் நாளும் கனைத்தாள், கமறினாள். நாலாம் நாள் கனைக்கவில்லை, கமறவில்லை. மகிழமாலையைக் கொடுத்துவிட்டு இருட்ட இருட்ட வரும்பொழுது அந்தப் பெரிய கல்லுரல் முன்னால் உட்கார்ந்திருப்பவளும் அங்கே இல்லை. பூஜை அலமாரிக்கு முன் உட்கார்ந்து தூணில் தலையைச் சாத்தியிருந்தாள். அடுக்களைக்குள் போன பட்டு, பெரிய ஜோட்டி இரண்டையும் திறந்து பார்த்துவிட்டு வந்தாள்.

"உடம்புக்கென்னம்மா? உளுந்து, அரிசியெல்லாம் அப்படியே ஊறிண்டிருக்கு. நான் அரைக்கட்டுமா?" என்றாள், அடுக்களை நிலையில் நின்றுகொண்டு.

"இனிமே அரிசி, உளுந்து அரைக்கிறதெல்லாம் வண்டாங்றார்டீ கலியாணத் தாத்தா."

"என்னது!"

"ஆமாண்டி. சாயங்காலம் போனேன். கலியாணப் பாட்டிக் கிட்ட போய் மென்னுமென்னு முழுங்கிண்டே நின்னேன். கடைசியிலே என்னவாணா நினைச்சுக்கட்டும்னு 'இந்த மாதிரி குழந்தை எழுதி வச்சிருந்தா பாட்டி பூஜை அலமாரியிலே'ன்னு சொன்னேன். 'என்னது! என்னது! நன்னாச் சொல்லுடீ சுந்தராம்பா!'ன்னு பரந்தா பாட்டி. சொன்னேன் 'அப்படியா, அப்படியான்'னாள். திண்ணையிலே படுத்திண்டிருந்த தாத்தாவை உள்ள அழச்சிண்டு வந்தாள். அவர் முகம் விளக்கை அஞ்சு

முகமும் ஏத்திவச்சாப்பல ஆயிட்டுது. 'அப்படியா, அப்படியா!'ன்னு மலைச்சுப் போனாப்பல நின்னார். 'கோட்டூர் அம்மா, எனக்கு இத்தனை நாளாத் தோணாமலே போயிடுத்தே! குழந்தை வந்து வந்து போறா – தினமும் நானும் பாத்துண்டேயிருக்கேன் . . . எனக்குத் தோணவே இல்லியே . . . ம் . . . அப்படியா எழுதி வச்சா குழந்தை? அவ இஷ்டப்படியே நடக்கட்டும் – ஏண்டீ, என்ன சொல்றே?'ன்னார் பாட்டியைப் பார்த்து. 'நான் என்ன வாண்டாம்கறேனா'ன்னாள் பாட்டி.

"அதுக்கில்லேடீ சீரு செனத்தின்னு ஆரம்பிப்பியே"ன்னார் அவர். "என்னிக்கி நான் ஆரமிச்சு, என்னிக்கு இங்கே கேட்டிருக்கு? முன்னாலெ இரண்டு புள்ளே, மூணு புள்ளேன்னு கலியாணம் பண்ணிருக்கா? என்ன பேச்சு இது"ன்னாள் பாட்டி. "அப்படிச் சொல்லு . . . சரி சரி சரி. கோட்டூரம்மா – சம்பந்தியாகப் போறேள்! இன்னியோட இந்த இட்லிப் பானையைத் தூக்கி உள்ளே போட்டுடணும் . . . யோகக்ஷேமம் எல்லாம் இனிமே தானா நடக்கும்"னார் தாத்தா. எனக்கும் ஒண்ணுமே புரியலெ. பரக்கப் பரக்க முழிச்சேன். என்ன கேக்கறோம், என்ன இது, எங்க இருக்கோம்னு ஒண்ணுமே புரியலெ. "என்ன தயங்கறேள்? சொல்லியாச்சு. அவ்வளவுதான். சரின்னு சொல்லுங்கோ"ன்னார். "பிராப்தம் இருந்தா ஸ்வாமி நடத்தி வைக்கறார்"னு சொல்லி வச்சேன். "அதான் எழுதியே வச்சுட்டாளே குழந்தை? . . . ஏண்டி, விளக்கேத்தி வையேண்டி ஸ்வாமிக்கு"ன்னார். பாட்டி விளக்கேத்தி வச்சா. நமஸ்காரம் பண்ணினார் தாத்தா. பாட்டியையும் பண்ணச் சொன்னார். கொஞ்சம் நாழியாச்சு "சரி, நீங்க போகலாம். ஏற்பாடெல்லாம் ஆரம்பிக்கலாம். பண்டாபீஸிலே எத்தனை பணம் போட்டிருக்கேள்?"னார். "ஐநூத்தி சொச்சம்" என்றேன். "சரி, முந்நூறு ரூபாயை ஒரு தட்டிலே வச்சு, பழம், பாக்கு – வெத்திலயோட நாளைக்கு காலமே ஒன்பது மணிக்கு அப்புறம் வந்துடுங்கோ"ன்னார். அவருக்கும் பாட்டிக்கும் ஒரு நமஸ்காரத்தைப் பண்ணிட்டு வந்து உட்கார்ந்திண்டிருக்கேன்" என்றாள் அம்மா.

பட்டு அதிர்ந்து போய் நின்றவள், வாயை இறுகமூடிக் கொண்டு உட்கார்ந்தாள். என்னமோ அம்மாவிடம் நெருங்கி உட்கார வேண்டும்போல் உடலெல்லாம் நமுநமுவென்றது. நெருங்கினாள். நெருங்கி உட்கார்ந்ததும் உட்காராததுமாக அம்மா, அவளை அப்படியே சாத்திக்கொண்டாள். அப்படியே அந்த மடியில் தலை வைத்துப் படுத்தாள் பட்டு.

முன்னந்தலையை வருடினாள் அம்மா. 'என்ன இது! நம்ப அம்மாவா இது! . . .' அம்மாவுக்குச் சொரசொரவென்ற

விரல்கள். கடலை மாவு, எண்ணெய் எல்லாம் கலந்து ஒரு பட்சணக் கடை வாசனை நிரந்தரமாக வீசும் கை அது!

இருவரும் பேசவில்லை.

"நான்கூட வேண்டிண்டேம்மா . . . நடந்தா அம்மனுக்கு ஒரு ப்ளூ ஜாகர் தோடு பண்ணிப் போடறேன்னு . . ." என்று எத்தனையோ நேரம் கழித்து வாயைத் திறந்தாள் பட்டு.

"ப்ளூ ஜாகர் என்ன? கவசமாத்தான் வச்சு இழையேன்" என்றாள் அம்மா.

சற்றுக் கழித்து அடுத்த வீட்டுக் கடிகாரத்தில் மணி அடித்தது. "மணி பதினொண்ணும்மா" என்றாள் பட்டு. மத்தியானச் சாதத்தையும் வற்றல் குழம்பையும் சாப்பிட எழுந்தாள் பட்டு. பலகாரம் பண்ண மறந்துபோன சுந்தராம்பாள், சத்து மாவை வெள்ளத்தில் பிசைந்து வாயில் போட்டுக்கொண்டாள்.

இரண்டாம் பகுதி

1

கீழண்டைச் சுவர்மீது வெயில் பாதிக்குமேல் மேலே ஏறிவிட்டது. வெள்ளை வெயில். ஆனால், கிழட்டு வெயில் – இன்னும் கொஞ்ச நேரம் போனால் மஞ்சள் பூத்துவிடும். கொல்லை முற்றம் முழுவதும் நிழல் விழுந்து கிடந்தது. தரையில் மட்டும் சூடு லேசாக வெதும்பிற்று. கிணற்றிலிருந்து நாலு வாளி தண்ணீரை இழுத்து அங்கே கொட்டிவிட்டு அவனுடைய வேட்டியைத் தோய்த்துக்கொண்டிருந்தாள் பட்டு. தோய்த்து உலர்த்திவிட்டு மத்தியானப் பத்துப் பாத்திரங்களைத் தேய்க்க வேண்டும்.

தோய்க்கிற கல்மீது வேட்டியை உருட்டினாள். கல் சுட்டது. சகிக்க முடியாத சூடில்லை, வெளுக்க முடியாத வேட்டியுமில்லை, வேட்டியில் ஒரு அப்பழுக்கு, ஒரு தூசி இருக்கவேண்டுமே! அவர் உடம்பு மாதிரியே இருக்கிறது வேட்டியும். அவர் உடம்பில் ஒரு மச்சம்கூடக் கிடையாது அப்படி ஒரு உடம்பு – வெண்ணெய் மாதிரி, புதுக் கடுதாசி மாதிரி. கடுதாசியிலாவது ஒரு நார், பிசிறு எடுத்துவிடலாம் . . . வேட்டியும் அப்படித்தான். நீலம் போட்ட வண்ணான் வெளுப்பு. உட்காரும் இடத்தில் மட்டும் லேசாக ஒரு பழுப்பு. ஓரத்தில் ஜரிகை கையில் சற்றுக் கொரகொரத்தது. வேட்டியைக்கூட எவ்வளவு ஜாக்கிரதையாக வைத்துக் கொண்டிருக்கிறார்! சாந்திக் கலியாண வேட்டி. நாலு மாதம் முன்னால் கோடியாகக் கட்டி, அப்புறம் மூன்று தடவை சலவைக்குப் போய் வந்தும் புதிது மாதிரி அலுங்காத, ஒரு ஜரிகை இழை பெயராத நாசூக்கு!

ஆனால், மகா முரடு – கையைப் பிடித்தால் ஜவந்திப்பூ மாதிரி ஒரு ஜிலுஜிலுப்பும், மெத்தென்று ஒரு அழுத்தமும். ஆனால், கையை நெருக்கினால் ... பிராணன் போகும். அன்று அப்படியே ஆளைத் தூக்கி ஒரு முழ உயரத்திலிருந்து கட்டிலில் எறிந்ததே ... நல்ல வேளையாக மெத்தை ஒரு சாண் கனம், தலையணை ஒரு சாண் கனம் – இல்லாவிட்டால் எந்த எலும்பு நொறுங்கியிருக்குமோ? மெத்தை தாங்கினாலும், விழுந்த அதிர்ச்சி தணியவில்லை. படபடவென்று – ஜுரம் வருகிறாப்போல – நடுநிசி வரையில் படபடத்தது.

வேட்டியை முற்றத்துக் கம்பியிலேயே உலர்த்திவிட்டு பத்துத் தேய்க்க உட்கார்ந்தாள் பட்டு. பத்துத் தேய்த்துக்கூட நாலு மாதமாகிவிட்டது. சாந்தி கலியாணத்துக்கு முதல் நாளுக்கு முதல் நாள் சாயங்காலம் தேய்த்ததுதான். மறுநாள் அம்மாவிடவில்லை. அதற்கு மறுநாள் இங்கே வந்தாகிவிட்டது. இங்கும் அந்த வேலை கிடையாது. சின்னம்மா திடீர் என்று நிற்காவிட்டால் இந்த வேலைகூட எப்படிச் செய்யக் கிடைக்கப்போகிறது? எதற்காகத் திடீர் என்று நின்றாள் சின்னம்மா..? ...இல்லை – அவளாக நிற்கவில்லை. மாமியார்தான் நேற்றிரவு அவள் வீட்டுக்குப் போகும்பொழுது வெற்றிலை சீவலை வைத்து இரண்டு ரூபாய் பணத்தையும் வைத்து, ‘சின்னம்மா, நாளையிலேர்ந்து நீ நின்னுக்கோ’ என்றாள், திடீர் என்று. பட்டுவுக்கு யாரோ திடுமென்று பிடித்துத் தள்ளுகிறாற் போலிருந்தது. அந்த அசடுதான் ‘ஏனம்மா நிக்கச் சொல்றே?’ என்று ஒரு வார்த்தை கேட்கப்படாதோ – என்னமோ இரண்டு விநாடி திகைத்தாற்போல் பார்த்தது. பேசாமல் திரும்பிப் போய்விட்டது. அதுபோன பிறகு ‘ஏம்மா, சின்னம்மாவை நிக்கச் சொல்லியாச்சு?’ என்று பட்டு கேட்டதற்கு. ‘ஒழுங்காத்தான் இருந்தது, இத்தனை நாளா. ஆனா, இப்ப இப்ப எனக்கு என்னமோ சந்தேகமாயிருக்கு – கை நீளமோன்னு. நாலு நாள் முன்னாலெ காலமே கடைத் தெருப் பக்கம் போயிட்டு வந்து குளிக்கப் போனேனோல்லியோ? தலைப்பிலே முடிஞ்சிருந்திருந்தேன், பாக்கி நாலாணாக் காசை. கொல்லை மாடத்திலே வச்சுட்டு குளிச்சவ, மறந்துட்டு வந்துட்டேன், மத்யானம் அதைக் காணும். இவதான் அப்ப பேடா வாணலியைத் தேய்ச்சிண்டிருந்தா. அப்புறம் முந்தா நா ஒரு ரூபாயை வேணும்னே தேய்க்கிற கல்லுகிட்ட நழுவ விட்டுட்டு வந்தேன். நெனச்சாப்பலவே காணும். திக்குன்னுது எனக்கு. சரி, நாம் ஊருக்குப் போறதுக்கு முன்னாலே இதைத் தொலைச்சு முழுகிட்டுப் போயிடணும்னு தீர்மானம் பண்ணிண்டேன். நாங்க ரண்டு பேரும் ஊர்லெ இல்லாதபோது, நீ சிறுசு, மூக்குத்தி, திருகாணின்னு எதையாவது அசதி மறதியா வச்சுடுவே – இது வாரிண்டு போயிடுத்துன்னா? அதான் தொலைச்சேன்

இப்ப . . . 'ஏம்மா நிக்கச் சொல்றீங்க?'ன்னு ஒரு வார்த்தை கேட்டுதோ, பாத்தியோ! நிஜமா இவ நல்லவளா இருந்தா திடுக்குன்னு போகச் சொன்னவாகிட்ட கோபம் வராதோ? பேசாமல் காசை வாங்கிண்டு சாரைப் பாம்பு மாதிரி விர்ருன்னு நடையைக் கட்டித்தே — பாத்தியோல்லியோ!' என்று இடது உள்ளங்கையில் கன்னத்தைச் சாய்த்துக்கொண்டாள் பாட்டி.

'சனியன்! . . . ஆனாலும், ரெண்டு வார்த்தை சொல்லி கண்டிக்காம போகச் சொல்லிருக்கப் படாதும்மா?' என்றாள் பட்டு.

"அதுகளோட நமக்கென்னடி வம்பு? சகதியிலே கல்லெ விட்டெறிவாளோ? 'ஏண்டி எடுத்தியா?'ன்னா, காளே மூளேன்னு கத்தும் — அழும் — மாய்மாலம் உள்ளதும் பண்ணும்.' பாட்டி லேசுப்பட்டவளில்லை என்று அப்போதுதான் பட்டுவுக்குத் தெரிந்தது. கண்டிப்பு, காய்தாவெல்லாம் சகஜமாகவே உள்ளவள் தான். பேடா உள்ளைத் திறந்த கையோடு மூடிக்கொண்டு வருகிறது, கறிகாய், மூட்டை, விறகு வண்டிக்காரர்களோடு நறுக்குத் தெறித்தாற்போலப் பேசி அவர்களைக் காலில் விழவிழப் பண்ணுகிற சாமர்த்தியம் — எல்லாம் ஒரு அளவுக்கு பட்டுவுக்கு நன்றாக உறைத்திருந்தது. இருந்தாலும் இவளை நிறுத்தின சுருக்கும் நறுக்கும்! அன்று கொல்லையில் ஒரு மரவட்டை ஊரும் பொழுது தொப்பென்று தென்னை மரத்திலிருந்து கழன்று ஒரு தேங்காய் குறிபார்த்து அதன்மேல் விழுந்து உருண்டது. அந்த மரவட்டை, பாவம், புளிக் காய்ச்சல் சிந்தினாற்போல வெறும் பிசுபிசுப்பாகக் கிடந்தது. ஒரு நொடிக்கு முன்னால் அது இப்படியாகும் என்றா நினைத்திருக்கும்? அப்டியல்லவா நசுக்கி வெளியே தூக்கி எறிந்துவிட்டாள் சின்னம்மாவை!

"புருஷப் பசங்களோடு விளையாடி விளையாடி உனக்குத் துணிஞ்சு போயிடுத்துடி' என்பாளே அம்மா. எனக்கு இப்படி திடூரு என்று, மடார் என்று காலை வாரி விடத்தெரியுமோ, துணியுமோ? . . . மரவட்டைக்கு வந்தமாதிரிதான் வருகிறது எல்லாமே. உயிர் போவது மட்டும் இல்லை, உயிர் வருகிறதுகூட. எனக்குக்கூட அப்படித்தானே வந்தது? தேங்காய் விழுந்தாற் போல் திருமங்கல்யமும் வந்து கழுத்தில் விழுந்தது. அம்மா என்னை அழ விட்டுவிட்டு நாலு நாள் கமறிக் கனைத்துவிட்டு, பாட்டியிடம் வந்து சொன்னதும், அவள் சன்னதம் வந்தாற்போல பிரமித்ததும், தாத்தா திகைத்ததும், இட்லி வார்க்கிறதை நிறுத்தச் சொன்னதும், பந்தல்கால் நட்டதும், பாட்டிக்குத் தங்கைகள், அத்தை பிள்ளைகள் வந்ததும், மேளம் கொட்டினதும் — எல்லாம் கழுத்தைப் பிடித்துத் தள்ளிக்கொண்டு போகிறாற்போல்தானே நடந்தது? கலியாணமாகி நாலு நாள், ஒரு மாசம்வரை

திருமங்கல்யத்தை தொட்டுத் தொட்டுப் பார்த்துக்கொண்டேனே – இதெல்லாம் உண்மையா, பிரமையா?' என்று – பாவம் மரவட்டை எதைத் தொட்டுப் பார்த்துக்கொள்கிறதோ? சின்னம்மா எப்படி அதிர்ந்து போனாளோ? களையான முகம் – கட்டுமயிர் – தலையை அவிழ்த்துவிட்டாளானால் முழங்கால் வரையில் பாம்புச் சுருட்டு பிரிந்து நழுவினாற் போல் விழும். கண்தான் எத்தனை நீளம்! எத்தனை பெரிது! முதலில் பார்த்தால், முதலில், இரண்டாம் தடவை, மூன்றாம் தடவை, எப்பொழுது பார்த்தாலும் ஒரு நிமிஷமாவது பார்க்கவேண்டும் போலிருக்கும் – இவ்வளவு இருந்தும்... இந்தப் பட்டு மரவட்டைக்கு அடித்தாற் போல அதிருஷ்டம் அடிக்கப்படாதோ? நூல் முறுக்குகிற வேலையாம் அவள் அகமுடையானுக்கு . . . பத்தணா கூலிகூட வராதாம் – நூல் முறுக்குத்தான் உடம்பில் தெம்பு – வேறு என்ன முடியும்? குச்சிக்காலும் குச்சிக்கையும் சப்பையுமாக ஒட்டி உலர்ந்து எலிக்குஞ்சு மாதிரி . . . கலியாணத்துக்குப் போட்ட நகையெல்லாம் விற்றுவிட்டாளாம் சின்னம்மா, காது மாட்டலையும் மூக்குத்தியையும் மட்டும் விடவில்லை. இனிமேல் என்ன செய்யப் போகிறதோ? இங்கே என்ன தீனிக்குக் குறைச்சலா? சோறு, பட்சணம், புடவை – இவ்வளவு இருக்கிறபோது கை நீளுவானேன்? அல்பம்! கீழே கிடக்கிறதை எடுத்து எக்கில் செருகிக்கொள்ள எப்படித் தோன்றும்? பிறவிப் புத்தி! முகக்களைதான் எல்லாவற்றையும் காப்பாற்றி வருகிறது! நான் சும்மா இருப்பேனா என்று புத்திகிளம்பி இப்போது மண்ணை அள்ளிப் போட்டுவிட்டது . . . ஆனால், வேலை ரொம்ப சுத்தம்.

வாசல் கதவை இடிக்கும் ஓசை கேட்டது. கையைக் கழுவி விட்டுத் திறந்தாள். அவள் அம்மா.

"என்ன பண்ணிண்டிருக்கே?"

"பத்துத் தேச்சுண்டிருக்கேன்."

"சின்னம்மா வரலியா?"

கதையெல்லாம் சொன்னாள் பட்டு.

"நல்ல வேளையா ஒழிஞ்சுது" என்று உதவியாகத் தானும் சேர்ந்து பாத்திரங்களைத் தேய்த்துக்கொண்டே சொன்னாள் அம்மா.

மீண்டும் வாசல் கதவை இடிக்கும் சப்தம்.

முத்துராமு சாட்டைக் குச்சியும் கையுமா உள்ளே வந்தான். கொல்லையில் மாமியார் பாத்திரம் அலம்புவதைப் பார்த்தவன்

உள்ளே வந்து தோசைத் தட்டுமுன் உட்கார்ந்துகொண்டே "ஏன் உங்கம்மா தேய்க்கிறா? அவ வரலியா?"

"சின்னம்மாவா?"

"ம்."

"அவளை நிறுத்தியாச்சு!"

"ஏனாம்?"

மறுபடியும் கதையைச் சொன்னாள் அவள். பேசாமல் கேட்டுக்கொண்டிருந்த முத்துராமு, கடைசியில் "காசைக் கீழே போட்டால் எடுக்கத்தான் தோன்றும். வேண்டும் என்று போட்டு, எடுக்கத் தூண்டினால் நாமத் திருடத் தூண்டினதாகத்தானே அர்த்தம்? நாம் ஜாக்கிரதையா இல்லாட்டா பிறத்தியார் திருடர்களாக மாறாமலிருப்பார்களோ?" என்றான்.

"கீழே போட்டா எடுக்கணும்னு தோணுமா என்ன?" என்றாள் பட்டு.

'ம்?' என்ற கேள்விக் குறியைக் கேட்ட அவன் முகத்தைப் பார்த்தாள். ஜிவுஜிவு என்று முகம் கனிந்தது, சிவந்தது – அவனுக்கு லேசாகக் கோபம் வந்தாலே முகம் சிவக்கும். மூக்கும் கன்னமும் பளபளக்கும் – கண்ணில் இரண்டு ஈட்டி கருகரு வென்று கிளம்பினாற் போலிருந்தது.

"ஏன் கீழே போடணும்?" என்று திடீர் என்று உரக்கக் கத்தினான் அவன். தூக்கிப்போட்டது அவளுக்கு. எதற்கு இந்தக் கத்தல்? மண்டையில் அடிக்கிற மாதிரி! இல்லாத கொடுமை! பார்த்தா நப்பாசை வந்துடறதோல்லியோ? என்றான் சிறிது நேரம் கழித்து. 'ஹம்' தொண்டைக்குள் ஒரு சிரிப்புச் சிரித்தான் அவன். சிரிப்பு இல்லை அது. எரிப்பு. அடுத்த தோசையைக் கொண்டு வருவதற்குள் கையை நீட்டித் தடுத்தான். எழுந்தான். நின்றுகொண்டே காபியை மளமளவென்று குடித்துவிட்டு வெளியே போனான். இடைகழிக்குப் போனதும் 'இல்லாதவா எல்லாரும் பொல்லாதவாதான். வேலைக்காரியா இருந்தா என்ன? வேற யாராயிருந்தா என்ன?' என்று உள்பக்கம் கடைக்கண்ணால் பார்த்துவிட்டு வெளியேறினான். ரேக்ளா உருண்டது.

"மாமியார் பாட்டுக்கு சின்னம்மாவை நிறுத்தி, துலாஸ்னானம் பண்றேன்னு மாயவரம் போயிட்டார், தாத்தாவோட! இங்கே யார் தவிக்கிறது?" என்றாள் பட்டு.

அம்மா பதில் சொல்லவில்லை. தரையை சூன்யத்தைப் பார்த்துக்கொண்டு நின்றாள்.

"மாமியார் இப்படி அபாண்டமாச் சொல்றாரேன்னு அப்பவே திக்குன்னுதும்மா எனக்கு. பேசாம அவளை வரச் சொல்லிவிடும்மா நீ, என்றாள் பட்டு."

"என்னது?"

"ஆமாம்மா."

"பேசாம இர்ற் நீ! மறுபடியும் கொண்டு வைக்கிறாளாம். குலுக்கி மினுக்கிண்டு கள்ளச் சிரிப்புச் சிரிச்சுண்டு! அவ கூடத்திலெ நின்னுண்டிருக்கட்டும்; நீ சிரிப்பாச் சிரிக்கலாம் . . . அசட்டுப் பொணமே! வாயை மூடிண்டிரு! மாமியார் தப்பாச் சொல்லமாட்டார். நீ இளகி வழிய வாண்டாம்."

என்ன இதெல்லாம்! . . . பட்டுவுக்கு ஒரே இருட்டாக இருந்தது.

"ஒண்ணையும் காதுலே போட்டுக்கலெ – நன்னாக் கத்தினாண்டி! . . . என்ன வாணா கத்தட்டும் – சொல்லட்டும்! மறுபடியும் அந்தச் சனியனைப் படியேத்திப்பிடாதே! ஆமாம். சொல்லிப்டேன் . . . முன்னாடி இடம் கொடுத்துட்டியோ; அப்புறம் ஐயான்னாலும் நிக்காது, அப்பான்னாலும் நிக்காது. ஜாக்ரதை!"

பட்டுவுக்கு இப்போதுதான் ஏதோ புரிகிறாற் போலிருந்தது. மாமியார் தேவலை போலிருக்கிறது. இவள் படுத்துகிற பாட்டுக்கு! என்ன என்னவெல்லாம் சொல்லுகிறாள்! முத்துராமுவா! இப்படியா! ச்சீ! அவன் உள்ளங்காலில்கூடத் தூசி இராது! இவள் கைவிரல்கூட அழுக்கும் கறுப்பும் மண்டியிருக்கிறது! விஷம்! முதலில் இவளைப் படி ஏற விட்டதுதான் தப்பாகிவிட்டதோ என்னவோ?

"என்னம்மா சொல்றே நீ!" என்று சூடு பிடிக்கக் குரலை உயர்த்தினாள்.

"சொல்றதைத்தான் சொல்றேன்."

"நாக்கு அழுகிப் போயிடும்."

"என்ன சொன்னே! எனக்கா! எனக்கா!"

"ஆமாம்! உனக்குத்தான்."

அம்மா சிறிது நேரம் வாயடைத்து நின்றாள். பிறகு "இத பாரு – நீயாச்சு, உன் ஆம்படையானாச்சு. நான் ஒண்ணும் சொல்ல இஞ்ச பாத்யம் கிடையாது. நாக்கு அழுக அழுக நான் இஞ்ச நிக்கவும் தயாராயில்லை. ஆனால் உன்னைப் பெத்திருக்கேனோல்லியோ . . ." அம்மாவின் குரல் உடைந்து

தோடு

தளர்ந்தது – நடுங்கிற்று – "அதுக்காகச் சொல்லிட்டுப் போறேன். ஜாக்ரதையா இரு. மாமியார் மாமனாரைக் கேக்காம, நீயா, எதையாவது செஞ்சு மண்ணை அள்ளிப் போட்டுக்காதே . . . ஆமாம். நான் போயிட்டு வரேன். கதவை சாத்திக்கோ", என்று விர்ரென்று இடைகழியைக் கடந்து வாசலில் இறங்கிவிட்டாள்.

2

பட்டுவுக்கு ஒன்றுமே புரியவில்லை. முத்துராமு பிறகு நாலு நாள்வரை சாப்பிடவில்லை. வெள்வெள்ளென்று எரிந்து விழுகிறான். 'நீ போய்ப் படுத்துக்கலாம் . . . சரி போகலாம்' இப்படித்தான் பேச்சு. குளிக்கப்போனால் தானே வேட்டியைத் துவைத்துக்கொள்கிறான். பால் கொண்டு கொடுத்தால், 'வாண்டாம்' ஏன்? 'வாண்டாம் . . .' அதை வைத்துவிட்டு வந்தால் – 'வாண்டாம்னா எடுத்துண்டு போயிடணும் – இல்லாட்டா' என்று ஒரு அதட்டல். ஒருநாள் பகல் சாப்பாடு, டிபன், இரவுச் சாப்பாடு – எதற்குமே வரவில்லை. கேட்டபோது 'நான் சாப்பிட்டாச்சு' என்று சுருக்கு சுருக்காக விடை.

"எங்கே?"

"சொல்லித்தான் ஆகணுமோ?"

"நாலைந்து நாள் முகம் கொடுத்துப் பேசாம இருக்க நான் என்ன தப்புப் பண்ணினேன்?"

"நீ இப்ப இங்கிருந்து போறியா? இல்லே, நான் வெளியே போகட்டுமா?" என்று அதற்குப் பதில். பட்டு அந்த அறையைவிட்டு வந்துவிடுவாள்.

கோபம் மட்டுமில்லை. அவன் முகம் சோர்ந்து கிடந்தது. நிலத்துக்குள்ளேயே பூச்சி வேரை வெட்டினதால் மேலே கொடி கொஞ்சம் கொஞ்சமாக வாடுகிற வாடல். எதையோ பறிகொடுத்தாற்போல முகத்தில் ஒரு இழந்த களை. அப்பா அம்மாவைப் பிரிந்ததே கிடையாது. பேடா போடுவதினின்றும் பாட்டிக்கு ஒரு நாள்கூட அவள் ஆயுசில் ஓழிவு கிடைத்ததில்லை. இப்பொழுதுதான் வீட்டுக்கு நாட்டுப் பெண் என்று ஒருத்தி வந்ததும் பத்துப் பதினைந்து நாள் துலாஸ்நானம் செய்ய வேண்டும் என்று மாயவரம் போயிருக்கிறாள். பிறந்தது முதல் பிரியாத பிரிவு . . . அவர்கள் வந்தால் சரியாகிவிடுமோ என்னவோ!'

"அப்பாவும் அம்மாவும் என்னிக்கி வரா திரும்பி?" என்று கேட்டாள், ஐந்தாம் நாள் காலையில்.

"ஏன்? அவா திரும்பி வரதுக்குள்ளியும் மிச்சம் இருக்கிறவாளையும் வெளியிலே விரட்டிவிடலாம்னு யோசனையோ?" . . .

கத்திகத்தியாக இது என்ன பேச்சு! உள்ளே குறுத்தெல்லாம் நடுங்குகிறது. நான் யாரை விரட்டினேன்?

அம்மாவும் வரவில்லை – அன்று போனவள்தான். "இட்லி வார்த்து வார்த்து உன்னை வளர்த்தாயிற்று. திடீர் என்று நீ பணக்காரியாகிவிட்டாய். நான் இங்கே நிற்கப்படாதுதான்" என்று சொல்லுகிறது போலிருந்தது, அன்று அவள் விசுக்கென்று போன தோரணை. இப்படி மனசை வெட்டித் தூர எறிகிற அரிவாளா கலியாணம்? நான் பணக்காரி என்று சொன்னேனா? அதுவும் அம்மாவிடமா?

கடைசியில் அடுத்த வீட்டுக் குட்டியைக் கூப்பிட்டு, அம்மாவை வந்துவிட்டுப் போகுமாறு சொல்லி அனுப்பினாள் அவள்.

"சாப்பிட்டாச்சா?" என்று ஒன்றுமே நடக்காததுபோல் கேட்டுக்கொண்டே வந்தாள் அம்மா.

"ஆச்சு. அம்மா உன்னை அடிக்கடி வந்து கவனிச்சுக்கச் சொல்லிட்டுப் போனாரே, இதுதான் கவனிக்கிற அழகா?"

"நான் என்ன கவனிக்க முடியும்? எல்லாம் அவா அவா சமத்தாயிருந்தாத்தான் சரியாயிருக்கும். நாக்கு அழுகிப் போயிடும்னு பயமுறுத்தினே! இன்னிக்கிக் காலமே கடைத்தெரு வழியாப் போறேன். இந்த சின்னம்மாக்குட்டி கடையைப் பெருக்கிண்டிருந்தது. அப்படியே நேரா அவ வீட்டுக்குப் போனேன். அவ ஆம்படையான் உக்காந்து நூலை முறுக்கிண்டிருந்தான். "சின்னம்மா இல்லியான்னு" கேட்டேன். "மாப்பிள்ளை ஐயா கடைக்குத்தானே போயிருக்கு? அங்கதானே வேலை செய்யுது, நேத்து மத்தியானத்திலேர்ந்து?"ன்னான் அவன். "அம்மா சொன்னா சொல்லிட்டுப் போறாடா. நீ கடையிலே வந்து வேலை செய்யச் சொல்லு"ன்னு உங்க அகமுடையான்தான் கூப்பிட்டுட்டுப் போனானாம். இந்த அப்பாவியும் சரின்னு அனுப்பிச்சிருக்கு. அவ ஒரு சின்னாளம்பட்டிப் புடவையைக் கட்டிண்டு பளபளன்னு மாட்டலும் கொலுசுமாப் பெருக்கிண்டு மினுக்கிறா ... இத்தனை நாளா வீட்டோட இருந்தது. அம்மாக்காரி மாத்திரம் தெரிஞ்சு போத்திண்டு போயிண்டிருந்தா. இப்ப கடைத்தெருவுக்குப் போயாச்சு. இனிமே சாமியாப் பாத்துத்தான் போத்தி மூடணும்" என்று ஓய்ந்தாள் அம்மா.

கூனி மாதிரி அம்மா என்னைக் கரைக்கிறாளா என்று தன்னையே கேட்டுக்கொண்டாள் பட்டு. ஆனால் அம்மாவுக்கு என்ன ஆகவேண்டும்? அவள் யாரையும் நம்பிக்கொண்டிருக் கிறவள் இல்லையே, ஒரு பருக்கைக்குக்கூட. அன்று போனவள் சொல்லியனுப்பிய வரையில் இந்தப் பக்கம் தலைகாட்ட வில்லையே!

"ஏம்மா இப்படி என் வயிறைக் கலக்கிண்டேயிருக்கே? எனக்கு ஒண்ணுமே தோணமாட்டேங்கறதே" என்று நெஞ்சு உடையக் கூறினாள் பட்டு.

"வருத்தப்பட்டு என்ன பண்றது? இது ஒண்ணும் புதிசு இல்லை. பணம் சேர்க்கறவாளுக்கு பயம், கூச்சம் ஒண்ணும் இராது. பணம் சேரச்சேர இருக்கிற துளி கூச்சமும் கரைஞ்சிடும், அப்பறம் அந்தப் பணத்தை எந்தக் கோண வழியிலே செலவழிக்கலாம்னு அலையும் புத்தி... என்ன பண்றது? அம்பாளை வேண்டிக்கோ. அவ்வளவுக்கு மேலே நான் என்ன சொல்லக் கிடக்கு?"

அம்மா சிறிது நேரம் உட்கார்ந்துவிட்டுப் போய்விட்டாள்.

கடையில் எதற்காக அவளுக்கு வேலை? – ஏன் வேலை செய்யக்கூடாது!... இது என்ன பிதற்றல்! இந்த அபாண்டம், அசுரத்தனமெல்லாம் அம்மா ஒருத்திக்குத்தான் சாத்தியம் – ச்சை... இவரா... அவளுக்குச் சிரிப்பு வந்தது... வாடி வாடி அம்மாவுக்கு உலகமே நரகமாகப் பூதம் காட்டுகிறது.

அரைமணிக்கெல்லாம் வந்தான் அவன். அவளைப் பார்த்து ஒரு புன்சிரிப்பு தவழ்ந்தது. அப்பாடா! முகத்தில் ஜில்லென்று தென்றல் வீசுகிறது போலிருந்தது. அந்தக் கண்ணில், விழியில் அப்படி ஒரு குளிர்ச்சி. 'அடைக்கு இன்னொரு முட்டை நெய் போடு, வெல்லம் போடு, புளிப்பாக ஏதாவது போடேன்' என்று கேட்டுக் கேட்டுப் போட்டுக்கொண்டு சாப்பிட்டான் அவன். இரவு வரும்பொழுது "திருவாரூரிலிருந்து ஒரு மொத்த வியாபாரி வந்திருந்தான். சளசளசளன்னு பேசி உசிரை வாங்கிட்டான்" என்று தாமதமானதற்குக் காரணம் சொல்லிக்கொண்டே வந்தான். பாலை "வேண்டாம்" என்று சொல்லவில்லை. காலைப் பிடித்தபொழுது முகத்தைச் சிணுக்கிப் பிடுங்கிக்கொள்ளவில்லை. வழவழவென்று எத்தனை வழவழப்பு! என்ன நிறம்! பட்டுக்கால்! பெண்கால்! என் காலுக்கு இத்தனை வழவழப்பு இந்த ஜன்மத்தில் வரப்போவதில்லை. 'பட்டு' பெயரோடு நின்றுவிட்டது எனக்கு...

நாலு நாளாக என்ன உடம்பு உங்களுக்கு என்று கேட்க வேண்டும்போலிருந்தது. வேண்டாம். தெளிந்த நீர் தெளிந்தே நிற்கட்டும்... அவன் அயர்ந்து தூங்கிக்கொண்டிருந்தான். தூங்குகிறாற்போலவே இல்லை. வெறுமே கண்ணை மூடிக் கொண்டிருக்கிறாற்போல ஒரு தெளிவு. ஆனால் நல்ல தூக்கம் – அயர்ந்த தூக்கம்... என்ன தெளிவு! அழகு! பால் பூசின, நிலா பூசின, தெளிவு... எனக்குத் தூக்கம் வரவில்லை. இவருக்கு எப்படித் தூக்கம் வருகிறது?... என்ன தூக்கம்

தி. ஜானகிராமன்

வேண்டிக்கிடக்கு ... தூங்கட்டும். அழகாகத் தூங்குகிறார். முகம் கடுக்காமல் இருந்தால் போதும். தூங்கட்டும் – முத்துராமு அவள் பார்க்கப் பார்க்கத் தூங்கினான். மறுநாள் இரவும் அப்படித்தான் தூங்கினான். மறுநாள், மறுநாள், மறுநாள் ... அப்படியே வந்தவுடனே தூங்கினான். அழகாகத் தூங்கினான் ... என்ன ... தூக்கமோ? ... அழவேண்டும் போலிருந்தது அவளுக்கு எதற்காக அழுகிறது?

3

அன்று மத்தியான்னம் அவன் சாப்பிட்டுவிட்டுப் போன பிறகு அவள் சாப்பிட்டு இரண்டு வெற்றிலையை மென்று கொண்டு உட்கார்ந்திருந்த பொழுது, "உள்ள யாரு?" என்று குரல் கேட்டது. குட்டை அழகுசிங்கு. "பட்டுவா? சாப்பிட்டாச்சா?" என்று குரல் கேட்டுக்கொண்டே உள்ளே வந்தது.

"வா, அழகு!"

"தாத்தா, பாட்டி எல்லாம் இன்னும் வரலியா?"

"இல்லியே, நாலஞ்சு நாளாகும்."

"எல்லாப் பாபத்தையும் கரைச்சுட்டு ஒரு தரியா வந்துடலாம்னு பார்க்கறாராக்கும் தாத்தா?" என்று தூணைப் பின்னால் கட்டிக்கொண்டு சிரித்தான் அழகுசிங்கு. வாய் முழுவதும் திறந்து சிரித்தது. அந்த சோடாபாட்டில் மூக்குக் கண்ணாடிகூடச் சிரித்தது.

"கரைக்கிறதுக்குப் பாபமில்லாட்டாலும் புண்யமாவது சம்பாதிக்கலாமோல்லியோ?" என்று சிரித்த பட்டு, "உட்காரேன்" என்றாள்.

உட்கார்ந்துக்கொண்டே "நீ சொல்றது சரி, சர்க்கார்லெ பாபத்தைக் கரைச்சுக் கொடுத்துட்டா. இனிமே புண்யந்தான் தேடிக்கணும்" என்றான் அவன்.

"என்னது? சர்க்காராவது, பாபத்தைக் கரைக்கறதாவது! என்ன சொல்றே நீ?"

"ஆமாம். கோவில்லே திருடின பாவத்துக்காக ஏழு வருஷம் ஜெயில்லே போட்டா. அப்புறம் காசிக்கும் போய்ட்டு வந்தாச்சு. இனிமே புண்யந்தானே சம்பாதிக்கணும்?" என்று வாசலைப் பார்த்துக்கொண்டே சொன்னான் அழகு.

"கோயில்லியாவது திருடவாவது! யாரு? என்னத்தைத் திருடினா?"

தோடு

“தாத்தாதான், உன் மாமனார்தான்! அம்பாள் தோடு, நவரத்ன கங்கணம், ஒட்டியாணம் மூணையும்தான் . . . என்னமோ தெரியாத மாதிரிக் கேக்கறியே!”

அழகுசிங்கு அரைப் பைத்தியம், கோணங்கி, கணக்குப் போடுகிற மாதிரி இப்பொழுது வேறு என்னவோ பிதற்ற ஆரம்பித்திருக்கிறது.

“சரி, சரி, அசடு வழியாதே . . . எங்க வந்தே இப்படி?”

“நானா அசடு! நீன்னா அசடு!”

“சரி நானேதான் அசடு! நீ போய்ட்டு அப்பறமா வா . . . போ.”

“என்னை வந்து அசடு அசடுங்கிறியே! நான் உசரமா இல்லெ. பாப்பா மாதிரி இருக்கேன்னா, ஒண்ணுமே தெரியாதுன்னு அர்த்தமா? நானா அசடு? உனக்குத் தெரியுமா, தாத்தா எப்படி இத்தனை பெரிய வீடு கட்டினார்னு?”

“தெரியவாண்டாம். நீ போ.”

“உனக்குத் தெரியாதுன்னு சொல்லு. எனக்குத் தெரியும். தாத்தா ராத்திரி போய் கோயில்லெ நகை வைக்கிற மரப் பெட்டியைத் திறந்து அம்மாள் தோடு, கங்கணம், ஒட்டியாணம் மூணையும் எடுத்துண்டு ஓடிப் போயிட்டார். கடைசீலே திருநெல்வேலியிலே ஒளிஞ்சிண்டிருக்கிறபோது அகப்பட்டுட்டார். கேஸ் போட்டு ஜெயில்லே ஏழு வருஷம் போட்டா கடுங்காவல். ஜெயில்லே பேடா போடச் சொல்லிக் கொடுத்தா. வெளியிலே வந்தப்பறம் எங்கெங்கேயோ நாலஞ்சு வருஷம் அலஞ்சிப்பிட்டு ஊருக்கு வந்தார். பேடா போட்டு தலையிலே வச்சிண்டு தெருத் தெருவா வித்தார். பணம் வந்து கொட்ட ஆரம்பிச்சுட்டுது. மாடி வீடு, படுகைக் கொல்லை, நஞ்சை புஞ்சை வந்தது. இல்லாட்டா, ரேக்ளாவைப் போட்டுண்டு உங்க முத்துராமு கடுக்கனும் சங்கிலியுமாப் போக முடியுமோன்னேன்? . . . என்னை வந்து அசடு அசடுங்கிறியே!”

“பைத்தியம்! இப்படியெல்லாம் உளறிண்டு கிடக்காதே, அவா காதிலே விழுந்தா தோலை உரிச்சுப்பிடுவா.”

“என் தோலை உரிச்சா ராஜா அய்யங்கார் மாமா சும்மா விட்டுடுவரோ? அவர் கிட்டே போய் சொல்லிப்பிடுவேன்.”

“ராஜா அய்யங்கார் மாமாதான் இப்படியெல்லாம் சொன்னாரா உன்கிட்ட?”

“என்கிட்ட சொல்லலெ; முத்துராமு சாப்பிட்டுட்டு ரேக்ளா விலே போறபோது திண்ணையில் அய்யங்காரும் வாணக்கார

ராவுத்தரும் உட்கார்ந்து பேசிண்டிருந்தா, 'ஏண்டா, முத்து உங்கப்பாவைக் காணுமே? ஊரிலேயே இல்லியோ'ன்னு கேட்டார் அய்யங்கார். 'இல்லே, மாமா, துலாஸ்நானத்துக்கு மாயவரம் போயிருக்கார்'னு முத்து சொல்லிண்டே போனான். 'பாருமையா – கோயில்லெ போய் தாயார் தோட்டைத் திருடினான். ஆனா அவ கை விட்டாளோ? ஜெயிலுக்கு அனுப்பிச்சு பேடா பண்ணத் தெரிஞ்சுக்கச் சொன்னாள். வெளியிலே வந்தான். பணமா அரிச்சுக் கொட்றான். தண்டனைக்குத் தண்டனையுமாச்சு! பணத்துக்குப் பணமுமாச்சு. ஜெயிலுக்குப் போனவன், 'தெரியாம செஞ்சிட்டேண்டியம்மா'ன்னு கதறியிருப்பன் அம்பாளை நினைச்சு நினைச்சு. 'சரி, தொலைஞ்சு போ'ன்னு அம்பாள் கண்ணைத் திறந்துட்டா. சரணம்னு விழுந்துட்டா ஸ்வாமி நம்மை விடாதுய்யா, ராவுத்தரே'ன்னு சொன்னார் அய்யங்கார் மாமா. அப்புறம் ராவுத்தர் கேட்டார். விஸ்தாரமாச் சொன்னார் 'கூடத் திருடப்போன மாரியம்பலம்கூட நாலு வருசம் ஜெயில்ல இருந்துட்டு இப்ப மெட்ராஸ்லே ஒர்க்ஷாப் நடத்தறான்னார் ..."

ராஜா அய்யங்கார் மூக்குக் கண்ணாடியும் ஆறடி உயரமும் கையில் தடியுமாகத் தலையை அண்ணாந்து பேசுவது போலவே, அவராகவே ஆகி, சொல்லிக்கொண்டிருந்தான் அழகுசிங்கு. தலை தூக்கல், கூப்பிடுகிறது, குரல் எல்லாம் அப்படியே அச்சாக இருந்ததைப் பார்த்து அவனே ஆறடி உயரம் நின்றாற்போலப் பிரமித்தாள் பட்டு.

"சரி, மாமா ஏதாவது வேடிக்கை பண்ணியிருப்பர். நீ போ. இப்படியெல்லாம் வேற எங்கியாவது போய்ச் சொல்லிண்டிருக்காதே."

"நான் ஏன் சொல்றேன்? அதான் எல்லாருக்கும் தெரியுமாமே? . . ."

"சரி போ."

"பட்டு, ஒரு பேடா தாயேன் பசியாயிருக்கு" என்று இளித்தான் அவன்.

வாங்கிக்கொண்டு கஜகஜவென்று நடந்து வெளியே போனான் – சற்று முன்னால் கேட்ட செய்தியை உடனே வந்து இங்கே சொல்லி, தனக்கும் தெரிந்த பூரிப்பைத் திருப்திப் படுத்திக்கொண்டு, அதற்கு ஒரு பேடாவையும் வாங்கிக் கொண்டு . . ! அதை நினைத்தபோது சிரிப்பு லேசாக ஒரு தடவை அவள் உடலில் குலுங்கிற்று. குலுக்கலோடு நின்றுவிட்டது. அழகு சிங்கு சொல்கிறது இன்னும் காதில் விழுந்துகொண்டேயிருக் கிறது – மரவட்டைமேல் தேங்காய் விழுந்தாற்போல் அவள்

சித்தம் நசுங்கி, வெறும் ரத்தச் சக்கையாகப் பிசுபிசுக்கிற சூன்யம் கண்ணில் இருண்டது.

கதவைப் பூட்டிக்கொண்டு விறுவிறுவென்று நடந்தாள். அம்மாவிடம் போனாள். சாப்பிட்டுவிட்டு அம்மா மத்தியானத் தூக்கம் போடுகிற சமயம்.

"ஏம்மா, உன் பொண்ணை மாட்டுப் பொண்ணா அழைச்சுக்க றேன்னு ஏனம்மா திடீர்னு அவா ஒப்புக்கொண்டா?" என்று ஒரு பீடிகையுமின்றிக் கேட்டாள்.

"என்னடீ திடீர்னு என்னமோ கேக்கேற?" என்று எழுந்து உட்கார்ந்தாள் அம்மா.

"சொல்லேன்."

"என்னத்துக்குக் கேக்கறே?"

"நீ சொல்லு."

"இதைக் கேக்கவா இப்ப அவசரஅவசரமா வந்தே?"

"ஆமாம். நீ சொல்லு."

"உன்னைப் பிடிச்சிருந்திருக்கு. நீ புவனேச்வரிக்குக் கடுதாசி எழுதி வச்சதைக் கேட்டவுடனே அவாளுக்குப் பரவசமாகப் போயிடுத்து. அம்பாளே உத்தரவு இட்டாப் போல இருந்துதோ, என்னவோ—"

"என் தோட்டைத் திருடினதுக்குத் தண்டனையா இவளைப் பண்ணிக்கோ – ஒரு நகை நட்டு கிடையாது, இந்தக் கங்காளிக்கு. திருப்பதி மரப்பாச்சி மாதிரி வந்து நிக்கறா. இவளைத்தான் பண்ணிக்கணும்னு அம்பாள் உத்தரவிட்டாப்போல இருந்துதாக்கும்?"

அம்மா ஒன்றும் பேசவில்லை. வெறித்து, குழம்பி அவளைப் பார்த்தாள்.

"ஊர் அறிஞ்ச சேதிதானாமே அது? ஏம்மா?"

"ஊர் அறியாம என்ன பண்ணும்? கோவில்லே வேலை செய்யறவா யாரு திருடலெ? கணக்கிலே திருட்டை மறைச்சு நல்லவா மாதிரி நாளை ஓட்டறா. இல்லேன்னா, திருட்டு இல்லைன்னு நம்பும்படியாப் பண்ணிப்பிடறா. இவர் அப்படிச் செய்யலெ. ஒரே ஒரு க்ஷணம் புத்தி கெட்டுப்போச்சு. நகைப் பெட்டியைத் திறந்து என்னத்தையோ எடுத்தார். ஓடினார். மாட்டிக்கவும் மாட்டினூட்டார்... சரி, முப்பது நாப்பது வருஷம் முன்னாலெ நடந்ததுக்கு இப்ப என்ன?"

“மறந்தே போயிருக்கும்னு சமாதானம் பண்ணிண்டுதான் என்னைக் கொண்டு கொடுத்தியாக்கும், இந்த இடத்திலே!”

அவளை ஒரு தடவை முறைத்துவிட்டு, “நீதானே தவங் கிடந்தே?” என்றாள் அம்மா.

“ஆமாம்... அதுவும் சரிதான்.”

அம்மா கிண்டிக்கிண்டிக் கேட்டபிறகு அழகுசிங்கு வந்து சொன்னதை அவளிடம் ஒப்பித்துவிட்டுத் திரும்பினாள் பட்டு.

டிபனுக்கு வந்தான் முத்துராமு. மலர்ந்து கேட்டுக் கேட்டுச் சாப்பிட்டான்.

திருடன் பிள்ளை! . . . ஆனால் இவன் என்ன செய்வான்—அனாதைக் குழந்தை, தப்புக் குழந்தை மாதிரி! அப்பா செய்த அடத்துக்கு அது எப்படிப் பிணை ஆகும்!

திருட்டுக் கொடுத்த அந்த புவனேச்வரியைப் பார்க்க வேண்டும்போல் துடித்தது அவளுக்கு.

அந்தி மயங்கி புவனேச்வரியின் சன்னிதியில் நுழைந்த பொழுது வெள்ளிக்கிழமையலங்காரத்துடன் வெள்ளிக் காலும் கையுமாக புவனேச்வரி நிற்பது தூரத்திலேயே தெரிந்தது. நெருங்கி, இரும்புக் கிராதிக்கருகில் போன பொழுது அம்மன் பிராகாரத்தைச் சுற்றி வந்துகொண்டிருந்த உருவம் பளிச்சென்று, யானைக் காதில் மாட்டும் அங்குசம்போல, அவள் கண்ணை லாவி இழுத்தது.

அவள்தான்! சின்னம்மாதான். கூட்டுகிற வேலைக்காரி என்று புவனேச்வரிகூடச் சொல்லத் தயங்குவாள். இடையில் கொக்கோக் கலரில் ஒரு ஆரணிப் பட்டுப் புடவை. காதில் புஷ்பராகத் தோடு, மாட்டல்; காலில் கொலுசு; வெள்ளைப் பொட்டிட்ட அரக்கு வாயில் சோளி. என்ன கை! என்ன மார்பு! என்ன இடுப்பு! இடுப்புக்குக் கீழ், பின் பக்கம் வெல்வட்டு ஜாடி மாதிரி இறங்கின குழைவு! ஐயோ! எப்படியிருக்கிறாள்? முதலில் கண்ணில் பன்னீர் விட்டமாதிரி இருந்தது. அடுத்த க்ஷணம் நெருப்புப் பொறி விழுந்து சுரீர் என்றது. ஏது இந்தப் பட்டுப் புடவை? ஏது இந்தச் சங்கிலி? ஏது இந்தக் கமலத் தோடு? நடுவில் ஒரு பச்சை வேறு! பட்டுக்காலும் தெளிந்த முகமுமாகத் தூங்குகிற முத்துராமு, அதே சமயத்தில் வேறு எங்கோ விழித்துக்கொண்டிருப்பது போல் கண்ணை மறைத்தது. ஆமாம் – அவன் தூங்கவில்லை. இங்கேதான் தூங்குகிறான் – அங்கே தூங்கவில்லை. புருவத்தைச் சுளித்துச் சுளித்து, கண்ணை மூடிமூடித் திறந்த இந்தத் திரையை விலக்கி புவனேச்வரியைப்

பார்த்தாள். வெருண்டு போய்ப் பார்த்தாள். கண்ணில் ஒரு வெறி, கிலி.

"புவனேச்வரி! கெடு ஓத்திக்கொண்டே போகிறது. அடுத்த வெள்ளிக்கிழமைக்குள் ப்ளூஜாகர் தோட்டை உன் காலில் கொண்டு வைத்துவிடுகிறேன்... தாண்டினால்... தாண்டினால்..."

என்ன சொல்வதென்று தயங்கினாள் அவள். நினைக்கும் பொழுதே உடம்பு மின்னல் மாதிரி வெட்டிற்று.

திரும்பி விர்ரென்று நடந்தாள்.

4

குங்குமப்பூ நாலு திரி விழுந்ததுமே பால் நுரைகூடப் பொன்னாகி விட்டது. இங்கே வாங்குகிற பூ இல்லை அது. காஷ்மீரிலிருந்து நேராக, பேடாவுக்காகத் தருவிக்கிற பூ.

பாலை உள்ளே எடுத்துக்கொண்டு போனாள் அவள். தூங்கிக்கொண்டிருந்தான் முத்துராமு. புஜத்தைத் தொட்டுக் குலுக்கினாள். கோபத்தில் கொஞ்சம் முரட்டுப் பிடியாகக் கூடப் பிடித்தாள். கண் மலர்ந்தது.

"பால்."

எழுந்து உட்கார்ந்தான் அவன்.

"அதுக்குள்ளியுமா தூக்கம் வந்துட்டுது? மணி பத்துகூட ஆகலையே!"

பாலைச் சாப்பிட்டுவிட்டு படுத்தான் அவன். கண்ணை மூடினான்.

"நான் ஒண்ணு கேட்கணும்."

"என்ன?" – கண் திறக்காத கேள்வி.

"என்னைப் பார்த்தால்தான் சரியாச் சொல்ல முடியும்." திறந்தான் அவன். அவள் முகத்தை, கண்ணைப் பார்த்தான். என்ன நினைத்துக்கொண்டானோ சற்று தலையை உயர்த்தி, சாய்ந்தாற்போலப் படுத்துக்கொண்டான்.

"ம் . . . பார்க்கிறேன். என்ன?"

"இங்கே வரணும்ங்கற சொப்பனம் பலிச்சுதுன்னா ப்ளூஜாகர் தோடு ஒண்ணு பண்ணிப் போடறேன்னு கலியாணம் ஆறதுக்கு முன்னாலெ புவனேச்வரிக்கு வேண்டிண்டேன்."

"என்னது?"

மீண்டும் கிளிப்பிள்ளை மாதிரி அதே சொற்கள். முத்துராமு விழித்தான்.

"அம்பாள் என் இஷ்டத்தைக் கொடுத்துட்டா. நான்தான் கொடுக்காம . . ." என்று தொடங்கிய வாய், அதை மாற்றி "நாள் கடத்திண்டே போயிண்டிருக்கோம்" என்றது.

"நானும் சேர்ந்து வேண்டிண்டேனா?"

"இல்லெ. நான்தானே ஆசைப்பட்டேன்?"

"அதுக்கு நான் எப்படிப் பிணை?"

"வேறு யார் பிணையாயிருக்க முடியும்?"

"முடிச்சு விழுந்து உள்ள கால் வச்சாச்சுங்கற தைரியத்தோடுன்னா பேச்சு வரது – கருக்கா! என்ன கண்டிப்பு! என்ன வேகம்!"

"தைரியமே இல்லை. எனக்குப் பயமாயிருக்கு."

"என்ன பயம்?"

"அடுத்த வெள்ளிக்கிழமைக்குள்ள உன் காலடியிலே கொண்டு வைக்கிறேன்னு சொல்லிவிட்டு வந்திருக்கேன்."

"முடியாதுன்னா?"

"உங்களுக்கு முடியும்."

"நான் அந்த மாதிரி கட்டுப்படுத்திக்கலியே."

"எனக்காக நீங்க செய்யலாம்."

"உனக்காகவா? என்னதுக்குச் செய்யறது?"

"என்னது! என்ன சொன்னேள்?"

"உனக்காக நான் என்னதுக்காகச் செய்யணும்னேன்."

"இல்லாட்டா வேறு யாருக்காகச் செய்யறது?"

". . . ஊரிலிருக்கறவாள்ளாம் யாருக்கோ வேண்டிக்கிண்டு, உள்ள நுழைஞ்சா, எதுவும் நடந்துடுமா என்ன?"

திடீர் என்று விளக்கு அணைந்தாற்போல் கண்ணை இருட்டிற்று அவளுக்கு. விளக்கை அணைத்து, பின்னந் தலையில் ஓங்கி அடித்தாற்போல ஒரு வலி.

"இங்க என்ன கொட்டியா கிடக்கு?" என்று அந்த இருளில் குரல் கொஞ்சம் தழைந்தது.

"எனக்கு இல்லை. புவனேச்வரிக்கு."

தோடு

“புவனேச்வரியா இருந்தா என்ன? வைரத் தோடு இல்லாம நடக்காதோ!”

“சின்னம்மாவுக்கு மாத்திரம் பட்டுப் புடவையும் வைரத் தோடுமில்லாம நடக்காதா?”

“என்னது, என்ன சொன்னே!... என்ன சொன்னே!... இப்ப சொல்றியா இல்லையா?” என்று எழுந்தவன், அவள் கழுத்தை இரு கையாலும் கவ்வி நெறித்துக் குலுக்கினான். என்ன விகாரமான முகம்! கோபத்திற்கு எத்தனை விகாரம்! எத்தனை இல்லாமை! “இப்ப சொல்றியா இல்லையா?”

கை தளர்ந்தது. “அது என் இஷ்டம் . . . தெரிஞ்சுக்கோ” என்றான் அவன். கண்ணில் மின்னல். மூக்கில் புடைப்பு.

“இஷ்டம் எல்லாம் நல்லதாக இராது. கல்லுமாதிரி அவளுக்குன்னு ஒருத்தன் இருக்கான். அவன் கொடுப்பான். நீங்க கொடுக்கறது பாதகம்... அவன் இல்லாட்டாலாவது நான் வாயை மூடிண்டு கிடப்பேன்... இப்ப என் இஷ்டம்னு சொல்றதை என்னாலெ கேக்க முடியலெ. சுரீர்சுரீர்ங்கிறது. குடியைக் கெடுக்கற இஷ்டம் இது...”

சிறிது மௌனம். தலையாட்டால். சூன்யத்தில் ஒரு நட்ட பார்வை.

“...சும்மா இங்கே என்னைத் தொந்தரவு பண்ண வாண்டாம். நான் பாவிதான்... பாவிகிட்ட இருக்கவாண்டாம். போகலாம்... நீயே சம்பாதிச்சு உங்க புவனேச்வரிக்குப் போடலாம்... நீ சம்பாதி, திருடு – என்ன வாணா பண்ணு–”

“நானும் திருடணுமா?”

திரும்பி வெறித்தான் அவன். எழுந்தான். அவளைக் குண்டுக்கட்டாகப் பிடித்து, வெளியே இழுத்துவிட்டான். கதவைத் தாழிட்டுக்கொண்டான். ஸ்விச் இருளைக் கவிக்கும் ஓசை கேட்டது.

கூடத்து விளக்கு எரிந்துகொண்டிருந்தது. ஆனால் வெளிச்சம் விழுகிற மாதிரி இல்லை. அவ்வளவு வெளிச்சமும் இருளாக, செயலற்றுக் கிடந்தது. கண்ணில் ஒன்றும் படவில்லை. ஸ்வப்பனமா என்ன இது? கலியாணமாகிவிட்டதா எனக்கு! நான் இங்கே வந்திருப்பது கனவில் நடந்துகொண்டிருக்கிறதா? நெறிந்த கழுத்து வலிக்கிறது. கை, கால் மூட்டு, சப்பை எல்லாம் நோவுகிறது. பாட்டியும் தாத்தாவும் மாயவரத்திற்கு என்னிடம் சொல்லிவிட்டுத்தானே போனார்கள்? கொட்டு மேளம் கொட்டிற்றே! நலங்கின்பொழுது வெற்றிலையை என்

கையிலிருந்து பிடுங்கிய அவனுடைய கை நகம் என் கட்டை விரலில் அழுந்திற்றே! மஞ்சள் நீராடும்பொழுது கை பற்றியவன் ஆள்காட்டி விரலால் உள்ளங்கையில் கோடு கிழித்தானே! ஊர்வலத்தின்பொழுது சிவப்பு மத்தாப்பு ஒளியில் அவன் கை அரிதாரம் போட்டமாதிரி பளிச்சென்று கொழுந்துவிட்டதே! எப்படிக் கனவாக இருக்கும்?

ஊர் தூங்குகிறது. கொல்லையின் சலசலப்பு தூங்குகிறது. கூடத்தில் எங்கோ சுவர்க்கோழி கத்துகிறது.

ஜிவுஜிவு என்று கண் பொங்கிற்று. தலையில் நிமிரமுடியாத கனம்.

மெதுவாக எழுந்து நடந்தாள். கொல்லைக் கதவைத் திறந்தாள். உதட்டை அழுத்தி, ஓசையிடாமல் மெதுவாகத் திறக்க யுகம் ஆகியிருக்கும் போலிருந்தது. கிணற்றண்டை நின்றாள்.

உன்மேல் ஆசை பொங்க, விரும்பி, வருந்தி, வேண்டி உன்னை இங்கே அழைத்து வைத்துக்கொண்டார்களா? அசடு! அப்பன் திருடினான். விலங்கை மாட்டிக்கொண்டான். கொட்டடிக்குள் கிடந்தான். பாபம் ஜரித்ததும் வெளியே தள்ளிவிட்டார்கள். பணம் – வீடு – நிலம் –ஆனால் ஊர் மனசில் நிற்கிற பாவியை யார் அழிக்க முடியும்? கிருஷ்ணன் மாதிரி பிள்ளை பிறந்து விட்டால் . . . ஊரை ஏமாற்றிவிட முடியுமா? கிருஷ்ணன் மாதிரி பிள்ளை! பளபளவென்று, வழவழவென்று பிள்ளை. அதற்குப் பெண் கொடுக்க இந்த இட்டலிக்காரி ஒருத்திதானே வந்தாள்? வாசலில் உட்கார்ந்து, மொட்டைத் தலையும் பஞ்சக்கச்சமும் விபூதியுமாகக் குழந்தைகளைக் கூட்டிக்கொண்டு கதை சொல்லி யாரையோ ஏமாற்றினால், புவனேச்வரியை ஏமாற்ற முடியுமா? ‘கோட்டூர் அம்மா, எனக்குத் தோணாமலே போயிட்டுதே . . . குழந்தை தினமும் வரா . . . எனக்குத் தோணாமலேயே போயிட்டுதே’ என்று பாசாங்கு பண்ணி அம்மாவை ஏமாற்றி, புவனேச்வரி உத்தரவிட்ட மாதிரியும் கட்டுப்பட்ட மாதிரியும் ஏமாற்றி விட்டால் . . . புவனேச்வரியை ஏமாற்ற முடியுமா – என்னை ஏமாற்ற முடியுமா? . . . புவனேச்வரி! தோடு உனக்கு வராது போலிருக்கிறது . . . நான்தான் உனக்குத் தோடு . . . அவன் காதிலிருந்து விழுந்துவிட்டேன். உன் காதிற்கு வந்துவிடு கிறேன் . . . ஆமாம் உன் காதில் இருந்தால் எனக்குக் கேடு கிடையாது, கவலை இராது, கடன் இராது . . . சிலுசிலுவென்று சின்ன இடுப்பும், கட்டுக் கூந்தலும், அரிசிப் பல்லும், தேன் முகமுமாக என்னை ஏமாற்றின துடைப்பந் தூக்குகிறவளைக் கூடக் கண்டு நான் எரியமாட்டேன் . . . நான் தோடாகிவிட்டால் ஒரு சுமைகூட இராது – எனக்கு இராது, உனக்கு இராது – அவன் மனசிலும் இராது . . .

கிணற்றை எட்டிப் பார்த்தாள். ஜிர்க்ஜிர்க் என்று ஏதோ பூச்சி வெதறுகிற ஓசை. அங்கே கிடந்த வட்ட இருட்டுக்கூடக் கத்துகிறது. மௌனக் கத்தல்! . . . மௌனமாகக் கத்துகிற இருட்டு.

தாத்தா வந்தால் – பாட்டி வந்தால்? தாத்தா கதற வில்லை, 'தாயே தாயே' என்று? அழகுசிங்கு அப்படித்தான் சொன்னான்... அய்யங்கார் சொன்னார்... 'தாயே தாயேன்னு கதறியிருப்பன், அம்பாள் கண்ணைத் திறந்துட்டா . . . 'நீதான் சரணம்னு விழுந்திட்டா, சாமி நம்மை விடாதுய்யா! . . . அப்பன் திருடினான், பிள்ளை பெண்டாட்டியையே கிணற்றில் தள்ளிவிட்டான் . . .' அழகுசிங்கு இதைச் சொல்லிச் சொல்லிச் சிரிக்கிறாற் போலிருந்தது.

ஒரு தடவை உலுக்கிப் போட்டது அவளுக்கு . . . திரும்பினாள், மெதுவாக நடந்தாள். கொல்லைக் கதவை ஒரு நிமிஷம் நின்று தாழிட்டு, கூடத்திற்கு வந்தாள். அந்த அறைக் கதவை விரலால் தள்ளிப் பார்த்தாள். கெட்டித்த மாதிரி அப்படியே நின்றது அது. கழுத்தில் வலி, பிடரியில் வலி, சப்பையில் வலி . . . கண் ஜிவு ஜிவு என்கிறது . . . வயிற்றில் லேசாகக் குமட்டல்.

அப்படியே சுவரோரமாக முடங்கினாள். கண்ணை மூடினாள். தோடு பளிச்சிட்டது. புவனேச்வரியின் காதுதான். அந்தத் தோடுதான்.

கண்ணை மூடி வந்த நீல வெளியில் வளையங்களும் கோணங்களும் பூக்களும் சுழலும் நீலமும் செஞ்சிவப்பும் கலந்த வெளியில் தோடுதான் தெரிந்தது. அப்படியே அந்தத் தோடுதான் நின்றது. அவள் அங்கே இல்லை. தோடுதான் இருந்தது. நின்றுகொண்டேயிருந்தது. வேறு நினைவு இல்லை. அவளே இல்லாதபோது நினைவு எங்கே இருக்கும்? அவளே தோடாக மாறிவிட்டபோது அவள் மட்டும் எப்படித் தனியாக நின்று எதைப் பார்க்க முடியும்?

தோடு மறைந்துவிட்டது . . .

சேவல் கத்துகிறது. சாலியத் தெரு சேவல். சுவர்க்கோழி கத்துகிறது. மணியடிக்கிறது; கோவில் மணி. அதிகாலை விச்வரூப பூஜை மணி. இருள் பிரிந்திராது. கண்ணைத் திறக்கவில்லை அவள்.

சட்டென்று தூக்கிப்போட்டது. தோளில் ஏதோ கைபடுகிறது.

"பட்டு!"

கண் விழித்தாள் அவள்.

"ஏன் உடம்பெல்லாம் சுடறது?... இங்கியேவா படுத்திண்டிருக்கே? விளக்கைக்கூட அணைக்காம! ஏன் உடம்பு இப்படிக் கொதிக்கிறது?" மார்பு, வயிறு, நெற்றி யெல்லாம் தொட்டுப் பார்த்தான் முத்துராமு.

"எழுந்திரு" என்று தூக்கிப்பிடித்து உள்ளே அழைத்துச் சென்று படுக்கையில் விட்டான்.

பக்கத்தில் உட்கார்ந்துகொண்டான்.

நெற்றியைத் தொட்டான். தடவிக் கொடுத்தான். கையைப் பிடித்தான். "நெருப்பாக் கொதிக்கிறதே கையி!"

அவனையே பார்த்தாள் பட்டு. பார்வையில் வெறிப்பு இல்லை. எல்லாம் கடந்துவிட்டாற்போல ஒரு அமைதி – எல்லாம் நின்றுபோனதுபோல அலையாத, தளும்பாத தேக்கம்.

அவளைத் தைரியப்படுத்துகிறது போல – "காலமே, டாக்டரை அழைச்சிண்டு வந்துடறேன். ஒரு வேளை மருந்திலே சரியாப் போயிடும்" என்றான்.

"வாண்டாம், வாண்டாம்" என்றாள் அவள்.

"என்ன வாண்டாம்? இப்படி நெருப்பா வீசறதே!"

"வீசட்டும்... நான் இப்படியே, இப்படியே..."

"என்ன சொல்றே, பட்டு?"

"நான் யாரைப் பார்த்தும் குறைப்பட்டுக்கலே . . . அசூயைப் படமாட்டேன். இடைஞ்சலாயிருக்கலே... அம்பாள் காதிலே நான் தோடாகப் போய் ஒட்டிக்கறேன். அங்கேயே இருந்துடறேன்..."

அவன் பதில் பேசவில்லை. சிறிது நேரமாயிற்று. "பட்டு, நானும் ராத்திரி முழுக்க தூங்கலெ..." என்றான்.

பேசாமல் அவனைப் பார்த்தாள் பட்டு. கூடத்து வெளிச்சத்தின் மயக்கம் அவன் முகத்தில் விழுந்திருந்தது.

"நானும் திருடத்தான் திருடிண்டிருக்கேன்... அவளை... இன்னும் திருடிண்டேதான் இருக்கணும்போலிருக்கு... இந்தத் திருட்டு நிற்காது போலிருக்கு... இதை நிறுத்த முடியாதா, நிறுத்த முடியாதான்னு நானும் ராத்திரி முழுக்கக் கேட்டுண்டிருக்கேன்..."

"அவளைத் திருடலெ – அவனைத்தான் திருடியாறது. இப்ப . . . நகையைத் திருடினா காதிலே போட்டிண்டிருக்கிறவாளுக்குத்தான் மனசு கொதிக்கும்."

"தோட்டைத் திருடினா, தோட்டுக்குக் கோபம் வராது... அம்பாளுக்குத்தான் கோபம் வரும்" என்றான் அவன்.

சட்டென்று எழுந்து அவன் கையை அமர்த்தி, "எனக்குத் தெரியும்" என்றாள் அவள்.

"என்ன தெரியும்?"

"எல்லாம் தெரியும்... சொல்ல வாண்டாம்" என்று மீண்டும் கையை அமர்த்தினாள் அவள்.

"எப்ப தெரியும்?"

"எப்ப தெரிஞ்சா என்ன?"

"அப்பவே தெரியுமா?"

"அப்ப தெரிஞ்சிருந்தா என்ன? நான் இங்கே தோடா இருந்தாப்பல கண்ணை மூடறபோதெல்லாம் கண்டுண்டே இருந்தேனே, அது எப்படி இல்லாம போயிடும்?" என்று அவன் காதைத் தொட்டாள் அவள். அவன் அவள் முகத்தையே பார்த்தான். "தோட்டைத் திருடினா ஜெயில்லே போடுவா. வேற மனுஷன் காதிலே இருக்கிற தோட்டைத் திருடினா அந்த ஜெயிலும் கிடைக்காது."

அவன் என்ன சொல்கிறான் என்று புரியாமல் பட்டு விழித்தாள்.

"புவனேச்வரிக்குத் தோட்டைப் பண்ணிப் போட்டா, அந்த ஜெயில் கிடைச்சுடுமோல்லியோ?" என்று கேட்டான் அவன்.

"எந்த ஜெயில்?"

"உன் புவனேச்வரியின் ஜெயில்தான். அவ கண்ணிலேர்ந்து தப்பிச்சுண்டு ஓடிவிடாமே, கட்டுப்பட்டுக் கிடக்கிற ஜெயில்" என்றான்.

"அப்ப உங்க காதிலேர்ந்து நான் விழுந்துவிடலியா?" என்று மனத்துக்குள் கேட்டுக்கொண்டிருந்தாள் பட்டு. அவள் கால் விரலில் குறுகுறுவென்றது. சட்டென்று இழுத்துக்கொண்டு அவன் கண்ணைத் தலைப்பால் துடைத்தாள் அவள்.

(*சுதேசமித்திரன் தீபாவளி மலர்*, 1962)

தி. ஜானகிராமன்

அவலும் உமியும்

1
முதல் ஆழாக்கு

ஏலக் கொத்தா ஏலேலா,
தகிடுதத்தம் ஏலேலா,
தாரு பாச்சி ஏலேலா –
தென்னை மரம் ஏறுடா
தேங்கா புடுங்கிப் போடுடா!
ஏலக் கொத்தா ஏலேலா,
மாமரத்துலெ ஏறுடா
மாங்கா புடுங்கிப் போடுடா!
ஏலக் கொத்தா ஏலேலா,
வாளமரம் ஏறுடா
வாளக்காயைப் புடுங்குடா
ஏலக் கொத்தா ஏலேலா,
தகிடுதத்தம் ஏலேலா
ஜிஞ்சாஞ்சகடி ஏலேலா! . . .

. . . ஒன்றுமில்லை. காயாப்பிள்ளை பேரப்பிள்ளையைக் கொஞ்சிக்கொண்டிருக்கிறார். அதோ பாருங்கள், கூடத்தில் மல்லாக்கப் படுத்துக்கொண்டு, இரண்டு கால்களையும் மேலே தூக்கிக்கொண்டு பாடுகிறாரே அவர்தான் காயாப்பிள்ளை. பேரப் பிள்ளையின் வயிற்றில் இரண்டு உள்ளங்கால்களையும் கொடுத்து அப்படியே மேலே தூக்கியிருக்கிறார். அந்தப் பையனின் இரண்டு கைகளையும் தன் இரண்டு கைகளாலும் பிடித்துக்கொண்டு கொஞ்சுகிறார். பையன் அந்த மனுஷத் தென்னை மரத்தில் படுத்தவாறு சிரிக்கிறான்.

"போருமாடாலெ?" என்று கேட்கிறார் காயாப்பிள்ளை. பேரப்பிள்ளையை இறக்கிவிடுகிறார். உடனே அந்தப் பயல் ஓடிவிடாமல், பிடித்து இழுத்து மேலே சாத்திக்கொள்கிறார். மொச்சு மொச்சு என்று மாற்றி மாற்றி இரண்டு கன்னங்களிலும் முத்தமிடுகிறார். உச்சி முகர்கிறார். உச்சி குளிர்கிறார். பேரப் பிள்ளை திமிறி ஒருபாடாக விடுதலை செய்துகொண்டு சிரித்துக் கொண்டு நிற்கிறான், அவனுக்குக் கொஞ்சம் வயிறு பெரிது. சூணாவயிறு என்பார்களே – அதுதான். உள்ளங்காலில் வைத்துத் தூக்க வாகாக இருக்கும் போலிருக்கிறது. அதனால்தான் காயாப் பிள்ளை இந்தத் தென்னை மரத்தில் ஏற்றித் தேங்காய் பிடுங்கிப் போடுகிற விளையாட்டே விளையாடுகிறார் என்று தோன்றுகிறது. கையும் காலும் சூம்பின அந்தக் குழந்தையை அந்த மாதிரி தூக்கி விளையாடுவதற்கும் ஒரு தனி ஆற்றல் இல்லாவிட்டால் முடியாது. காயாரோகணம் பிள்ளையால்தான் முடியும்.

"தாத்தா, தாத்தா! என்னையும் அந்த மாருதி தூக்கு தாத்தா" என்று ஒரு சின்னக் குரல் கேட்கிறது. காயாப்பிள்ளை திரும்பிப் பார்க்கிறார். எதிர்க்கட்டில் குடியிருக்கிற செல்லையாவின் பிள்ளை ஏகாம்பரம். காயாப்பிள்ளையின் பேரப்பிள்ளையின் வயதுதான் அவனுக்கும், அதாவது நாலரை வயது. காயாப்பிள்ளையின் முகம் சுளிக்கிறது. காதில் விழாதது போல் தன் பேரனை, "எலா, இஞ்ச வாடான்னா" என்று கூப்பிடுகிறார். ஏகாம்பரம் மறுபடியும், "தாத்தா, என்னையும் லச்சுமணனைத் தூக்கினாப்பல தூக்கு தாத்தா" என்று அருகே வருகிறான், காயாப்பிள்ளையின் முகம் மறுபடியும் சுளிக்கிறது. கண்ணை அகட்டி முழி இரண்டையும் உருட்டிச் சுட்டுவிடுகிறாற் போல வெறித்துப் பார்க்கிறார். ஏகாம்பரத்திற்கு அது புரியவில்லையோ, புரிந்துகொண்டுதான் தென்னை மரத்தில் ஏறுகிற சுகத்தை நினைத்துப் புரியாததுபோல் பாவனை செய்கிறானோ, மறுபடியும் கேட்கிறான். "தாத்தா, தாத்தா, என்னையும் தூக்கு தாத்தா." காயாப்பிள்ளைக்கு என்ன செய்வதென்று தெரியவில்லை. என்னமோ செத்த எலியைத் தொடுவது போல வேண்டா வெறுப்பாக அவன் கையைப் பிடித்துத் தூக்கப் பார்க்கிறார். ஒரு முக்கு முக்கிவிட்டு "யப்பா! என்னாலே முடியாது" என்று தள்ளிவிடுகிறார்.

"ஏன் தாத்தா?"

"இப்ப வாண்டாம். அப்பறமா தூக்குறேன் போ."

"இப்ப தூக்கு தாத்தா!" என்றான் ஏகாம்பரம்.

அதற்குள் காயாப்பிள்ளையின் சம்சாரம் சாலாட்சி அம்மாள் ஒரு தட்டில் தேன்குழலுடன் வருகிறாள்.

தி. ஜானகிராமன்

“பாத்தில்ல இதை. ஈயக்குண்டு மாதிரில்ல கனக்குது. இதென்ன புள்ளையா, அம்மிக் கல்லாங்றேன்” என்று சம்சாரத்திடம் சொல்கிறார்.

“அம்மிக்கல்லா – அது திங்கறதைப் பாக்கணுமே, அது நாலு வயசு புள்ளையாவா திங்கிது. ஆத்தாடி – இம்மாஞ் சோறுல்ல வேண்டியிருக்கு” என்று கையைப் பானையளவுக்கு அகட்டிக் காட்டுகிறாள்.

ஏகாம்பரத்திற்கு இந்தப் பேச்சு காதில் விழவில்லை. அவன் பட்சணத்தட்டைப் பார்க்கிறான்; “எனக்குப் பாட்டி” என்கிறான்.

“பார்த்தீங்களா! வர்றதுக்கு முன்னாடி!” என்கிறாள் சாலாட்சி.

காயாப்பிள்ளைக்கும் புகைந்துகொண்டு வருகிறது “பாரேன்... கொண்டாரதுக்கு முன்னாலெ எனக்குப் பாட்டி... ம்... மூஞ்சியப்பாரு... குடுத்தேன்னா தெரியுமா...” என்று உதட்டைக் கடித்துக்கொண்டு, “சரி. உள்ர எடுத்துக்கிட்டுப் போ – அங்கே வந்து தின்னுக்கறேன்” என்று பேரப்பிள்ளையைத் தள்ளிக்கொண்டே எழுந்து உள்ளே போகிறார்.

“குடுத்தேன்னா தெரியுமா?” என்று கொடுக்காமல் கொடுத்து கையை ஓங்காமல் ஓங்கின அந்த ஜாடையைப் பார்த்து ஏகாம்பரம் மெதுவாக அடிமேல் அடிவைத்துத் திரும்பிப் போகிறான்.

உள்ளே போன காயாப்பிள்ளையும் சாலாட்சியும் எதிர்த்த கட்டுக்குக் காதில் விழுந்துவிடாமல் கசமுசவென்றும் இரைந்தும் பேசிக்கொள்கிறார்கள்.

“அதட்ட அதட்டப் போவுதா, பாத்தில்லா! நாலு வயசுக் குள்ளார எத்தனை அளுத்தம்? என்ன நெஞ்சுரப்பு. அப்படியே அப்பன் ஆயி ரண்டு பேரையும் உரிச்சு வச்சிருக்கு. கல்லுளிமங்கன் மாதிரில்ல நிக்கிறான் அந்தப் பய – தூக்கு தூக்குன்னுது. ஏதுறா விடாது போல்ருக்கேன்னு தூக்கப் போனேன்... ஆறு மரக்கா அரிசி மூட்டையைத் தூக்கறாப்பல ஆயிட்டுது.”

“நீங்க ஏன் தூக்கப்போனிங்க! கையி மெருகிக்கிடப் போவுது, அப்புறம் அவதிப்படப் போறீங்க... அது முளியும் உடம்பும். மதுரவீரன் முளிக்கிறாப்பல...”

“ம்... பாரேன். நாலு வயசுப் புள்ளையா இது? ஏழுவயசுக்கு குறச்சு யாராவது மதிப்புப் போட முடியுமா?”

காயாப்பிள்ளை, சாலாட்சி அம்மாள் இரண்டு பேருக்குமே கோபம், போயும் போயும் வாடகை கொடுத்துக் குடியிருக்கிற

செல்லையாவின் குழந்தைகள் இப்படி மொழுமொழு வென்றிருக்கலாமோ?

வீடு காயாப்பிள்ளையின் வீடு. மாடிகூட உண்டு. வாசலி லிருந்து நுழைந்து நடையைக் கடந்ததும் வலது பக்கம் ஒரு கட்டு – இடது பக்கம் ஒரு கட்டு. வலது கட்டில்தான் காயாப்பிள்ளையின் குடும்பம் வாழ்கிறது. இடது கட்டில் முன் பக்கத்தில் செல்லையா குடியிருக்கிறார். அவருக்குக் கோயிலில் – சந்துமுழுவதும் நடந்து மேல வீதியில் ஏறித் திரும்பினால் தெரிகிறதே – அந்த புவனேச்வரர் கோயிலில் கணக்குப்பிள்ளை உத்தியோகம். இடது பக்கத்தின் பின் கட்டில் முனிசிபல் பள்ளிக்கூடத்தில் வாத்தியார் உத்தியோகம் பார்க்கிற கங்காதரசாமி குடியிருக்கிறார். அவருக்கு இரண்டு குழந்தைகள். இரண்டுக்கும் வயிற்றில் கட்டி. ஆகவே காயாப்பிள்ளைக்குக் கோபம் வரவில்லை. செல்லையாவின் குழந்தைகளைக் கண்டால்தான் அவருக்கு வயிற்றைப் பிடுங்கிக் கொண்டு வரும். அதுவும் மொழுமொழுவென்று அரைஞாணில் நாய்க்காசுகளும் தலையில் சுருளச் சுருள மயிருமாக அந்த ஏகாம்பரம் வந்து நிற்கும்போது அவருக்குத் தாங்கவே தாங்காது. தன் பேரன் சூணா வயிறு லச்சுமணனைப் பார்த்துப் பார்த்து ஏங்கிப் போவார். ஏகாம்பரத்தின் மேனிப் பொலிவை எடுத்துக் காட்டுவதுபோல இடுப்பில் ஒரு கறுப்புப் பட்டு அரைஞாண் கட்டியிருக்கும். அதில் நாய்க்காசுகள் கட்டித் தொங்கும். பளீர் என்ற கண்ணைக் கவர்கிற அந்த இடுப்பைப் பார்த்ததும் காயாப் பிள்ளைக்கு உடம்பு காயும், உதட்டைக் கடிப்பார். பல்லைக் கடிப்பார். உருட்டி உருட்டி முழிப்பார். ஏகாம்பரம் ஏதோ வேடிக்கை பண்ணுகிறார் என்று சிரிப்பான். வாய்விட்டுச் சிரிப்பான்.

"ஒரு வேளை சோத்துக்கு விதி கிடையாது, நாக்காசு, பட்டுக் கயிறு..." என்பார் காயாப்பிள்ளை.

"அய்யா சம்பாரிக்கிறது அர்ணாக்கொடிக்கே காணாதுன்னு வஜனம் சொல்லுவாங்கள்ள, அந்த மாதிரியே சம்பாரிக்கற காசெல்லாம் இந்தக் குந்தாணிக்கு அர்ணாக் கொடியாவே பண்ணிப் போட்டாங்க போல்ருக்கு புருசனும் பொஞ்சாதியுமாச் சேந்துகிட்டு" என்று சாலாட்சியம்மாளும் சேர்ந்துகொள்கிற வழக்கம்.

பிற்பகல் வீடு முழுவதும் தூங்கிக்கொண்டிருக்கும். காயாப்பிள்ளையின் மகன் – கலெக்டர் ஆபீஸ் குமாஸ்தா – ஆபீஸுக்குப் புறப்பட்டுப் போயிருப்பார். செல்லையா கோயிலுக்குப் போயிருப்பார். கங்காதரசாமி பள்ளிக்கூடம் போயிருப்பார். பெண்ஜாதிகள் சாப்பிட்டுவிட்டுத் தூங்குவார்கள்.

சாலாட்சி அம்மாள்கூடப் பூனைத் தூக்கமாக நடையில் தூங்கிக் கொண்டிருப்பாள் – பக்கத்தில் பேரன் லட்சுமணனைப் போட்டுக்கொண்டு. காயாப்பிள்ளைக்கு பிற்பகலில் ஒரு பசி பசிக்கும் – சின்னப் பசி. அடுக்களை அலமாரியைத் திறந்து இரண்டு தேன்குழல் அல்லது முறுக்கை எடுத்து ஒரு தட்டில் வைத்துக்கொண்டு கூடத்தில் வந்து உட்காருவார். சத்தம் கேட்காமல் வாயில் ஊறவைத்து ஊறவைத்து, உதடுகளை இறுக்க மூடித் தின்ன ஆரம்பிப்பார். எதிர்க்கட்டுச் சமையல் அறையில் அம்மாவின் பக்கத்தில் படுத்துக்கொண்டிருக்கிற ஏகாம்பரத்திற்கு இது காதில் விழுமோ என்னவோ, அம்மா கண்ணயர்கிற மட்டும் காத்திருந்துவிட்டு, அவள் கை துவண்டு விழுந்து தூங்க ஆரம்பித்ததும் எழுந்து வருவான். அன்று அப்படித்தான் கூடத்திற்கு வந்து, காயாப்பிள்ளை முறுக்குத் தின்பதைப் பார்த்துக் கொண்டு நின்றான். முறுக்கையும் அவரையும் மாறி மாறிப் பார்த்தான். காயாப்பிள்ளையின் முகத்தில் மிளகாய்ப் பொடி வெடித்தது. முகத்தைச் சுளித்தார்.

"ம் . . . ம் . . ." என்று அப்பால் போகச் சொல்லி விரலால் ஜாடை காட்டி விரட்டினார்.

ஏகாம்பரம் நகரவில்லை.

"ச்சீ . . . போ . . . ம் . . . போடா . . . ம்! . . . சை . . ." என்று துரத்தினார் காயாப்பிள்ளை. ஏகாம்பரம் புன்சிரிப்புச் சிரித்துக் கொண்டே நின்றான். விரட்ட விரட்ட நகரவில்லை. "கண்ணப் பாரு, கோட்டான் மாதிரி" என்று காயாப்பிள்ளை திரும்பி உட்கார்ந்துகொண்டார். அதாவது அவனுக்கு முதுகைக் காட்டிக் கொண்டு உட்கார்ந்து கொண்டு தின்ன ஆரம்பித்தார். ஏகாம்பரம் விடவில்லை. மெதுவாக நடந்து வந்து பக்கத்தில் நின்றான். இப்போது காயாப்பிள்ளைக்கு முன்னால் இருப்பது சுவர்தான். ஆகவே நேராக முன்னால் நிற்க இடமில்லை. சற்றுத் தள்ளினாற் போல சாய்ந்து நின்றான்.

"சீ . . . போ . . . போடான்னா . . . கொன்னுப்புடுவேன்" என்று விரட்டினார். அவன் நகரவில்லை. காயாப்பிள்ளைக்கு ஆத்திரம் பொத்துக்கொண்டு வந்தது. மிச்சமிருந்த முறுக்கை இடது கையில் எடுத்துக்கொண்டு, தட்டால் ஓங்கி குழந்தையின் நெற்றியைப் பார்க்க அடித்தார். அவ்வளவுதான் "வீல்" என்று ஒரு சத்தம் வீறிட்டுக்கொண்டு கிளம்பியது. குலை நடுங்குகிற அலறல்.

திடீர் என்று கேட்ட இந்த வீறல் வீட்டில் உள்ள எல்லோரை யும் எழுப்பிவிட்டது. தூங்கிக்கொண்டிருந்த ஏகாம்பரத்தின்

அம்மா அலறிப் புடைத்துக்கொண்டு எழுந்து ஓடி வந்தாள். பின் கட்டிலிருந்து வாத்தியார் கங்காதரசாமியின் மனைவி ஓடி வந்தாள். நடையில் படுத்திருந்த சாலாட்சி அம்மாளும் ஓடிவந்தாள். மாடியில் அயர்ந்துகொண்டிருந்த காயாப்பிள்ளை யின் மருமகளும் திடுதிடுவென்று மாடிப்படி இறங்கி வந்தாள்.

காயாப்பிள்ளை அவன் இப்படி அழுவான் என்று எதிர் பார்க்கவில்லை. அடித்த கணமே கிலி பிடித்துக்கொண்டது. ஒரு கணம் வெலவெலத்துப் போய்விட்டார். ஆனால் அவருக்கா தெரியாது? "போண்டாம்டா போண்டாம்டா கண்ணு முறுக்கு இந்தா, தட்டோட வச்சுக்க" என்று அவனை வாரியணைத்துக் கொண்டு முறுக்கைக் கையில் கொடுத்தார். மடியில் உட்கார்த்திக் கொண்டார். எல்லோரும் வருவதற்குள் இதையெல்லாம் செய்து முடித்துவிட்டார்.

"என்னாடாது" என்று குழந்தையின் தாயார் ஓடி வந்தாள். மற்றவர்களும் "என்ன? என்ன?" என்று ஓடி வந்தார்கள்.

"மீனாட்சி அம்மா, உம் பய ஊரையே வித்து தலைப்பிலே முடிச்சிடுவான் போலிருக்கே? முறுக்குக் கொடுத்தேன். தட்டோட வேணும்னான். போடாலே மாட்டேன்னு வம்பு பண்ணினேன். உடனே செவுத்திலே ணங்கு ணங்குன்னு முட்டிக்கிட்டானே பார்ப்போம்... எல, எல... கல்லுளி மங்கா... போண்டாம்... போண்டாம்... அழுவாதேடா..." என்று அவனை மடியில் வைத்துக் கொஞ்சினார். அம்மாவைக் கண்டதும் அழுகையை நிறுத்தாமலேயே அவளிடம் பாய்ந்துவிட்டான் குழந்தை.

"எலே பொல்லாது, செவுத்துலெ முட்டிக்கிட்டு அளுவ வேறு அளுவறியா? மீனாச்சியம்மா... நல்ல சமத்துப் புள்ளையா பெத்திருக்கீங்க. அம்... செவுத்துலெ முட்டிக்கிட்டு காரியத்தை சாதிச்சுக்கணும்னு தோணுச்சு பாரேன். அம்!" என்று ஆச்சரியப் பட்டார் காயாப்பிள்ளை.

மீனாட்சி ஏகாம்பரத்தை இடுப்பில் தூக்கிக்கொண்டு உள்ளே போனாள். சாலாச்சியும் வாத்தியார் மனைவியும் வியப்புடன் சிரித்தார்கள்.

2

ஆழாக்கு இரண்டு

செல்லையாவின் மனைவி மீனாட்சி, காயாப்பிள்ளை சொல்வதை அப்படியே நம்பிவிட்டாள். தன்மகன்தான் தாத்தா தட்டோடு

முறுக்குக் கொடுக்காததற்காகச் சுவரில் ணங்குணங்கென்று தானே முட்டிக்கொண்டு அழுததாக நம்பிவிட்டாள்.

"போக்கிரி நாயி, பொல்லாத்தனமா பண்றே! இத்தினியூண்டு இருக்கே, அதுக்குள்ளார ஏமாத்தவா கிளம்பிட்டே? தூங்கு டான்னு சொல்லிட்டிருக்கேன். என்னைத் தூங்க வச்சிட்டு, நீ கிளம்பிட்டியே! சுவத்துலே வேற முட்டிக்கிட்டு அளுவ வேறு அளுவறே அம்... படு சொல்றேன் இப்படி" என்று குழந்தையைக் கடிந்து பக்கத்தில் போட்டுக்கொண்டு மறுபடியும் படுத்தாள். ஏகாம்பரம் சிறிது நேரம் அழுது, சிணுக்கு அழுகையாக சிறிது நேரம் விக்கிக்கொண்டிருந்தான். "இஞ்ச பாரு ஒரு கதை சொல்றேன், கேட்டுட்டுத் தூங்கணும், ஒரே ஒரு ஊரிலே ஒரு காக்கா இருந்தது – அதுக்குப் பசியா இருந்தது. ஒரு பாட்டி வடை சுட்டுக்கிட்டிருந்தாங்க" என்று அவள் சொன்ன கதையை முழுவதும் கேட்காமலே கண்ணயர்ந்துவிட்டான்.

அதே போல் சாலாட்சியும் திரும்பி நடைக்குப் படுக்கப் போய்விட்டாள். காயாப்பிள்ளையின் மருமகளும் மாடிக்குப் படுக்கப் போய்விட்டாள்.

தனியாக உட்கார்ந்திருந்த காயாப்பிள்ளைக்கு கொஞ்சம் உயிர் வந்தது. உற்சாகமும் பிறந்தது. எவ்வளவு சமயோசிதமாகச் சொல்லி சமாளித்துக்கொண்டோம் என்று நெஞ்சிலே ஒரு கிளுகிளுப்பு ஏற்பட்டது. அந்தக் காலத்தில் அவர் அத்தை "ஓடற பாம்புக்குக் கால் எண்ற பய இல்லெ இவன்" என்று சொல்லுவது ஞாபகம் வந்தது. அவர் அறுபது வருஷங்களுக்கு முன்னால் சின்னப் பையனாக இருந்த காலத்தில் சொன்ன வார்த்தை அது. அந்த சாமர்த்யம் இன்னும் தன்னை விட்டுப் போய்விடவில்லை; சமயத்தில் திடீர் திடீர் என்று கடவுள் மாதிரி தோன்றிக் கைகொடுக்கிறது என்று முருகனுக்கு ஒரு கும்பிடு போட்டார்.

தூக்கம் வரவில்லை. தாழ்வாரத்து ஓரமாக உட்கார்ந்து வானத்தைப் பார்த்தார். மனசில் இன்னும் வேகம் அடங்கவில்லை. என்னதான் சமாளித்துக்கொண்டாலும் ஏன் அந்தக் குழந்தையை அப்படி அடித்தோம் என்று கொஞ்சம் பச்சாத்தாபம் வந்து படர்ந்துகொண்டது.

அவரும் படித்தவர்தான். கலெக்டர் ஆபீஸில் வேலை பார்க்கும் தன் மகனைப் போல எட்டாம் கிளாஸ் என்ன, மெட்ரிகுலேஷன் என்ன, டைபர்ட்டி என்ன இதெல்லாம் படிக்காவிட்டாலும் அவர் திண்ணைப் பள்ளிக்கூடத்தில் படித்து, காணி முந்திரி வாய்பாடு எல்லாம் தலைகீழாகப் பாடம்

பண்ணினவர்தான். அதோடு நில்லாமல் திருவாலூர் நீலாம்பிகேச புள்ளவராயரிடம் நாலைந்து வருஷம் தமிழும் படித்தார். கம்பராமாயணம் என்ன, வில்லிபுத்தூரார் என்ன, கைவல்ய நவனீதம் என்ன, பிரபுலிங்கலீலை என்ன, அருட்பா என்ன – இதெல்லாம்கூடப் படித்திருக்கிறார். சிவபூஜைகூடச் செய்கிறார், தீட்சை எடுத்துக்கொண்டு. அப்புறம் லோக விஷயங்களையும் பேமாத்துக்களையும் சன்மார்க்கங்களையும் கலந்து குழைத்துச் சொல்லுகிற விக்ரமாதித்தராஜன் கதை என்ன, பஞ்சதந்திரம் என்ன, இதெல்லாம்கூடப் படித்திருக்கிறார்.

எல்லாம் அவருக்கு ஞாபகம் வந்தது. தமிழ் வாத்தியார் நீலாம்பிகேச புள்ளவராயரிடம் வெசவு கேட்டதும் உபதேசங்கள் கேட்டதும் ஞாபகத்திற்கு வந்தன.

என்ன, என்னவெல்லாமோ படித்திருக்கிறோம்? இருந்தாலும் மனசிலே கோபத்தை அடக்க முடியவில்லையே! இந்தக் குழந்தையைக் கண்டு அசூயை வருகிறதே என்று சிறிதுநேரம் வேதனைப்பட்டார். சற்று உற்றுக் கவனித்தார். வீடு முழுவதும் அடங்கிவிட்டது. மத்தியானத் தூக்கத்தில் சுருண்டுகிடந்தது. எதிர்த்த கட்டில் அடுக்களையில் ஏகாம்பரம்கூடத் தூங்கிவிட்டான் போலிருக்கிறது. சிணுக்கு அழுகைகூடக் கேட்கவில்லை. சரி, அந்தப் பயல் எழுந்து வருவான். எழுந்து வந்தவுடன் ஏதாவது தின்னக் கொடுத்து சிரிக்க வைத்துவிடலாம் என்று முடிவு செய்தார். மெதுவாக எழுந்து அடுக்களைக்குப் போனார். அலமாரியைத் திறந்தார். குப்பியைத் திறந்து உலர்ந்த திராட்சைப் பழம் ஒரு பத்தும் பிஸ்கத்தும் கையில் எடுத்துக்கொண்டு மறுபடியும் தாழ்வாரத்தின் ஓரமாக உட்கார்ந்துகொண்டார்.

இதெல்லாம் அவர் சொந்தப் பேரப்பிள்ளைக்காக வாங்கி வைத்தது. ஊரில் உள்ள குழந்தைகள் எல்லாம் வெறும் கூழையும் கஞ்சியையும் குடித்துவிட்டு ஸெல்லுலாய்ட் பொம்மை மாதிரி எலும்பு தெரியாமல், பச்சை நரம்பு தெரியாமல் மொழுமொழு வென்று, பளபளவென்று வளரும்போது அவர் பேரன் லச்சுமணன் சூம்பலும் சூணா வயிறுமாக ஏன் இருக்கவேண்டும்? அவனை எப்படியாவது மொழுமொழுவென்று பார்த்துவிட வேண்டும் என்று ஆசை. குறிப்பாகச் சொன்னால் இந்த செல்லையா மகன் ஏகாம்பரத்தைவிட அழகாக, ஆரோக்யமாகப் பார்க்க வேண்டும் என்று ஆசை. அதற்காக அவர் அலையாத அலையில்லை. வாங்காத பண்டமில்லை. வாசலில் பேரீச்சம் பழத்திலிருந்து பேரிக்காய் வரையில், வாழைப் பழத்திலிருந்து இலந்த வற்றல் வரையில் எதுவந்தாலும் வாங்கிப் பேரன் வாயில் திணித்துவிடுவார். காலையிலே ஹோட்டலுக்கு அழைத்துக்கொண்டு போவார்.

இட்லி வாங்கிக் கொடுப்பார். பொங்கல் வாங்கிக் கொடுப்பார். வெங்காய பஜ்ஜியாக வாங்கிக் கொடுப்பார். உருளைக் கிழங்காக ஊட்டுவார். ஆனால் ஹோட்டலில் இருந்து திரும்பும் வழியிலேயே அந்தப் பாவிப்பிள்ளை எல்லாவற்றையும் கண்பிதுங்க, கக்கிக் கொண்டே வருவான். செலவழித்த ரூபாயையே அவன் கக்குவதாகச் சுருக்குச்சுருக்கென்னும் காயாப்பிள்ளைக்கு. அப்புறம் கூச்மாண்ட லேகியம் எல்லாம் வாங்கிக் கொடுத்தார். அந்தப் பயல் அதெல்லாவற்றையும் சாப்பிட்டான். ஆனால் சூணா வயிறு பெருக்கிறதே ஒழிய ஆள் பருத்த பாடில்லை.

அந்த லச்சுமணனும் ஒரே பிள்ளையாக இருக்கக் கொண்டு தானே இத்தனை கவலை! என்ன செய்கிறது! அதெல்லாம் வமிசவாகு! வருஷம் தவறினாலும் பிள்ளை தவறாது என்று எத்தனையோ குடும்பங்கள்! காயாப்பிள்ளையின் வம்சம் அப்படி யில்லை. அவருக்குத் தெரிந்த தலைமுறைக் கணக்காக, இனத்துக்கு ஒன்றுக்குமேல் யாரும் பெற்றதில்லை. காயாப்பிள்ளையே ஒற்றைப் பிள்ளை. அவர் தகப்பனார் ஒற்றைப்பிள்ளை. அவருக்கும் தகப்பனார் ஒரே ஒரு தங்கையோடு பிறந்தவர். அவருக்குத் தகப்பனும் ஒற்றைப்பிள்ளையாம். இப்போது காயாப்பிளை மாதிரி கலெக்டர் ஆபீசில் வேலை பாக்கிற மகனும் ஒரு பிள்ளை பெற்றிருந்தான். இதுவே நடக்குமோ என்றுகூட சந்தேகமாகி விட்டது. கடைசியில் ராமேச்வரம், பாம்பு பூஜை எல்லாம் ஆனபிறகு, காயாப்பிள்ளையின் மகனுக்கு முப்பத்தெட்டு வயதான பிறகு இந்தக் குழந்தை பிறந்தது. பிறந்தவுடனே ‘அட சுப்பிரமணியா, இப்பதான் உனக்கு மனசு வந்துதாக்கும் ஹ்ம். நீயும் ஒரு தெய்வம்னு பேர்வச்சுக்கிட்ருக்யேப்பா’ என்று பழனி சுப்ரமண்யரைப் பார்த்து பக்தி ஸ்வாதீனத்துடன் சிரித்தார் காயாப்பிள்ளை.

‘அதைத்தான் நல்லபடியா வைக்கப்படாது? ஒண்ணே ஒண்ணு கொடுத்து, கொடுத்தேன்னு பேரு பண்ணினே. அதை இப்படியா வக்யணும்! குச்சிக்காலும் குச்சிக்கையுமா? உன்னை நினைக்காதவன் புள்ளையெல்லாத்தையும் கரளாக் கட்டை மாதிரி பண்ணி வச்சிருக்கியே’ என்று இப்போது அடிக்கடி சொல்லிக்கொண்டிருக்கிறார் பிள்ளை.

தாழ்வாரத்து ஓரத்தில் வானத்தைப் பார்த்து உட்கார்ந் திருந்தவருக்கு இந்தப் பழைய ஞாபகம் எல்லாம் வந்து கொண்டிருந்தது. இனிமேல் பிறர் குழந்தைகளைக் கண்டு காயக் கூடாது என்று சங்கற்பம் செய்துகொண்டார். அதற்கு முதல் அடையாளமாக எதிர்க்கட்டுக் குழந்தைக்காக உள்ளே யிருந்து எடுத்துவந்த திராட்சைப் பழங்களையும் பிஸ்கத்தையும்

பார்த்துக்கொண்டார். அந்த ஏகாம்பரம் பயல் எழுந்து வந்ததும் இதையெல்லாம் கொடுத்து அவனைச் சிரிக்க வைத்துவிட வேண்டும் என்று நினைத்துக்கொண்டார், ஏதோ பிராயச்சித்தம் செய்துகொள்ளுகிறாற் போன்ற உணர்வும் உள்ளே ஊர்ந்துகொண்டிருந்தது. அந்த நினைவிலேயே அவருக்கு கண்ணைக் கண்ணை அயர்த்திக்கொண்டு வந்தது. ஐந்தாறு நிமிஷங்களுக்கெல்லாம் நன்றாக அயர்ந்து தூங்கிவிட்டார்.

ஒரு மணி நேரம்தான் தூங்கியிருப்பார் அவர். தூக்கம் கலைந்து கண்ணைத் திறந்தபோது அவர் பேரன் லச்சுமணனே அவருடைய பக்கத்தில் அமர்ந்திருந்தான். "அடகண்ணு, இங்கியா உக்காந்திருக்கே" என்று கொஞ்சினார். அவன் வாய்க்கடையெல்லாம் சற்றுப் பழுப்பு மாவாக இருந்தது. அவர்தன் கையைப் பார்த்தார். திராட்சைப் பழம், பிஸ்கத்து ஒன்றையும் காணவில்லை. தூங்கும்போது அவர் கை பிரிந்திருக்கிறது. தூங்கி முடிந்து, பாட்டியைவிட்டு எழுந்து வந்து லட்சுமணன் பண்டத்தைச் சாப்பிட்டுவிட்டான்.

"பிஸ்கத்து தின்னியா?"

"ம்."

"தாச்சைப்பளம் தின்னியா?"

"உம்."

"அட என் போக்கிரிக்கண்ணு" என்று பேரனை முத்தமிட்டார். அந்த உற்சாகத்தில் திராட்சைப் பழமும் பிஸ்கத்தும் அவர் கைக்கு வந்த வரலாறெல்லாம் அவர் ஞாபகத்துக்கும் வரவில்லை.

சாயங்காலம் பேரனை அழைத்துக்கொண்டு ஹோட்டலுக்குப் போனார். கோயிலுக்குப் போனார். திருநீறு இட்டுக்கொண்டு ஸ்வாமியை தரிசனம் செய்தார். வீட்டுக்கு வரும்போது இருட்டிவிட்டது.

இரவு எட்டு மணியிருக்கும். அவர் மகன் சாப்பிட்டுவிட்டு ஆபீசில் செய்கிற வேலை போதாதென்று வீட்டு வேலைக்காக எடுத்து வந்திருந்த கலெக்டர் ஆபீஸ் பைல்களை எடுத்துக்கொண்டு மாடிக்குப் போய்விட்டார். காயாப்பிள்ளை சாப்பிட்டுவிட்டு கையலம்பும்போது எதிர்க்கட்டு மீனாட்சி வந்தாள்.

"தாத்தா இன்னிக்கிக் கோவிலிலே கதையாம். கேட்டு வரேன். ரண்டு பயலுவளும் தூங்கிப் போயிட்டுது. பார்த்துக்குங்க" என்றாள்.

தி. ஜானகிராமன்

“நல்லாப் பார்த்துக்கறேம்மா . . . இத வந்து சொல்லணுமா? போய்ட்டு வாம்மா” என்றார் காயாப்பிள்ளை.

ஒன்பது மணியிருக்கும், அவர் மருமகள் தூங்குகிற லச்சுமணனை எடுத்துக்கொண்டு மாடிக்குப் போனாள். காயாப் பிள்ளை மனைவியும் முன் அறையில் படுத்து உறங்கிவிட்டாள்.

பிள்ளை கொட்டுகொட்டென்று பெட்ரூம் விளக்கின் முத்தொளியைப் பார்த்து விழித்துக்கொண்டே படுத்திருந்தார். ஒரே நிசப்தம். சுவர்க்கோழி மட்டும் கத்திக்கொண்டிருந்தது. அந்த சமயம்தான் ஒரு சிணுக்குக் குரல் கிளம்பிற்று. எதிர்க்கட்டில்தான். ஏகாம்பரத்தின் சிணுக்கு அழுகை கிளம்பிற்று. அம்மா, அம்மா என்று அழ ஆரம்பித்தான். அம்மாவைக் காணாத துக்கம் பயமாக மாறிப் பெரிதாக அழத் தொடங்கிவிட்டான். காயாப்பிள்ளைக்கு எரிச்சலாக வந்தது. எழுந்து போய்ப் பார்த்தார். குழந்தை எழுந்து உட்கார்ந்து அழுதுகொண்டிருந்தான். “தூங்கு தூங்கு, அம்மா வந்துடுவாங்க” என்றார் பிள்ளை . . . பையன் காதில் விழவில்லை. வீல் என்று ஆரம்பித்தான். “தூங்கு தூங்கு, அம்மா கோயிலுக்குப் போயிருக்காங்க. இதோ வந்துடுவாங்க” என்று சொல்லிப் பார்த்தார். வீட்டிலேயே அவள் இல்லை என்று கேட்டதும் பெரிய ஸ்தாயியில் ஆரம்பித்துவிட்டான்.

“என்னாது?” என்று எழுந்து நடந்து வந்தாள் காயாப்பிள்ளை யின் மனைவி.

“அவ அம்மா கதை கேக்கப் போயிருக்கு.”

“கதையா? கல்லு கல்லா புள்ளையாப் பெக்கறவங்களுக்குக் கதையும் பாட்டும் இல்லாமதான் குடி முழுகிப் போச்சா! இஞ்ச யாரு பாத்துப்பாங்கன்னு உட்டுட்டுப் போறாளாம். என்ன நெஞ்சளுத்தம். இதைப் பாருங்க – முன்னாலெ கொண்ட கோயில்லெ கொண்டு விட்டுட்டு வாங்க. இங்கே என்ன தூங்கறதா, இந்தப் பிலாக்கணத்தைக் கேட்டுக்கிட்டிருக்கறதா, நல்ல ஆகாத்தியக்காரங்கடி அம்மா” என்றாள் சாலாட்சி.

காயாப்பிள்ளை சிவனே என்று ஏகாம்பரத்தைப் பார்த்து, “வா அம்மாகிட்ட கொண்டு விடறேன்” என்றார். அழுதுகொண்டே எழுந்தான் அவன். பெட்ரூம் விளக்கின் ஒளியில் பளபளவென்று அந்த உடம்பையும் அர்ணாக் கயிற்றையும் நாய்க்காசுகளையும் பார்த்ததும் அவருக்குப் பற்றிக்கொண்டு வந்தது. தரதரவென்று அவன் கையைப் பிடித்து இழுத்துக்கொண்டே வாசலுக்குப் போனார். படியில் அதே வேகத்துடன் இறக்கினார். ஒரு தடவை கால் தவறி விழுந்தான் அவன். வீல் என்று அழுதான்; தூக்கு தூக்கு என்றான். பிள்ளைக்கு எரிகிற தீயில் எண்ணெய் ஊற்று

கிறாற் போலிருந்தது. "தூக்கு . . . தூக்கு!" . . . அழுதுகொண்டே இந்த வேண்டுகோள் வேறு. சந்தில் கும்மிருட்டு. குறுகலான சந்து. இரண்டு பக்கமும் சாக்கடை. "தூக்கு தூக்கு, மயம்மாயிக்கு, மயம்மாயிக்கு ..."

பிள்ளை பல்லைக் கடித்தவாறே அவனைத் தூக்கிக் கொண்டார். அந்த மெல்லிய வழவழவென்ற உடல் உடலில் பட்டதும் அவருக்கு வெறி வந்துவிட்டது. இரண்டு கைகளாலும் இறுக அணைப்பது போல் இறுக்கினார். நெரிசல் தாங்காமல் குழந்தை அழுதது. போண்டாம் போண்டாம்டா கண்ணு என்று கன்னத்தை நன்றாகக் கிள்ளினார். அழுகை ஊரே கேட்கும், அப்படி ஓங்கிற்று. வீதி வந்ததும் வேண்டாம் வேண்டாம்... என்று கொஞ்சிக்கொண்டே நடந்து கதை நடக்கிற இடத்தில் வந்தார். பையனின் கூச்சலைக் கேட்டு, எல்லாரும் திரும்பினார்கள். பாகவதர் நிறுத்தி, பார்த்தார். கூட்டம் முழுவதும் பார்த்தது. வெளியே எடுத்துகிட்டுப் போமேய்யா என்று ஓரிருவர் முகத்தைச் சுளித்தார்கள். கூட்டத்தில் எங்கேயோ இருந்த மீனாட்சி அவசரம் அவசரமாக எழுந்து வந்தாள். "எளுந்து ஆரமிச்சான் ... எடுத்து வந்தேன் ..." என்று குழந்தையைக் கையில் கொடுத்தார். கதை கேட்க விருப்பமில்லை. திரும்பி நடந்தார். அவருக்கு இப்போது அழுகையே வந்துவிட்டது. குழந்தையைச் சாதாரணமாகக் கிள்ளவில்லை. கிள்ளின வெம்பல் கன்னத்திலும் துடையிலும் தெரிந்தன.

'சந்தில் வரும்போது இருளில் ஓங்கி ஓங்கி தன் மார்பில் குத்திக்கொண்டே வந்தார், இப்படி எச்சிக்கலை நாயாப் போயிட்டேனே – மத்யானம் புத்தி வந்தாப்பல இருந்துதே. மறுபடியும் கோபம் வந்திரிச்சே' என்று தன் கன்னத்தைக் கிள்ளிக்கொண்டார். கழுத்தில் குத்திக்கொண்டார். அழுகை வரும்போலிருந்தது. உள்ளே போக மனமில்லாமல் வாசற் படியிலேயே உட்கார்ந்துவிட்டார். தெரு, மனசு எல்லாம் ஓரே இருளாகக் கவிந்துகிடந்தன.

3

மூன்றாம் ஆழாக்கு

குழந்தையை சமாதானம் செய்துவிட்டு மீனாட்சி மறுபடியும் கதை கேட்க உட்கார்ந்தாள். ஆனால் அவளுக்குக் கதை கேட்கிறாற் போலவே இல்லை. மனதில் என்னமோ நெருடிக் கொண்டேயிருந்தது. அழுகை ஓய்ந்துவிட்டாலும் சற்றைக்கொரு தடவை கேவிக்கொண்டே அவள் மடியில் உட்கார்ந்து சிறிது

நேரம் கதை கேட்டான் அவன். அதாவது பாகவதரையும் அவர் கழுத்தில் தொங்கும் மாலையையும் காதுக் கடுக்கனையும் ஜரிகை வேட்டிப் பளபளப்பையும் பார்த்துக்கொண்டே இருந்தான். அது அலுத்துப் போனதும் பக்கத்தில் தூங்குகிற பாட்டியைப் பார்த்தான். அந்தப் பாட்டியின் பக்கத்தில் ஒரு கிண்டி. கிண்டி மூக்கை ஒரு சிறு துணிமீது சாய்த்து, அந்த ஈரத்தால் கண்ணைத் துடைத்தாள் பாட்டி. அடிக்கடி அவள் அந்த மாதிரி செய்ய வேண்டியிருந்தது. தூக்கத்துக்கும் ஈரத் துணிக்கும் அத்தனை போட்டி. அதெல்லாம் ஏகாம்பரத்துக்குத் தெரியவில்லை. வாயிற் கட்டை விரலைப் போட்டுக்கொண்டே அதைப் பார்த்துக்கொண்டிருந்தான். அவன் கன்னத்தில் சற்று கருரத்தம் கட்டினாற் போல் படர்ந்திருந்தது. ஏன் ஏன் என்று அவள் உள்ளுக்குள்ளே ஒரு கேள்வி. சடேரென்று அவளுக்கு ஞாபகம் வந்தது. கொல்லைக்கட்டில் குடியிருக்கும் வாத்யார் கங்காதரசாமியின் மனைவி "அது பெரிய முரட்டுக் கிளம். அது உச்சந்தலையிலே இருக்கற வழுக்கையிலேந்து காலிலே இருக்கிற சொத்தை நகம் வரைக்கும் அசிகை" என்று அவள் எப்போதோ ஒரு தடவை சொன்னாள். குழந்தைகள் விஷயமாகவும் சொல்லவில்லை அதை. கோகுலாஷ்டமியன்று விடியற் காலையில் எழுந்து கோலமாவை நீரில் கரைத்து வாசலிலிருந்து கொல்லைவரைக்கும் மீனாட்சி கண்ணைப் பறிக்கக் கோலம் போட்டிருந்தாள். அதிலே அவளுக்கு ஒரு தனி லாவகம், ஆற்றல் எல்லாம் உண்டு. கங்காதரசாமியின் மனைவிக்கு ஆச்சரியம் தாங்கவில்லை. அப்போதுதான் இந்த எச்சரிக்கை செய்தாள். "அந்தக் கிளத்தோட கண்ணெதிரே ஒண்ணும் செய்யாதீங்க. கண் அவ்வளவு நல்லதில்லே. அதான் சொல்லி வைக்கிறேன்" என்றாள் அவள். வெகுகாலமாகக் குடியிருக்கிற விரோதத்தினால் சொல்லுகிறாள் என்று நினைத்தாள் மீனாட்சி. அதை அவ்வளவாக லட்சியம் செய்யவில்லை.

திடீர் என்று மீனாட்சிக்கு இந்த ஞாபகம் வந்தது. குழந்தை அழுகிற அழுகையைப் பார்த்தாள். கன்னத்தில் படர்ந்த கறுப்பைப் பார்த்தாள். ஏதோ சந்தேகம் வந்து உடம்பு முழுவதும் பார்த்தாள். தொடையில் வேறு கருரத்தம். அடித்துவிட்டானா, கிள்ளிவிட்டானா பாவி! இந்தக் குழந்தை என்ன செய்தது உன்னை என்று மனசுக்குள்ளேயே கேட்டுக்கொண்டாள். கோபமும் துக்கமும் தொண்டையைக் கட்டிக்கொண்டு வந்தன. குழந்தை மடியில் படுத்துக்கொண்டு தூங்கிக்கொண்டிருந்தான். தூக்கத்திலேயே எப்போதாவது 'ஹ் . . .' என்று ஒரு கேவல் வரும். அவனைப் பார்த்துக்கொண்டே அவன் தலையைக் கோதினவாறே உட்கார்ந்திருந்தாள் அவள். திடீர் என்று "ஹர ஹர மகாதேவா"

அவலும் உமியும் 155

என்று கூட்டம் முழுவதும் கத்துவது கேட்டது. கதை முடிந்து விட்டாற் போலிருக்கிறது. நிமிர்ந்தாள், மணியோசை கேட்டது. படத்துக்குக் கற்பூரம் காட்டிக்கொண்டிருந்தார்கள்.

குழந்தையைத் தூக்கிக்கொண்டு எழுந்தாள் மீனாட்சி. கணவர் செல்லையாவுடன் சேர்ந்துகொண்டாள்.

"தூங்கிப் போயிட்டானா பய? தாத்தா கொண்டு விட்டாரே அழுதானாமா?" என்று மீனாட்சியின் தோளில் சாத்தியிருந்த குழந்தையைப் பார்த்துக் கேட்டார் செல்லையா.

"நாளையிலேர்ந்து நான் கதைக்கு வரப்போறதில்லை."

"ஏன்?"

"ஆமா, குழந்தையை எடுத்துக்கிட்டு வரவாண்டாம், வரவாண்டாம்கிறீங்க. இத பாருங்க, குழந்தை உடம்பை. சரி, குழந்தை அழாமலா இருக்கும்? அதுக்காக இப்படியா போட்டுக் கிள்ளறது?" என்று தெரு வெளிச்சத்தில் குழந்தையைக் காட்டினாள். செல்லையா கையில் டார்ச்சை உயர்த்தி புத்தானை அமுக்கிக் குழந்தை மீது வீசினார்.

"பூரானோ என்னமோ கடிச்சாப்பல்ல இருக்கு" என்றார்.

"பூரான் கடிச்சா தடிக்கும். இப்படி கருரத்தம் கட்டாது. எனக்கு என்ன பைத்தியமா புடிச்சிருக்கு?"

"என்ன நீ அப்படிச் சொல்றே?"

"எப்படிச் சொல்றேனோ – எனக்கு நிச்சயமா அவரு அடிச்சிருக்கார்னுதான்தோணுது. இதபாருங்க, நான் கேக்கப் போறேன். நீங்க ஒண்ணும் குறுக்க விழுந்து என்னை இரையாதீங்க."

"நல்லாத் தெரிஞ்சுக்காம கேக்கலாமா?"

"கன்னத்தைப் பார்த்தாலே தெரியுதே."

"அப்படிச் சொல்லாதே. போனமாசம் எங்க ட்ரஸ்டி முத்தையாவோட மகனுக்குத் திடீர்னு உடம்பு முழுக்க இப்படி தோல்மேலே கட்டி கட்டியா இருந்தது. ஏதாவது ஒரு இடத்திலே விரலாலே அழுத்தினாலெ அங்க ரத்தம் கட்டிக்கும். அப்புறம் டாக்டர்கிட்ட போய்ப் பார்த்தாங்க. 'போஷாக்கு இல்லே, கால்சியம், வைட்டமின் – இரண்டும் இல்லே. அதனாலேதான் ரத்தக் குளாய்ங்க தெறிச்சுப் போயி இப்படி வருதுன்னாராம்' டாக்டரு. மருந்து கொடுத்தாங்க. சரியாயிடிச்சு" என்று சமாதானம் சொன்னார் செல்லையா.

"என்னமோ – இதைத் தெரிஞ்சுக்கிட்டுத்தான் ஆகணும் எனக்கு. போஷாக்கு இல்லியாம் ... அதுக்காக இப்படியா கேவும்?" என்று கேட்டாள்.

"சரி, ஜாக்ரதையா பார்த்துப்போ" என்று டார்ச் வெளிச்சத்தை வீசினார் செல்லையா. சந்து வந்துவிட்டது.

ooo

உள்ளே போகாமல் வாசற்படியிலேயே உட்கார்ந்திருந்த காயாப் பிள்ளைக்கும் உலகமே இருண்டு கிடந்தது. நட்சத்திரங்களைப் பார்த்தார். எல்லாம் குழந்தைகளைப் போலிருந்தன, அவர் மனதுக்கு. தன் கையில் அகப்பட்டுக்கொள்ளாமல் ஓடிப்போய் எங்கோ தூரநின்று அவரைப் பார்த்து 'இப்ப என்ன செய்வே' என்று சிரிப்பது போலிருந்தன. சில நட்சத்திரங்கள், அவரைப் பார்க்கவே பயந்து, கண்ணைப் பொத்திப் பொத்திப் பார்ப்பது போல் தோன்றின.

வேறு எங்கேயாவது போகவேண்டும்; போவதுபோல் தோன்றிற்று. கதை அவருக்குப் பிடிக்காது. அவர் கேட்காத கதையா, படிக்காத கதையா? அதுமட்டும் இல்லை. கூட்டத்தைக் கண்டால் அவருக்குப் பிடிக்காது. ஆகவே சந்திலேயே வீதிப்பக்கம் போகாமல் எதிர்ப்பக்கம் நடந்தார். கல்லெறி தூரம் நடந்ததும் ஒரு திண்ணையில் பிள்ளையார் ஒன்று உண்டு. மேலேயோ பக்கவாட்டிலேயோ சுவரோ மண்டபமோ ஒன்றுமில்லாமல், மழையிலும் வெயிலிலும் பனியிலும் நனைந்து காய்ந்துகொண்டு உட்கார்ந்திருக்கிற பிள்ளையார். அவர் முன்னால் பத்துத் தோப்புக்கரணம் போட்டார். வள் என்று ஒரு நாய் குரைத்தது. இத்தனை நேரத்துக்குப் பிறகு பிள்ளையார்க்கிட்ட என்னையா வேலை என்று கத்துவது போல் குரைத்தது. பயத்தில் அவருக்கு கன்னம், கை காலெல்லாம் மணல் முளைத்துவிட்டது. விறுவிறு வென்று திரும்பி நடந்தார். நாயும் ஓய்ந்துவிட்டது.

வாசல் கதவை யாரும் சாத்தவில்லை. மெதுவாகப் படியேறி நடையில் இருந்த திண்ணையிலே படுத்துக்கொண்டார். மனசில் உள்ளதை யாரிடமாவது சொல்லவேண்டும் போலிருந்தது. யாரிடம் சொல்கிறது? மனைவி சாலாட்சியிடம் சொல்லலாம். ஆனால் அதுக்கு எங்கே இதெல்லாம் புரியப் போகிறது? இந்த விஷயங்கள் ஒன்றுமே அதுக்குப் புரிவதில்லை. சமையல், சாப்பாடு, நகை இதைப் பற்றித்தான் பேசும். அம்மனுக்கு ரோஜாப்பூப் பாவாடை கட்டி அலங்காரம் பண்ணியிருந்தாங்க என்று கோவிலுக்குப் போய்விட்டு நாலு நாழி சொல்லும். ஆத்மீக விஷயங்கள், இந்த ரோஜாப்பூப் பாவாடைகளைப் பார்த்து

ஆச்சரியப்படுகிறதற்குமேல் அதற்கு மண்டையில் ஏறினதில்லை. சொன்னாலும் புரியாது. சமர்த்துக் கொஞ்சம் குறைவு. ஆகவே ஆங்காரமும் சுயமரியாதையும் ஜாஸ்தி. தனக்கு ஈடாக யாருமே கிடையாது... பேச்சில் காரியத்தில் என்று பேசிக்கொண்டிருக்கும். அப்பா அம்மாவே அதைத் திருத்த முடியாமல் கழுவிவிட்டு விட்டார்கள். அதோடு போய் என்னத்தைச் சொல்லுகிறது? ஆகவே தன்னையே இரண்டு மனிதனாய்ப் பண்ணிக்கொண்டு அந்த இரண்டாம் மனிதனிடம் தன் பாபங்களைச் சொல்லி அழுதார் பிள்ளை. சிறிது நேரம் அந்த நினைவெல்லாம் கலைந்து மனது கொஞ்சம் சாந்தப்பட்டது.

வழக்கம்போல மனது எங்கெங்கேயோ அலைந்தது. ஒரு வாரம் முன்னால் மொட்டை மாடியில் கொத்தனார் வேலை செய்துவிட்டுப் போனார். காரையெல்லாம் பெயர்ந்து குண்டும் குழியுமாக இருந்ததைக் கெல்லிக் கொத்தி சிமிண்ட் போட்டு தளவரிசை போட்டுவிட்டுப் போனார். அது காய்ந்து கெட்டிப் படுகிற வரையில் காப்பாற்றுவது பெரும்பாடாக ஆகிவிட்டது.

அதோ யாரு? யாரோ அங்கே உட்கார்ந்திருக்கிறாற் போலிருக்கிறது. ஆமாம் ஏகாம்பரம் பயல்தான். ஒரு ஆணியை எடுத்து தளவரிசையில் குத்தி நோண்டிக்கொண்டிருந்தான். பதறிப் போய் அருகில் ஓடிப் பார்த்தார். என்ன அக்ரமம்? புதிதாகப் போட்ட தளவரிசையில் சிமிண்டு பால் போட்டு வழவழவென்று தேய்த்த தேய்ப்பில் ஆணியில் கொத்தி அங்குமிங்கும் பொக்கையாக அடித்திருந்தான் பயல். அவ்வளவுதான் திடீர் என்று உடல் அதிர்ந்தது. உள்ளே பொங்கிற்று. ஓங்கி அறைவிட்டார் பிள்ளை. நாலு விரலும் முதுகில் படிந்துவிட்டது. அலறலைக் கேட்டு மாடிப்படி ஏறி ஓடிவந்து பார்த்தார் செல்லையா! அப்படியே வெட்கிப்போய் நின்றார் காயாப்பிள்ளை. "இதுக்காகவா இப்படி அடிச்சிங்க குழந்தையை. எத்தனை செலவானாலும் பரவாயில்லை. நான் இன்னக்கிச் சாயங்காலத்துக்குள்ளார கொத்தனாரை அழச்சிட்டு வந்து பழுது பார்த்து முன்னே மாதிரியே பண்ணிக் கொடுத்துடறேன்" என்று குழந்தையைத் தூக்கிக்கொண்டு போகிறார் செல்லையா.

குழந்தையை அடித்ததற்காகச் செல்லையாவின் மனைவி ஆத்திரம் தாங்காமல் ஓடிவருகிறாள். கையில் தோசைதிருப்பி. உனக்கு நரகம் அப்பறம் கிடைக்கட்டும். இப்ப இதை வாங்கிக்க என்று சுடச்சுட தோசைதிருப்பியால் காயாப்பிள்ளையின் தோள்பட்டையில் ஒரு இழுப்பு இழுத்துவிடுகிறாள் அவள்.

சுரீர் என்றது. பிள்ளை விழித்துக்கொண்டார். தோள் பட்டையைத் தேய்த்தார். கடுப்பாகக் கடுத்தது. எறும்போ

தி. ஜானகிராமன்

கொசுவோ தெரியவில்லை. சேப்பெறும்பாகத்தான் இருக்க வேண்டும். அதைவிடக் கனவுதான் அவரை இம்சைப்படுத்தியது. சொப்பனத்தில் வேறு குழந்தையை அடித்தோமா என்று திடுக்கிட்டு நின்றார்.

வாசல் கதவைத் தாழிட்டார்.

மறுபடியும் நடைத் திண்ணையில் உட்கார்ந்துகொண்டார்.

எப்படி இந்த மாதிரி சொப்பனம் வந்தது? தீராத ஆசையெல்லாம் சொப்பனத்தில் செய்து தீர்த்துக்கொள்வார்களாமே – அதுவா?... அப்படியானால் நான் இன்னும் இந்தக் குழந்தையை அடிக்கவேண்டும் என்றா ஆசைப்பட்டேன்? அரைமணியாச்சே அந்த ஆசை செத்துப்போய். ஈச்வரா – முருகா.

கதவை யாரோ தட்டினார்கள். திறந்தார்.

டார்ச் விளக்கின் ஒளி குப்பென்று முகத்தில் அடித்தது.

நடையில் வந்ததும் வராததுமாக, "ஏன் தாத்தா குழந்தையை அடிச்சீங்களா?" என்று வெறுப்பாக ஒரு குரல் கேட்டது.

மீனாட்சியின் குரல்தான்.

காயாப்பிள்ளைக்கு முகத்தில் யாரோ இருளில் ஓங்கி அறைந்தாற் போலிருந்தது. சற்று ஆடினார்.

"அம்மா மீனாட்சி, செல்லையா உங்களுக்குக் கோடி புண்யம் உண்டு. தயவு செய்து நாளை சாயங்காலத்துக்குள்ளார வீட்டைக் காலி பண்ணிடுங்க" என்று கும்பிட்டார் காயாப்பிள்ளை. கிடுகிடுவென்று திரும்பிக் கூடத்தின் வழியாக முன் அறையில் உள்ள கயிற்றுக் கட்டிலில் விழுந்தார். கூகூவென்று குழந்தை மாதிரி அழுதார் – வாய்க்குள்தான்.

மறுநாள் சாயங்காலம் செல்லையா ஒரு வண்டியில் சாமான்களை ஏற்றிக்கொண்டிருந்தார். எப்படித்தான் வீடு கிடைத்ததோ?

திக்திக்கென்று காயாப்பிள்ளை, சாமான்கள் ஏறுவதை பார்த்துக்கொண்டே நின்றார்.

4

நாலாம் ஆழாக்கு

அப்போது நாலு மணி இருக்கும்... காயாப்பிள்ளையின் மகன் இன்னும் ஆபீசிலிருந்து வரவில்லை.

வாத்யார் கங்காதரசாமியும் பள்ளிக்கூடத்திலிருந்து வர வில்லை.

"என்னங்க திடீர்னு காலி பண்றீங்க?" என்று கங்காதர சாமியின் மனைவி, மீனாட்சியைக் கேட்டாள்.

"முன்னாடி சொல்லவே இல்லியே" என்றார் காயாப் பிள்ளையின் மருமகளும்.

"என்னாது அப்படி புசுக்குனு?" என்று கேட்டாள் சாலாட்சி யும். அவர்கள் கேட்ட மாதிரியிலிருந்து அவர்களுக்குக் காரணம் தெரியாது என்று மீனாட்சிக்குத் தோன்றிற்று.

"நல்ல இடமாகக் கிடச்சுது. திடீர்னு இப்படிக் கிடைக்குமா" என்று மழுப்பிவிட்டாள் மீனாட்சி. முதலில் என்னமோ குழந்தை யின் கேவலைப் பார்த்து அவளுக்கு மனசு கொதித்ததே தவிர, மற்றபடி செல்லையாவைப் போலவே அவளும் பெரும்போக்குத் தான். அல்பசொல்பமாக வம்பை வாங்கமாட்டாள். வந்த வம்பையும் விடேன் கொடேன் என்று பிடித்துக்கொண்டு தொங்கவும் மாட்டாள்.

காயாப்பிள்ளை முன் அறையின் சன்னலிலிருந்து வண்டியில் சாமான்கள் ஏறுவதைப் பார்த்துக்கொண்டு நின்றார். பெட்டி, கங்காளம், வெந்நீர் அண்டா, அகப்பைக்கூடு, கறுப்பாக மண்ணெண்ணெய்த் தகரங்கள், இரண்டு ஸ்டூல், அரிவாள்மணை, கொடிக்காம்பு, வாருகோல், இரண்டு கள்ளிப்பெட்டி, பச்சையும் நீலமுமாக இரண்டு ட்ரங்குப் பெட்டி – எல்லாம் மொட்டை வண்டியில் ஏறி, பயணம் கிளம்பத் தயாராகக் காத்துக்கொண்டு நின்றன.

"மத்யானம் வரைக்கும் ஒரு வார்த்தை சொல்லிச்சா, பாத்திங் களா, அராமித்தனத்தை. ஆம்படையானும் பொண்டாட்டியுமா லொங்குலொங்குண்ணு படம் பாடியெல்லாம் ஏத்துறாங்களே, ஒரு வார்த்தை சொல்லணுமே" என்று சாலாட்சி பின்னால் நின்று சொல்லிக்கொண்டிருந்தாள். அவள் இடுப்பில் சூணா வயிறு லச்சுமணன் உட்கார்ந்திருந்தது.

திரும்பினார் பிள்ளை.

"போவுது போ. ஒளிஞ்சுது. வாயை மூடிக்கிட்டு இரு . . ." என்றார்.

என்னமோ தோன்றவே பெட்டியைத் திறந்து ஒரு ரூபாயை எடுத்தார். மனைவியிடம் கொடுத்தார்.

“இந்தா இதபாரு அதுங்க போறப்ப எரிச்சலா ஏதாவது சொல்லும். இதைப் போய் எடுத்துக்கிட்டு குழந்தைக்கு ஏதாவது வாங்கிக் குடு. நீயும் வேணும்னா ஏதாவது வாங்கித் தின்னு.”

“ஆமாங்க . . . துக்கிரிங்க . . . போறப்ப ஏதாவது சொல்லும். நான் குழந்தையை எடுத்துக்கிட்டு ஒரு நாலு நாளி அப்பாலே போய்ட்டு வரேன்” என்று ரூபாயை வாங்கிக்கொண்டு பேரப் பிள்ளையுடன் அப்பால் நகர்ந்தாள். அவள் வாசலில் இறங்கிப் போவதும் தெரிந்தது.

பிள்ளைக்கு ஆச்சரியம் தாங்கவில்லை . . . ஒரு ரூபாய் என்ன எட்டணா கொடுத்தாலே அதுக்கு வீட்டில் கால் தரிக்காது. கடைத் தெருவிற்குக் கிளம்பிவிடும். வீடு மாற்றுகிற இந்த வண்டி மாதிரியே கண்டதைப் போட்டு வயிற்றை நிரப்பும். ஒழியட்டும் என்று விடுதலையுடன் பெருமூச்சு விட்டு நின்றார் பிள்ளை.

கூடத்தில் பேச்சு கேட்கிறது.

“கட்டாயம் வாங்கம்மா” என்று மீனாட்சியின் குரல். கங்காதரசாமியின் மனைவியிடம் சொல்லிக்கொள்கிறாள் போலிருக்கிறது.

“வரேம்மா.”

“எண்டா ஏகாம்பரம், சொல்லிக்காமதானே கிளம்பினே? நான் இனிமே உன்னோட பேசலே போ . . .” என்று காயாப்பிள்ளை யின் மருமகள் குரல் கேட்கிறது.

“தாத்தா, போய்ட்டு வரேன் . . . தாத்தாட்ட சொல்லிக்கடா. போய்த்து வரேன்னு . . . சொல்லு. கும்புடு” என்றாள் மீனாட்சி. திரும்பிப் பார்த்தார் காயாப்பிள்ளை. இடுப்பில் இருந்த ஏகாம்பரம் கும்பிடு என்று சொன்னதும் அவள் இடுப்பிலிருந்து தரதரவென்று இறங்கி அவர் முன்னாலே குப்புற விழுந்து நீண்டு நெடுஞ்சாண்கிடையாக வணங்கிற்று, பளபளவென்ற அந்த முதுகும் காலும் பூசனிப்பத்தை மாதிரி தளதளவென்ற காலும் . . . காலில் கொலுசு வேறு . . . காயாப்பிள்ளைக்கு நெஞ்சில் பிடித்து அமுக்குகிறது. அப்படி ஒரு வலி.

“போய்ட்டு வரேன். வீட்டுக்கு வாங்கன்னு சொல்லு.”

“போய்த்து வரேன், ஊத்துக்கு வாங்க.”

அவள் திரும்பி அகன்ற கையோடு செல்லையா வந்தார்.

“தாத்தா . . . இந்த மாசம் வாடகை ஒன்பது ரூவா பாக்கி . . . ஆனா திடீர்னு கிளம்பறதினாலே முழுமாச வாடகையும் கொடுத்திடறேன்” என்று பதினாறு ரூபாயை வைத்தார்.

அவலும் உமியும் 161

"நான் போய்ட்டு வரேன்" என்று கிளம்பிவிட்டார். பிள்ளை பதிலே பேசவில்லை.

உள்ளே யாரும் இல்லை. அவர் மருமகள் முதல் எல்லோரும் போகிறவர்களை வழியனுப்ப வாசலுக்குப் போய்விட்டார்கள்.

சட்டென்று பிள்ளை சாவிக்கொத்தை எடுத்துக் கண்ணாடிப் பீரோவைத் திறந்தார். அதிலே கீழே உள்ள கள்ள அறையை இழுத்தார். பழுக்கா பெட்டியைத் திறந்தார். அதிலே அந்த நாளில் அவர் போட்டுக்கொண்டிருந்த சிகப்புக் கடுக்கன், வெள்ளிமோதிரம், நமசிவாயம் எழுதிய ஒரு முக்கால் பவுன் மோதிரம் மூன்றும் இருந்தன. அவர் சொந்தமாகச் சேர்த்து வைத்த அறு நூறு ரூபாய் எல்லாம் இருந்தன. இந்த ரூபாயை அவர் தொடுகிறதே வழக்கமில்லை. ஒன்று, இரண்டு, நாலு, ஐந்து என்று வெகு வருஷமாகச் சேர்த்த பணம் அது. அவர் கையால் அதைச் செலவழிப்பதாகவும் அவருக்குத் திட்டம் கிடையாது செலவழிக்கக் கூடாது என்றுதான் சேர்த்து வைத்திருந்தார். அதை அவர் மகன்தான் செலவு செய்ய வேண்டும். அவர் போன பிறகு ஈமக்கடன்களுக்காக மகன் செலவழிக்க வேண்டும் என்று அவர் வெகு நாள் திட்டம் அது. அதாவது வழிச் செலவுக்கு – பெரிய வழிச் செலவுக்குச் சேர்ந்துகொண்டிருந்த பணம் அது. அந்த அறுநூற்றுச் சொச்சத்தையும் கையில் எடுத்து மடியில் கட்டிக்கொண்டு கள்ள அறையை உள்ளே தள்ளி, பீரோ கதவையும் சாத்தினார்.

ஜன்னல் வழியாகப் பார்த்தார். வண்டி போய்விட்டது. சிறிது நேரம் அப்படியே நின்றார்.

டக்கென்று சத்தம் கேட்டது. மருமகள் காப்பியை வைத்து விட்டு நகர்ந்தாள். மாமனாரோடு அவள் பேசுகிறதில்லை.

"செல்லையா எல்லாம் போயிட்டாங்களா?"

"ம்."

"எந்தத் தெருவுக்குக் குடிபோறானாம்?"

"தையக்காரத் தெரு – அஞ்சாம் நம்பர் வீடாம்."

"ஓகோ."

மருமகள் போய்விட்டாள். காப்பியைச் சாப்பிட்டுவிட்டு எழுந்தார் காயாப்பிள்ளை. அறையைச் சுற்றி ஒரு தடவை நோட்டம் விட்டார். கறுப்பாக ஒரு புகைப்படம். அந்தக் காலத்தில் எடுத்த படம். அவருடைய தகப்பனாரின் படம். உயிரோடு எடுத்த படம் அல்ல. உயிர்போன பிறகு நாற்காலியில்

உட்கார்த்தி எடுத்த படம். அவர் தாயாருக்கு அந்தப் படமும் கிடையாது – மனசிலே உள்ள படம்தான். எதிர்ச்சுவரில் அவர் மகனும் மருமகளும் கலியாணக் கோலத்தில் நின்ற படம் ஒன்று தொங்கிற்று. அதையும் ஒரு தடவை பார்த்தார்.

வெளியே கிளம்பினார். வாசற்படியில் நின்றார். மருமகளிடம் சொல்லிக்கொள்ளலாமா என்று சற்று நின்றார். வேண்டாம் என்று கீழே இறங்கினார். சந்து முழுவதும் நடந்து வீதித் திருப்பம் வந்ததும் திரும்பிப் பார்க்கவேண்டும் போலிருந்தது. பார்க்காவிட்டால் என்ன என்று கேட்டுக்கொண்டே சற்று நின்றார். ஒரு நிமிஷம் இருக்கும். வீதியிலே நடந்துவிட்டார். திரும்பிப் பார்க்காமலேயே நடந்துவிட்டோமே என்று அவருக்கே ஆச்சரியம் தாங்கவில்லை.

கடைத்தெருவுக்குப் போனார். காசுக்கடைக்குள் நுழைந்தார். என்ன வாங்குவது என்று தெரியவில்லை.

"என்னங்க வேணும்?"

"குழந்தைக்கு நகைங்க கொஞ்சம் பார்க்கணும்."

என்ன வாங்குவது என்று புரியாமலிருந்தவருக்கு இப்போது எதை வாங்குவது என்று புரியவில்லை. அப்படி ஒரு பெரிய ஜாபிதா வகை அடுக்கினான் அவன். கடைசியில் நாலு பவுனில் ஒரு சங்கிலி, கைக்கு இரண்டு ஜோடி வளையல்கள், காதுக்கு ஒரு ஜதை ஜிமிக்கி, காலுக்குக் கொலுசு – ரோக்கா போட்டபோது ஐநூத்திரண்டு ரூபாய் ஆகியிருந்தது. பணத்தைக் கொடுக்கும் போது கல்லாப்பொட்டிக்குப் பின்னால் உள்ள கண்ணாடி பீரோவில் குத்துவிளக்கு, பிள்ளையார்கள், லக்ஷ்மி – சரஸ்வதிகள், வேல்கள் எல்லாம் வைத்திருந்ததைப் பார்த்தார்.

"அது என்ன விலைங்க?"

"எதுங்க?"

"அதோ அந்த வேலு – வெள்ளியா . . . தங்கமா? . . ."

"வெள்ளிதான்; முலாம் கொடுத்திருக்கு."

"வெலெ?"

"சல்லிசுதாங்க நாலரை ரூபா . . ."

"எடுங்க."

எல்லாவற்றையும் மடியில் கட்டிக்கொண்டு நடந்தார். தையக்காரத் தெரு அஞ்சாம் நம்பர் வீட்டுக்குள் நுழைந்தார். சின்ன வீடு.

"மீனாட்சியம்மா!"

"யாரு?"

"நான்தான்."

"அடெடெ! வாங்க தாத்தா."

செல்லையா, மீனாட்சி இரண்டு பேரும் வரவேற்றார்கள். ஏகாம்பரம் வந்து, "தாத்தா, தாத்தா – வந்திட்டாங்க – தாத்தா வந்திட்டாங்க" என்று சிரித்தான்.

"தனி வீடா?"

"ஆமாம் தாத்தா."

"எலிப்பாழா இருந்தாலும் தனிப்பாழா இருக்கணும்னு வந்திட்டாப்பல இருக்கு."

"சட்டுன்னு கிடைச்சுது."

"ஆமாமா! தனிப்பாழு எப்பவுமே நல்லது. அசிகை இருக்காது ஆங்காரம் இருக்காது" என்றார் பிள்ளை.

"அப்படியெல்லாம் சொல்லாதீங்க தாத்தா."

"இஞ்ச வாடா எலே" என்றார் காயாப்பிள்ளை.

"ஏகாம்பரம் அருகில் வந்தான். மடியிலிருந்த சங்கிலியை அவன் கழுத்தில் போட்டார். வளையைக் கையில் போட்டார்.

"என்ன தாத்தா இது?" என்றாள் மீனாட்சி.

"என்ன மாமா இது?" செல்லையா.

பிள்ளை பதில் பேசாமல் காது ஜிமிக்கியையும் கொலுசையும் போட்டார். 'இந்தாடா, இதைக் கையிலே வச்சுக்க' என்று வேலைக் கையில் கொடுத்தார். ஏகாம்பரம் அதை வாங்கி வைத்துக்கொண்டு நின்றான். பிறகு நாக்கில் வைத்து ருசி பார்த்தான்.

"யப்பா முருகா" என்று குழந்தை மாதிரி அழத் தொடங்கினார் காயாப்பிள்ளை.

"என்ன தாத்தா இது?"

"உமியை ஊதிப் பார்த்தேன், இத்தினி காலமா. போகலே. சலிக்க சலிக்க உமி கொஞ்சம் இருந்துகிட்டே இருந்தது – இப்ப எல்லா உமியும் போயிட்டுது . . . அவல்தான் மிச்சம்"

என்று குழந்தையை வாரி இறுக அணைத்துக்கொண்டார். உச்சி முகர்ந்தார். கண்ணில் தாரைதாரையாக வடிந்தது.

"மீனாட்சி, செல்லையா, இத பாருங்க – இந்தப் பிள்ளையை அசிகையினாலே கொன்னுடுவேனோங்கற பயத்தினாலேதான் திப்புன்னு காலிபண்ணுங்கன்னு கத்தினேன். நான் கொல்ல மாட்டேன். அடிக்க மாட்டேன்."

"இதெல்லாம் இப்ப என்னாத்துக்கு தாத்தா?"

"இத பாருங்க, என் மவன் என்னைத் தேடிக்கிட்டு வருவான் ராத்திரியோ, காலமேயோ – நான் இஞ்ச வரவே இல்லேன்னு சொல்லிடுங்க . . . வந்தேன்னு சொல்லப்படாது. உங்க புள்ளை மேலே ஆணையாச் சொல்றேன் . . . ஆமாம் . . . இஞ்ச வாடா கண்ணு, ஒரு முத்தா கொடு" என்று ஏகாம்பரத்தை இழுத்து ஒரு தடவை முத்தமிட்டார். வெளியே விறுவிறுவென்று நடந்தார்.

செல்லையா பின்னால் ஓடி வந்தான். "என்னோட வராதே செல்லையா. வீட்டையே விட்டுக் கிளம்பியாச்சு. நீ என்ன?" என்று கடிந்துகொண்டார். திடுக்கிட்டு நின்றார் செல்லையா.

விறுவிறுவென்று நடந்தார் காயாப்பிள்ளை. ஸ்டேஷனுக்குப் போனார். பழனிக்கு ஒரு டிக்கட் எடுத்தார்.

ஏழரை மணியிருக்கும், வண்டி வந்தது. ஏறிக்கொண்டார். ஐந்து நிமிஷங்களுக்கெல்லாம் வண்டி புறப்பட்டது.

"ஐயா எந்த ஊருக்குப் போறாப்பல?" என்று பேச்சுக் கொடுத்தார் எதிர் சீட்டில் உட்கார்ந்திருந்த சாயபு.

"பழனிக்கு."

"பழனிதான் ஊரா?"

"இனிமே பழனிதான்."

"அங்கே யாராவது இருக்காங்களா?"

"என் மவன் இருக்கான்."

"என்ன பண்றாங்க?"

"சும்மாத்தான் இருக்கான்."

"சும்மாயிருக்கார்னா?"

"ஆமா . . . துளியுண்டு புள்ளை. வேலையாப் பாக்கும்? விளையாடத்தான் செய்யும்."

"என்ன பேரு வச்சிருக்கீங்க?"

"பழனியிலே இருக்கிற புள்ளைக்கு என்னன்னு பேர்வக்கிறது? தண்டபாணின்னு வைப்பாங்க!" என்றார் காயாப்பிள்ளை.

"நீங்க வேடிக்கையாப் பேசுறிங்க" என்றார் சாயபு.

"ஆமாம் வேடிக்கைதான்" என்று எதிர்த்து ஓடும் தந்திக் கம்பத்தின் மேல் அமர்ந்திருந்த வலியன் குருவிகளைப் பார்த்தார் காயாப்பிள்ளை. "ஆமாம், வேடிக்கைதான். அந்தாலெ பாருங்க, அந்த வலியன் குருவி ஒருச்சாண் நீளம்கூட இல்லை. ஒரு முழ நீளம் இருக்கு அந்தக் காக்கா. அதைக் குட்டிக்கிட்டே போவுது பாருங்க" என்றார். சாயபு பார்த்தார். ஆமாம், ஒரு முழ நீளக் காக்காயைத் துரத்தித் துரத்திக் குட்டிக்கொண்டு பறந்து போயிற்று ஒரு சாண் நீள வலியன் குருவி.

(சென்னை வானொலிக்காக எழுதப்பட்டது, 1963)

தி. ஜானகிராமன்

நாலாவது சார்!

கொல்லை மாந்தோப்பில், அறுத்துப் போட்ட பூவரச மரம் ஒன்று கிடந்தது. அதன்மீது உட்கார்ந்து தென்னை ஓலையால் கிளி எப்படிச் செய்வது தாமரைப் பூ எப்படிச் செய்வது என்று முத்தப்பனுக்குப் பாடம் சொல்லிக்கொண்டிருந்தார், எலாத்தூர் சுப்பையா. தென்னோலை என்றால் பச்சை ஓலை இல்லை, குருத்தோலை; வெண்மஞ்சளாக இருக்கும். அதிலே உருவான அந்தக் கிளியையும் தாமரையையும் பார்த்தபோது தங்கக் கிளியும் தங்கத் தாமரையுமாகத் தோன்றிற்று பையனுக்கு. "நாலாவது சார் கையே கை" என்று அவர் கையையும் விரலையும் பார்த்துப் பிரமித்தான்! கிளியின் சிறகுகளை அடுக்கடுக்காக, அவர் பின்னி முடித்து ஒரு அழுத்து அழுத்தி எட்டப் பிடித்துப் பார்த்தபோது பையனின் கண்கள் மலைத்து விரிந்தன. "ஐயோ ஐயோ! எத்தனை அழகு! எத்தனை அழகு! நானும் இந்த மாதிரிப் பண்ணிப் பார்க்கிறேன், வரமாட்டேன் என்கிறதே! இந்தமாதிரி யாருமே செய்யமுடியாது. சாமிக்கு அடுத்தபடியாக ஒரு சாமர்த்தியக்காரர் இருக்கமுடியும் என்றால் அது நாலாவது சார்தான். வேறு யாரும் அவரை பீட்அடிக்க முடியாது" என்று பெருமை நெஞ்சை அடைக்கப் பார்த்தான் முத்தப்பன். அத்தனையையும் வாரிக் கட்டிக்கொண்டுபோய் அப்பா, அம்மா, அக்கா இன்னும் மூன்றாவது, 5ஆவது, முதல் வகுப்புப் பையன்கள், (சீதையாச்சி – எல்லாரிடமும்) "இதெல்லாம் எங்க நாலாவது சார் செஞ்சுது" என்று இடித்துக்காட்ட வேண்டும்

போலிருந்தது அவனுக்கு. முக்கியமாக அந்த மாரிமுத்துப் பயலிடம் சொல்லவேண்டும். அவன்தான் "உங்க நாலாவது சார் லூசுரா" என்று சொன்னான் அன்றைக்கு. அவன் ஐந்தாவது படித்தால் என்ன? நாலாவது சாரைவிடப் பெரியவனாய்ப் போய்விடுவானோ? இரண்டாவது பீரியட் முடிந்ததும் ஐந்து நிமிஷம் பள்ளிக்கூடப் பையன்கள் அத்தனை பேரையும் வெளியே விடுவார்கள். அப்போது அந்த மாரிமுத்து அரையணாவுக்குப் பக்கவடா வாங்குவான். முத்தப்பனும் கிருஷ்ணமூர்த்தியும் அவனோடு போவார்கள். ஆளுக்கு இரண்டு கட்டி கிடைக்கும். அதில் வெங்காயமும் மசாலாயும் மணக்கும். அதனால்தான் மாரிமுத்துவை ஒன்றும் சொல்லமுடியவில்லை. இல்லாவிட்டால் அப்போதே சாக்கடையில் தள்ளி "பீட்" அடித்திருக்க வேண்டியது.

"மாரிமுத்து, எங்க நாலாவது சாரை லூசுன்னு சொன்னில்ல அன்னைக்கி? இதைப் பார்த்தியா? இந்த மாதிரி தாமரைப் பூ உன்னாலெ செய்ய முடியுமாடா? இந்தக் கிளி உன்னாலெ செய்யமுடியுமா? பல்லாக்குக் கட்டுறாரே தண்டபாணி கோயிலுக்கு, அவருகூடச் செய்யமுடியாதுரா" என்று மாரிமுத்து விடம் காண்பிக்க வேண்டும் போலிருந்தது. ஆனால் இன்று எப்படிக் காண்பிப்பது? பள்ளிக்கூடம் கிடையாது; சனிக்கிழமை; மாரிமுத்துவும் இந்த ஊர் இல்லை. இரண்டு கல்லுக்கு அப்பால் அண்டக்குடியிலிருந்து தினந்தோறும் சோற்று மூட்டை கட்டிக் கொண்டு பள்ளிக்கூடம் வருகிறான். அண்டக்குடி பட்டிக்காடு; இல்லாவிட்டால் நாலாவது சாரை இப்படிச் சொல்லுவானா?

முத்தப்பன் சுப்பையாவைப் பார்த்துக்கொண்டே நின்றான். நாலாவது சார் இப்போது பாம்பு பண்ணிக்கொண்டிருக்கிறார். ஓலைப்பாம்பு எல்லோரும் பண்ணுவார்கள். இரண்டு ஓலையைக் குறுக்கும் நெடுக்குமாக வைத்து மாற்றி மாற்றிப் போட்டுக்கொண்டு போனால் பாம்பாகி விடும். ஆனால், அவர் செய்கிற பாம்பு அப்படியில்லை. நிஜப்பாம்பு போலவே உருளையாக, வழவழ வென்று வாலிலிருந்து உருவினால் சொரசொரவென்று இருக்கிறது; கண்கூட இரண்டு வைத்திருக்கிறார் – ஐயோ! மெல்லிசாக ஒரு நாக்குக்கூட வெளியே நீண்டிருக்கிறதே!

நாலைந்து தாமரைப்பூ, மூன்று கிளி இரண்டு ஊதல், ஒரு பாம்பு – இத்தனையும் செய்து "இந்தா இந்தா" என்று அவனிடம் கொடுக்கிறார் அவர்.

"உங்களுக்கு வாணாமா, சார்?"

"உனக்குத்தான் அல்லாம்; உங்க வீட்டிலெ தம்பி தங்கைக்குக் குடு."

தி. ஜானகிராமன்

“கிருஷ்ணரு, முருகரு, பரமசிவன் எல்லாம் ஒரு அலமாரிலே வச்சிருக்காங்க சார், எங்க அம்மா.”

“அந்த அலமாரிமேலே குறுக்க ஒரு கயித்தைக்கட்டித் தொங்கவிடு, அல்லாத்தியும். ரொம்ப ஜோரா இருக்கும்.”

“சரி, சார்” என்றான் முத்தப்பன். அவனுக்கு என்னமோ அவர் சொன்னதெல்லாம் தேனாகப் பாய்ந்தது.

“ஓய் அம்மாமி சார், இங்கியா இருக்கீர்?” என்று குரல் கேட்டது.

இரண்டு பேரும் திரும்பிப் பார்த்தார்கள். மிட்டாய்க் கடை பிச்சை அய்யர் கொல்லை நிலையைத் தாண்டி வந்துகொண் டிருந்தார்.

“வாங்க . . . வாங்க” என்று எப்போதும் உதட்டில் உறைந்து கிடக்கிற சிரிப்பு இளகி விரிய வரவேற்றார் சுப்பையா, “நான் இங்கே இருக்கேன்னு எப்படித் தெரியும்?”

“உம்ம சம்சாரம்தான்யா சொன்னா. என்ன பண்ணிண் டிருக்கீர்?”

“சும்மா தம்பி கேட்டிச்சி, இதெல்லாம் பண்ணிக்குடுன்னு. செஞ்சு குடுத்தீட்டிருக்குறேன்.”

முத்தப்பன் எல்லாவற்றையும் கையில் இருந்தவாறே காண்பித்தான் – அய்யர் பிடுங்கிக்கொண்டுவிடப் போகிறாரோ என்று பயம்.

“அடெடெ! பிரமாதமா இருக்கே!”

“நல்லாருக்கா?”

“இல்லாட்டி நான் உம்மைத் தேடிக்கிட்டு வருவேனா? வர திங்கக்கிழமை அன்னிக்கி, நம்ம கடை வச்சி ஒரு வருசம் ஆகப்போவுது –”

“ஆமா – போன வருசம் செப்டம்பர் மாதம் பதிநாலாம் தேதிதானே வச்சீங்க?”

“அட! அம்மாமி சாருக்கு எப்படி இத்தனை கரெக்டா ஞாபகம் இருக்கு!”

“அன்னிக்குத்தானே பள்ளிக்கூடத்தில் கால்பரீட்சை முடிஞ்சு லீவு விட்டாங்க? நீங்ககூட எங்களைக் கூப்பிட்டு தேங்கா பர்பி குடுத்தீங்களே?”

"ஆமாய்யா . . . ஆமா ஆமா . . . அதேமாதிரி இந்த வருசம் பத்து பர்பி தரேன் உமக்கு பச்சைக் கடுதாசி, சேப்புக் கடுதாசி எல்லாம் வாங்கி நம்ம கடையை ஜோடிச்சுக் கொடுக்கணும் நீரு. ஒரு வருஷ முடிவில்ல?"

"செஞ்சுப்பிடலாம். இரண்டு ரூவாய்க்குக் கடுதாசி வாங்கினா தோரணம், ஜாலரா, வாத்து, விசிறி, பன்னீர்ச் சொம்பு எல்லாம் பண்ணிப்பிடலாம்."

"ரண்டு ரூவா என்ன? மூணு ரூவாய்க்கு வாங்றது!"

"அப்படின்னா க்ளோபர்கூடப் பண்ணலாம்."

"உம்ம இஷ்டத்துக்குச் செய்யும். நான் வரவங்க போறவங்கட்டல்லாம் 'அம்மாமி சார் செஞ்சுது, அம்மாமி சார் செஞ்சுது'ன்னு சொல்லிக்கிட்டே இருப்பேன்."

"நீங்க சொல்றதுக்கு முன்னாடியேதான் கேப்பாங்களே எல்லாரும் – 'யாரு, வாத்தியார் செஞ்சுதா'ன்னு?"

"நானும் சொல்வேன். ம் . . . சரி. உமக்கு எத்தனை வேணும்!"

"என்ன?"

"சார்ஜு"

"சார்ஜுன்னா?"

"அட இதெல்லாம் செஞ்சு குடுக்கிறதுக்கு நான் ஏதாவது செய்யவேண்டாமா?"

"அதெல்லாம் ஒண்ணும் வாணாமுங்க" என்று நாணிக்கோணி அவர் சிரித்தபொழுது பெண்பிள்ளை சிரிக்கிறது மாதிரியே இருந்தது முத்தப்பனுக்கு.

"வாண்டாமாவது! ரொம்ப நல்லாருக்கே!"

"ம்ஹ்ம் ..."

"அதெல்லாம் முடியாது, சும்மா வேலை வாங்கலாமா? எனக்கில்ல பாவம்? சரி ... அதை அப்புறம் பாத்துப்பம் நீர் எப்ப வறீர்?"

"நாளைக்கி சாயங்காலம் வரேங்க,"

"கட்டாயம்?"

"வரேன்னா வரேன்தான்."

"அப்புறம் வேற யாராவது கூப்பிட்டாங்கன்னு போயிரக் கூடாது."

அதைக் கேட்டு நாலாவது சார் மறுபடியும் சிரிக்கிறார். அவர் சிரிக்கிறபொழுதெல்லாம் அவர் ஆணா, பெண்ணா என்று சந்தேகம் வந்துவிடும்... மிட்டாய்க்கடை அய்யர் அவருக்கு ஒரு ரூபாய் அச்சாரம் கொடுப்பதற்காக ஆன மட்டும் பார்த்தார். சார் வாங்கிக்கொள்ளவில்லை. "நல்ல ஆளுய்யா நீரு!" என்று போய்விட்டார் அய்யர்.

ஒரு நிமிஷம் கழித்தும் சிரித்துக்கொண்டிருந்தார் நாலாவது சார். பிறகு சொன்னார்: "அய்யரைப் பார்த்தீல்ல, அச்சாரம் குடுக்கறதை? நான் என்னமோ தச்ச ஆசாரி, பூக்காரன்னு நெனச்சாருபோல்ருக்கு. இவரு மக கலியாணத்துக்கு டிபனுக்குப் பக்கவடா போட்டார்னா அதுக்கு தானே கூலி அச்சாரம் எடுத்து வச்சுப்பாரா?... உங்கப்பாரு மார்க்கட்டுக்குப் போய் கீரைக்கட்டு, கத்திரிக்காயெல்லாம் வாங்கியாரச் சொன்னா நீ சம்பளம் கேக்கலாமா?..." என்று சிரித்தார் அவர் – சிரித்தார் என்பதைவிட இளித்தார் என்றுதான் சொல்லவேண்டும். இவர் சிரித்தால் முகம் அகன்றுவிடும், ஈறு எல்லாம் தெரியும். கண் சுருங்கிவிடும். இதைப் பார்த்துத்தான் மாரிமுத்து "உங்க நாலாவது சார் லூசுரா" என்றான் போலிருக்கிறது.

"சரி, உள்ர போகலாமா?" என்றார் சுப்பையா,

"போகலாம், சார்."

"வா."

"நான் ஒண்ணு கேக்கணும், சார்?"

"என்ன?"

"முட்டாய்க்கடை அய்யரு உங்களை 'அம்மாமி சார்'னு கூப்பிட்டுக்கிட்டே வந்தாரே – அப்படீன்னா என்ன சார்?"

சுப்பையா சிரிசிரி என்று சிரித்தார். "என்னை அக்ரகாரத்திலே எல்லாரும் அப்படித்தான் கூப்பிடறாங்க. கள்ளத் தெரு, வெள்ளாளத் தெரு இங்கெல்லாம் 'ஆத்தா சார், அக்கா சார்'னு கூப்பிடறாங்க."

"அப்படின்னா என்ன சார்?"

"நான் பள்ளிக்கூடத்துப் பையன்களை வீட்டிலே போய்ப் பார்க்கப்போறேன்ல? அப்பல்லாம் நேரா உள்ளார போயிருவேன். பையன் எப்படிப் படிக்கிறான்னு தாயாருங்களைக் கேட்டாத் தானே தெரியும்? அதுக்காக எல்லாரும் இப்படிப் கூப்பிட ஆரம்பிச்சிட்டாங்க. அவங்களுக்கெல்லாம் தங்களோடு நின்னு பேசலியேன்னு இருக்காப்பல இருக்கு. ஆம்பிள்ளைங்களுக்கு

என்ன தெரியும் பையன்களைப்பத்தி? இப்ப உங்கப்பாவுக்குத் தெரியாது உன்னைப் பத்தி. உங்கம்மாவுக்குத் தெரிஞ்சிருக்குற அளவு... தெரியாது; நிச்சயமாச் சொல்றேன். தெரியாது. அதனாலெ தான் 'அன்னையும் பிதாவும் முன்னறி தெய்வம்'னு சொல்லி யிருக்கறாங்க. அம்மாவை முன்னாலெ வச்சு, அம்மாவுக்குத்தான் நம்மைப்பத்தி நல்லாத் தெரியும். அது இவங்களுக்குப் புரியலெ. என்னைக் கேலி பண்றாப்பல கூப்பிடறாங்க."

முத்தப்பன் சற்று யோசித்துப் பார்த்தான். நாலாவது சாரைத் தவிர இந்த உலகத்திலுள்ள அத்தனை பேரும் லூஸ் என்றுதான் அவனுக்குத் தோன்றிற்று. "அம்மாமி சார், ஆத்தா சார், அக்கா சார்" என்று கூப்பிடுகிறவர்களை அவர்கள் வீதியில் நடந்துபோகும்போது ஒரு காலில் தன் காலை கொடுத்துக் குப்புற விழச்செய்து, பிறகு பீட் அடிக்கவேண்டும். அவர்களை மட்டுமில்லை, இந்த சுந்தரேசனையும் அப்படி ஒரு தடவை தடுக்கச் செய்து முதுகில் குத்த வேண்டும்.

"அப்படின்னா ஏன் சார் இந்தச் சுந்தரேசன் மட்டும் ஆச்சியை வீட்டை விட்டு வெரட்டிப்ட்டாரு?"

"அதுக்கெல்லாம் கடவுள் கூலி குடுப்பாரு!"

"எனக்கு வர்ற கோவத்திலே அவரைக் குண்டுக்கட்டாத் தூக்கி மானத்திலே எறிஞ்சு அவுரு கீளே விளுவற போது அவரைக் காலாலெ மிதிக்கணும்போல இருக்கு சார்" என்று ஒரு கையை மூடிக்கொண்டான் முத்தப்பன்.

"நாம என்னத்துக்கு அதெல்லாம் செய்யணும்? அதுக்கெல் லாம் கடவுள் இருக்குறாரு."

பேசிக்கொண்டே இருவரும் உள்ளே வந்தார்கள். காயப் போட்டிருந்த சுண்டை, கொத்தவரை வற்றல்களை அள்ளி மண் சட்டியில் போட்டுக்கொண்டிருந்தாள் சீதை ஆச்சி. முற்றத்தி லிருந்து சுவரில் ஏறிவிட்டது வெயில்.

"நான் அள்ளி வக்கிறேன், பாட்டி" என்று கிளி, தாமரைப் பூக்களைக் கூடத்தில் போட்டுவிட்டு, கையைக் கழுவித் துடைத்து விட்டு ஓடிவந்தான் முத்தப்பன்.

"வையிடா கண்ணு, வை என் ராஜாத்தி! என் கண்ணுக்கு என்ன புத்தி பாத்தியா. சுப்பையா? – கையைக் களுவிட்டு வருது, பாரு. முத்தப்பா இல்லாட்டி நான் இத்தினி நாளு செத்துக்கூடப் போயிருப்பேன்..."

முத்தப்பனுக்கு இதைக் கேட்டபொழுது உடம்பெல்லாம் என்னமோ கிளுகிளுவென்று பூசுவதுபோலிருந்தது. அதே சமயம் நாணவும் செய்தது.

“பானையை எங்க கொண்டு வக்கிறது, பாட்டி?”

“நான் வைக்கிறேண்டா, கண்ணு!”

“நான் வைக்கிறேன். எங்க வக்கணும் சொல்லு!” என்று இரண்டு பானைகளையும் தூக்கிக்கொண்டான் பையன். பாட்டி சொன்னபடியே அவள் குடியிருந்த இருட்டு அறையின் மூலையில் இருந்த பிரிமணை மீது இரண்டையும் ஒன்றன் மீது ஒன்றாக வைத்து மூடினான்.

“போது சாய இந்தப் பக்கம் வாடா, கொளந்தே.”

“எதுக்குப் பாட்டி?”

“கொத்தவரை வத்தல் புதுசாப் போட்டிருக்கனே, பொறிச்சுத் தாரேன். அப்படியே கொஞ்சம் சுந்தரேசனுக்கும் குடுத்திட்டு வரணும்” என்றாள் சீதை ஆச்சி.

“உங்க புள்ளைக்கா?”

“புள்ளை, மருமவ எல்லாருக்கும்தான்.”

“ஹைய்ய” என்றான் முத்தப்பன்.

“நானா இருந்தா என்னா செய்வேன் தெரியுமா? கொத்த வரக்கா வத்தல் ஒண்ணொண்ணுலியும் கொஞ்சம் கொஞ்சம் எலி பாஷாணத்தைத் தடவிக்கொண்டு போய்க் குடுப்பேன். தின்னுட்டு நல்லாச் சாவட்டும்னு.”

“டே டே டே டே!” என்று கத்தினார் சுப்பையா. “பாட்டியே கோச்சுக்கலே. உனக்கு என்ன இத்தினி கோபம் வருது?”

“நான்தான் சொரணை கெட்ட முண்டமாயிட்டேன்; பச்சைப் புள்ளை அப்படியிருக்குமா, வாத்யாரய்யா?”

“அதுக்காக?... முத்தப்பா, இப்படியெல்லாம் சொல்லப் படாது. பாவம்” என்றார் சுப்பையா.

“நீங்கதானே சார் சொன்னீங்க, கொல்லையிலே சித்தெ முன்னாடி – அன்னையும் பிதாவும் முன்னறி தெய்வம்னு?”

“அதுக்காக? அவரு உனக்குப் பெரியவர் இல்லியா?”

முத்தப்பன் குழம்பி நின்றான்.

“நீங்க அவரைவிடப் பெரியவர்தானே, சார்?” என்று கேட்டான், சற்றுக் கழித்து.

“அது என்னமோ எனக்குத் தெரியாது” என்று சிரித்தார் – அவர் அந்த மாதிரிச் சிரித்தால் அந்தப் பேச்சு அதோடு முடிந்துவிட்டது என்று அர்த்தம்.

“சார், இன்னக்கி சனிக்கிழமை சிவன் கோயிலுக்குப் போய் சனீசுவரனுக்கு எண்ணெய் போடப் போறேன்.” என்றான் முத்தப்பன்.

“நானும் வரேன் – நீ ஊட்டுக்குப் போயிட்டு ஆறு மணிக்கு வந்திரு; சேர்ந்து போகலாம்” என்றார் சுப்பையா.

2

வீட்டுக்குப் போகும்போது அவனுக்கு நாலாவது சார் மேல்கூடக் கொஞ்சம் மனத்தாங்கலாகத்தான் இருந்தது. இந்தக் கல் நெஞ்சக்கார சுந்தரேசனுக்கு எலிபாஷாணம் கொடுப்பதாகச் சொன்னதைக்கூட அவர் கண்டித்துவிட்டாரே? இவர்கள் சேதியே புரியவில்லை. ஒரு தடவை ‘தாயாரும் தகப்பனாரும் தெய்வம்’ என்கிறார்கள். அப்புறம் அவர்களை வீட்டை விட்டு விரட்டுகிறவர்களைப் பெரியவர்கள் என்கிறார்கள். எலி பாஷாணம் மட்டுமா கொடுப்பேன் இந்தச் சுந்தரேசனுக்கு? அரளிவிதையை நல்லெண்ணெயில் குழைத்துக் கொடுப்பேன். அவன் தெருவில் போகும்போது எருமை மாட்டை அவன்மீது விரட்டுவேன். அது அவன் காலை மிதித்துக்கொண்டே போகும். இல்லாவிட்டால் ஒரு ராஜபாளையம் நாயை வளர்த்து அவன்மீது ‘ச்சூ’ விடுவேன். அது அவன்மீது பாய்ந்து கண்ணைப் பிடுங்கி, கழுத்திலிருந்து இத்தனைச் சதையைக் கவ்விப் பிடுங்கிக் கொண்டு வந்து கொடுக்கும். “என்ன சொல்றே, இப்ப? ஆச்சியை ஊட்டுக்கு அளச்சுப் போயி, அங்கேயே வச்சுக்கறியா? சரி... அப்படி வா வளிக்கு. இண்ணைக்கி ராத்திரியே அவங்க கால்லெ வந்து விளுந்து, அப்புறம் ஒரு வண்டி புடிச்சாந்து அவங்களை ஏத்தி வச்சிட்டுப் போய் வேளா வேளைக்குச் சோறு போடணும்... என்ன தெரிஞ்சுதா?” என்று சத்தம் போடுவேன். அவன் “அப்படியே தம்பி, அப்படியே தம்பி! என்னை விட்டுடு: முன்னாலெ இந்த நாயைக் கூப்பிட்டு அடக்கு” என்று அலறுவான்...

கையிலிருந்த ஓலைத் தாமரைகளும் கிளிகளும் கீழே விழுந்து விட்டன. கழுத்துச் சதையை இவ்வளவு கவ்வியிருக்கும் என்று நினைத்தவனின் கையையும் தானாக அந்த அளவுக்குத் திறக்கவே

அவை விழுந்துவிட்டன. பொறுக்கியெடுத்துக்கொண்டான் பையன்.

சுந்தரேசனின் தாத்தாவும் முத்தப்பனின் தாத்தாவும் ஒரே ஊராம், உறவாம். ஆனால் இப்போது உறவுமில்லை; ஊருமில்லை. இரண்டு குடும்பங்களும் ஊரைவிட்டுப் பெயர்ந்துவிட்டன. தூரத்து உறவு; சீராடிப் போராடுகிற உறவு இல்லை. சுந்தரேசனின் அப்பா மாயவரத்தில் கொத்து மேஸ்திரியாக இருந்தாராம். அவன் சின்னப் பையனா இருந்தபோதே காலரா வந்து செத்துப் போய்விட்டாராம் அப்புறம் சீதையாச்சி சமையல் வேலை; கருவேப்பிலை, கொத்தமல்லி விற்பது – இப்படி என்னென்னமோ வெல்லாம் செய்து படிக்க வைத்தாளாம். சுந்தரேசன் பள்ளிக்கூடத்தில் கடைசி வகுப்புவரை படித்துவிட்டு, இரண்டு வருஷம் வேலையில்லாமல் இருந்துவிட்டு, கடைசியில் இந்த ஊரில் தாலுகாக் கச்சேரியில் குமாஸ்தாவாக மூன்றாம் வருஷம் வந்தான். இப்போதுகூட ஞாபகமிருக்கிறது, அவன் வந்தது. முத்தப்பன் ஒரு கையில் தொங்குகிற சிலேட்டும் ஒரு கையில் தமிழ்ப் புத்தகமுமாகப் பள்ளிக்கூடத்துக்குப் புறப்பட்டுக் கொண்டிருந்தான். வாசலில் மாநிறமாக ஒருவர் வந்தார். குடுமி, சிவப்புக் கடுக்கன், கோட்டு, அதற்கு மேலே சென்ன ஜரிகை போட்ட, மடித்த அங்கவஸ்திரம், சிட்டையை உள்ளுக்குள் விட்டு அதற்கு மேலே வெள்ளைவெளேர் என்று சலவை மல்வேஷ்டி. ஆள் எடுப்பாக இருந்தார். “நல்லசிவம் பிள்ளை இஞ்சதான் இருக்காரா?” என்று அவர் சிரித்த முகத்துடன் கேட்டது ரொம்ப அழகாக இருந்தது – பட்டு வேஷ்டி மாதிரி.

“இருக்காங்க...”

“நீ அவரு மகனா?”

“ஆமா!”

“இருக்காங்களா?”

“இருக்காங்க... நீங்க யாரு?”

“மாயவரத்திலேர்ந்து சுந்தரேசன்னு ஒருத்தரு வந்திருக்கார்னு சொல்லு.”

“இப்படி திண்ணையில் உட்காருங்க – வந்திட்டேன்” என்று உள்ளே போனான் அவன்.

சொன்னபோது சட்டென்று புரியவில்லை அப்பாவுக்கு. “யாரு – சுந்தரேசன் யாரு மாயவரத்திலேர்ந்து?” என்று முணுமுணுத்துக்கொண்டே வந்தார்.

"யாரு?"

"நான்தாண்ணா சுந்தரேசன். மாயவரத்திலேந்து வர்றேன். தெரியலியா? சண்முகம் பிள்ளை மகன். அய்யன்கோவில் வீரப்பிள்ளை –"

அவர் முடிப்பதற்குள், "அடேடே, சண்முகப் பிள்ளை மகனா? வாப்பா, வா – மறந்தே போச்சு. ரெண்டு வருசம் முன்னாலே பார்த்தேனே, அங்கப்பன் மகன் கலியாணத்தும் போது; கோட்டு கீட்டு போட்டிருக்கியா, சட்டுணு அடையாளம் புரியலெ. வாப்பா, உள்ர வா–"

இந்த ஊரில் தாலுக்காக் கச்சேரியில் அவருக்கு வேலை ஆகியிருப்பதாகவும், இன்றுதான் வேலையில் சேரப் போவதாகவும் சொன்னார் அவர். பழைய உறவு, ஊர் எல்லாம் பற்றிப் பேசினார்கள்.

இப்படியாக எங்கோ இருந்த உறவு அருகில் வந்து ஒட்டிக்கொண்டது. சுந்தரேசன் அங்கேயே ஒரு மாதம் தங்கிச் சாப்பிட்டுக்கொண்டிருந்தார். அப்புறம் மேட்டுத் தெருவில் ஒரு வீட்டைப் பார்த்து மாயவரம் போய் சீதையாச்சியையும் கால் நொண்டியான ஒரு தம்பியையும் அழைத்துக்கொண்டு வந்து குடித்தனம் வைத்தார்.

அப்புறம் சுந்தரேசனுக்குக் கலியாணம் நடந்தது. திண்டுக்கல்லில் அய்யன்கோவில் ஆசாமி ஒருவர் போய் மளிகைக் கடை வைத்திருக்கிறாராம். அவர் பழைய உறவை எல்லாம் தேடிப் பிடித்து, சிக்கெடுத்து, கடைசியில் தன் பெண்ணைச் சுந்தரேசனுக்குக் கலியாணம் பண்ணிக் கொடுத்தார். அவளுக்குப் பாப்பா பாப்பா என்று பேர். சிவப்பாக, கொழுகொழுவென்று உருண்டை மூஞ்சியாக இருப்பாள். கண் மட்டும் தூங்கியெழுந்து வருவதுபோல இருக்கும். இல்லை, கண்வலி வந்து குணமான பிறகு கொஞ்சம் பொங்கிப் பொங்கி இடுங்கினாற்போலத் தோன்றுமே அந்த மாதிரிக் கண்.

போன வருஷம் – அப்போது முத்தப்பன் 'மூணாவது சார்' சேஷய்யங்காரிடம் படித்துக்கொண்டிருந்தான். கார்த்திகை விளக்கு வேப்பம் பழம்போல ஊர்த் திண்ணையெல்லாம் மின்னிக்கொண்டிருந்த சமயம். தண்டபாணி கோவிலில் சொக்கப்பனை எரிவதைப் பார்த்துவிட்டு முத்தப்பன் வீட்டுக்கு வந்தபொழுது சுந்தரேசன் அப்பாவிடம் வந்து என்னமோ கத்திக்கொண்டிருந்தான். ஏதோ சண்டை மாதிரி இருந்தது.

"அண்ணா, அவ மகாலட்சுமி மாதிரி வந்திருக்கா அவ கிட்ட அறவது நாளியும் துடைப்பக்கட்டையைக் கையிலே

கொடுத்து, திண்ணையைப் பெருக்கு, தாழ்வாரத்தைப் பெருக்கு, கொட்டிலெப் பெருக்கு, குந்தாணியைப் பெருக்குன்னு சொல்லிக்கிட்டேயிருந்தா? அதுவும் மனுச உடம்புதானே? சாணிச் சுருணையைக் கொடுத்து 'அங்கே துமு, இங்கே துமு'ன்னு வீடு முளுக்க துடைக்கச் சொல்லிக்கிட்டேயிருந்தா? வீட்டையே துடைச்சிடுவா போலிருக்கு, உங்க அம்மங்கா – இது என்னது! மகாலட்சுமி மாதிரி வந்திருக்குற பொம்பிளையை வாருகாலையும் சாணிச் சுருணையும் கொடுத்து மூதேவியா அடிக்கலாம்னு பார்த்தா எத்தினி நாளைக்குத்தான் பொறுத்துக்கிட்டிருக்கிறது" என்று கத்திக்கொண்டிருந்தான் சுந்தரேசன்.

உள்ளே பொறிக்கு வெல்லப்பாகு கூட்டிக்கொண்டிருந்த அம்மா சிரித்தாள்.

"என்னத்துக்கும்மா சிரிக்கறே?"

"ஒண்ணுமில்லே, நீ போடா! இந்தா, இந்தப் பொறியை எடுத்துக்கிட்டுப் போ" என்று மீண்டும் சிரித்தாள்.

"என்னம்மா, சொல்லேன்? ஏன் சிரிக்கறே?"

"அட நீ போடான்னா?"

"கொமாஸ்தா மாமாக்கும் அப்பாக்கும் சண்டையா?"

"இல்லெடா இல்லெ."

"பின்னே?"

"ஆபீசிலே ஏதோ சண்டையாம்."

"சும்மனாச்சுயும் சொல்றே!"

"சரி தாண்டா, கிடக்கு! எளுந்து போறியா, இல்லியா! விளக்கு வச்சு நாலு நாளியாச்சு. சொக்கப்பனை யெல்லாம் பாத்திட்டு வந்தாச்சில்ல? போடா, புத்தகத்தை எடுத்துப் படிப்பியா, வம்பு வளக்கக் கிளம்பிட்டான்!" என்று அம்மா சொன்னதும் முத்தப்பன் எழுந்து அடுக்களையைவிட்டு வந்து விட்டான்.

வெகுநேரம் வரை சுந்தரேசன் கத்திக்கொண்டிருந்தார். "விசாரிக்கிறேன், ம்... ம்..." என்று அப்பா ஒரு வார்த்தை, இரண்டு வார்த்தையாகப் பதில் சொல்லிக்கொண்டிருந்தார்.

இப்படிப் பல நாள் நடந்தது. சில வேளை சீதையாச்சி வருவாள், அழுவாள், போவாள். அவள் வந்திருக்கும்போது சுந்தரேசனும் வருவார் கத்துவார். ஆச்சி பதிலுக்குக் கத்துவாள்; அவர் போன பின்பு அழுவாள்.

ஒரு நாள் அம்மா கூப்பிட்டாள், "வாடா, நம்ம ஆச்சியைப் பார்த்திட்டு வரலாம்" என்று. ஆனால், அம்மா வேறு எங்கேயோ போய்க்கொண்டிருந்தாள்; மேட்டுத் தெருவுக்குப் போகாமல் சாலியத் தெருவில் போய்க்கொண்டிருந்தாள். "ஐயையோ! இது சுப்பையா வாத்தியார் வீடில்ல?"

பழைய வீடு அது. குறுகல் மனை. ஆனால் நீளமாகப் போய்க்கொண்டே யிருக்கும்; கொல்லைப் பக்க நிலைக்குப் போவதற்குள் ஒரு தெரு முழுவதும் நடந்து விட்டாற் போலிருக்கும் – இந்த சாலியத் தெரு வீடெல்லாமே இப்படித்தான்.

கூடத்தில் சின்னதாக, வெளிச்சம் அதிகமில்லாத ஒரு அறை. அங்கே அடுப்படியில் சீதையாச்சி உட்கார்ந்து, கொதிக்கிற சோற்றைத் தட்டைக் கரண்டியால் கிளறிக்கொண்டிருந்தாள்.

மறுபடியும் பேச்சு, அழுகை; பேச்சு, அழுகை.

"எப்பப் பாரு 'லட்சுமி மாதிரி வந்திருக்கா, லட்சுமி மாதிரி வந்திருக்கா' – இப்படியேவா பேசிக்கிட்டிருக்கும் ஒரு புள்ளே? எம் புள்ளே இத்தினி அசட்டு முண்டமாக ஆயிடும்னு நான் கனாக் காணக்கூடக் காணல்லேடி, செல்லம்மா! எப்படியிருந்த புள்ளெ எப்படி மாறிப்ட்டான்! சக்கரையை வறுத்துக் கரியால்ல ஆக்கிப்டா, இந்த மகாலட்சுமி வந்து!... போன மாசம் ரெண்டு நாளு ஜுரம்னு படுத்துக்கிட்டா. கிஷாயம் வச்சுக் குடுத்தேன். என்ன சொன்னாளோ என்னவோ? அந்நிக்கம் அதே போல கிஷாயம் வச்சுக்கிட்டிருந்தேன். இவன் ஆபீசிலெருந்து வந்தவன் திடுதிடுன்னு உள்ள வந்தான், "நீ போ, நான் வச்சுக் குடுக்குறேன் ... ம்... ஏந்திரேன்" அப்படின்னான். மூஞ்சியிலே கடுகும் மொளகாயுமா வெடிச்சுது. "ஏண்டா, நான்தான் வச்சிட்டிருக்கேனே?" ன்னேன். "நான்தான் வைக்கிறேன்னா, ஏந்திரிச்சுப் போயிரணும்!"னு ஒரு சத்தம் போட்டான் பாரு – என்ன கண்டிப்பு! என்ன துண்டிப்பு! பேசாம ஏந்திரிச்சு, வாசலைப் பார்க்கப் போயி உக்காந்திட்டேன்."

அவள் பேசிக்கொண்டேயிருந்தபோது நாலாவது சார் சிரித்துக்கொண்டே வந்து நிலையண்டை நின்றார் – இத்தனை நேரம் அவர் எங்கு இருந்தார் என்றே புரியவில்லை.

"நல்லாச் சொன்னீங்க, நல்லாச் சொன்னீங்க" என்று சிரித்தார் அவர்.

"என்ன, வாத்தியாரய்யா!"

"சர்க்கரையை வறுத்துக் கரியாக்கிப்ட்டான்னீங்களே; அதைக் கேட்டப்ப எனக்குச் சிரிப்பு தாங்கலெ. ரொம்ப ரொம்ப

சரி. கச்சேரியிலெ அவரைப் பாத்தா, நேரப் பாக்கறப்ப, அவரு சர்க்கரை மாதிரிதான் இருக்காரு – சேப்பா, பளபளபளன்னு. அவரு வீட்டிலெ வந்தா, ஆச்சி கிட்ட எப்படியிருக்காரு – மொறுமொறுன்னு எள்ளும் கொள்ளுமா வெடிச்சார்னா, சர்க்கரை கரியாத்தான் ஆயிருக்கும். ரொம்பக் கரெக்ட்டு – ரெம்பக் கரெக்ட்டு! நல்லாச் சொன்னீங்க –" என்று மறுபடியும் சிரித்துவிட்டு, "அடெடே, தம்பிகூட வந்திருக்கே! நீங்கள்ளாம் ஒறவா?" என்றார் முத்தப்பனைப் பார்த்துவிட்டு.

"ஆமாம்."

உடனே உள்ளே போனார் சுப்பையா, புதிதாக இரண்டு பென்சிலை எடுத்து வந்து பையனிடம் கொடுத்தார்.

"உன் கொளந்தையையாவது வந்து போயிட்டிருக்கச் சொல்லு, செல்லம்மா. ஒரு கடை கண்ணிக்குப் போகணும்னா எனக்கு யாருமில்லை."

"நான் வரேன், பாட்டி. சாயங்காலம் சாயங்காலம் வரேன். எது வேணும்னாலும் வாங்கிட்டு வருவேன். கறிகா வாங்குவேன். மளிகை சாமான் வாங்குவேன். மிஷினுக்குப் போய் மாவரைச்சுக் கிட்டு வருவேன். தபாலாபீஸ் போவேன்."

"அடேயப்பா..!" என்று கிண்டல் பண்ணினாள் அம்மா.

"அடி, என் ராசாத்தி!" என்று ஆச்சி அவனைக் கன்னத்தில் தேய்த்து, பொட்டில் நொறுக்கிக்கொண்டாள்.

"பேச்செல்லாம் வீச்சாத்தான் இருக்கு. வந்தப்பறம்ல நிச்சயம்?" என்றாள் அம்மா.

"நான் தினமும் வராட்டி ஏன்னு கேளுங்க, ஆச்சி! நீங்க வேணும்னா நாலாவது சார்ட்ட சொல்லி ஒரு நோட்டு வாங்கி வச்சிடுங்க – தினமும் ஆஜர் மார்க்கு பண்ணி வைக்க" என்றான் முத்தப்பன்.

"அது யாரு, நாலாவது சாரு?"

"நம்ப வாத்தியார்தான்."

"சுப்பையாவா?"

"ம்க்கும்"

நாலாவது சாருக்கும் முத்தப்பனுக்கும் அன்று முதல்தான் நெருக்கம். இணைபிரியாத நெருக்கமாக ஒட்டிற்று அது. இரண்டு பேரும் சேர்ந்து ஊர் சுற்றிக்கொண்டிருப்பார்கள். யாரை யார்

அழைத்துப் போகிறார்கள் என்று தெரியாது. வாத்தியாரைப் பையன் அழைத்துப் போகிறானா, பையனை வாத்தியார் அழைத்துப் போகிறாரா – சட்டென்று சொல்ல முடியாது. மாலையில் பள்ளிக்கூடத்திலிருந்து வந்ததும், வீட்டில் எதையாவது தின்றுவிட்டு அவன் ஓடி வருவான். இரண்டு பேரும் சேர்ந்து உலாவப் போவார்கள். ஆற்றோரமாக, கட்டுக்கரை மாமரத்தில் கல்லை வீசி மாங்காயடிப்பான் அவன். அவர் அதை நறுக்கி, சட்டைப்பையில் தயாராக வைத்திருக்கும் பொட்டலத்தைப் பிரித்து உப்பு மிளகுப்பொடியை எடுத்து வைப்பார். ஆலமரத்து விழுதில் அவன் தொங்கியாடினால், அவர் இந்தக் கோடிக்கும் அந்தக் கோடிக்கும் அவனைத் தள்ளி ஆட்ட வேண்டும். அவன் கோயிலுக்குப் போனால் அவரும் போக வேண்டும். ஆற்றில் விழுந்து நீந்தினால், அவரும் நீந்த வேண்டும். அவனுக்கு டிராயிங் போட்டுக் கொடுக்க வேண்டும். இப்போதெல்லாம் காலையில் அவன் குளிக்கும் போதே அவர் வீட்டுக்கு வந்துவிடுகிறார் – அவனைப் பள்ளிக்கூடம் அழைத்துப் போவதற்கு.

அநேகமாக இரண்டு பேரும் ஆச்சியைப் பற்றித்தான் பேசிக்கொண்டிருப்பார்கள்.

"சுந்தரேசன் செமத்தியா அடிப்பாராமே, ஆச்சியைப் போட்டு?" என்று கேட்பார் அவர்.

"அடிப்பாரா? அம்மாவையா?"

"ம்... அவங்கதான் இன்னிக்கி எங்க ஊட்டு அம்மா கிட்ட சொல்லிக்கிட்டிருந்தாங்க" – எங்க ஊட்டு அம்மா என்பது அவருடைய சம்சாரம்.

"அம்மாவை யாராவது அடிப்பாங்களா, சார்?"

"அடிக்கப்படாது."

"அடிக்கப்படாது, சார்: தெரியும். யாராவது அடிப்பாங்க ளான்னு கேக்கிறேன்."

"எனக்குத் தெரியாது. இவர் அடிப்பாராம்."

"அம்மாவையா! எப்படி சார் மனசு வரும்?"

"தெரியலியே. ரொம்பப் பொல்லாதவராயிருப்பாரு போலிருக்கு."

"அப்படீன்னா, நாம இனிமே 'அவர், இவர்'னு ஏன் சார் சொல்லணும் அவரை? 'அவன், இவன்'னுதான் சார் சொல்லணும்."

“அது என்னாத்துக்கு! அவரு நல்லாப் படிச்சிருக்காரே? எஸ்.எஸ்.எல்.ஸி. பாஸ் பண்ணியிருக்காரு. தாலுக்காபீஸ்லே வேலை பார்க்கறாரு.”

“நீங்க எத்தினி சார் படிச்சிருக்கீங்க?”

“நான் நாலாவது பாரத்தோட நிறுத்திப்ட்டேன்.”

“ஏன் சார்?”

“அப்ப எங்கப்பா செத்துப் போயிட்டாரு. மேலே படிக்க முடியலெ. அப்பறம் வாத்தியார் ட்ரெயினிங்குப் போயிட்டேன்.”

“உங்களுக்கு எத்தினி வயசு சார்?”

“முப்பத்தெட்டு.”

“சுந்தரேசனுக்கு வயசு இருபத்தி எட்டுதான். சார் நீங்க அவரை வந்து ‘அவன்’னு சொன்னா என்னா சார்?”

“ம்..?”

“நான் ‘அவன்’னுதான் சொல்லப்போறேன். அம்மாவை அடிக்கிறவங்களை ‘அவரு’ன்னு கூப்பிடப்படாது சார். நமக்குத் தான் பாவம்.”

“சரி. அப்படின்னா ஒன்று செய்வம். நானும் நீயும் பேசிக்கறப்ப மட்டும் ‘அவன், இவன்’னு சொல்றது. மத்தவங்களோட அவரைப் பத்திப் பேசறப்ப ‘அவர்’னுதான் சொல்லணும்” என்று ஒரு மையம் போட்டுக் கொடுத்தார் அவர். சற்று யோசித்துவிட்டு, ‘சரி’ என்று ஒப்புக்கொண்டான் அவன்.

“சார், ஒரு நாளைக்கு நான் சுந்தரேசனை என்ன பண்ணப் போறேன், தெரியுமா?”

“என்ன செய்யப்போறே?”

“அவன் ரயிலடிக்கு உலாத்தப் போயிட்ட வருவான். திரும்பி வர்றப்ப இருட்டாயிடும். அப்ப நான் ரயிலடி ரோட்டிலே மழவராயர் ஊட்டுக் களம் இருக்குல்ல? அங்கே ஒரு கிணறு இருக்கே! அதுக்குப் பின்னாடி மறைஞ்சு நிப்பேன். வில்லும் அம்பும் தயாராக வச்சுக்கிட்டு உக்காந்திருப்பேன். அவன் அப்படீ வர்றப்ப சரக்குன்னு இந்த அம்பு பாயும், முதுகிலே. ‘ஹா’ன்னு கீள விழுவான். அதுக்காக ஒரு வில்லுக்கூடப் பண்ணிக்கிட்டிருக்கேன். நல்ல நெத்து மூங்கிக் களி ஒண்ணு வளைச்சு வச்சிருக்கிறேன்.”

இப்படி தினமும் ஏதாவது ஒன்று சொல்லிக்கொண்டே யிருப்பான் முத்தப்பன். இன்று அவன் கற்பனைக்கு உதவிக்கு வந்தது ராஜபாளையம் நாய். ஒரு சேர் சதையைக் கவ்வி விடும் அந்த நாய்.

நடந்துகொண்டிருந்தவன் கண்கள் திடீர் என்று ஆவலும் கோபமுமாகத் திகைத்தன.

அதோ, தெருத் திருப்பத்தில் திரும்பிச் சுந்தரேசன் வந்து கொண்டிருக்கிறான். இந்தப் பக்கம் எங்கே வருகிறான்? மேலே கோட்டு இல்லை – வெறும் சட்டைதான் போட்டிருக்கிறான். கடைக்குப் போகிறானோ ... என்னவோ ... கையில் அம்பும் இல்லை, வில்லும் இல்லை. ராஜபாளையமும் இல்லை. இப்படியே ஓடிப்போய் ஒரு உதை உதைத்துவிட்டாவது போகலாம்.

முத்தப்பனின் உடலில் ஒரு சூடு ஏறிற்று – ஜுரம் அடிக்கிறது போல. நாக்கு உலர்கிறது. அருகே வந்துவிட்டான் சுந்தரேசன். நாலாவது சார்கூடப் பக்கத்தில் இல்லை. இருந்தால் கையில் இருக்கிற தாமரை, கிளிகளை அவரிடம் கொடுத்துவிட்டு, பிறகு இவனை எட்டி உதைக்கலாம்.

அருகே வந்துவிட்டான். பார்க்கவும் பார்த்துவிட்டான். புன்சிரிப்பு சிரிக்கிறான். "என்ன முத்தப்பா, எங்க போய்ட்டு வராப்பல?" என்று சிரித்துக்கொண்டே கேட்டான் சுந்தரேசன்.

முத்தப்பன் பதிலுக்குச் சிரிக்கவில்லை. கண் சிவந்தது. உதடு நடுங்கிற்று. கீழ்த்தாடை நகர்ந்து லேசாக அசைந்தது. முகச்சதை எல்லாம் கோணி இழுத்தது. கண்ணில் வெறி ஒன்று விழித்தது.

"மாதாவை ஒரு நாளும் மறக்கவேண்டாம்" என்று பெரிய கத்தாகக் கத்தினான் அவன். விறுவிறு என்று வேகமாக நடந்தான். உடம்பும் நடுங்கிற்று. கால் பின்னிற்று நடக்கமுடியாமல். பால்காரச் சந்து வந்தது. அதில் திரும்பி வெகு வேகமாக நடந்தான். நடையில்லை; சிறு ஓட்டம். ஒரு சமயம் துரத்திக் கொண்டு வருகிறானோ என்று திரும்பிப் பார்த்தான். யாரையும் காணவில்லை. உடலில் சூடு பறக்க வீட்டுக்குள் நுழைந்தான்.

கை கால் அலம்பிவிட்டு வந்து, அம்மா தந்த உப்புமாவைத் தின்ற பிறகுதான் பயமும் வெறியும் உடம்பைவிட்டு, மார்பை விட்டுச் சற்று தூரம் நகர்ந்தாற் போலிருந்தது.

கிருஷ்ணர், முருகர் படங்களை வைத்திருக்கிற அலமாரி யின் இரண்டு ஓரங்களிலும் ஆணியடித்து, கயிற்றைக் கட்டி, தாமரை கிளிகளைத் தொங்கவிட்டான். தூர நின்று பார்த்தான். அம்மாளிடம் நாலாவது சாரின் கையைப் பற்றிப் பேசிக்

கொண்டே நின்றான். சும்மா நிற்பதற்குப் பயமாயிருந்தது. நிசப்தமாக இருந்தாலே பயமாக இருந்ததனால் பேசிக்கொண்டே நின்றான். அம்மா பால் கறக்கக் கொல்லையில் போனபோது பேசிக்கொண்டே நின்றான். அது முடிந்ததும் கூடவே போனான். விளக்கேற்றிக்கொண்டு அவள் வாசல் மாடத்தில் வைக்கப் போனபோதும் கூடவே பேசிக்கொண்டே போனான்.

“ம் . . . ஹ்ம் . . . தேவலாமே” என்று காதில் வாங்கினதும் வாங்காததுமாக அவள் எதையோ சொன்னவாறு காரியத்தைப் பார்த்துக்கொண்டேயிருந்தாள்.

“யம்மா, உன்னைப் பார்த்தா எப்படி இருக்கு தெரியுமா இப்ப?”

“எப்படியிருக்கு?” என்று அரிசியைக் கீழே வைத்துவிட்டு, களைவதற்காகக் கிணற்றிலிருந்து நீரை இழுத்துக்கொண்டிருந்த அம்மா கேட்டாள்.

“ஆட்டுக்குட்டி பால் ஊட்டிக்கிட்டே இருக்கறப்ப, திடீர் திடீர்னு ஆடு உதறிட்டு நடந்து போகுமே, அதுமாதிரி இருக்கு.”

என்னமோ சொல்கிறானே என்று யோசித்தாள் அம்மா. சற்றுக் கழித்துத்தான் அவர்களுக்குப் புரிந்தது. “ஏண்டா, தடிப்புள்ளே! ஒரு நாளியாப் பாக்கறேன். உங்க நாலாவது சாரைப் பத்தியே பேசிக்கிட்டிருக்கே, என்னமோ சுப்ரமணிய சாமி சூரசங்காரம் பண்ணின கதை மாதிரி. நான் நின்னு கேட்டுக் கிட்டேயிருந்தா, எப்படா சோறாக்கிறது? கறி குளம்பெல்லாம் எப்ப செய்யறது? இப்படி ஆளை மறிச்சு மறிச்சுப் பேசிக்கிட்டே நின்னா?”

முத்தப்பன் பதில் பேசவில்லை. மூஞ்சியைத் தொங்க விட்டுக்கொண்டு நின்றான். அவனைச் சமாதானப்படுத்துவதற்காக “நீ போயி சனீச்வரன் கோயிலுக்கு எண்ணெய் போட்டுட்டு வந்தா, பூப்பூவா கருவடாம் பொறிச்சு வச்சிருப்பேன்” என்றாள். இன்று சனிக்கிழமை, வாத்தியார் வீட்டுக்கு மறுபடியும் வருகிறேன் என்று சொன்னது எல்லாம் ஞாபகமிருந்தது அவனுக்கு. அம்மா என்ன, ஆச்சியே கொத்தவரை வற்றல் பொறித்து வைத்திருப்பாள். போனால் தின்கலாம்.

ஆனால், வீட்டை விட்டுக் கிளம்பமுடியாமல் மனசு திக்கு திக்கென்று அடித்துக்கொண்டிருந்தது.

‘சுந்தரேசன் அப்பாவைக் கடைத்தெருவில் கண்டு, நான் சொன்னதைச் சொல்லியிருந்தால், விசிறிக்காம்பு பிய்யுமோ, ரூல் தடி உடையுமோ!’ . . .

ஆனால், அப்பாவுக்கு இதில் எல்லாம்கூட இப்போது நம்பிக்கை போய்விட்டது. அவர் இப்போதெல்லாம் வேறு முறைகளைக் கையாளுகிறார்.

போன மாதம் இங்கிலீஷ் மருந்துக்கடை பரிமளம் தெருவோடு போய்க்கொண்டிருந்தான். சில்க் சட்டை, அமெரிக்கன் கிராப்பு, தங்கப் பித்தான், மல் வேட்டி, நெற்றியில் திருமண் இல்லாமல் ஒற்றைச் சிவப்புக் கோடாக ஏறின திருச்செந்தூரம், ஏழு கல் வெள்ளைக் கடுக்கன் – இப்படிப் போய்க்கொண்டிருந்தான், அந்த ஊதாரிப் பயல். டிராமா கண்ட்ராக்ட் எடுக்கிறேன் என்று மருந்துக் கடையில் அப்பா ரங்கா நாயுடு சம்பாதித்து வைத்திருந்த நாலாயிரம், ஐயாயிரம் ரூபாயை எடுத்து வேட்டுவிட்டுவிட்டான் நாடகத்தில் லாபம் வருவதற்குப் பதிலாகக் கல்தான் விழுந்தது. கடன் வாரண்டும் வந்தது. அப்பாவிடம் வந்த நாயுடு அழுவார். அந்தக் கோபம் அவனைப் பார்த்ததும் வந்துவிட்டது முத்தப்பனுக்கு. பரிமளம் ஏதோ குச்சியால் பல் குத்திக்கொண்டே நடந்து எதிரே வந்துகொண்டிருந்தான். 'ஏன் இப்படி எச்சில் பண்ணுகிறான், தண்ணியில்லாத இடத்தில்? கை கழுவத் தெருவில்கூடக் குழாய் கிடையாது. இருந்தாலும் இவனா கை கழுவுவான்? காசுக்காரத் தெருவில் தேவடியாள் வைத்துக் கொண்டிருந்த பயல் இல்லையா இவன்? இவனுக்குச் சுத்தம் ஏது?'

முத்தப்பனுக்கு வாய் மொலுமொலுவென்றது. சொல்ல வேண்டாம், சொல்ல வேண்டாம் என்று அடக்கிப் பார்த்தான். ஆனால், பரிமளம் அருகே வரவர உடம்பு இன்று சுட்ட மாதிரியே சுட்டு, தாடையும் உதடும் நடுங்கிக் கோணத் தொடங்கி விட்டன.

பரிமளம் மிகமிக அருகில் வந்துவிட்டான்.

"சீச்சீ – எச்சியா பண்றே நாய் மாதிரி? –அந்தக் காமக்கண்ணு எச்சி துப்புவா. அதாலேயே இந்தக் கையை அலம்பிக்க" என்று மடமடவென்று சொல்லி முறைத்துவிட்டு ஓடி வந்துவிட்டான். இரவு சாப்பிட்டானதும் அப்பா பிடித்துக்கொண்டார்: "சோறு தின்னியாடா?"

"தின்னாச்சு."

"இஞ்ச வா இப்படி. இன்னக்கி சாயங்காலம் பரிமளம் தெருவோடு போறப்ப என்ன சொன்னே அவனெ?"

விழித்தான் முத்தப்பன். நாலு தடவை திருப்பித் திருப்பிக் கேட்டார் அப்பா. இவன் பதில் சொல்லவில்லை. வாயைப்

தி. ஜானகிராமன்

பூட்டிக்கொண்டு நின்றான். கடைசியில் அவர் விசிறியை எடுத்த வுடன், "அவுரு மாத்திரம் எச்சி பண்ணலாமோ?" என்று கேவிக் கேவி அழத் தொடங்கினான்.

"அவன் எச்சி பண்ணினா, உனக்கென்னாடா – ஏய் யாரங்கே உள்ர? கொண்டா சந்தனக்கல்லும் நாலு கிராம்பும்" என்று சத்தம் போட்டார்.

அம்மா உடனே இரண்டையும் கொண்டு வைத்து, ஒரு ஆழாக்குத் தண்ணீரும் கொண்டு வைத்துவிட்டு உள்ளே போய்விட்டாள்.

"போட்டுக்க உரைச்சு – ம்... என்னடா முழிக்கிறே? நாலு கிராம்பை மட்டும் தண்ணீர்விட்டு உரைச்சுக் கண்ணுக்குள்ளார ஏத்திக்கிட்டாகணும்... ம்..."

அரை மணி அழும்பு பண்ணினது பலிக்கவில்லை. கடைசியில் ஒரே ஒரு கிராம்பை மட்டும் தண்ணீர்விட்டு உரைத்து மெதுவாகக் கண்ணுக்குள் தடவுகிறாற்போலக் கையைக் கொண்டு போய் இமை மேலும் கண்ணுக்குக் கீழும் லேசாகத் தடவிக்கொண்டே அழுதான்.

"இன்னமெ சொல்லுவியா இப்பிடியெல்லாம்?"

"மாட்டேன்."

"ஓடு எந்திரிச்சு போய்ப் படு கையைக் கழுவிட்டு" என்று விடுதலை செய்தார் அப்பா.

"அந்த மாதிரி இன்றும் நடக்கத்தான் போகிறது. நமக்கேன் வம்பு? சுந்தரேசன் அம்மாவை விரட்டினால் என்ன, வைத்துக் கொண்டால் என்ன நம் வாய் ஏன் சும்மா இல்லை!"

வெளியே போவதற்கும் பயம். வீட்டுக்குள்ளும் கால் தரிக்க வில்லை.

"ஏண்டா கோவிலுக்குப் போகலே இன்னும்?"

"போறேம்மா!"

"தம்பீ, தம்பீ" என்று வாசலில் குரல் கேட்டது. நாலாவது சாரின் குரல்தான். உள்ளே நேராக வந்தார். "தம்பி இல்லே!" என்று அம்மாவிடம் வந்து கேட்டார் அவர்.

"இதோ இருக்கிறானே!... ஏய் முத்து, வாத்தியார் வந்திருக்காருடா."

"என்ன தம்பி – ஆறு மணிக்கே வரேன்னே..."

“வரேன் சார்,” என்று கிண்ணத்தில் எண்ணெயுடன் புறப்பட்டான் முத்தப்பன்.

வெளியே வந்தபோது சொன்னான், “சார், நான் ஒரு தப்புப் பண்ணிட்டேன், சார்.”

“என்ன?”

முத்தப்பன் விவரமாகச் சொன்னான். அவர் சிரித்தார். “என்னமோ, வில்லு அம்பெல்லாம் தயார்ப்பண்ணி வச்சிருக்கு றேன்னு சொன்னே? கடாசிலே மாதாவை ஒரு நாளும் மறக்க வேண்டாம்னு சொன்னத்துக்கே இந்தப் பயம் பயந்து சாவுறியே! நீ நாயத்தைத் தானே சொல்லியிருக்கே.”

“இல்லே சார். அப்பாகிட்ட அவன் வந்து சொல்லிப்ட் டான்னா, கிராம்பு, மௌகு அல்லாத்தியும் அரச்சு கண்ணிலெ போட்டுக்கச் சொல்லுவாங்க.”

“இதுக்கு ஒண்ணும் சொல்லமாட்டாரு பாரு உங்கப்பா, உன்னைக் கட்டித் தூக்கி முத்தம் குடுப்பாரு பாரு” என்றார் நாலாவது சார்.

உண்மையாகவா!... முத்தப்பனுக்கு நம்பிக்கை இல்லை. கட்டித் தூக்கி முத்தம் குடுப்பாரா? ம்... ஹம்... முத்தம்... முத்தம்... அவனுக்கு வேறு ஏதோ ஞாபகம் வந்தது.

“சார், உங்களுக்கு ஏன் சார் குழந்தையே பெறக்கலே?” என்று கேட்டான்.

ஹிஹிஹிஹி என்று சிரித்தார் வாத்தியார். பதில் சொல்ல வில்லை.

“அசிங்கப் பேச்செல்லாம் பேசப்படாது” என்றார் அவர்.

“நான் என்ன சார் அசிங்கமாகப் பேசிட்டேன்?”

“அதெல்லாம் கேக்கப்படாது,”

“நான் என்ன சார் அசிங்கமாச் சொன்னேன்?”

“அசிங்கம்தான் இது. கொளந்தை பொறக்கறது அசிங்கம் இல்லியா? அசிங்கம் பண்ணித்தான் கொளந்தை பொறக்குது... நீ இன்னமே அதெல்லாம் பேசப்படாது.”

மிக மிகக் கண்டிப்பாகப் பேசிவிட்டு, அவனை நடுத்தெருவில் விட்டுவிட்டுப் பட்டாணிக் கடைக்குப் போனார் அவர்.

நாலாவது சாருக்குக் கலியாணம் ஆகிப் பத்து வருஷத்துக்கு மேலாகிவிட்டது. ஆனால் குழந்தை பிறக்கவில்லை. “அவரு

பெஞ்சாதி கிட்டக்க வந்தாலே அவரு பொம்பிளை மாதிரி கூச்சப்பட்டுக்கிட்டு ஓடிப் போயிடுவாராம்டா. அதான் அவருக்குக் கொளந்தையே பொறக்கலியாம்" என்று நேற்று பக்கவடா வாங்கித் தின்னும்போது மாரிமுத்து சொன்னான். மாரிமுத்துவுக்கு இந்த ஊர்கூட இல்லை. நாலாவது சாரோடு அவன் பேசினதுகூட இல்லை. இதெல்லாம் எப்படி அவனுக்குத் தெரிந்துகொள்ள முடிகிறது? அந்தப் பயல் இன்னும் என்னென்னமோ வெல்லாம் சொன்னான்.

ஒரு நாள் இரவு சாப்பிட்டுவிட்டு நாலாவது சார் நடையில் படுத்துக்கொண்டாராம். அவர் மனைவி வந்து அவரை கட்டிக் கொண்டாளாம். 'ஐயைய அசிங்கம்!' என்று சிரித்துக்கொண்டே அவர் வெளியில் திண்ணையில் வந்து படுத்துட்டாராம். மாரிமுத்துதான் இதைச் சொன்னான். அவனை உதைத்து நொறுக்க வேண்டும்.

பட்டாணிக் கடலை வாங்கி வந்தார் சுப்பையா. இரண்டு பேருமாகக் கோயிலுக்குப் போய்விட்டு வந்தார்கள். திரும்பிப் போகிறபோது சீதையாச்சியிடம் கொத்தவரை வற்றல் தின்று விட்டு, சுந்தரேசனுக்குக் கொண்டு போய்த் தரமாட்டேன் என்று சொல்லிவிட்டு வீட்டுக்குப் புறப்பட்டான் முத்தப்பன். அவனை வீடுவரையில் கொண்டுவிட்டு வந்தார் சுப்பையா.

"சார், நீங்க இங்கியே இருந்திடுங்க சார்" என்று கெஞ்சினான் முத்தப்பன்.

"எதுக்கு?"

"எனக்குப் பயமாயிருக்கு."

"உனக்குப் பயமே வாணாம். உங்கப்பாரு இதுக்கு உன்னைக் கோச்சுக்கவே மாட்டாரு பாரேன்..." என்று சொல்லிச் சிரித்துக் கொண்டே வாசல் படியேறாமலே திரும்பிவிட்டார் சுப்பையா.

3

கூடத்தில் படுத்திருந்த முத்தப்பனுக்குத் தூக்கம் வரவில்லை. அப்பாவுக்கு அம்மா வெற்றிலை சீவல் கொடுத்துவிட்டுக் கால் பிடித்து அவர் தூங்கிய பிறகுதான் வாசல் பக்கத்து அறையிலிருந்து திரும்பி வருவாள். அதற்குள் அவன் தூங்கிவிடுகிற வழக்கம். காலையிலும் அவள் முன்னாடியே எழுந்து மாட்டுக் கொட்டிலுக்குப் பால் கறக்கப் போய்விடுவாள்.

அவள் எப்பொழுது வந்து படுத்துக்கொள்கிறாள், எப்போது காலையில் எழுந்து போகிறாள் என்பதே தெரியாது.

மல்லாந்து படுத்திருந்த முத்தப்பனின் கண்களுக்கு முற்றத்து வானம் தெரிந்தது. நட்சத்திரங்கள் ஏற்றிக் கிடந்த அந்த நீண்ட சதுரத்தில் சட்டென்ற நீளமாக ஒரு எரிகொள்ளி பாய்ந்து போயிற்று. அப்போதுதான் சற்றுப் பயமாயிருந்தது; அதுவும் சிறிது கழித்து நீங்கிவிட்டது. மோட்டுவளையில் எலியின் அறுப்பு; நாலைந்து ஊருக்கப்பாலோ என்னவோ வெகு தொலைவிலிருந்து காற்றிலும் இருளிலும் மிதந்து வரும் தப்பட்டை ஓசை; கொல்லையில் கொரகொரக்கிற தவளைக் கத்தல், புத்தக அலமாரியிலோ, தூணிலோ, ஆணி கிழிக்கிற சுவர்க்கோழியின் பாட்டு – இத்தனையும் கேட்டு அவனுக்குப் பயமாக இல்லை. தினமும் துளித் துளி ஏற்படுகிற அச்சம்கூட இன்று இல்லை. எல்லாப் பயத்துக்கும் அப்பா இன்று விடுமுறை கொடுத்துவிட்டார்.

நாலாவது சார் சொன்னது அப்படியே பலித்துவிட்டது. இன்றைக்குக் கிராம்புக் கலிக்கமும் இல்லை, விசிறிக் காம்பும் இல்லை; சார் சொன்னாற்போல அப்பா கட்டித் தூக்கி முத்தம் கொடுக்கவில்லை. ஆனால், அம்மாவிடம் “உம் மவனைப் பார்த்தீல்ல? சுந்தரேசன் போயிட்டிருக்கானாம்; இவன் ‘மாதாவை ஒரு நாளும் மறக்கவேண்டாம்’னு கத்திட்டு ஓடினானாம். அப்ப வாசல் கொட்டகையிலே உட்கார்ந்திருந்தாராம் பால ஜோஸ்யரு; எங்கிட்ட வந்து சொல்லிச் சொல்லி மாஞ்சு பூட்டாரு. ‘இத்தினி யூண்டு குழந்தைக்கு எத்தினி தர்ம நியாயம் உரைச்சிருக்கு, பாருங்க. பெரியவங்க நாம, எவன் எப்படிப் போனா என்ன, எந்தக் கிளம் எப்படி அல்லாடினா என்னன்னு நம்ம வயித்தை ரொப்பிக்கிட்டுப் போயிட்டிருக்கோம்’னு ஒரு மணிநேரம் தவிச்சுப் பூட்டாரு” என்று அம்மாவிடம் சொல்லிக்கொண்டிருந்தார். அவர் குரலில் பெருமை பூரித்தது.

“நம்ம புள்ளையா சொல்லிச்சு?”

“ஆமாங்கறேன்!”

“இந்த வாண்டா?”

“வாண்டாவது? இதுகளுக்குப் புரியறது நமக்குப் புரிய மாட்டேங்குது.”

“இந்தக் காலத்துப் புள்ளைங்கள்ளாம் புள்ளைங்களாவா இருக்கு? என்ன சொன்னானாம்? மாதாவை ஒரு நாளும் மறக்க வாண்டாமா?”

“ஆமாம். பள்ளிக்கூடத்திலே படிக்கிற பாட்டு. அதை அப்படியே எரஞ்சு கத்திப்பிட்டு உளுந்தடிச்சு ஓடினானாம்.”

“நாளைக்கு ஏதாவது பண்ணித் தொலைக்கப்போறானே?”

“யாரு?”

“அந்த சுந்தரேசன்தான், குந்தானி ரேசன். தெருவிலே மறிச்சிட்டு, ‘என்னடா சொன்னே, பயலே’ன்னு கன்னத்திலே நாலு அறை அறஞ்சான்னா? – பார்த்தா பசுமாதிரி இருக்கான் – கடுக்கன், குடுமி, கோட்டு, சிரிப்பு – எல்லாம் நல்லாத்தான் இருக்கு. ஆனா, நெஞ்சு ராவணேச்வரன் மாதிரில்ல இருக்கு? ஆச்சியை அளஅள அடிச்சிருக்கு றானே– இவனை ஏதாவது பண்ணிவச்சான்னா?”

“அப்படித் துணிஞ்சு கை நீட்டிடுவானா – நம்ம வீட்டுப் புள்ளை கிட்ட?... நீ சும்மா இரு.”

இத்தனையையும் கேட்டுக்கொண்டு கூடத்தில் தூங்குவது போல் பாவனை செய்துகொண்டிருந்தான் முத்தப்பன். ஊறிக் கொண்டிருந்த முதுகிற்கு அப்போதுதான் பயம் தெளிந்தது.

அப்புறம் அப்பாவோ, அம்மாவோ அவனைக் கூப்பிட வில்லை. ஏதும் கேட்கவுமில்லை – நாலாவது சார் சொன்னாற் போலவே ஆகிவிட்டது.

அவரைப் போல் யாருமே இருக்க முடியாது. அவருக்கு ஆத்தா சார், பித்துக்குளி சார், இளிச்ச வாத்தியார் என்று எத்தனையோ பெயர்களை வைத்திருக்கிறார்கள். ஆனால், அவர் மாதிரி யாருமே இருக்க முடியாது. அவர் சற்றுக் கூனல்; ஆனால், உயரம், ஒல்லி. எப்போதும் சிரித்த மூஞ்சி. கோடு போட்ட சட்டை. அந்த சட்டைப் பை எப்போதும் நிறைந்துதான் இருக்கும். பட்டாணிக் கடலை, சூடவில்லை பப்பர்மிண்ட், ரோஜாக் கலரில் டயமண்ட் மிட்டாய் வில்லைகள், ஒரு கட்டு பென்சில் – இத்தனையும் இருக்கும். எந்தப் பையனைப் பார்த்தாலும் ஒரு பப்பர்மிண்ட் அல்லது ஒரு பென்சில் கொடுக்காமலிருக்க மாட்டார் நாலாவது சார். அஞ்சாவது சார், மூணாவது சாருக்கு எல்லாம் அடிக்கிறது விரட்டுகிறதைத் தவிர வேறு ஒன்றுமே தெரியாது. வகுப்பில் ‘கொன்னுப்பிடுவேன் கொன்னுப்பிடுவேன்’ என்று அவர்கள் ஓயாமல் கத்தின மணியமாகத்தானிருக்கும். நாலாவது சார் கையிலோ பிரம்பே இருக்காது. அவர் யாரையும் ‘கொன்னுப்பிடுவேன், கொன்னுப்பிடுவேன்’ என்று பயமுறுத்தமாட்டார். யாராவது பையன் புழுக்கைப் பென்சில் வைத்திருந்தால், அவர் உடனே வேறு புதுப் பென்சிலைக் கொடுத்துத்தான் எழுதச் சொல்லுவார். தேசப் படம் எட்டா விட்டால், அந்தப் பையனைத் தூக்கி வைத்துக்கொண்டு, ஆறும் ஊரும் காட்டச் சொல்லுவார். சரியாகச் சொன்னால் ஒரு

ரோஜா மிட்டாய் கொடுப்பார்: சொல்லாவிட்டால் இரண்டு கொடுப்பார்.

'மாரிமுத்துப் பயல் இன்னும் ஒரு தடவை அவரை லூஸ் வாத்தியார் என்று சொன்னால், உடனே அவனைச் சாக்கடையில் தள்ளி 'பீட்' அடித்துவிட வேண்டும்.'

நாலாவது சாருக்கு சீதையாச்சியிடம் ரொம்பவும் மரியாதை, பற்று. எப்போதும் அவளைப் பற்றியே பேசிக்கொண்டிருப்பார்.

"சீதையாச்சியை நானா இருந்தா என்ன செஞ்சிருப்பேன் தெரியுமா? காசி, ராமேசரம் எல்லாம் அளச்சிக்கிட்டுப் போய் வந்திருப்பேன். அவுங்களுக்குக் காசி, ராமேசரம் போகணும்னு நொம்ப ஆசை. சொல்லிட்டேயிருக்காங்க. 'இந்தப் பய என்னை அளச்சிக்கிட்டுப் போவான்னு இருந்தேன். இவன் என்னடான்னா வீட்டை விட்டே கிளம்பிட்டான்'னு அன்னிக்கு அளுதாங்க. நான் சொன்னேன்: 'நீங்க கவலைப்படாதீங்க பாட்டி, இந்தக் கோடை லீவு வரட்டும். ஒரு மாசம் லீவு கிடைக்கும். அப்ப நான் உங்களை அளச்சிக்கிட்டுப் போறேனா இல்லியா பாருங்க"ன்னு சொல்லியிருக்கிறேன். அப்ப அவங்க என்ன சொன்னாங்க தெரியுமா?" என்று விழுந்து விழுந்து சிரிக்க ஆரம்பித்தார் நாலாவது சார்.

"என்ன சொன்னாங்க, சார்!"

"ஐயோ ராமா!" என்று சிரித்தார் அவர்.

"சொல்லுங்க, சார்."

"ரொம்ப அசிங்கமா அவங்களும் சொல்ல ஆரம்பிச்சுட்டாங்க."

"என்னா, சார்?"

"காசி, ராமேசரம் அளச்சிக்கிட்டுப் போனீங்கன்னா, நான் விச்வநாதசாமியையும் ராமநாதசாமியையும் பார்த்து உங்களுக்கு ஒரு ஆம்பிளைக் குளந்தை பொறக்கணும்னு வேண்டிக்கிடுவேன்னு சொன்னாங்க... பைத்தியம், பைத்தியம்! நான் உடனே ஓடியாந்துட்டேன் வெளியிலே" என்றார் நாலாவது சார்.

"சாமியைப் பார்த்து குளந்தை வேணும்னா அது அசிங்கமா சார்? மார்க்கண்டேயனோட அப்பா, அம்மாகூட எங்களுக்குக் குளந்தையே பொறக்கலியே ஒரு குளந்தை அருளக்கூடாதா?'ன்னு சாமியைப் பார்த்து வேண்டிக் கிட்டாங்களே, சார்?"

"அவங்களுக்கெல்லாம் சாமியே கொடுத்திட்டாரு. அதிலெல்லாம் அசிங்கமே கிடையாது."

“ஏன், சார்?”

“அவங்கள்ளாம் முனிவருங்க – தவம் பண்ணுவாங்க, பண்ணிட்டு அப்படீப் போறப்ப வாளைக்கொல்லையிலே, இல்லாட்டி பாதையோரமா ஒரு குளந்தை அளுதுக்கிட்டிருக்கும். இல்லாட்டி ஒரு பசுமாட்டுக் கிட்ட படுத்துக்கிட்டிருக்கும். உடனே ‘இது ஏது குளந்தை, அளுதுகிட்டிருக்குது?’ன்னு கிட்டப் போவாங்க. உடனே ‘நீ இந்தக் குழந்தையை எடுத்துப் போய் வளர்த்து வா. உன் தவத்தைக் கண்டு மகிழ்ந்துதான் இந்தச் சிசுவை உனக்குத் தந்திருக்கிறோம்’னு உருவமில்லாம குரல் வரும். உடனே அவங்க எடுத்துக்கிட்டுப் போய் வளப்பாங்க. அதெல்லாம் முனிவருங்களுக்கு. நமக்கு அப்படியெல்லாம் வருமா? ஆச்சி காசி, ராமேசரம் போயி வேண்டிக்கிறேன்னு சொன்னப்ப எனக்குச் சிரிப்புத் தாங்கவே இல்லை” என்று மீண்டும் சிரித்தார் சுப்பையா.

“அப்படீன்னா காசி, ராமேசரத்துக்கு அவங்களை அளச்சிக் கிட்டுப் போகமாட்டீங்களா, சார்?”

“ஓ! கட்டாயம் அளச்சிக்கிட்டுத்தான் போப்போறேன். சொல்லியாச்சு; அப்புறம் செய்யாம இருக்குறதா?”

“எப்படி சார் போவீங்க?”

“மெட்ராசுக்கு ரயில்லே போகவேண்டியது. அப்பறம் அங்கேருந்து டில்லி வண்டியிலே ஏறி பாதியிலே இறங்கி, வேற வண்டியிலே காசிக்குப் போயிட வேண்டியதுதான். அப்பறம் திரும்பிக் கல்கத்தா வளியா மெட்ராசுக்கு வந்து, போட் மெயில்லே ஏறி ராமேசுரம் போயி, முளுகிட்டு, மறுபடியும் போய் மெயில்லே ஏறி கும்மோணம் வரவேண்டியது. அப்பறம் இறங்கி ஒரு ஷட்டில் வண்டியிலே ஏறினா நம்ம ஊர் வந்து இறங்கிடறது.”

“சார், உங்களுக்கும் ஒரு குளந்தை பொறந்திச்சின்னா, நான் அதைத் தூக்கிக்கிட்டு வெளையாடுவேன் சார்,”

“சிச்சீ … அசிங்கம்லாம் பேசக்கூடாது.”

நாலாவது சார் எப்படியாவது சீதை ஆச்சியைக் காசி, ராமேச்வரத்துக்கு அழைத்துப் போய் வந்துதான் மறுகாரியம் பார்ப்பார் என்று தோன்றிற்று. அந்த மாதிரிதான் கண்டிப்பாகப் பேசுகிறார். அவர் மனைவி ஹம்சவல்லியையும் அழைத்துக் கொண்டு போவார். விச்வநாதசாமி முன்னால் நின்று சீதையாச்சி கேட்டாள்: “சாமி, எங்க எலத்தூர் சுப்பையாவுக்கு ஒரு ஆம்பிளைக் கொளந்தை பொறக்கணும். நீதான் கிருபை

பண்ணணும்" என்று சொல்லுவாள். உடனே விழுந்து விழுந்து சிரித்து நாணிக்கொண்டே வெளியே ஓடி வருவார் சுப்பையா. அவர்கள் வெளியே வந்ததும், 'என்ன ஆச்சி, சாமிகிட்ட போய் அசிங்கமெல்லாம் பேசறீங்களே?' என்று சிரிப்பார் – "அட பித்துக்குளி சார்?"

சட்டென்று நாக்கைக் கடித்துக்கொண்டான் முத்தப்பன். 'நானே சொல்லிட்டேன் "பித்துக்குளி சார்?"னு. இல்லவே இல்லை. நாலாவது சார் மாதிரி நல்ல மனிதர்களே இருக்க மாட்டாங்க.'

காலடி ஓசை கேட்டு திப்பென்று தூக்கிப்போட்டது அவனுக்கு. யார் நடந்து வருகிறது? தொண்டை கனைக்கிற ஓசையும் கேட்டது – அம்மாதான்! ஐமுக்காளத்தைப் பட்டென்று கட்டி, பக்கத்தில் போடுகிறாள். தொப்பென்று தலையணை விழுகிறது.

"அம்மா!"

"ஏண்டா, கண்ணு? சத்தத்திலே முழுச்சுக்கிட்டியா?"

"இல்லேம்மா. தூங்கவேல்லெ. தூக்கம் வரலெம்மா."

"ஏண்டா, கண்ணு? நாலாவது சாரோட ஓட்டலுக்குப் போனியா சாயங்காலம், காபி கீபி வாங்கிக் குடுத்தாரா அவரு?"

"இல்லேம்மா."

"பின்ன ஏன் தூங்கலெ? மணி பன்னண்டு ஆகப் போவுதே!"

"என்னமோ தெரியலெம்மா!"

"சரி, கண்ணை மூடிக்கிட்டு சிவசிவான்னு சொல்லிக்கிட்டே இரு. தூக்கம் வந்திரும்" என்று அம்மா அவனைக் கட்டிக் கொள்கிறாள். அம்மா கை ஜில்லென்று இருக்கிறது. வாழை இலையைக் கையில் சுற்றிக்கொள்கிறது போல.

"அம்மா."

"ம்..."

"காசி, ராமேசரமெல்லாம் ரொம்ப தூரம்ல?"

"ஆமாம்."

"காசிக்குப் போயிட்டு வந்தா குளந்தை பொறக்குமாம்மா?"

"ம்."

"சொல்லும்மா."

"நீ தூங்கப் போறியா, இல்லியா இப்ப?"

"நீ சொன்னாத்தான்."

"பொறக்கும். நீ தூங்கு."

"பாப்பா எப்படியம்மா பொறக்கும்?"

"தூங்குடா, கண்ணு. நாளைக்குச் சொல்றேன்."

"நீ இப்ப சொன்னாத்தான்."

"பாப்பா நெத்தியிலேர்ந்து பொறக்கும்!"

"நான் எப்படிப் பொறந்தேன்?"

"ஒரு நாளைக்கு உக்காந்துக்கிட்டே இருந்தேன். நெத்தியிலேந்து தொப்புன்னு நீ குதிச்சே ..."

"முனிவருங்களுக்கு மட்டும் குளந்தை நெத்தியிலேர்ந்து குதிக்காதாம்மா? மரத்தடியிலே கிடக்குமாம்; அவங்க எடுத்துக் கிட்டு வந்திடுவாங்களாமே? ஏம்மா, அப்படி?"

"யாரு சொன்னாங்க உனக்கு அப்படீன்னு?"

"நீ சொல்லு."

"எனக்குத் தெரியலெ. உனக்கு யார் சொன்னாங்க? நாலாவது சார் சொன்னாரா?"

"உனக்கு எப்படியம்மா தெரிஞ்சுச்சு?" என்று வியப்புடன் எழுந்து உட்கார்ந்துவிட்டான் அவன்.

"எனக்கு எப்படியோ தெரிஞ்சுது."

"ஏம்மா! நெத்தியிலேர்ந்துதான் மனுசங்களுக்கெல்லாம் பாப்பா பொறக்குமா?"

"ஆமா."

"பின்னே ஏன் அசிங்கம்ங்கறாரு நாலாவது சாரு?"

"தூங்குடாங்கறேன்; ஏந்திரிச்சு உக்கார வேற உக்காந்திட் டியே!"

"நீ சொல்லு; உடனே படுத்துத் தூங்கப்போயிடுறேன்."

"என்னாத்தைச் சொல்றது?"

"நெத்தியிலே கொளந்தை பொறந்தா அசிங்கமா?"

"இல்லே."

"பின்னே அவங்க அப்படிச் சொல்றாங்களே?"

"அவரு தெரியாம சொல்றாரு. நீ தூங்கு."

"நாலாவது சாருக்கு ஏம்மா தெரியாதுங்கறே?"

அம்மா பதில் சொல்லவில்லை.

"ஏம்மா"

". . ."

"அம்மா"

". . ."

"அம்மாவ்."

உற்றுப் பார்த்தான். அம்மாவின் கண்கள் மூடியிருந்தன. நீளமூச்சாக வந்தது. அதற்குள்ளாகவா தூங்கிவிட்டாள்?

4

சீதையாச்சிக்கு இந்த முத்தப்பன்தான் தூது போய்க்கொண் டிருக்கிறான்.

"முத்துக்கண்ணு – சுந்தரேசன் கிட்ட போயி ஓரணா வாங்கிக்க. கடையிலே மலைப்பளம் இருந்தா வாங்கிக்கிட்டு வரியா?"

"முத்துக்கண்ணு, எனக்கு ஒரு காரியம் செய்யணும்டா, இன்னக்கி சுந்தரேசனைப் போய்க் கட்டாயமாப் பார்த்தாகணும், புடவை கிளிஞ்சு போச்சு, எட்டு ரூவாயிலே ஒரு பதினாறு முளம் வந்திருக்காம் கடையிலே. ஒண்ணு வாங்கித் தரச் சொல்லணும்."

"முத்தப்பா. மாசம் கொடுக்கற ஆறு ரூவாவை அஞ்சி தேதிக்குள்ளாற கொடுக்கச் சொலலுடா, அவன் கிட்ட போயி. தயிர்க்கார அமிர்தம் வந்து மொல்லுமொல்லுன்னு பிடுங்கிக் கிட்டே இருக்கிறா ரண்டு தேதி ஆகுங்காட்டியும்."

"முத்து, சுந்தரேசன் ஊட்டுக் கொல்லையிலே கொளிஞ்சி நார்த்தங்காய் காய்க்குது. நாலு காயைப் பறிச்சி அனுப்பச் சொன்னேன்னு சொல்லுறியா? நாலு நாளா ஒரே பித்தம் பித்தமா வாயெல்லாம் ஜலமா ஊறுது. கொளிஞ்சிக்காயை நறுக்கி உப்பைப் போட்டு வெய்யில்லே காயப்போட்டா, வாய்க்கு ரோசகமாக இருக்கும்னு பாக்கறேன்."

“முத்துக்கண்ணு, பள்ளிக்கூடம் போய்ட்டு வர்றப்ப சாயங் காலமா, ஒரு சிமினி விளக்கு வாங்கிக்கிட்டு வரியா? ரண்டணா இருக்கும். முன்னே வாங்கினது துருப்புடிச்சுதோ, தேள் கொட்டிச்சோ தெரியலெ; ஓட்டை விளுந்து மண்ணெண்ணெய் கசியுது. இந்தா, நீ அப்பிடியே ரண்டு காசுக்கு சீரக முட்டாயி வாங்கிக்க. வேறு முட்டாயி வாங்காதே, சீரக முட்டாயி வவுத்துக்கு நல்லது.”

ஆச்சி இப்படி ஏதாவது சொல்லிக்கொண்டேயிருப்பாள். மாதாவை மறக்காமலிருக்கக் கத்தி நாலு மாசமாகி விட்டது. முதல் முதலில் பயமாயிருந்தது. இரண்டு மூன்று தடவை சுந்தரேசன் தெருவில் எதிர்ப்பட்டபோது வந்த வழியே திரும்பி ஓட்டம் எடுப்பான் முத்தப்பன். இல்லாவிட்டால் அருகில் இருக்கிற சந்து, வண்டிக்கூட, எங்காவது ஒளிந்துகொள்வான். ஆனால் சுந்தரேசனுக்கு மறந்துவிட்டாற் போலிருக்கிறது. ஒரு நாள் கடைத் தெருவில் கண்டபொழுது, “முத்து, ஏண்டா ஊட்டுப் பக்கமே வரலெ? அண்ணி உனக்காக மைசூர்ப்பாகு பண்ணிப் பண்ணி வச்சிருக்கு. இன்னக்கி வரியா?” என்று சிரித்துக்கொண்டே கேட்டான். அவனிடம் காசு வாங்கிக்கொண்டு போய் பாலகிஷ்டு கடையில் ஒரு அணாவுக்கு மலைப்பழம் வாங்கி வரும்படி காலையில்தான் ஆச்சி சொன்னாள். தைரியமாய்ப் போனான் முத்தப்பன். காசும் கிடைத்தது. அந்தப் புளிச்சகண்ணி ஒரு கட்டி மைசூர்ப்பாகும் கொடுத்தாள். ஆமாம், அவள் புளிச்ச கண்ணிதான். ‘மகாலட்சுமி மகாலட்சுமிங்கறான். கண்ணு மாத்திரம் புளிச்ச கண்ணால்ல இருக்கு?’ என்பாள் அம்மா, அப்பாவிடம். கண் புளிய இலை பெரிசுதான் இருக்கும். எஸ்கிமோ பாடத்தில் வரும் பெண்ணின் கண்ணைப் போல் சின்னதாக, கோடு போட்டாற்போலத்தான் இருக்கும், சுந்தரேசனின் பெண்டாட்டியின் கண்கள். இப்போது இன்னும் குண்டாக ஆகிவிட்டாள். தலையும் முகமும் இன்னும் பெரிதாகிவிட்டன. அதனால் கண் இன்னும் இடுங்கிவிட்டது.

அந்தக் கண்ணைப் பார்த்தால் மைசூர்ப்பாகைத் தின்ன அவ்வளவாகப் பிடிக்காது; ஆனால் கை சிவப்பாக, சுத்தமாக இருக்கும். மழமழவென்று இருக்கும். லேசாக வேர்வை வாடை அடிக்கும். ஆனால் கால் கையெல்லாம் பட்டு மாதிரி இருக்கும். பல் வெள்ளை. ஆனால் இடுக்கெல்லாம் ஒரே ரத்தக் கறுப்பு. அவள் பாட்டி சிறு வயதில் தாஷ்ணாத் தூள் போட்டுத் தேய்த்து விட்டாளாம் . . . ‘தின்னுடா, தின்னு’ என்று அவன் வாயிலேயே மைசூர்பாகைத் திணித்துவிடுவாள் போலிருந்தது. கொஞ்சம் கடித்துப் பார்த்தான். நல்ல தித்திப்பு முழுவதும் தின்றான் –

ஆனால் ஆச்சிக்கு ஒரு கட்டிகூட அவள் அனுப்பவில்லை. 'கொண்டு கொடு' என்று.

சுந்தரேசன் அவன் கத்தினதை மறந்துதான் விட்டான் போலிருக்கிறது. நாலு மாசத்திற்குப் பிறகுமா ஞாபகம் இருக்கும்?

சுந்தரேசனின் பெண்டாட்டியைக் காலையில் ஒருநாள் பார்க்க நேர்ந்தது. அடுப்புச் சாம்பலைப் போட்டுப் பல் தேய்த்துக் கொண்டிருந்தாள் அவள். மறுநாள் சாயங்காலம் போனபோது அதே மாதிரி சாம்பலைப் போட்டுத் தேய்த்துக்கொண்டிருந்தாள் – இல்லை இல்லை, தேய்க்கவில்லை. சாம்பலில் தண்ணீரே விட வில்லை. பெரிய புறங்கை யளவு வரட்டிச் சாம்பலை விண்டு விண்டு வாயில் போட்டுக்கொண்டிருந்தாள். முத்தப்பனைக் கண்டதும் பாதியைத் தூக்கி எறிந்துவிட்டாள்; இன்னொரு பாதியை விழுங்கிவிட்டுப் பல் தேய்ப்பதுபோல் வாயைக் கொப்பளித்துக்கொண்டாள்.

நாலாவது சார் வீட்டுக்கு மறுநாள் போனபோது சீதையாச்சி வழக்கம்போல விசாரித்தாள்.

"சுந்தரேசன் ஊட்டிலெ எல்லாரும் சொகமா இருக்காங் களாடா?"

"இருக்குறாங்க."

"ஏதாவது சொன்னாளா அவ?"

"ஒண்ணும் சொல்லலே பாட்டி."

"நான்கூடப் பாத்துப் பதினைஞ்சு நாளாச்சு."

"பாட்டி, பாப்பால்லாம் ரோட்லெ உக்காந்து மண்ணு திங்குமில்ல? அந்த மாதிரி அவங்க வந்து கட்டிகட்டியா வரட்டிச் சாம்பலை வச்சிக்கிட்டு, பஜ்ஜி திங்கிறாப்பல புட்டுப் புட்டுத் திங்கிறாங்க, பாட்டி! சாம்பல் தின்னா உடம்பு சோகை புடிச்சிராது?" என்றான் முத்தப்பன்.

"சாம்பல் தின்னாளா? நீ பாத்தியா?"

"நான் பார்த்தேன். இவ்வளாம் பெரிசு, ஒரு கட்டி. அதைப் புட்டுப் புட்டு வாயிலே போட்டுக்கிட்டாங்க."

"அம்ஸம் – அம்ஸம்!" என்று நாலாவது சாரின் மனைவியைக் கூப்பிட்டாள் சீதையாச்சி.

"ஏன், ஆச்சி?"

"கேட்டியா, முத்து சொன்னதை?"

"என்ன, பாட்டி?"

"இங்கே வந்தால்ல சொல்லலாம்?"

ஹம்சவல்லி வந்தாள்.

"என்ன, பாட்டி?"

"எம் மருமவ சாம்பத் திங்கிறாளாம்?"

"ஆமாம். பக்கவடா, பஜ்ஜி திங்கிறாப்பல, பிஸ்கோத்து திங்கிறாப்பல ருசுச்சு ருசுச்சுத் திங்கறாங்க – நான் பார்த்தேன்."

"முழுகாம இருக்கா போல இருக்கு."

"எப்படிச் சொல்றீங்க ஆச்சி? பல்லுக்கில்லு தேச்சிக் கிட்டிருந்தாங்களோ, என்னவோ?"

"ஐயய்ய! சாயங்காலம்தான் பல்லுத் தேய்ப்பாங்களா?" என்று முகத்தைச் சுளித்தான் முத்தப்பன். "காலமே பல்லுத் தேச்சாங்க, சாம்பல் போட்டு; முந்தா நேத்து நான் பாத்தேன். ஆனா நேத்து சாயங்காலம் தின்னுக்கிட்டுதான் இருந்தாங்க."

"முத்து சரியாப் பாக்காம சொல்லுமா?... சாம்பலா? – அவளுக்கு இங்கிலீசு மொளுகில்ல வாங்கிக் குடுத்திருக்கான் புள்ளையாண்டான்? பப்பர்மிட்டு வாசனை அடிச்சிக்கிட்டு, காலையிலே அதைத் தேச்சுக்கிட்டு பாரம் இழுக்கிற மாடு மாதிரி வாயெல்லாம் நுரைக்க நுரைக்கல்ல நிப்பா அவ? அவளே இப்ப சாம்பப் போட்டுத் தேக்கிறான்னா, வேற எப்படி இருக்க முடியும்? – முளுகாமதான் இருப்பா ... நான் இருந்தேன்னா இப்படி அடுப்புச் சாம்பலை மேய விட்டிருவேனா? எம்மவ முளுகாம இருந்தப்ப, கோரோசனமும் குங்குமப் பூவும் அறச்சுக் குடுப்பேன். முத ரண்டு மூணு மாசத்துக்குத் தினமும் கொடுத்துக்கிட்டு வந்தா நோவு நொடியில்லாம இருக்கும், ஆனா இவளுக்குத் தான் மாமியாரு, நாத்தனாரு எல்லாம் வேம்பாக் கசக்குதே! இப்ப யாரு பண்ணிக் கொடுப்பாங்க? சாம்பலைத்தான் திங்கிணும்... எனக்கும் செய்ய ஆசையாத் தானிருக்கும். இங்கி யாவது செய்யலாம்னா நீ புருசனோட வீட்டுக்கு வந்த மேனிக்கு அப்பிடியே நிக்கிறே ... வாத்தியாரு தங்கக் கம்பிதான். ஆனா அதுக்கா இப்படி உலகத்திலே இல்லாத பொறவியாவா பொறந்து வைக்கணும்? திண்ணையிலே திண்ணையிலே சமக்காளத்தைக் கொண்டு போய்ப் போட்டுக்கறாரு. குளிரு மளைன்னு கூடப் பார்க்கறதில்லே. ஆடு ஒண்டுறாப்போல எப்படித்தான் ஒட்டுத் திண்ணையிலே முடங்கிக் கிடக்க முடியுதோ?... நீயும் அதுக்கு மேலே பைத்தியமாயிருக்கிறே!"

சீதை யாச்சி முற்றத்துப் பக்கம் கையைக் காட்டித் தணிந்த குரலில் பேசிக்கொண்டிருந்தாள். முற்றத்தில் நாலாவது சார் பஞ்சு பொம்மை பண்ணிக்கொண்டிருந்தார். நஞ்சால் வாத்து, கிளி, மனிதன், குழந்தை எல்லாம் பண்ணிப் பண்ணி விற்பார் அவர். பார்க்க மிகவும் அழகாக இருக்கும்; அசல் மாதிரியே இருக்கும். ஒரணாவுக்குப் பஞ்சு வாங்கி, அதை பொம்மை பண்ணி ஒரு ரூபாய், எட்டணா என்று விற்றுவிடுவார்.

"வாத்தியாரய்யா! பொம்மை பண்ணிக்கிட்டே உட்காந் திருக்கீங்களே, என்னாத்துக்கு?"

"பின்னே சும்மாக் குந்தியிருக்கிறதா?"

"பொம்மை என்னாத்துக்குப் பண்றது?"

"வேடிக்கைக்குத்தான்."

"யாருக்கு வேடிக்கை காட்டப் போறீங்க? தோளுக்கு ஒண்ணு, மடியிலே ஒண்ணு, கைக்கு ஒண்ணு, முழங்காலுக்கு ஒண்ணுன்னு நிறையப் பிள்ளைங்களைப் பெத்து வெச்சிக்கிட்டிருக்கீங்களே, அதுங்களுக்கு வேடிக்கை காட்றதுக்கா?"

"உங்களுக்கு எப்பவும் பிள்ளைப்பேச்சுத்தான்" என்று இளிக்கிறார் நாலாவது சார். அதோடு பஞ்சு, பாதி செய்த பொம்மைகள் அனைத்தையும் தூக்கிக்கொண்டு கொல்லைத் தாழ்வாரத்தைப் பார்க்க நடையைக் கட்டிவிட்டார்.

"முருகா முருகா" என்று இரண்டு விரலாலும் நெற்றி உச்சியைத் தட்டிக்கொண்டாள் சீதை யாச்சி.

இருட்டுகிறவரையில் இருந்து தன்னைக் கோவிலுக்கு அழைத்துச் செல்லுமாறு முத்தப்பனை ஆச்சி கேட்டாள். அவனோடு கோவிலுக்கு வந்தவள், அவன் வீட்டுக்கு வந்தாள், அவன் அம்மாவிடம் கேட்டாள், "எம் மருமவ சேதி தெரியுமா?" என்று.

"என்ன?"

"முளுகாம இருக்கிறாளா?"

"எனக்குத் தெரியாதே."

"தம்பி சொல்லிச்சே?"

"அவனுக்கு என்னாத்தைத் தெரியும்?"

"புடி புடியாச் சாம்பலைப் புட்டுப் புட்டுத் திங்கிறான்னான், உம்மவன். அதுதான் உனக்கு ஏதாச்சிம் சேதி தெரியுமான்னு கேட்டுட்டுப் போகலாம்னு வந்தேன்."

இரவு அப்பாவிடம் அம்மா சொல்லிக்கொண்டிருந்தாள்: "ஆச்சி சாதாரணப் பொம்பிளை இல்லே. மருமவ சாம்பத் திங்கிறான்னு சொன்னானாம் முத்து. உடனே இருப்புக் கொள்ளல்லெ. என்னை வந்து குடைய ஆரமிச்சிடிச்சி, 'முளுகறாளா இல்லியா'ன்னு. நான் போனேன். ஆச்சி நெனச்சபடியேதான் இருக்கு. ரண்டு மாசம் இருக்கும் போல்ருக்கு. வாந்தியும் ஓக்காளமும் அமக்களப்படுது. மகாலச்சுமியைப் பார்த்து மகாவிஷ்ணு பூரிச்சுப் போய் வாயெல்லாம் பல்லா, இளிச்ச மணியமா நிக்கிறாரு!"

முத்தப்பனுக்கு எல்லாம் மூடுபனி மாதிரி இருந்தது. "முளுகாம இருந்தா சாம்பல் திங்கிணுமாம்மா?" என்று ராத்திரி நச்சரிக்கத் தொடங்கிவிட்டான்.

"ஆரமிச்சிட்டியா? ... ஆச்சிக்கு உங்கப்பா உன்னைச் சேவகம் பண்ணச் சொன்னாலும் சொன்னாங்க, உன் வாய் ஓயமாட்டேங்குது. மோட்டுவளையைப் பாத்திட்டே போதைப் போக்கறே. தூங்குடா பேசாம, வம்புக்காரத் தொம்பா!" என்று சத்தம் போட்டு ஒருக்களித்திருந்த அவன் காலை எடுத்துத் தன்மேல் போட்டுக்கொண்டு, அவனைத் தூங்கப் பண்ண இல்லாத பாடுபட்டாள்.

"கோரோசனம்னா என்னம்மா?" என்று மோட்டு வளையைப் பார்த்துக்கொண்டே கேட்டான். அவன்.

"ஒன் தலை!"

அவனும் விடவில்லை. அவள் தணியத் தணியக் காத்திருந்து ஒவ்வொரு கேள்வியாகக் கேட்டு, கடைசியில் சுந்தரேசன் பெண்டாட்டிக்குப் பாப்பா பிறக்கப்போகிற சேதியைத் தெரிந்துகொண்டான்.

மறுநாள் பள்ளிக்கூடத்திற்கு நாலாவது சார் அழைத்துப் போகும்போது சொன்னான்: "சார் எங்கம்மா சொன்னாங்க, ராத்திரி."

"என்ன?"

"முளுகாம உடம்பை ஈரத் துணியாலே துடச்சுக்கிட்டு மாத்திரம் இருந்தா பாப்பா பொறக்குமாம்."

"என்னது!"

"ஆமா சார். எங்கம்மா சொன்னாங்க. சுந்தரேசன் பொண்டாட்டி குளிக்கிறதே கிடையாதாம். அதனாலெ அவங்களுக்கு ஒரு பாப்பா பொறக்கப் போவுதாம்."

நாலாவது சார்!

“ஐயயய்ய! ஆரமிச்சிட்டியா அசிங்கப் பேச்சுக்கு?” என்று சிரித்தார் அவர்.

அவருக்கும் புரியவில்லை, அவனுக்கும் புரியவில்லை – என்ன பேசுகிறோம் என்று.

5

இரண்டு, மூன்று நாளாகப் பொழுதே போகவில்லை. நாலாவது சார் திடீர் என்று பட்டணம் போய்விட்டார். பள்ளிக்கூட ‘இனிஸ்பேட்டர்’ அவரை அழைத்துக்கொண்டு பட்டணம் போனார். இன்று காலைதான் நாலாவது சார் வந்தார். “எதுக்கு சார் பட்டணம் போனீங்க?” என்று காலையில் கேட்டான் முத்தப்பன். “சாயங்காலம் உலாத்தப் போறப்ப அல்லாம் சொல்றேன்” என்று அந்தரங்கமாகச் சொல்லிவிட்டு வகுப்புக்குப் போய்விட்டார் அவர்.

மாலை ஐந்து மணியிருக்கும். இருவரும் ரயிலடிக்குப் போகிற சாலையில் ஒரு மதகின்மீது உட்கார்ந்திருக்கிறார்கள். சூரியன் தெரிகிறது. ஆனால், தேய்த்துவிட்ட பித்தளைத் தாம்பாளம் மாதிரிதான் தெரிகிறது. மேகங்கள் திட்டுத் திட்டாக அதை மறைக்கின்றன. நீர் வற்றி ஓடுகிற ஆறு மாதிரி இருக்கிறது. வெயிலே உரைக்கவில்லை – ஏன், லேசாகக் குளிரக்கூடக் குளிர்கிறது.

“இன்னக்கி ரொம்ப நல்லாருக்குல்ல?” என்று சுற்றிப் பார்த்தார் நாலாவது சார். சாலையின் இரண்டு பக்கமும் கண்ணுக்கு எட்டியவரை வயல்கள். சாலையோரமாகத் தென்னை மரங்கள். வயல்களில் பாதி அறுத்துக் கிடந்தன. மீதி வயல்களில் கதிர் சாய்ந்து கிடக்கிறது. எங்கு பார்த்தாலும் புகை புகையாக மூடுபனி தொங்குகிறது. கதிர்களின் மீது மிதக்கிறது. சிள்வண்டு ‘ரொய்ங்’ என்று எங்கு பார்த்தாலும் இரைகிறது. காக்கைகள் நாலா பக்கத்திலிருந்தும் கூடுகளுக்கு வந்துகொண்டிருக்கின்றன. அதோ, குளத்தங்கரையில் செட்டியார் பெட்டிக் கடையில் விளக்குத் தெரிகிறது. சோடா பாட்டில்களும் தெரிகின்றன. ஆமாம்; சூரியன் இன்னும் மலைவாயில் விழவில்லை என்று பேர்தான். ஆனால், வயல் வெளியெல்லாம் மங்கிவிட்டது. குளத்தங்கரையிலிருந்து குடிசைகள், வீடுகள் தொடங்குகின்றன. ஒரு ஓட்டு வீட்டிலிருந்து நாயன ஓசை கேட்கிறது. பொழுது போவதற்காக நாயனம் வாசிக்கிறார் கலியபெருமாள். தூரத்தி லிருந்து அது சிள்வண்டுகளின் இரைச்சலோடு மிதந்து வருகிறது. சாமி வரும்போது கலியபெருமாள்தான் வாசிப்பார். வெள்ளைத்

துண்டு தோளில் தொங்க, அவர் இந்தப் பக்கமும் அந்தப் பக்கமும் திரும்பித் திரும்பிக் கூத்தாடுவது போல்தான் வாசிப்பார். நாயனம் வானத்தைப் பார்க்கும். சடாரென்று சுழன்று கீழே வரும். கலிய பெருமாளுக்குச் சிரித்த மூஞ்சி. வீட்டிலே உட்கார்ந்துதான் வாசிப்பார்; நின்றுகொண்டு வாசிக்க அவர் வீட்டுத் திண்ணைச் சார்பு உயரமாக இராது.

கண் முன்னால் அவர் வாசிக்கிறாற் போலிருந்தது. அந்தப் புகை மூட்டமும் ஜில்லிப்பும், சிள்வண்டுகளின் ரீங்காரமும் – "ஐயோ அப்பா! – ரொம்ப மயக்கமா இருக்கு, சார். இஞ்சியே இருந்துரலாம் போலிருக்கு. சார்" என்று வெகுநேரம் கழித்து பதில் சொன்னான் முத்தப்பன்.

"சார், முந்தாநேத்து எனக்குப் பொறந்த நாளு. சார், ஏழு முடிஞ்சு எட்டு பொறந்தது. எங்கம்மாவும் நானும் தண்டபாணி கோயிலுக்குப் போய், தேங்காய், பழம் எல்லாம் வாங்கி அர்ச்சனை பண்ணினோம்" என்று அந்த மயக்கத்தில் மறந்து போயிருந்த சேதியைச் சொன்னான் முத்தப்பன்.

"அடெடெ! முந்தாநேத்தா? தெரிஞ்சிருந்தா நான் பட்டணத் துக்கு அப்புறம் போயிருக்கலாமே!" என்றார் நாலாவது சார்.

"எங்கம்மாகூடப் பாயாசம் பண்ணினாங்க சார் – முந்திரிப் பருப்பு, ஜவ்வரிசி எல்லாம் போட்டு. உங்களைக்கூடக் கூப்பிட்டுக் கிட்டு வரச் சொன்னாங்க. ஆனா நீங்க பட்டணம் போய்ட்டீங்க."

"அடேடெ! தெரியாம போயிரிச்சே!"

"நீங்க எதுக்கு சார் பட்டணம் போனீங்க?"

"நம்ப பள்ளிக்கூடத்து இனிஸ்பேட்டர் வந்தாரில்ல – ரண்டு மாசம் முன்னாடி . . . அவர் கிட்ட பஞ்சு பொம்மை அல்லாம் காமிச்சேன். அவருக்கு ரொம்ப சந்தோசம். அவர் அண்ணன் வந்து மெட்ராஸிலே பட்டுப் பாயிங்க, வெங்கலப் பொம்மை, மரப்பொம்மை, கம்பளி பொம்மை, தந்த பொம்மை இதெல்லாம் வாங்கி விக்கிற கம்பெனியிலே குமாஸ்தாவா இருக்காரு. 'நான் அளச்சிக்கிட்டுப் போய் இதெல்லாம் நல்ல விலைக்கு வித்துக் கொடுக்க ஏற்பாடு பண்றேன்'னாரு இனிஸ்பேட்டரு. திடீர்னு போன வெள்ளிக்கிழமை கூப்பிட்டாரு. போனோம். அப்ப, பத்துப் பதினைஞ்சு பொம்மை செஞ்சி வச்சிருந்தேன். எடுத்துக்கிட்டுப் போனேன். அவங்களுக்கெல்லாம் ஒரே ஆச்சரியமாப் போயிரிச்சு. ஒரு வெள்ளைக்காரப் புருசனும் பெண்சாதியும் வந்திருந்தாங்க. அவரு நாலு பொம்மை வாங்கிக்கிட்டாரு. விலை கேட்டாரு. "எதுனாச்சிம் கொடுங்க"னேன். எனக்கு இங்கிலீசே பேச வரலெ.

“கொடுங்களேன், பதினைஞ்சு ரூபா”ன்னேன். அவரு அம்பது ரூவா கொடுத்தாரு. “அடேடே! இத்தினி வாண்டாம்”னேன். சடார்னு கடைக்காரரு என்ன பண்ணினாரு. தெரியுமில்ல? கையை அமர்த்தி “பேசாம வாங்கிக்கய்யா”ன்னு வாங்கிக்கச் சொல்லிட்டாரு. “இஞ்ச வந்தாத்தான்யா இந்த வெலை”ன்னு அவங்க போனப்புறம் சொன்னாரு. ரூவாயையும் வாங்கிக்கிட்டாரு. எனக்கு இருபது ரூவா கொடுத்தாரு. அப்புறம், “மாசம் நூறு பொம்மையானாலும் பண்ணியனுப்பு. பொம்மைக்கு மும்மூணு ரூவா கொடுத்திடறேன்”னுருக்காரு. அட்வான்சுகூட நூறு ரூவா கொடுத்திருக்காரு. அன்னக்கி ராத்திரி நானு, இனிஸ்பேட்டரெல்லாம் ஓட்டல்லெ சாப்பிட்டோம். யப்பா! அது ஓட்டல் மாதிரியா இருக்கு? பெரிய அரண்மனைக் கணக்கா இருக்கு! ஒரு சாப்பாடு ரண்டு ரூவாயாம். ஒரு சாப்பாட்டை ரண்டு நாளைக்குச் சாப்பிடலாம். எத்தினி கறி, எத்தினி பச்சிடி, மோர்க் குளம்பு, வத்தல் குளம்பு, பொரிச்ச குளம்பு, ஜாங்கிரி, பாயாசம், வாளப்பளம், பீடா – எத்தினி ஊறுகாய்! உடனே கிளம்பியிருக்கலாம். இனிஸ்பேட்டருக்கு என்னவோ வேலை இருந்திச்சாம், டைரக்டர் ஆபீசிலெல அதுக்கு ரண்டு மூணு நாளூ அலைஞ்சுக்கிட்டிருந்தாரு. அப்பறம் மேலே பொறப்பட்டு வந்தோம்.”

“பட்டணம்லாம் சுத்திப் பாத்தீங்களா, சார்?”

பட்டணத்து அலைச்சல்களை அவர் சொல்லி முடிப்பதற்குள் இருட்டிவிட்டது.

“அப்பறம் கேளூ. நம்ம இனிஸ்பேட்டரும் நானும் இப்படி மவுண்ட்ரோடோட நடந்துக்கிட்டே வந்தோம். “சினிமா பார்க்கலாமா?”ன்னாரு. சரின்னேன். இங்கிலீசுப் படமாம். அய்யோ! எனக்கு ஒண்ணுமே புரியலெ. அப்பளத்து மாவு போட்டுக்கிட்டுப் பேசறாப்பல பேசறாங்க. ஆனா என்ன அசிங்கம்லாம் பண்றாங்க! சுருட்டுக் குடிக்கிறாங்க, அப்பறம் ஒரு பொம்பிளை வரா; அவ வாயெல்லாம் கடிச்சுக்கிட்டே நிக்கிறான் ஒருத்தன். அவளும் வெட்கமில்லாம அவனைப் புடிச்சிக்கிட்டே, அவன் முதுகு, கழுத்தெல்லாம் தடவிக்கிட்டே நிக்கறா – துளியாச்சும் கூச்ச நாச்சம் கெடையாது. நாங்கல்லாம் பாத்துக்கிட்டே இருக்கோம். எனக்கு சிரிப்பா வந்திரிச்சு. தலையைக் குனிஞ்சு கண்ணை மூடிக்கிட்டேன் . . . பாதிப்பேர் அம்மணமாவே நிக்கிறாங்க. முளங்காலுக்குமேல கவுனு. ஒரு மேலாக்கு கிடையாது. ரொம்ப அசிங்கம் புடிச்ச சனங்க . . .”

நாலாவது சார் அதைப் பற்றியே பேசிக்கொண்டிருந்தார். நினைத்து நினைத்துச் சிரித்துக்கொண்டிருந்தார்.

“நிறைய பொம்மை பண்ணப் போறீங்களா, சார்?” என்று கேட்டான் முத்தப்பன்.

“இன்னும் ரண்டு மூணு மாசம் பண்ணுவேன். முன்னூறு நானூறு ரூவா கிடைக்கிற வரைக்கும் வேகமா செஞ்சுகிட்டே இருப்பேன்.”

“அப்பறம்?”

“அப்பறம் எனக்கு இஷ்டமிருந்தாத்தான் செய்வேன்.”

“ஏன், சார்?”

“நம்ம ஆச்சியைக் காசி, ராமேசரம் அளச்சிக்கிட்டுப் போறதுன்னா ஐந்நூறு ரூவா வேணும். ஆச்சிகிட்ட பெரிசா சேப்புக்கல்லு வச்ச காதோலை ஒண்ணு இருந்திச்சு. அதை விக்கச் சொன்னாங்க. இருநூத்தி எம்பளது ரூவா கிடச்சுது. அதையே அப்படியே போஸ்டாபீசிலே போடச் சொன்னாங்க; போட்டிருக்கேன். நானும் அம்ஸமும்கூடப் போறதுன்னா ஒரு முந்நூறு நானூறு ரூவா வேணும். இன்னும் நாலு மாசத்திலே சம்பாரிச்சிர மாட்டேன்? பக்தர் வீட்டுலெ ரண்டு புள்ளைக்கு டூசன் சொல்லிக் குடுக்கறேன். டாக்டர் வீட்டுப் புள்ளைங்களுக்கு டூசன் சொல்லிக் குடுக்கறேன். அதெல்லாம் பதினாறு ரூவா வருது. அதெல்லாம் சேத்து அப்படியே போட்டா ஏப்ரல் மாசத்துக்கு அறுவது ரூவா நிக்கும். ஆச்சியை அளச்சிக்கிட்டுப் போயி நாலு சொம்பிலெ கங்கைத் தண்ணி மொண்டுக்கிட்டு, ராமேசரத்துக்குப் போய் ரண்டு சொம்பு அபிசேகம் பண்ணிட்டு, மீது ரண்டு சொம்பிலே ஒரு சொம்பை சுந்தரேசன் கிட்டே “இந்தாடா புள்ளே – இதை உடச்சு முளுகு. உங்க ஆயா கொடுக்கச் சொல்லிச்சி”ன்னு குடுக்கமாட்டேன்?” என்று ஆத்திரமாகப் பேசினார் சுப்பையா – எப்போதும் போலச் சிரிப்பு இருந்தாலும், அந்த இருட்டில்கூட அவர் முகத்தில் கோபக் கோணல்கள் தெரிந்தன.

“அப்படித்தான் சார் குடுக்கணும்! அப்பதான் அவமானமா யிருக்கும். ‘நம்ம அம்மாவுக்கு நாம செய்யாம. சுப்பையா வாத்தியாரு செஞ்சிட்டாரு. பாத்தியா’ன்னு கெடந்து கயிஷ்டப் படுவான், நல்லா வேணும், சார்!”

தவளைகள் கொரகொரவென்றும் மொக்மொக்கென்றும் வயல்களில் கத்திக்கொண்டிருந்தன. சிள்வண்டும் சுவர்க் கோழியும் எங்கெங்கோ அருகிலும் தொலைவிலும் இரைந்து கொண்டிருந்தன – கதிர்கள் பாடுவது போலிருந்தது அதைக் கேட்கும்போது. சிலுசிலுப்பு அதிகமாயிருந்தது; ஆனால் இதமா

யிருந்தது. சாலையில் போட்டிருந்த மின்சார விளக்குகள் புகைப் போர்வை போர்த்தி, கொசுக்களை பொம்மலாட்டடல் ஆட்டிக் கொண்டிருந்தன. கலியபெருமாள் நாயனம்கூட ஓய்ந்துவிட்டது. பதிலாக, தொலைவில் ரயிலடிக்கு அப்பாலுள்ள ஊரின் சிவன் கோவிலிலிருந்து கண்டாமணியும் தவுலோசையும் கேட்டன.

"இன்னிக்கி நொம்ப ஜோக்காயிருக்குல்ல, எங்க பார்த்தாலும்?"

"ஆமா, சார்... இப்ப வந்து உங்க பஞ்சுப் பொறா, பஞ்சுக் கிளி எல்லாம் உசிரோட இஞ்ச வந்து இப்படி நம்ம காலடியிலே வந்து, சத்தம் போடாம, அசைச்சு அசைச்சுக்கிட்டு நடந்தா எப்படியிருக்கும்?"

"நல்லாருக்கும். ஆனா, உசிரு எப்படி வரும்? சாமி பண்ற புறாவுக்கும் கிளிக்கும்தான் உசிரு இருக்கும்... ஐயோ!" என்று சிரித்தார் சுப்பையா – எழுந்து நடந்துகொண்டே.

"என்னா சார்?" என்று தானும் எழுந்து கூடவே நடந்தான் முத்தப்பன்.

"அன்னக்கி மெட்ராஸிலே சினிமாப் பார்த்தமில்ல? அதிலே வர பொம்பளை பஞ்சுப் புறா கணக்காவே இருந்தா; அவ காலுகூட புறா மாதிரியே இருந்திச்சு. ஆனா, என்ன அசிங்கம் லாம் பண்றா?" என்று சிரித்துக்கொண்டே வந்தார் அவர். "இத்தினி பேருக்கு நடுவிலே... சிவசிவா கருமம்... கருமம்..." என்று மேலும் சிரித்தார், சிரித்துக்கொண்டே நடந்தார். வீடு வரும்வரைக்கும் அவர் ஒன்றுமே பேசவில்லை.

6

நாலாவது சாருக்கு இப்போதெல்லாம் ஓய்ச்சல் ஒழிவு இல்லை. காலையிலும் மாலையிலும் பொம்மை பண்ணிக்கொண்டிருக்கிறார். காலையில் எழுந்தவுடன் டாக்டர் வீட்டுக்குப்போய், ஒரு மணி நேரம் குழந்தைக்குப் பாடம் சொல்லிக் கொடுத்துவிட்டு, அப்புறம் பக்தர் வீட்டுக்குப் போகிறார்; அங்கு ஒரு மணி.

அவர் பொம்மை செய்கிறது மேகம் போலிருக்கும். மேகம் ஒரு நிமிஷம் கரடியாக இருக்கும்; மறுநிமிஷம் மானாக இருக்கும்; அடுத்த நிமிஷம் காங்கோ மனுஷன் தலையாகும்; அப்புறம் முதலையாகும், செடியாகும் – அதைப் போலத்தான். பஞ்சைப் புஸ¬புஸ¬வென்று, நீராவிமாதிரி, மெல்லிசாகப் பட்டை போட்டுக்கொள்ளுவார் அவர். அப்புறம், விரல்களால்

எடுத்துக் வைத்துக்கொண்டேயிருப்பார். பார்த்துக்கொண்டே யிருக்கும்போது மூக்கு வரும், கண் வரும், கால் வரும், சிறகு வரும்; முடிந்துவிட்டாற்போலிருக்கும். அப்புறம் சுண்டு விரலால் என்னவோ செய்வார் – புறா அளகைப் பிளந்து கழுத்தை உப்பிக்கொள்ளும். மாயமான கை! மந்திரம் செய்கிற விரல்கள்! உடம்பு மாதிரியே அவர் கையும் விரலும் குச்சிகுச்சியாக இருக்கும். ஆனால், அந்த விரல் பட்டாலே போதும்; அவர் என்ன செய்தாலும் அது களையாக இருக்கும். பட்டணத்திற்கு அனுப்ப அவர் என்னென்னவோ செய்தார். பஞ்சுச் செட்டியார், பஞ்சுக் குழந்தை, பஞ்சுக் கிருஷ்ணன், பஞ்சுத் துரை, பஞ்சுக் காக்கை, பஞ்சு நாயனகோஷ்டி, பஞ்சு ஜிப்பி, பஞ்சுப் பிள்ளையார், பஞ்சுப் பிச்சைக்காரன், பஞ்சுத் தொம்பன், பஞ்சு மரைக்காயர், பஞ்சு காலேஜூப் பையன் – இப்படிப் புதுசு புதுசாக என்னென்னவோ வந்துகொண்டிருந்தன.

இதெல்லாம் அவர் செய்ய முடியும் என்று யாரும் இத்தனை நாளாகத் தெரிந்துகொள்ளவில்லை போலிருக்கிறது. இப்போது ஊரே கூடிற்று.

“ஓய், அம்மாமி சார்! – நீர் இத்தனை பெரிய ஆளா? போடு சாம்பிராணி! எனக்கு ஒரு புள்ளையார் பண்ணிக் கொடுமேய்யா – அப்படியே நாலு பக்கமும் கண்ணாடி டப்பா மாதிரி பண்ணிக் கடையிலே மாட்டி வைக்கிறேன்” என்று அமுத்தலாகக் கேட்டார் மளிகைக் கடை ரங்கசாமி அய்யர்.

“பட்டணத்து வேலை முடியட்டும்; அப்பறம் உங்களுக்கு எது வேணும்னாலும் செஞ்சுத் தாரேன்” என்று சிரித்தார் சார்.

“ஓய், ரூபா தரேன்யா; சும்மாக் கேக்கலெ.”

“பட்டணத்து வேலை முடிஞ்சப்பறம் சும்மாவே செஞ்சுத் தாரேன்” என்றார் நாலாவது சார்.

“ஆளைப் பார்த்தா கிராக்கு மாதிரி இருக்குறான். கையி எப்படிப் பேசுது பார்த்தீங்களா?” என்று மகாலிங்கம் செட்டியார் தூர நின்று பால ஜோஸ்யரிடம் சொல்லிக்கொண்டிருந்தார்.

இப்போது நாலாவது சார் உலாவ வருவதேயில்லை.

முத்தப்பனுக்கு ஆத்திரமாக வந்தது. அன்று காலை அவர் பள்ளிக்கூடத்துக்குக் கூப்பிட வந்தபோது மூஞ்சியைத் தூக்கிக்கொண்டு நின்றான்.

“உடம்பு சரியில்லையா? ஏன், தம்பி?”

“போங்க, சார். நீங்கதான் என்னோட பேசவே மாட்டேங்கிறீங் களே? பொம்மை பொம்மைன்னு பொம்மை பண்ணிக்கிட்டெ இருக்குறீங்க.”

“உன்னோட பேச வாண்டாம்னா இருக்கிறேன்? சட்டுப் புட்டுன்னு வேலை செஞ்சாத்தானே போட்ட ப்ளான்படி நடக்கும்?”

“எது?”

“ஆச்சியைக் காசி, ராமேசரம் அழைச்சிக்கிட்டு போக வாணாம்?”

“சுந்தரேசன் அளச்சிட்டுப் போகட்டுமே? அவன்தானே அவங்க பெத்த மகன்? அவனை நாலு உதை உதைச்சு அளச்சிக் கிட்டுப் போகச் சொல்றது!”

“ஏ, அப்பா! அவனையா? உதைக்கிறதா? அவன் செக்கொலக்கை மாதிரி இருக்குறான்; கண்டு கண்டா முண்டா ஏறிக் கிடக்கு கையெல்லாம். என்னை அப்படியே நசுக்கித் தேச்சிருவான் சுவரோடு சுவரா வச்சு. பொல்லாத ராச்சசன்ல!... இந்தப் பஞ்சு ஒண்ணு போறாது, அவனை அடிக்கிறதுக்கு?”

“பஞ்சு என்ன சார் பண்ணும்?”

“பஞ்சு பொம்மை பண்ணும். பொம்மை காசு கொடுக்கும், காசு காசிக்கி அளச்சிட்டுப் போகும். நான் அளச்சிட்டுப் போனப்பறம் ஊரெல்லாம் சிரிக்கும். ‘யாரோ அளச்சிட்டுப் போய்ட்டு வந்திருக்கான்; மவன்னு பேரு வச்சுக்கிட்டு இந்தப் பினாதிப் பய பாத்திட்டே உட்காந்திருந்தான், பாரு’ன்னு. உடனே வெட்கமாப் போயி, மறுபடியும் ஆச்சியை அளச்சிட்டுப் போய் ஊட்டோட வச்சுக்குவான் அவன்.”

முத்தப்பன் ஒன்றும் பேசவில்லை.

சற்றுக் கழித்து, “ஏன், பொம்மையெல்லாம் உனக்குப் பிடிக்கலியா?” என்று கேட்டார் சுப்பையா.

“ரொம்பப் புடிச்சிருக்கு, சார். ஆனா, நேத்து நான் மதவாங்கரையிலே தனியா உட்காந்திருந்தேன். எங்க பாத்தாலும் பனி மூட்டமா இருந்தது. காக்காயெல்லாம் பறந்து போச்சு. செவர்க் கோளியெல்லாம் சத்தம் போட்டுது. ஆட்டு மந்தை ஒண்ணு பெரிசாப் போயிட்டிருந்தது. அப்புறம் வாத்து மந்தை ஒண்ணு வாக் வாக் வாக்குனு வாலையும் உடம்பையும் அசைச்சு அசைச்சுக்கிட்டுப் போச்சு. அன்னக்கி உட்காந்திருந்தமே,

அதைவிட நல்லா இருந்துது நீங்கதான் பொம்மை பண்ணிக் கிட்டு இருந்திட்டீங்க."

இதன் பலனாக அன்று மாலை அவனுடன் உலாவப் போகச் சேர்ந்துகொண்டார் சுப்பையா. மறுநாளும் வந்தார். அன்று சொன்னார்:

"தம்பி! எனக்கு இன்னமே வரமுடியாது. நீயும் வந்து பொம்மை பண்றப்ப கூடவே இரு; போது போயிடும். நீயும் எனக்கு ஒத்தாசை பண்ணினா உனக்கும் பொம்மை பண்ண வந்திரும்."

அன்று தொடங்கி மாலை வேளைகளில் அவர் வீட்டிலேயே கிடந்தான் முத்தப்பன். வெள்ளைக்காரப் பொம்மைகூடப் பண்ண ஆரம்பித்துவிட்டார் நாலாவது சார் – கவுன் போட்ட துரைசானி.

சட்டென்று என்னமோ செய்தார் அவர். வெள்ளைக்காரன் துரைசானியைக் கட்டிக்கொண்டு முத்தம் கொடுத்தவாறு நின்றான். "நான் பட்டணத்திலே பயாஸ்கோப்பிலே பார்த்தேனே, இந்த மாதிரிதான் அசிங்கம் பண்ணிட்டே இருந்தாங்க" என்று மெதுவாகச் சொல்லிச் சிரித்தார். மறுகணமே இரண்டு பேரையும் பிரித்துவிட்டார் – இரண்டும் இப்போது தனித் தனியாக, தூர தூர நின்றன.

ஒரு வாரத்துக்கு ஒரு தடவை பொம்மையெல்லாம் ரயிலுக்குப் போகும். பெரிய கூடையில் கடுதாசி, காய்ந்த புல் எல்லாம் போட்டு பொம்மைகளை அலுங்காமல் வைத்து, பார்சலில் புஷ்பம் அனுப்புவது போல் அனுப்புவார் நாலாவது சார். மறுநாள் காலையில் எழும்பூர் ரயிலடிக்கு வந்து அதை எடுத்துப் போவாராம் கடைக்காரர்.

துரை – துரைசானி பொம்மைகளும் ஒவ்வொரு வாரமும் போயின. அவரும் ஒவ்வொரு நாளும் அந்த வேடிக்கை காண்பிக்காமல் இருக்கமாட்டார். இரண்டையும் கட்டி முத்தமிடச் செய்து, மெதுவாக "இந்த மாதிரிதான் – வெட்க மில்லாம கட்டிக்கிட்டு நிப்பாங்க" என்று சொல்லிவிட்டு உடனே பிரித்தும் விடுவார்.

ஹம்ஸவல்லியும் இப்போது பஞ்செல்லாம் பட்டை போடுகிறாள். நீராவி மாதிரி மெல்லிதாக்கித் தூசி தும்பு நீக்கித் துப்பரவு செய்து கொடுக்கிறாள். "ஐயோ, இந்தப் புறா எத்தினி அளகாத் தலையைத் தூக்குது, பாரு" என்று அதன் மார்பையும் வயிற்றையும் கன்னத்தில் வைத்துக்கொள்வாள்; முகர்ந்து

பார்ப்பாள்: துரைசானி. துரை பொம்மைகளைப் பார்த்துச் சிரி சிரி என்று சிரிப்பாள். சாயங்காலம் ஐந்து மணியிலிருந்து ஏழு மணிக்குள் இரண்டு தடவை டீ போட்டுக்கொண்டு வந்து கொடுப்பாள். ஆச்சி கருவடாம் பொரித்து மரத்தட்டில் எடுத்து வந்து வைப்பாள். அதுகூடப் பஞ்சு மாதிரி இருக்கும்."

"ஆச்சி ஒரு வேடிக்கை காட்டட்டுமா?" என்றார் சுப்பையா, ஒரு நாள்.

"என்னய்யா வேடிக்கை?"

"இருங்க" என்று உள்ளே போனவர், ஒரு பனையோலை கூடையிலிருந்து நாலைந்து பொம்மைகளை எடுத்து வந்து வரிசைப்படுத்தி வைத்தார். ஐயோ! ஐயோ! ஆச்சி மாதிரி ஒரு கிழவி, முத்தப்பன் மாதிரி ஒரு பையன், நாலாவது சார் மாதிரி பொம்மை பண்ணுகிற ஒரு ஆள், ஹம்ஸவல்லி மாதிரி – பட்டை போடுகிற ஒரு பெண் பிள்ளை – எல்லாம் சின்னச் சின்னதாகப் பஞ்சில் உருவாகியிருந்தன.

"இது என்னாடி மாயம்! எப்பய்யா செஞ்சே இதெல்லாம்?" என்று வியப்புத் தாங்காமல் தாடையைப் பிடித்துக்கொண்டாள் ஆச்சி.

"ராத்திரி நீங்கள்ளாம் தூங்கினப்பறம்" என்று சிரித்தார் சுப்பையா.

ஒருநாள் பொம்மை பண்ணும்போது 'ஆச்சி, இன்னக்கி என்னா தேதி?" என்று கேட்டார் அவர்.

"முந்தா நேத்து தானேய்யா வருசப் பொறப்பு? இன்னக்கி மூணு தேதின்னு நான் சொல்லித்தான் தெரியணுமா?"

"எனக்குத் தெரியும்; அதனாலெதான் சொல்றேன். இன்னக்கி எட்டா நாளு பள்ளிக்கூடம் மூடறாங்க, கோடைக்கு. அதுக்கு மறுநா நாம மூணு பேரும் இத்தினி நேரம் ரயிலுக்குப் புறப்பட்டுக் கிட்டிருப்போம். அதுக்கும் மறுநா இத்தினி நேரம் பட்டணத்திலெ செத்த காலேஜி, சமுத்ரம் அல்லாம் பாத்துக்கிட்டிருப்போம். அதுக்கும் மறுநா ரயில்லே காசிக்குப் போய்க்கிட்டிருப்போம். அதுக்கும் மறுநாளைக்கு மறுநா காசியிலே முழுகிப்புட்டு விச்வநாத சாமி கோயில்ல நின்னுக்கிட்டிருப்போம்."

"நெசமாத்தானா?" என்று அறிந்தாற்போலக் கேட்டாள் ஆச்சி.

"நெசமாத்தானாவா?" என்று உள்ளே எழுந்து போனார் சுப்பையா. நீலமாக ஒரு ட்ரங்குப் பெட்டியைக் கொண்டு வந்தார்.

நாலு சட்டை, நாலு வேட்டி, துண்டுகள், நாலு புடவைகள் – எல்லாம் புதிதாகக் கோடி மணமும் வாடையுமாகக் கொச கொசத்தன. 'என் சட்டை வேட்டிங்க – அம்சத்துக்குப் புடவை – இப்ப புரியுதா, நெசமா இல்லியான்னு? இனிமே உங்களுக்கு ரண்டு புடவை வாங்க வேண்டியதுதான் பாக்கி."

ஆச்சி எல்லாவற்றையும் பார்த்தாள். கண் கலங்கிவிட்டது அவளுக்கு. "நீதான்யா எம் புள்ளே! அம்ஸம்! நீதான் எம் மருமவ!" என்று கரகரத்தாள். அப்புறம் பேச முடியவில்லை. கன்னம், கண்களை சேலைத் தலைப்பால் துடைத்துக்கொண்டாள்.

○○○

அன்றிரவு மீண்டும் தூக்கம் வரவில்லை முத்தப்பனுக்கு. ஆச்சியுடன் நாலாவது சார் காசிக்குப் போகப் போகிற சேதியை அம்மாவிடம் சொல்லிக்கொண்டிருந்தான். அம்மா முதலில் அதை நம்பவில்லை. அவன் பந்தயம் கட்ட ஆரம்பித்தான்; சத்தியம் செய்தான்; 'என் பேரை மாற்றிக்கொள்கிறேன்' என்று சூள் விடுத்தான். 'நீ சொன்னத்தியேதான் சொல்லிக்கிட்டிருப்பே' என்று மூக்கு விடைக்க, அழுகை முட்டக் கத்தினான். அம்மா சிரித்தாள், அவனுடைய ஆங்காரத்தைப் பார்த்து. ஆனால், அவளுடைய அவ நம்பிக்கை ஆட்டம் கொடுத்துவிட்டது.

"நெசமாத்தானா, நெசமாத்தானா?" என்று கேட்டுவிட்டு, "இது என்னாடி அதிசயமாயிருக்கு! காலையிலே போய்க் கேட்டுப்பிடறது!" என்று கங்கணம் கட்டிக்கொண்டாள்.

ஆனால், காலையில் அவள் குளிக்கப் போகும்போது நாலாவது சார் வந்தார். "ஆச்சிக்கு ஜுரம். ஒரே எரப்பா எரைக்குது" என்று முகம் விழுந்தவாறு சொன்னார்.

உண்மைதான். அம்மா போனாள்; அப்பா போனார்; முத்தப்பனும் போனான். ஆச்சியினால் நடக்க முடியவில்லை, எழுந்து உட்காரக்கூட முடியவில்லை. ஜுரம். மூச்சுவிட முடியாமல் இரைப்பு வேறு. டாக்டரைக் கூட்டி வந்தார்கள். அவர் நாடியைப் பிடித்துப் பார்த்தார். கையில் ரப்பர் கட்டி, புஸ்புஸ் என்று ரப்பர்ப் பந்தை அமுக்கி என்னமோ அளந்தார். ஆச்சி மலங்க மலங்க விழித்தாள்.

பிறகு சுந்தரேசன் ஓடி வந்தான். அவன் பெண்டாட்டியும் ஓடி வந்தாள். டாக்டர் என்னமோ சொல்லிக்கொண்டிருந்தார். உடனே ஆச்சியை ஒரு வண்டியில் போட்டு, கந்தரேசனின் வீட்டுக்குக் கொண்டு போய்ப் படுக்க வைத்தார்கள்.

இரவு மறுபடியும் அங்கு டாக்டர் போய்ப் பார்த்தார். "தஞ்சாவூர் ஆஸ்பத்திரிக்குத் தூக்கிப் போங்க. இஞ்ச வச்சிக்கிட்டிருந்து பிரயோசனமில்லை" என்றாராம்.

ஆச்சி மயக்கமாகக் கிடந்தாள். ஏழு நாள் கிடந்தாள். கண்ணைத் திறக்காமலேயே முனகி முனகிக்கொண்டிருந்தாள். கடைசியில், தஞ்சாவூரிலிருந்து நோயாளி மோட்டாரைக் கொண்டு வர ஆள் போயிற்று. ஆனால், அது வருவதற்குள் ஆச்சியே இல்லை.

அன்று ஞாயிற்றுக்கிழமை. பள்ளிக்கூடம் இல்லாதது மட்டுமில்லை, கோடை விடுமுறையும் விட்டாகிவிட்டது.

அம்மாவும் அப்பாவும் சுந்தரேசன் வீட்டுக்குப் போனார்கள். முத்தப்பனும் போனான். வழக்கம் போலப் புலம்பல் கேட்டது. சுந்தரேசனுக்கு ஒரு அக்கா உண்டு. அவளும் அவள் புருஷனும் வந்திருந்தார்கள். கந்தரேசனின் தம்பி, நொண்டிப் பிள்ளை – அவன் மதுரையில் இலவசச் சாப்பாடு சாப்பிட்டு, இலவசமாகத் தமிழ் படித்துக்கொண்டிருந்தானாம் – அவனும் வந்துவிட்டான்.

வாசலில் நுழைந்ததும் பெரிய அறை. ஐம்பது, அறுபது பேர் உட்காரலாம். அதன் ஓரத்தில் ஆச்சியைப் போட்டிருந்தார்கள். இப்பால் ஊர் ஜனங்கள் பத்துப் பன்னிரண்டு பேர். நாலாவது சாரும் சிரிக்காமல் உட்கார்ந்திருக்கிறார். நாலாவது சார் சிரிக்காதது மட்டுமில்லை; நினைத்து நினைத்து விசும்புவார்; எழுந்து போய் ஆச்சியைப் பார்ப்பார்.

"ஆச்சி, காசிக்குப் போகணும்னீங்களே? தனியாப் போயிட்டீங்களே!" என்று சொல்லிக்கொண்டே நீளக் கேவிவிட்டு, நின்று பார்த்துவிட்டு வந்து உட்காருவார்.

முத்தப்பன் அவரைத்தான் பார்த்துக்கொண்டிருந்தான். அவரும் அவனும் தனியாக உட்கார்ந்திருந்தார்கள். அவனைப் பார்த்துக் கையைக் கையை விரித்தார் அவர். "பஞ்சுப் பொம்மையெல்லாம் பண்ணிக் காசு சேர்த்தோம்; ஆச்சி காசிக்குப் போகாமலே பஞ்சடைஞ்சிட்டாங்க" என்று முணுமுணுத்தார். இப்படி வெகு நேரமாயிற்று.

சற்று வெறித்துப் பார்த்தார், நாலாவது சார். திடீர் என்று அவர் முகம் கோணிற்று. புருவத்தைத் தூக்கிப் பெரிதாக விழித்தார். முறைத்தார் அப்படியே ஒரு நிமிஷம் போயிற்று. இரண்டு கைகளும் இறுக மூடிக்கொண்டன.

"ஹே . . .ய்" என்று பேய் மாதிரி ஒரு சத்தம் போட்டார். எல்லாரும் நடுநடுங்கியவர்களாய் அவரைத் திரும்பிப் பார்த்தனர்.

“வந்துப்ட்டேண்டா, வந்துப்ட்டேன்!... காசி விச்வேசர்ர்ர்ர்ர்!” என்று நீள இழுத்தார். சடாலென்று ஒரே பாய்ச்சலாகப் பாய்ந்தார். “அட யமப்பயலே! வந்திட்டேண்டா!” என்றார். முழங்காலைக் கட்டிக்கொண்டு, நடுங்கிப் பார்த்துக்கொண்டிருந்த சுந்தரேசனிடம் பாய்ந்தார். அவனுடைய குடுமியை இடது கையால் வாரினார்: கீழே அமுக்கினார். இறுக்கி மூடியிருந்த கையினால் படேர் படேர் என்று அவனுடைய முதுகில் குத்தினார். மொத்து மொத்தென்று குத்துக்கள் விழுந்தன. எலும்புக் கையின் குத்துகள் மடமடவென்று விழுந்தன.

“ஆத்தா சார், அக்கா சார்!” என்று அங்கு இருந்தவர்கள் எல்லோரும் பாய்ந்தார்கள். ஒரே தள்ளாக எல்லாரையும் தள்ளினார் சுப்பையா. கையை வீசினார். அந்த வீச்சு பலத்த அடியாக நாலைந்து பேரின் நெற்றியிலும் கன்னத்திலும் மூக்கிலும் விழுந்தது. மீண்டும் சுந்தரேசனின் முதுகை நோக்கிப் பாய்ந்தது குத்து.

சுந்தரேசன் ‘அய்யோ, அப்பா!’ என்று அலறினான். அவனால் எழ முடியவில்லை. குடுமியை சுப்பையாவின் இடதுகை லாவியிருக்கிறது. நகர முடியவில்லை. முப்பதோ நாற்பதோ, ஐம்பதோ – எண்ண முடியவில்லை. குத்துகள் விழுந்துகொண்டேயிருந்தன. அருகில் போக முடியவில்லை. சடாரென்று வெற்றிலை பாக்குக் கடை பாலகிஷ்டு ஓடி வந்தான். ஒரு இம்மாக அம்மி, பின்பக்கமாக முதுகைக் கட்டி நாலாவது சாரைப் பிடித்தான். கையை இரண்டு பேர் பிடித்தார்கள்.

“காசி விச்வேசர்றா!” என்று பிடிபட்ட சுப்பையா கத்தினார். சுந்தரேசன் எழுந்தான். இடுப்பில் சோமனைக் கட்டிக்கொண்டு வந்தான். “ஸ்வாமி, விச்வேசா! நான் என்ன பண்ணினேன்? உங்களுக்கு என்ன வேணும்? சொல்லுங்களே” என்று அழுதான். அதற்குப் பதில் அவனுடைய வயிற்றில் ஒரு உதை பலமாக விழுந்தது. பின்னால் நகர்ந்து சுவரில் தலை மோத விழுந்தான்.

“எனக்கு ஒண்ணும் வாணாம்டா. நான் இருக்கற ஊர்லெ சாகாட்டியும், நீ இருக்கற ஊட்டிலே சாக வச்சது நான்தாண்டா, டே...ய்!”

சுந்தரேசன் ஓடினான். சூடத்தை எடுத்து வந்து தீப்பெட்டியை உரசி ஏற்றிக் காசி விச்வேசருக்குக் காண்பித்தான்.

விச்வேசர் மலை ஏறினார். நாலாவது சார் அப்படியே துவண்டு உட்கார்ந்துவிட்டார். ஐம்பது, அறுபது குத்துகள் விட்ட அவருடைய கையும் அதைத்துக் கிடந்தது.

பிறகு ஆச்சியின் உடலை எடுத்துப் போனார்கள்.

காவேரிக்குப் போய்விட்டு வந்து சாப்பாடு முடிய மாலை நான்கு மணி ஆகிவிட்டது. நாலாவது சார் ஆறுமணி சுமாருக்கு வந்தார்.

"எத்தினி நாளாய்யா கரம் கட்டிக்கிட்டிருந்தே? சுந்தரேசனை யும் சேர்த்து ஆச்சியோட கொண்டு போகணுமோன்னு பயமாப் போயிடிச்சிய்யா, அல்லாருக்கும்...ம்" என்று சிரித்தார் அப்பா. முத்தப்பனுக்கு அப்போது பயமாயிருந்தது. இப்போது நினைக்கும் போது சிரிப்பாக வந்தது.

"இல்லீங்க – காசி, ராமேசரம்லாம் அளச்சிக்கிட்டுப் போறேன்னு சொல்லியிருந்தேன் ஆச்சி கிட்ட. ஏற்பாடெல்லாம் கூடப் பண்ணிப்ட்டேன். திடீர்னு என் மூஞ்சியிலெ கரி பூசினாப்பல ஆயிடிச்சு. நினைச்சுக்கிட்டேயிருந்தேன். வேகம் வந்திரிச்சு. எனக்கே என்ன செஞ்சேன்னு புரியலெ. அப்பறம் நான் சுந்தரேசனை ரொம்ப அடிச்சுப்ட்டேன்னு சொன்னாங்க அல்லாரும். எனக்கு என்னமோ சொப்பனம் மாதிரி இருக்கு" என்று இளித்தார் நாலாவது சார். அப்புறம் தன் ஏற்பாடுகளை யெல்லாம் சொல்லி, பேச முடியாமல் கண்ணீர் விட்டார்.

"இத்தனை அமக்களம் பண்ணினீங்களே – கூடவே குடியிருந் திருக்கு ஆச்சி. உடம்பைக்கூடப் பார்க்க உங்க பொஞ்சாதி வரலையே – ஏன் சார்?" என்று அம்மா கேட்டாள்.

நாலாவது சார் சிரித்தார்.

"ஒண்ணுமில்லீங்க" என்றார்.

"சொல்லுங்களேன். அப்படியா இருப்பாங்க எட்டிப் பார்க்காம? சுந்தரேசன், அவன் பொண்டாட்டி ரண்டு பேர் மேலியும் கோவத்தைக் காட்ட இதுவா நேரம்?..." என்றாள் அம்மா.

"கோவம் இல்லீங்க."

"பின்னே என்ன?"

"அம்ஸம் வரதாகத்தான் கௌம்பிச்சாம். கடசீலே, அசிங்கம் புடிச்சாப்பல இருக்குதா? – மேலண்டை வீட்டு அம்மா சொன்னாங்களாம் – இப்ப போவாண்டாம்னாங்களாம். பேசாம இருந்திச்சு'!'

"என்னய்யாது? நல்லாத்தான் சொல்லுமேன்?

“புள்ளத்தாச்சியா இருக்கறப்ப, செத்த ஊட்டுக்குப் போவானேன்னாங்களாம்.”

“அப்படிச் சொல்லுடீ, ஆத்தேன்னாளாம்! முளுவாம இருக்குதா அம்ஸம்?”

“ஆமாங்க – அசிங்கம்!... நான் வரேங்க” என்று எழுந்தார் சுப்பையா.

“அட இருங்கய்யா! எத்தினி மாசம்? ஒண்ணும் சொல்லாம போனா?”

“எனக்குத் தெரியாது, நீங்க போய்க் கேளுங்க” என்று சட்டையை மாட்டிக்கொண்டு சிரித்துக்கொண்டே நடந்தார் அவர்.

“என்னம்மா?” என்று விழித்தான் முத்தப்பன்.

“நாலாவது சாருக்குப் பாப்பா பொறக்கப் போவுது” என்று அம்மா சிரித்தாள்.

“ஐயைய!” என்றான் முத்தப்பன்.

“பேச்சை எடுத்தவுடனே கிளம்பிரிச்சே, முளுச்சேதியும் சொல்லாம... நீ போய்க் கேளுடா உங்க வாத்தியாரை, எப்ப பாப்பா பொறக்கப் போவுதுன்னு?” என்றாள் அம்மா.

“போம்மா! அசிங்கம்மாப் பேசிக்கிட்டு” என்று உதட்டைப் பிதுக்கினான் முத்தப்பன். அவன் உடம்பெல்லாம் கிச்சுக்கிச்சுப் பண்ணுவது போலாகிவிட்டது. நாலாவது சாரின் வீட்டில் பஞ்சு துரைசானியும் பஞ்சு துரையும் கட்டிக்கொண்டு நிற்பது போலிருந்தது அவனுக்கு.

(*சுதேசமித்திரன் தீபாவளி மலர்*, 1964)

வீடு

"யாரது? யாரது"ன்னேன். "கேட்டை அப்புறம் திறக்கலாம் யாருன்னு சொல்லுங்க,"

"இங்கேதானே சந்தானம்னு–"

"ஆமாம். நான்தான் சந்தானம். என்ன வேணும் உங்களுக்கு?"

"குட்மானிங்."

"குட்மானிங், என்ன வேணும்?"

"இந்த வீடு . . ?

"வீடு கீடெல்லாம் விக்கிறது கிடையாது."

"விக்கப் போறதாகக் கேள்விப்பட்டேன் . . ."

"அதெல்லாம் கிடையாது கிடையாது, சார். வீடு விக்கிறதில்லை . . . அப்புறம் ஏன் நிக்கிறீங்க?"

அப்புறம் ஏன் நிற்கிறான்? 'கேட்டை'த் திறப்பேனா? முகம் கொடுத்துத்தான் பதில் சொல்வேனா? வீடு வாங்குகிற மூஞ்சியைப் பாரு!

வீடு வாங்குகிறான்களாம் வீடு! ஏன், சொந்த வீடு இல்லாவிட்டால் உடம்பு கேட்காதோ, சாப்பிடாதோ, படுக்காதோ, நடக்காதோ? எதற்காக வீடு வீடு என்று அலையறான்கள்? வீடு இல்லா விட்டால், செத்துப் போனதும் அங்கே வீடு கொடுக்க மாட்டேன் என்று சொல்லிவிடுவாரோ சாமி? என்னமோ இடுப்பில் கட்டிக்கொண்டு போகப் போகிறது மாதிரியல்லவா பறக்கிறான்கள். சொந்த

தி. ஜானகிராமன்

வீடு இல்லாமல் குடியா முழுகிப் போய்விடும்? சொந்த வீடு வைத்துக்கொண்டு நான் என்ன வாழ்ந்துவிட்டேன்? என்னைப் பார்த்தால் தெரியவில்லையா?

"இது ரொம்ப டேஞ்சரஸ் வீடு வாங்காதே . . ." என்று சொன்னால் தெரியுமா? வாங்கிப் பார்த்து அனுபவிக்கிற போதல்லவா தெரியும்? வேண்டாம். பேசாமல் போங்கள். போய்விடுங்கள். பணம் இருந்தால் பாங்கில் போட்டு வையுங்கள். இப்பொழுதெல்லாம் பாங்குக்காரர்கள் பணம் பணம் என்று பறக்கிறார்கள். அரை வட்டி, முக்கால் வட்டி கூடக் கொடுக்கத் தயாராயிருக்கிறார்கள். கறுப்புப் பணமோ? பயமாயிருக்கிறதோ? அப்படியானால் கறுப்பு விலைக்கே நகையாக வாங்கி வைத்துக்கொள்ளுங்கள் . . . ஓகோகோ! நகையாக வாங்கினால் அதைப் பெண்டாட்டி மீது போட வேண்டும் – அதற்கு மனசு இடம் கொடுக்கவில்லையாக்கும்? ஏதாவது ஹோட்டல், கீட்டல், கடைகிடை என்று வைத்துத் தொழில் பண்ணுங்கள். ஹோட்டல் வைத்து மக்களுக்குத் தொண்டு செய்யுங்கள். குருக்ஷேத்திரத்துக்குச் சோறு போட்ட நாடு ஒரு படி அரிசிக்கு லபோலபோ என்று பறக்கிறது. ஹோட்டல் வைத்தால் உங்களிடம் வந்து சாப்பிட்டுவிட்டுப் போய்விடுவார்கள். பாரத மாதா சுபிட்சமாக வளர்ந்து கொண்டிருக்கிறாள் – என் பெண்டாட்டி மாதிரி. ஏகப் பருமனும் உயரமுமாக வளர்ந்துவிட்டாள். அவளுக்குக் கூடை கூடையாக முகப் பவுடர், உதட்டுச் சாயம் எல்லாம் வேண்டியிருக்கிறது. நைலான் கைலான் புடவையெல்லாம் வேண்டியிருக்கிறது. தினம் ஒரு சினிமா பார்க்க வேண்டியிருக்கிறது. பழைய பாரத மாதா இல்லை அவள்; சுதந்திரப் பெண்டு. பழைய கட்டுப்பெட்டி இல்லை; புதுப்பெண்டு. அவளுக்குக் கார் வேண்டும், ஸ்கூட்டர் வேண்டும்; அறுநூறு மைல் வேகத்தில் பறக்கிற விமானம் வேண்டும். தாயார் இப்படிக் கிடந்து பறக்கும்போது ஏன் இப்படி சொந்த வீடு சொந்த வீடு என்று அலைகிறீர்கள்? சோறு சோறு என்று சாரி சாரியாகத் தெருவிலும் சந்திலும் நின்று ஏன் இப்படிப் பறக்கிறீர்கள்? உங்களுக்கு வெட்கமா இல்லை? பரதேசி மாதிரி, பிச்சைக்காரர்கள் மாதிரி அரிசிக்கு நிற்க உங்களுக்கு வெட்கமாக இல்லை? தாயாரின் நல்ல பேரைக் கெடுக்காதீர்கள். அவளை நடக்க விடாதீர்கள். காரும் ஸ்கூட்டரும் வாங்கிக் கொடுங்கள். போங்கள்– போங்கள்.

வீடு விலைக்கு வேணுமாம்! கிடைக்காது, கிடைக்காது, போங்கள். தலைகீழாக நின்றாலும் கிடைக்காது. இவளே தலைகீழாக நின்றாலும் கொடுக்கமாட்டேன். எத்தனை நாளாக இவள் பூச்சாண்டி காட்டுகிறாள்! நான் அதற்கே மசியவில்லை.

தெருவோடு போகிற நீங்கள் கேட்டா கொடுக்கப் போகிறேன்? அதெல்லாம் முடியாது போங்கள்.

என்னை யார் என்று உங்களுக்குத் தெரியாது. குருசாமி என்று ஒருத்தர் இருந்தாரே, கேள்விப்பட்டிருக்கிறீர்களா? உங்களுக்கு என்ன வயது? இருபதா? – போதாது... முப்பதா? இதுவும் போதாது – நாற்பதா? பாதகமில்லை. ஆனால், அதுகூடப் போதாது என்றுதான் சொல்லுவேன். உங்களுக்கு ஐம்பது வயதாக இருந்தால் குருசாமியைப் பார்த்திருப்பீர்கள், அல்லது விபரம் தெரிந்த, பக்குவமான இருபது வயதில் அவரைப் பற்றிக் கேள்விப்பட்டிருப்பீர்கள்.

குருசாமி எங்கள் தாத்தா. இந்தியாவில் பஞ்சாப் என்ன, பாட்னா, பம்பாய் என்ன, இன்னும் எத்தனையோ ஊர்க்கோர்ட்டுகளில் நடந்த கேஸ் எல்லாம் அவருக்குத் தலைகீழ்ப்பாடம். அவர் எந்தக் கோர்ட்டில் ஆஜரானாலும் சங்கீதக் கச்சேரியைக் கேட்கிற மாதிரி கூட்டம் கூடும். அவர் பேச்சைக் கேட்க அத்தனை ஆசை ஜனங்களுக்கு. கோர்ட்டா, பொதுக்கூட்டமா என்று சந்தேகம் வந்துவிடும். ஜிலுஜிலுவென்று, ஒரு தட்டின்றி ஒரு தடங்கலின்றிப் பேசுவாராம். ஜட்ஜ், எதிர்க் கட்சி வக்கீல், இன்னும் பரம விரோதிகள்கூட வாயைப் பிளந்து கேட்டுக்கொண்டிருப்பார்களாம். எந்தப் புத்தகத்தை எடுத்தாலும் – அது எத்தனை பெரிய புத்தகமாயிருந்தாலும் – ஒரு தடவை வாசிப்பாராம். அப்புறம் அதை மூடிவைத்தால், அப்படியே பாராமல் வரிவரியாக, வார்த்தை வார்த்தையாகச் சொல்லுவாராம் – இதையெல்லாம் அம்மா சொல்லிக் கேட்டிருக் கிறேன் – குருசாமி எனக்கு அம்மாத் தாத்தா.

நான் பள்ளிக்கூடம் போக ஆரம்பித்தபோது குருசாமித் தாத்தா கோட்டுப் போட்டுக்கொள்ளவில்லை. கோர்ட்டுக்குப் போகவுமில்லை. திண்ணையில் முழு வழுக்கையும், காலர் இல்லாத கிழச்சட்டையுமாக நாற்காலியில் உட்கார்ந்துவிட்டார். வெள்ளைவெளேர் என்று சட்டை போட்டிருப்பார் – பத்திரிகை வாசிப்பார்.

வாசலோடு கலியாண ஊர்வலம் போகும். கோயில் உற்சவத்தின்போது சாமி பவனி போகும். வீட்டுவாசல் முன் நிற்காமல் போகாது. தாத்தாவைக் கண்டால் நின்று ஒரு ராகம் வாசித்து, ஒரு கீர்த்தனம் வாசித்துவிட்டுத்தான் நாதஸ்வரக் காரர் அப்பால் நகர்வார். அந்தக் காலத்தில் கோவிலுக்குப் பொட்டுக்கட்டுகிற வழக்கம் உண்டு. தாசிகள் என்று தனியாகச் சிலபேர் இருந்த காலம். ஸ்வாமி புறப்பட்டு வரும்போது பூதம், பாண்டு, நாதசுரம், பொய்க்கால் குதிரை இவற்றோடு

தி. ஜானகிராமன்

பொட்டுக்கட்டின புவனேச்வரியும் தன் அம்மாவோடு சிலுக் சிலுக்கென்று நடந்து வருவாள். ஐயோ, ஐயோ! அவளைப் பார்க்கிறபோது எனக்கு உடம்பெல்லாம் சுடும். ஆண்டாள் மாதிரி கொண்டைப் பின்னல் போட்டிருக்கும். தலைக்கு நடுவில் வகிட்டிலிருந்து சுட்டிப்பதக்கம் தொங்கும். உச்சந்தலைக்கு இருபக்கமும் சந்திரப் பிரபை, சூர்யப் பிரபை. காலில் சிகப்பு நிஜார். அதற்குமேல் வரிந்து கட்டின புடவை. மூக்கில் புல்லாக்கு. நெற்றியில் சாந்துப்பொட்டு. வாய் நிறைய வெற்றிலை.

ஐயோ! எத்தனை பெரிய கண்: கன்றுக்குட்டிக் கண் மாதிரி. இடது கைச் சுண்டுவிரல் நகத்தால் அவள் வெற்றிலைக் கசிவை உதட்டிலிருந்து வழித்துவிடுவாள். வேர்வையை உதறுவாள். ஐயோ! இப்போது நினைத்தாலே உடம்பெல்லாம் சுடுகிறது. ஒரு கன்னத்தில் எப்போதும் வெற்றிலை உப்பல். அவள் நடக்கிற போதே 'க்ணிக் க்ணிக்' என்று மெட்டி ஒலிக்கும். சதங்கை குலுங்கும். வீட்டுக்கு முன்னால் ஸ்வாமி வரும். நாதஸ்வரம், தவுல் எல்லாம் சட்டென்று ஓய்ந்துவிடும். அந்த நிசப்தத்தில் கொடிமாதிரி புல்லாங்குழல் எழும். சுருதிப்பெட்டி ரீங்கரிக்கத் தொடங்கும். கிழவி பாடுவாள், ஒரு ஒன்றரைக் கண்ணனும் பாடுவான். கன்றுக்குட்டிக் கண்ணைச் செருகியும் சுழற்றியும் அந்தப் பெண் ஆடுவாள்.

மற்ற இடங்களில் மூன்று நிமிஷம் நடக்கிற சதிர், எங்கள் வீட்டெதிரே ஐந்தாறு நிமிஷம் நடக்கும். கிழவி காவிப்பல்லைத் திறந்து பாடுவாள். என்னைக் கேட்டால் கிழவிதான் அழகு என்று சொல்லுவேன். அவளுக்கு உடம்பு நல்ல தாட்டியாக இருக்கும். சிரித்தால் கண்ணிடுங்கி அசாத்தியமான களையாக மலரும். பெண்ணின் முகத்தில் வழவழப்பையும் கண்ணையும் தவிர வேறு ஒன்றும் பார்க்க முடியாது. பெண்ணைப் பார்த்தால் என் உடம்பு குப்பென்று சூடு பறக்கும் என்றேனே, அவள் அம்மாவைப் பார்த்தால் என் காலெல்லாம் நடுங்கும். ஓடிவிட்டால் தேவலை போலிருக்கும். உடம்பே நிலை கொள்ளாது. அவ்வளவு மோகனம். சதிர் முடிந்த பிறகு மறுபடியும் 'பீப்பீ பீப்பீ' என்று சீவாளி தட்டிவிட்டு நாதஸ்வரம் பழையபடி கிளம்பும். காஸ் விளக்கு நகரும், சாமி நகரும், கிழவி திண்ணைப் பக்கம் வந்து 'நமஸ்காரங்க' என்று தாத்தாவைக் கும்பிடுவாள்.

"யாரு! முத்துவா? சௌக்யமா இருக்கியா?" என்று இடுப்பில் கையை வைத்து மேலேயிருந்தவாறு, பார்த்துக்கொண்டே கேட்பார் தாத்தா.

"இருக்கிறேங்க" என்பாள் கிழவி. சற்றுக் கம்மல் குரல்; நிறைய வெற்றிலை போடுவதாலோ என்னமோ தெரியவில்லை

– குடிக்கிறார்களே அவர்கள் குரல்கூட இப்படிக் கம்மி விடுமாம்; எப்படியாவது இருக்கட்டும் – அந்தக் கம்மல் கொஞ்சம் ஆண் குரல் மாதிரி கேட்கும். ஆனால், அந்தக் கம்மல் என் உடம்பில் புகுந்து என்னை என்னமோ பண்ணும். நான் அப்போது நாலாவது பாரம் வாசித்துக்கொண்டிருந்தேன். கிழவியின் குரலும் நாணிய சிரிப்பும் என் முதுகில் நடுக்கமாக ஓடும். மாட்டின் முதுகில் கை வைத்தாற்போல என் தோல் சிலிர்க்கும். நெஞ்சு உதறும். பெரிய நாகஸ்வரமாக இருந்தால் ஒரு அரைமணி தாத்தாவுக்கு முன் கச்சேரி – கடைசியில் கும்பிடு – தாத்தா விசாரணை – எல்லாம் நடக்கிற வழக்கம். நாகஸ்வரக்காரர்கள் மட்டும் இல்லை. வாசலோடு யார் போனாலும் தாத்தாவுக்கு ஒரு கும்பிடு உண்டு. கடைக்காரர்கள், புரோகிதர்கள், ராமாயண சாஸ்திரியார்கள், ஓதுவார்கள், சங்கீதக்காரர்கள், நாட்டு வைத்தியர் யாராயிருந்தாலும் எதிரே நாலு வீடு தள்ளியிருக்கிற கோயில் திண்ணைப் பிள்ளையாருக்குப் போடுவது போல் தாத்தாவுக்கும் ஒரு கும்பிடு போடாமல் நகரமாட்டார்கள். தாத்தா பார்த்துப் பதில் கொடுத்தாலும் கொடுப்பார்; பேசாமலும் இருப்பார்.

அப்பேர்ப்பட்ட தாத்தா அவர். அரண்மனைக் கேஸெல்லாம் ஜயித்துக் கொடுத்தார் தாத்தா. நாட்டுக்கோட்டை நகரத்தார் வழக்கெல்லாம் தீர்த்துவைத்த தாத்தா. சென்னையிலிருந்து மதுரை வரைக்கும் வழக்காடி வந்த தாத்தா. அரண்மனை மாதிரி தனக்கு மட்டுமின்றி, தன் மூன்று பிள்ளைகளுக்கும் ஒவ்வொன்று என்று வீடு கட்டிக்கொடுத்த தாத்தா. சுயார்ஜிதச் சொத்து. அதனால்தான் பிள்ளைகளுக்குக் கொடுத்ததுபோல மூன்று பெண்களுக்கும் இருபது இருபது காணியும், ஒவ்வொரு அரண்மனையையும் எழுதிவைத்துவிட்டுப்போனார். தாத்தா வீடென்றால் இந்த வீடு மாதிரியா? ஒவ்வொரு வீடும் கொல்லைக்கும் வாசலுக்கும் காசி – ராமேச்சரமாக இருக்கு. மேலும் கீழுமாக இரட்டைத் திண்ணைகள். ஆளுயரத்துக்கு ஜன்னல்கள். போனதும் பெரிய ஹால். அதைக் கடந்தால் பெரிய கலியாணக் கூடம் – படுக்கை அறைகள் – அப்புறம் சாமான் அறைகள் – அப்புறம் சாப்பாட்டு அறை – அப்புறம் சமையலறை – கிணறு – மாட்டுக் கொட்டில் – கொல்லை – முகத்தைச் சுளிக்காதீர்கள், அந்தக் கொல்லையில் இருபது தென்னை மரங்கள், பவழமல்லி, பன்னீர் மரங்கள். இப்படி வீடு கட்டிக் கொடுத்த தாத்தா அவர்.

எதற்காக நான் இத்தனையும் சொல்கிறேன்? உங்கள் எரிச்சலைக் கிளப்புவதற்காகவோ? இல்லவே இல்லை. எனக்கு இந்த வீட்டை – நான் இப்போது இருக்கிறேனே இந்த வீட்டை –

விலைக்கு விற்று ஆகவேண்டியது ஒன்றுமில்லை. ஊரில் இருக்கிற அரண்மனை அப்படியேதான் இருக்கிறது! இருபது காணியும் அப்படியேதான் இருக்கிறது. குத்தகை வருகிறது. சாப்பாட்டுக்கு நெல் வருகிறது. நெல் விற்ற பணமும் வருகிறது. இரவோடு இரவாக அரிசிக் கடை வாசலில் சாரி வைக்கிறவர்களோடு படுத்து பாரத மாதாவின் மானத்தை வாங்கும் மாத்ருத் துரோகி இல்லை நான்.

புத்தியிலும் அப்படி மட்டமான ஆளில்லை. ஏதோ எல்.ஐ.எம். படித்த சின்ன வைத்தியன் என்று நினைக்க வேண்டாம். தாத்தா பெரிய மேதையாக இருந்ததுதான் எல்லாருக்கும் தெரிந்த கதையாச்சே? ஆனால், தாத்தாவை என்னமோ நடுவில் வந்த மின்னல் என்று நினைத்துவிட வேண்டாம். புத்திசாலித்தனம் நம் குலத்திற்குச் சரவிளக்கு மின்னி மறைந்து மறுபடியும் அதிக இருளைக் கொட்டிவிட்டுப் போகிற பேச்சில்லை. ஒரு உதாரணம்: தாத்தாவுக்குத் தகப்பனார் இருந்தாரே, அவரும் அப்பை சப்பை இல்லை; அமீனா அப்பாசாமி என்றால் சிரிக்கிற பிள்ளை அழும். பெரிய பெரிய புள்ளிகளின் வீடுகளில் எல்லாம் அந்த ஆமை புகுந்து, உள் வண்டவாளங்களை உலகத்திற்கு எடுத்துக் காட்டியிருக்கிறது. வாழைப்பழத்தை உரித்துச் சாப்பிட்டுவிட்டுத் தோலை முழுப்பழம் போல் காட்டிக் குழந்தைகளை ஏமாற்றுகிறதுபோல எத்தனை பெரிய மனுஷன்கள் ஊரை ஏமாற்றுகிறான்கள்! கொள்ளுத் தாத்தா தோலை அமுக்கி, வெறும் தோலி அல்லது அழுகல் பழம் என்று அம்பலமாக்கியிருக்கிறார், எவ்வளவோ தடவை.

புத்திசாலித்தனத்திற்கு எத்தனையோ உதாரணம் சொல்ல லாம். அப்படியே முரட்டுத்தனத்துக்கும் எங்கள் குடும்பத்தில் பஞ்சமில்லை என்பதைக் காட்டக் கதை கதையாக அடுக்கலாம். ஆனால், உங்கள் பொறுமையைச் சோதிக்க பயமாக இருக்கிறது. அது ஜெட் யுகம் – சிறுகதை யுகம், கட்டைவண்டிக்காலம் இல்லை. வளவளவென்று பேசிக் காலம் கழிக்கிற காலம் இல்லை – அதனால் என் பரம்பரைப் பிரபாவத்தை இதோடு நிறுத்தி விட்டு என் விஷயத்துக்கு வருகிறேன்.

“இவ்வளவு புத்திசாலிகள் நிறைந்த குலத்தில் பிறந்த நீ வெறும் நேடிவ் வைத்தியன்தானா? வெறும் எல்.ஐ.எம்தானா? உன் அப்பா பள்ளிக்கூடத்து தலைமை ஆசிரியர்தானா? நீ ஒரு பெரிய சர்ஜனாயிருக்கக் கூடாதோ? உன் அப்பா ஒரு கல்லூரிப் பிரின்ஸிபாலாகவாவது இருக்கக் கூடாதோ? என்றுதானே கேட்கிறீர்கள்? அதற்குள் உங்களுக்கு மறந்து போய்விட்டது நான் சொன்னது. தாத்தாவின் பிள்ளை வயிற்றுப்பிள்ளை இல்லை,

நான் பெண் வயிற்றுப்பிள்ளை. என் அம்மாவை எம்.ஏ., எல்.டி. படித்து ஒரு பெரிய பள்ளிக்கூடத்தின் தலைமை ஆசிரியருக்கு அடுத்த ஆசிரியராக இருந்த ஒரு பிள்ளைக்குக் கலியாணம் பண்ணிக்கொடுத்தார். "நீ பானை பிடித்த பிறகு நான் சும்மா இருப்பேனா?" என்ற தலைமை ஆசிரியர் அப்பாவுக்கு இடத்தைக் காலி பண்ணிவிட்டுச் சிவலோகம் போய்ச் சேர்ந்தார். அப்பா வெகுகாலம் வரையில் அங்கே தலைமை ஆசிரியராக இருந்தார்.

"இன்று இந்தியாவிலேயே பெயர் சொல்லிக்கொண்டிருக்கும் நாலு ஐ.ஸி.எஸ். அதிகாரிகள், நாலைந்து ஹைகோர்ட் நீதிபதிகள், இன்னும் பல பிரமுகர்கள் எல்லோரும் அப்பாவிடம் வாசித்தவர்கள். அந்தக் காலத்தில் இப்போது மாதிரி தெருவுக்கு ஒரு பள்ளிக்கூடம் என்றா நினைத்தீர்கள்? நாலு மைல், ஐந்து மைல் நடை. இருபது மைலிலிருந்து ரயில் பிரயாணம் – இப்படி யெல்லாம் அந்தப் பள்ளிக்கூடத்திற்குப் பையன்கள் வந்து படிப்பார்கள்.

பள்ளிக்கூட ஆசிரியரை அரிசி க்யூவில் நிற்கவிடாத காலம் சார், அது. பார்த்தாலும் அப்படித்தான் இருக்கும். அப்பா ஆறடி உயரம்; அதற்குத் தகுந்த பருமன். தோளில் ஒரு ஆள் வசதியாக உட்காரலாம். மூக்கும் முழியும் தோளும் காதுமாகக் கொம்படேச்வரர் மாதிரி இருப்பார். க்ளோஸ்கோ மல்லில் ஒரு பஞ்சகச்சம், பனிக்கட்டி மாதிரி கண்ணைப் பறிக்கும். மேலே வெளிர் சந்தன வர்ணத்தில் ஒரு மூடு கோட்டு முழங்கால் வரை வரும். தலையில் எடுப்பாகக் கட்டிய தலைப்பாகை. அதற்கு நடுவில் பிடிப்புக்காகத் தெரிந்தும் தெரியாததுமாக ஒரு தங்கக் குண்டூசி. கடுகைவிடச் சின்னத்தலை அதற்கு. கவனித்துப் பார்த்தால், அப்பா தலையை அசைக்கும்போது அந்தக் குண்டூசி பிரம்மம் மாதிரி எப்போதாவது தெரியும். காலில் பளபளவென்று மொராக்கோ தோலில் மெல்லிய கறுப்புச் செருப்பு – எப்படி இருக்கும்? மனசால் நினைத்துப்பாருங்கள்.

ஆக, நான் எதிலே குறைந்துவிட்டேன்? குலத்தில் குறைச்சலா? சொத்தில் குறைச்சலா? புத்தியில் குறைச்சலா? இல்லை, அங்கத்தில்தான் குறைச்சலா? நான் அப்பா மாதிரி ஆறடி உயரம் இல்லை. நாலு விரல் குறைவாக இருக்கலாம். ஆனால், பாரத மாதாவின் பிள்ளைகளின் சராசரி உயரத்தைவிட நாலு ஐந்து அங்குலம் கூடத்தான் இருப்பேன். பலத்திற்குத்தான் குறைவா? நான் யாரையும் அடிக்கிறதில்லை – பெண்டாட்டியைக்கூட. ஆனால், நான் உங்களை ஒரு அறை அறைந்தால் சுருண்டு விழுந்துவிடுவீர்கள். மயக்கம் தெளியப் பத்து நிமிஷம் ஆகும்.

புத்தியிலும் நான் குறைச்சலில்லை. எனக்கு வைத்தியனாகப் போக வேண்டும் என்ற ஆசை. அப்பாவுக்கு நாட்டு வைத்தியம் என்றால் உயிர். இங்கிலீஷ் வைத்தியம், நாட்டு வைத்தியம் இரண்டும் கலந்த படிப்பாகப் படிக்கவைத்தார். எனக்கும் தொழில் நன்றாகத்தான் நடக்கிறது. இருபத்தைந்து ஐம்பது என்ற முதல் பார்வைக்கே பணம் கேட்க மாட்டேன். நம்மைத் தொந்தரவு செய்யாமலிருக்கட்டும் என்று தூக்க மருந்து, வலி மருந்து என்ற நோயாளி வயிற்றில் கொட்டமாட்டேன். ஜலதோஷ இருமலைக் காசம் என்று சொல்லி, பயத்தை ஓசைப்படாமல் ஊன்ற மாட்டேன். "ஒண்ணுமில்லெ – பயப்படாதீங்க" என்று நான் சொல்கிறதைக் கேட்காத ஒரு நோயாளி உண்டா? நீங்களே விசாரித்துப் பாருங்கள்.

எதற்காக இத்தனை சொல்கிறேன்? நான் சுயசரிதம் எழுத வரவில்லை. பெருமையைப் பீற்றிக்கொள்ள வரவில்லை. என்னை உங்களுக்குப் பிடித்திருக்கிறதா என்று தெரிந்துகொள்ளத்தான் இத்தனையும் சொன்னேன். உங்களுக்குப் பிடித்தாலும் பிடிக்கா விட்டாலும் உங்கள் மனைவிக்கு ஒரு பெண்ணை (குதிர் மாதிரி வளர்ந்த உங்கள் பெண்ணைச் சொல்கிறேன்?) வைத்துக்கொண்டு, எப்போது கலியாணம் ஆகும் என்று புருவத்தைத் தூக்கிக் கவலைப்பட்டுக்கொண்டே இருக்கும் உங்கள் மனைவிக்கு, பெண்ணுக்குக் கணவனைத் தேடிக் கொடுப்பதைவிட மற்றக் காரியங்களே பெரியவை என்று பொறுப்பில்லாமல் நீங்கள் அலைவதைக் கண்டு பெருமுச்செறிந்து கொண்டிருக்கும் உங்கள் மனைவிக்கு என்னைக் கண்டால் பிடிக்கும். அந்த மாதிரி பிடித்துத்தான் என்னை மாப்பிள்ளையாகப் பிடித்துப் போடப் பலபேர் கங்கணம் கட்டிக்கொண்டார்கள். ஆனால், தாலி முடிச்சு நாமா போடுகிறோம்? பிரம்மாவல்லவா போட்டு வைக்கிறான்? உள்ளூர்க்காரி, அடுத்த வீட்டுக்காரி ஒருத்தியோடேயே இந்த முடிச்சு பலசமயம் போட்டிருக்கும். அது தெரியாமல் 'இதோ எனக்குப் பெண் இருக்கு, எனக்குப் பெண் இருக்கு' என்று பெண்ணைப் பெற்றவர்கள் அலைந்து என்ன பயன்?

அப்படித்தான் எங்கள் தெருவிலேயே குடியிருந்த திருமலைசாமியின் மகள் அம்பு என்ற அம்பிகாவுக்கும் எனக்கும் கலியாணம் நடந்துவிட்டது. இது என்னமோ பெற்றோர்கள் தீர்மானம் செய்யும் திருமணம் என்று சொல்வதற்கில்லை. ஆனால், ஒருவிதத்தில் காதல்மணம் என்று நிச்சயமாகச் சொல்லலாம். கலியாணம் ஆனபிறகுதான் எனக்கு இது தெரிந்தது, எங்கள் மாமியார் என் அம்மாவிடம் சொன்னாளாம்; "அம்பு சின்னக் குட்டியாய் இருக்கிறதிலேர்ந்து சொல்லிண்டிருந்தா.

‘நான் எட்மாஸ்டர் மாமா பிள்ளை சந்தானத்தைத்தான் கலியாணம் பண்ணிக்கப் போறே’ன்னு சொல்லிண்டிருந்தது. அஞ்சு வயசிலேர்ந்து சொல்லிண்டிருந்தது. அது எப்படித்தான் சொல்லித்தோ, எந்த அம்பாளைத்தான் வேண்டிண்டுதோ—நினைச்சிண்டு வந்துடுத்து. அம்பாள் மக அம்பு சொல்றதைக் கேட்டுக் கடைக்கண் பாத்துப்பட்டா” என்று தேம்பித் தேம்பிக்கொண்டு (ஆனந்தத்தால்) சொன்னாளாம். எனக்கே ஆச்சரியமாயிருந்தது. நமக்கே தெரியாமல் நம்மேல் ஒரு பெண் ஆசைப்படுவதாயிருந்தால்? அது ஐந்து வயதிலிருந்து?

“நிஜம்தானா” என்று சாந்திக் கல்யாணத்தன்று இரவு கேட்டேன். எங்கள் இரண்டு பேரையும் கட்டிலில் உட்கார வைத்துப் பூட்டிவிட்டு “கிள்ளு பொறுக்கமாட்டா சாமி” என்றெல் லாம் பாடிவிட்டுப் பெண்கள் போய் நிசப்தமாக ஆனபிறகு கேட்டேன். “உங்களை முதமுதல்லெ பார்த்தேன். கிராப் வெச்சிண்டு அரைக்கால் நிஜார் போட்டுண்டு, ஸ்டாக்கிங்ஸ், பூட்ஸ் எல்லாம் போட்டுண்டு பள்ளிக்கூடம் போனபோது . . . அப்ப . . . அப்ப” என்று கண்ணை மூடிக்கொண்டு விட்டாள் அம்பு. எனக்கே கண்ணாடியில் பார்த்துக்கொள்கிறாப்போலிருந்தது. அந்தக் காலத்தில் பையன்கள் வேட்டி – தலைப்பின்னல் – முன்னால் க்ஷவரம் செய்து ‘அரை’க்கிராப்பு – செருப்பில்லாத கால் – இப்படித்தான் பள்ளிக்கூடம் போவார்கள். அப்பா எனக்கு இரண்டு வயதிலேயே கிராப்பு வைத்துவிட்டார் – நிஜார் போட்டுவிட்டார். பூட்ஸ் போட்டுவிட்டார். முப்பத்தைந்து வருஷம் முன்னால் இது சாதாரணக் காட்சி இல்லை.

அம்பு மட்டும் என்ன சாதாரணமா? சாதாரண அழகா? அழகு இருக்கும்; எடுப்பாக இருக்காது. எடுப்பு இருக்கும். அழகு இருக்காது. அம்பு இரண்டையும் பாதிப் பாதி கலந்து ஒரு அமளியாக இருப்பாள், அது போதும். பெண்டாட்டியை அதற்குமேல் யாராவது வர்ணிப்பார்களோ! அதுவும் முகந் தெரியாத உங்கள் முன்பு? நீங்கள் என்ன விதூஷகனா? அந்தரங்க சினேகிதனா? அப்படி இருந்தால்கூடச் சொல்லுவது தப்பு. கலியாணம் ஆவதற்கு முன்னாலாவது சொல்லலாம், கண் இப்படி, முகம் இப்படி, கை இப்படி, கால் இப்படி என்று. அப்போது பெண்டாட்டியில்லையே, வெறும் பெண்தானே? இப்போது சொல்லலாமோ? உயரமாக, எடுப்பாக, அழகாக இருப்பாள் – அது போதும். கலியாணம் ஆனதும் அம்புவின் தகப்பனாருக்கு மாற்றலாகிவிட்டது. மாமியாரோடு கிளம்பிவிட்டார். ஆறுமாதம் கழித்து ‘உடம்பு கவலைக்கிடம்’ என்று தந்தி வந்தது. அம்புவும் நானும் ஓடினோம், அந்தக் கிடைக்குப் பிழைத்துவிட்டார். மாப்பிள்ளைதான் டாக்டராக இருக்கிறாரே என்று அங்கேயே

இருந்து வைத்தியம் பண்ணச் சொன்னார். இருந்து கவனித்தேன். ஒரு மாதம் இரண்டு மாதமாயிற்று. நோயாளிகள் இன்னும் பலபேர் சேர்ந்தார்கள். சரி என்று ஒரு வீட்டையே வாங்கினேன். 'டாக்டர் சந்தான கோபால கிருஷ்ணன், எல்.ஐ.எம். ரிஜிட்., மெடிக்கல் ப்ராக்டிஷனர்' என்று பலகை ஒன்று மாட்டிவிட்டேன். அதோ தெரிகிறதே, அதே பலகைதான். இதே வீடுதான். விலைக்கு விலைக்கு என்று பறக்கிறார்களே – இந்த வீடுதான் அது. பலகை எழுத்து மங்கி இருக்கிறது. வேறு எழுதச் சொல்லவேண்டும். வீடுகூட வெறிச்சென்று இருக்கிறது.

அப்போதெல்லாம் மாமனார், மாமியார் இருப்பார்கள். இல்லாவிட்டால் ஊரிலிருந்து என் அப்பா அம்மா வருவார்கள். கலகலவென்று இருக்கும். இப்போது அவர்கள் யாருமே இல்லை. எல்லார் மேலும் கடவுளுக்குத் திடீரென்று அபிமானம் வந்து விட்டது. இரண்டு வருஷ காலத்திற்குள் நாலு பேரையும் அழைத்துக்கொண்டுவிட்டார். குழந்தைகள் இருக்கின்றன. மோகன், லதா இரண்டு பேரும் பள்ளிக்கூடம் போயிருக்கிறார்கள். சேகர் அம்மாவோடு எங்காவது போயிருப்பான். சேகருக்கு இரண்டரை வயசுதான். அம்மாவைவிட்டு எத்தனை நேரம் பிரிந்திருப்பான்? அவளே அவனை அழைத்துக்கொண்டு போயிருப்பாள்.

'இந்தப் பதைபதைக்கிற வெயிலில் குழந்தையை எடுத்துக் கொண்டு...' என்று நீங்கள் ஆரம்பித்து விடுவீர்கள். 'வீடு குளுகுளு வென்று தூங்கு தூங்கு' என்று உபசாரம் செய்கிறது. அதை விட்டு 'இந்த வெயிலில் எங்கே போயிருக்கிறாள்!' என்று கேட்பீர்கள். எங்கேயும் போயிருக்கமாட்டாள். மாட்டினிக்குப் போயிருப்பாள். அம்புவுக்கு சினிமா, டிராமா, நாடகம் என்றால் உயிர். எந்த சினிமா வந்தாலும் சரி, தமிழோ, தெலுங்கோ, இங்கிலீஷோ, ஜப்பான் படமோ எது வந்தாலும் முதல் காட்சிக்கே ஜாக்கிரதையாக மிக உயர்ந்த வகுப்பில் ஒரு டிக்கெட்டை ரிசர்வ் செய்துவிடுவாள். நல்ல படம் என்று தோன்றினால் நாலு தடவை பார்ப்பாள். நல்ல படம் இல்லை. நல்ல நாடகம் இல்லை. நல்ல பாட்டு இல்லை என்று நீங்களும் நானும் பத்திரிகைகளும் சொன்னால் போதாது. அவளுக்காத் தோன்றினால்தான் மூன்றாவது தடவை பார்க்காமல் இருப்பாள். ஆனால் நல்லதா, கெட்டதா என்று முதலில் தீர்மானம் செய்கிற உரிமை அம்புவின் தனி உரிமை. ஆகவே, டாக்டர் சந்தான கோபால கிருஷ்ணன் வீட்டிலிருந்து ஒரு ஐந்து ரூபாய் எதற்கும் உண்டு.

அது நாடகமோ, நடனமோ, சினிமாவோ, கெட்டதோ– நல்லதோ... செலவுதான். என்ன செய்கிறது? காசு கொடுக்காமல்

இத்தனையும் பார்க்கும் அதிருஷ்டசாலிகள் இந்த நகரத்தில் சிலர் இருக்கிறார்கள். நாடகமா? தலைமை வகிக்கிறார்கள்; இல்லாவிட்டால் அபிப்பிராயம் சொல்வதற்காக அழைக்கப் படுகிறார்கள். சினிமாவா? தணிக்கைக் குழுவில் இருப்பார்கள். நடனமா? போங்கள், அபிப்பிராயம் சொல்லுங்கள். சங்கீதக் கச்சேரியா நீங்கள்தான் பரம ரசிகராச்சே, கூப்பிடுகிறார்கள். பண்டிதர்கள் கூட்டமா, கலைக்கூட்டமா, சிற்பிகள் சம்மேளனமா, விமர்சகர்கள் கூட்டமா, வெளிநாட்டுக் கலை விருந்தா, கலைப் போட்டியா? நீங்கள்தான் தீர்ப்பாளர்களாச்சே, புலவர்களாச்சே? கூப்பிடுகிறார்கள் – மாலையோடு கூப்பிடுகிறார்கள். போங்கள். இந்த மாதிரி 'ஷோல்டால்' பெரியவர்கள் மாதிரியே அம்புவும் போகிறாள். ஒன்றையும் விடுவதில்லை.

ஆனால், அவர்களைப் போல இலவசமாகப் போகும் பெரிய அந்தஸ்து இல்லையே இவளுக்கு. டாக்டர் சந்தான கோபாலகிருஷ்ணனின் காசை எடுத்துக் கரைக்க வேண்டியிருக் கிறதே? எனக்கு அந்தஸ்து இருந்தாலாவது ஸ்ரீமதி நான் என்று சொல்லிக்கொண்டு போகலாம். அதற்கு நான் இந்த நேடிவ் வைத்தியராக இருந்தால் போதுமோ? ஒரு சர்ஜனாகவோ அல்லது சினிமாக்காரனாகவோ இருக்க வேண்டும். அப்படியெல்லாம் இல்லாவிட்டாலும் ஏட்டிலாவது சொல்லுகிற எழுத்தாள டாக்டராகவாவது இருக்க வேண்டும். சில சமயம் நினைத்தால் ஒரு ஆடிட்டராகவாவது ஆகியிருக்கக் கூடாதோ என்று தோன்றுகிறது; பணக்காரர்களையும், பணக்காரர்கள் என்று சர்க்கார் நினைத்துக்கொண்டு பயமுறுத்துகிற அப்பாவிகளையும், விரலைக் கடிக்க வரும் குழந்தையின் வாயில் அதன் விரலையே கொடுத்துக் கடிக்கவிடுகிற மாதிரி, சர்க்கார் போட்ட சட்டத்தைக் கொண்டே அதை மடக்கிக் காப்பாற்றுகிற ஆடிட்டராக நான் ஆகியிருந்தால் அம்புவுக்கு இலவச டிக்கெட்டுகளைக் கொடுத்து வருந்தி அழைத்திருப்பார்கள்.

போனால் போகிறது! குருசாமி தாத்தா விட்டுப் போயிருக்கிற சொத்தை வைத்துக்கொண்டு அம்பு அறுபது தலைமுறைக்கு சினிமா, கச்சேரி, நாடகம் எல்லாவற்றையும் "போஷகர்" ஆசனங்களில் வீற்றிருந்தே பார்க்கலாம்.

அம்புவை நான் குறை சொல்லவில்லை. அவள் வீட்டில் உட்கார்ந்துகொண்டு என்ன செய்வாள்? வேலை? சமையல்கார அம்மாள் சமைக்கிறாள். காபி போடுகிறாள். வேலைக்காரி வீடுகூட்டி, பாத்திரம் தேய்த்து, கடைக்குப் போய்வந்துவிடுகிறாள். குழந்தைகள் பள்ளிக்கூடம் போய்விடுகின்றன. நான் நோயாளி களைப் பார்க்கிறேன். நோயாளி இல்லாவிட்டால், வருகிறார்களா

என்று முன் கதவைத் திறந்து வைத்துக் காத்திருக்கிறேன். எனக்குப் பேசப் பொழுது இல்லை. அம்புதான் என்னோடு என்ன பேச இருக்கிறது?

"உன் பெண்டாட்டியோடு நீ என்ன பேசுவே, சந்தானம்?" என்று அடிக்கடி ஒரு கிழ எழுத்தாளர் என்னைக் கேட்டார். அவர் என் அப்பாவோடு படித்தவராம், ரொம்பப் பெரியவராம். ஓயாமல் பேசுவார். ஒரு மாசம், இரண்டு மாசத்திற்கொரு தடவை அவரைப் போய்ப் பார்ப்பேன். ஒவ்வொரு தடவையும் "நீ பெண்டாட்டியோடு என்ன பேசுவே?" என்று என்னைக் கேட்காமல் இருந்ததில்லை.

"என்னத்தைப் பேசுகிறது?" என்பேன். அதைக் கேட்டு, ஏற்கனவே பெரிதாக இருக்கிற கண்ணை இன்னும் கிணறு மாதிரிப் பெரிது பண்ணி ஆச்சரியப்படுவார் அவர்.

"பேச என்ன இருக்கா? அப்பளாம் இல்லையா? அமெரிக்கத் தேர்தல் இல்லையா? அத்வைதம் இல்லையா? அரிஜனப் பிரச்னை இல்லையா? எதைப்பற்றித்தான் அவளோடு பேசப்படாது?" என்று கோபம் வந்துவிட்டாற்போல் கத்துவார். பெண்கள் படும் கஷ்டங்களைப் பற்றி ஒரு மணிநேரம் கத்துவார். "எல்லாம் பேசலாம். அவளோடுதான் நீ எதையும் பேசணும். அவளோட பேசாம நீ யாரோடு பேசப் போறே? ஹஹ!" என்று கடைசியில் பனை ஓலை விசிறியைத் தரையில் இழுக்கிற ஒரு சிரிப்புச் சத்தத்துடன் நிறுத்துவார். அந்த சிரிப்பு கோபமும் பரிகாசமு மாக இருக்கும். "அட, அம்மாஞ்சி!" என்று அது என்னைச் சொல்வதுபோல் இருக்கும். "கொடுங்கோலா" என்று கத்துவது போலவும் இருக்கும்.

"பொண்டாட்டியோடு என்னத்தைப் பேசுகிறதாமே!" என்று கடைசியில் ஒரு பல்லவியோடு முடியும். இத்தனை பேச்சுப் பேசினவர் – என்னோடு பேசினவர், தன் பெண்டாட்டியோடு பேசினவர் – மருந்துக்குக்கூட ஒரு குழந்தை பெறாமல் – அந்தப் பெண்டாட்டியும் தனியாக விட்டுக் கண்ணை மூடிவிட்டாள். அதிகம் பேசாத எனக்கும் அம்புவுக்கும் மூன்று குழந்தைகள் பிறந்திருப்பதை அவரிடம் ஞாபகப்படுத்தியிருந்தால் – சிரித்திருப் பாரோ, அடித்திருப்பாரோ!

சரி, அம்பு என்னோடு பேச ஆரம்பித்துவிட்டால், அவள் மாட்டினிக்கு ரிஸர்வ் செய்த டிக்கெட்டை என்ன பண்ணுகிறது? இருந்தாலும், வீட்டில் இருக்கும்போதுகூட அம்பு அதிகமாகப் பேசுவதில்லை, எங்கேயோ பார்த்துக்கொண்டிருக்கிறாள். என்னைப் பார்ப்பது போலிருக்கும்; ஆனால் அந்தப் பார்வை

என்னைப் பார்க்கவில்லை என்று நிச்சயமாகத் தெரியும் எனக்கு. அவள் பார்வையின் பாதையில் நான் என்னமோ தடைமாதிரி இருக்கும். குழந்தைகளைப் பார்த்துக்கொண்டிருப்பாள். ஆனால், அப்போதும் அதே பார்க்காத பார்வைதான். கண் குழந்தையின் உடம்பில் இருக்குமே ஒழிய கண்ணை உபயோகப்படுத்துகிற சக்தி வேறு எங்கோ திரும்பியிருக்கும். அவள் சில சமயம் கேட்டண்டை நின்று தெருவைப் பார்ப்பாள். ஆனால், அவள் இந்த உலகத்தில் இல்லை என்று சற்று நின்று பார்த்தால் தெரியும். சிரிக்கக்கூடச் சிரிப்பதில்லை. குழந்தை வேடிக்கை பண்ணினால்கூடச் சிரிக்கமாட்டாள். குழந்தை தகதகதகதகவென்று மல்லாந்து படுத்து ஏதோ மிஷின் மாதிரி காலைத் தரையில் அடிக்கும்போது எனக்குச் சிரிப்பு வந்துவிடும். கை கீழே படாமல் விறைக்க வைத்துக்கொண்டு, கால் அப்படி வேகமாகப் பறக்கும்போது யாருக்குத்தான் சிரிப்பு வராது? நாமும் குழந்தைமாதிரி ஒரு கணம் ஆகிச் சிரிக்கமாட்டோமா! ஆனால், அம்புவின் உதட்டில் ஒரு ஏளனச் சிரிப்புதான் வரும். "ஹம் ... பிரமாதம்" என்று அலட்சியப் புன்னகைதான் வரும். குழந்தை என்னமோ தான் பெரிய காரியம் செய்வதாகப் பீற்றிக்கொண்டாள் போலவும், அதைக் கண்டு இவளுக்குக் கோபம் வருவது போலவும் எனக்குத் தோன்றும். வாய்விட்டோ மனதாரவோ, தன்னறியாமலோ சிரிக்கத் தோன்றாதோ?

பேசுவதும் இல்லை; சிரிப்பதுமில்லை–நான் என்ன செய்ய? கம்பவுண்டராவது அகப்பட்டானே என்று அவனோடு பேசிப் பொழுதைப் போக்குவேன். பொழுதைப் போக்க வேண்டிய தில்லை; அவனோடு பேசத் தொடங்கிவிட்டால் பொழுது விழுந்தடித்துக்கொண்டு ஓடும். சிரிக்கச் சிரிக்கப் பேசுவான். எப்போது பார்த்தாலும் முகத்தில் ஒரு சிரிப்பு. அவன் தூங்கி விழிக்கும்போது பாருங்கள். இப்போதுதான் ஜில்லென்று குளிர்ந்த நீரில் குளித்துவிட்டு மொரமொரவென்று வருகிறாற்போல இருக்கும். குட்டையாக இருப்பான். உடம்பு ஒரு மஞ்சள் சிவப்பு. தலையில் கருகருவென்று கட்டை மயிர். அதை இழுத்துப்போட்டு வாரிப் படிய வைத்திருப்பான். உடம்பைத் திறந்தால் மார்பு பளபளவென்று சந்தனக்கட்டை மாதிரி மின்னும்.

"சார்!" என்று சொல்லி ஒரு புன்முறுவலோடு அவன் வந்த முதல் நாளை என்னால் மறக்க முடியாது.

"என்னப்பா! என்ன உடம்பு?" என்றேன்.

"உடம்பு ஒண்ணுமில்லே, சார். உங்களைத்தான் பார்க்க வந்தேன்."

“உடம்பு ஒண்ணுமில்லாமல் எதுக்காகப் பாக்க வரது?”

“அப்படிச் சொல்லலாமா சார் நீங்க? மனுஷா உடம்பை நல்லபடியாப் பண்றதும், தேத்திப் பாக்கறதும் தானே உங்களுக்கு சந்தோஷம்?”

“நல்லபடியாப் பண்ணி, தேத்தலாம். அப்புறம்தான் என்னால் பார்க்க முடியலையே? உடம்பைத் தேத்திண்டவன் ஓடியே போயிடறானே?”

“காசு கொடுக்காமலா?”

“பலே! எப்படிக் கண்டுபிடிச்சே?”

“இது தெரியாதாண்ணா உடம்பையும் தேத்தணும். காசை வாங்கணும். வியாதி பாதி, காசு பாதி – வியாதி கால், காசு முக்கால் – வியாதி பூஜ்யம், காசு பூர்ணம்.”

“என்ன என்ன?”

“வியாதி பாதி – காசு பாதி. அதாவது வியாதியைப் பாதி குணம் பண்றபோதே காசைப் பாதி வாங்கிப்படணும். வியாதி பாதியாகி, காலாகக் குறையறபோது காசு முக்கால்வாசி வாங்கிப்படணும். வியாதி பூர்ண குணமாறபோது காசும் பூரணமா வாங்கியிருக்கணும். பில் அனுப்பறது மேலே ஏதாவது வராதான்னு பாக்கறத்துக்குத்தானே ஒழிய, வியாதியஸ்தனுக்கு நம்ம பேர்லெ ஒரு நம்பிக்கை ஏற்படறதுக்கு தானே ஒழிய, அந்தக் காசு வராட்டாலும் பாதகமில்லை. வராம இருந்தா மறுபடியும் நம்மகிட்டவே வருவான்.”

“நீ என்ன பெரிய டாக்டர் மாதிரிப் பேசறே?”

“பெரிய டாக்டர்கிட்டல்லாம் பழகினதுதாண்ணா.”

சார் அண்ணாவாகிவிட்டேன் என்பதை மனசில் குறித்துக் கொண்டேன்.

“எப்படி?”

“கம்பவுண்டருக்குப் பாஸ் பண்ணியிருக்கேண்ணா. இப்பவும் கம்பவுண்டராகத்தான் இருக்கேன். ஆஸ்பத்திரியிலே இருக்கேன். பகல் டூட்டி, ராத்திரி டூட்டின்னு மாற்றி மாற்றி இழுத்தடிக்கிறான். என் உடம்புக்குச் சரிபட்டு வரமாட்டேங்கிறது. அதுதான் உங்ககிட்ட வந்தேன். நீங்க பெரிய மனசு பண்ணினா என்னைக் காப்பாத்தலாம்.”

“என்ன பண்ணணும்?”

“ஒண்ணும் வாண்டாம், அண்ணா. நான் இப்ப வாங்கற சம்பளத்தை மட்டும் கொடுத்தால் போதும். நான் கம்பவுண்டராக இருக்கேன். நீங்க என்னை வச்சுண்டு பாருங்கோ, வரவேண்டிய ரூபாயை காலணா பாக்கியில்லாம வாங்கித் தரேன். ஆஸ்பத்திரியிலே இருந்து வேறே பழக்கம். புதுசா எத்தனையோ பேர் வருவா. எனக்காகவும் வருவா. நான் என்னமோ பெருமையடிச்சிக்கிறேன்னு நினைக்கப்படாது. எனக்கும் தெரிஞ்சவா பத்துபேர் உண்டுங்கறதைச் சொல்றேன், வேறே ஒண்ணுமில்லெ. உங்களுக்கு ஒரு கவலை இல்லாம நான் பார்த்துக்கிறேன். நீங்க பேஷண்டுகளைக் கவனிச்சு மருந்தை எழுதிக் கொடுத்தால் போதும். மீதியெல்லாம் நான் பார்த்துக்கிறேன்” என்று மன்றாடினான்.

உண்மைதான். எனக்கு உதவி செய்ய யாருமே இல்லை என்பது அப்போதுதான் தெரிந்தது. எனக்கு ஒரு க்ஷவரபிளேட் முதற்கொண்டு நானேதான் வாங்கிக்கொள்கிறேன். காய்கறி வாங்க நான்தான் போகிறேன் – ஆனால் காய்கறி மட்டும் நான்தான் வாங்க வேண்டும். காலையில் மார்க்கெட்டில் போய் இளஇளவென்று இருக்கும் புதிய காய்கறிகள் முகத்தில் விழிப்பதே ஒரு உற்சாகம்; ஒரு அலாதி அனுபவம். பிஞ்சுகளைத் தொட்டு பார்க்கறது ஒரு புல்லரிப்பு. குருசாமி தாத்தா லட்ச லட்சமாய்ச் சம்பாதித்தாரே – மார்க்கெட்டுக்குப் போகிறதை மாத்திரம் சமையல்காரரிடமோ, வேலைக்காரியிடமோ விடவில்லை. தானே போய் ஒவ்வொரு கூடைக்காரனிடமும் உட்கார்ந்து பிஞ்சாகப் பார்த்து வாங்கி வந்த பிறகு எதை எதை எப்படிச் செய்ய வேண்டும் என்று சொல்லிவிட்டுத்தான் குளிக்கப் போவார். பாகற்காயை வாங்கி வந்தாரானால் உடனே பிட்ளை பண்ணிவிட முடியாது. அவர் அதை அன்று வாங்கும்போதெ வெல்லம் போட்ட கறியாகக் கற்பனையில் சாப்பிட்டிருப்பார், அதைத்தான் செய்ய வேண்டும். கத்தரிக்காயை ரஸவாங்கியாக மனசிலே ருசி பார்த்திருப்பார். நளபாகமாக எண்ணெய்த் துவட்டல் பண்ணினாலும் அன்று அவருக்குப் பிடிக்காது. ‘பயலே வறியாடா மார்க்கெட்டுக்கு?’ என்று என்னைக் கூப்பிடாமல் போகமாட்டார். நானும் நிஜாரைப் போட்டுக்கொண்டு அவர் கையைப் பிடித்துக்கொண்டு ஓடுவேன். அந்தப் பழக்கம்தான். கறிகாய் முகத்தில் விழிக்காமல் இருக்க முடியாது.

அது சொந்தப் பழக்கம். ஆனால் கணக்கு நான்தான் எழுதுகிறேன். மருந்து நான்தான் கலந்து கொடுக்கிறேன். ஊசி நான்தான் போடுகிறேன். காயம் கீயம், சின்ன அறுவை கிறுவை என்றால் நான்தான் அறுத்துக் கட்டப்போடுகிறேன். நான்தான் தர்மாமீட்டரை வாயில் வைக்கிறேன், பார்க்கிறேன். ரத்த

அழுத்தம் நான்தான் பார்க்கிறேன். மருந்துகளை நான்தான் வாங்கி வருகிறேன். பள்ளிக்கூடத்தில் குழந்தைகளைச் சேர்க்க நான்தான் போகிறேன் யோசித்துப் பார்த்தபொழுது எல்லாக் காரியங்களையும் நானேதான் செய்துகொண்டிருக்கிறேன் என்ற தெரிந்தது. அம்புவுக்குச் சமையல்காரி இருக்கிறாள். வேலைக்காரி இருக்கிறாள். எனக்கு?

“ஒரு ரெண்டு மாசம் என்னை வச்சிண்டு பாருங்கோண்ணா” என்று உந்தினான் மகாதேவன்.

“சரி – என்னிக்கி வேலைக்கு வர முடியும்?” என்று பளிச்சென்று கேட்டேன்.

“ஒண்ணாம் தேதி.”

காலண்டரைப் பார்த்தேன். இன்னும் பன்னிரண்டு தேதி மீதியிருந்தது.

“சரி.”

மகாதேவனைப் போல் ஒரு மலைவிழுங்கியைப் பார்க்க முடியாது. புலிப்பால் கொண்டு தருவதைப் பற்றி நீங்கள் பிரமாதமாகப் பேசுவீர்கள். வண்டி புறப்படச் சரியாக அரைமணி நேரம் முன்னால் ஒரு ‘ஸ்லீப்பர் டிக்கெட்’ வாங்கித்தர மகாதேவனால் முடியும். எப்பேர்ப்பட்ட வேளாங்கண்ணித் திருவிழாவாகத்தான் இருக்கட்டும், ப்ராட்மனே வரட்டும், இந்த பாரத தேசத்து இளைஞர்களுக்கும் இளைஞிகளுக்கும் ஒரே முகூர்த்தத்தில் கலியாணம் நடக்கிறதாவே இருக்கட்டும், எனக்கு ரயிலில் ஒரு தூங்குமூஞ்சி டிக்கெட் வாங்கித் தந்து ஹாயாகப் படுத்துக்கொண்டு பிரயாணம் பண்ணுமாறு செய்யக்கூடிய அசகாய சூரத்தனம் மகாதேவனுக்கு உண்டு. என்னமோ ‘பால் வாங்கி மோர் வாங்கி’ என்று ஒரு வேலைக்காரன் செய்துவிட்டானாம், பாரதியார் பிரமாதமாக எழுதிவிட்டார். மகாதேவனைப் பார்த்திருந்தால் ‘பாஞ்சாலி சபதம்’ மாதிரி ‘மகாதேவன் பிள்ளைத் தமிழ்’ என்று ஒரு காவியமே எழுதி யிருப்பார்.

மகாதேவனுக்கு நான் இருக்க வேண்டும் என்ற அவசியமே இல்லை. அவனே நாடி பார்ப்பான்; ரத்த அழுத்தம் பார்ப்பான்; ஊசி போடுவான்; மருந்து எழுதிக் கொடுப்பான்; டாக்டர் சர்டிபிகேட் கூட எழுதிக் கொடுப்பான்; நான் கையெழுத்துப் போட்டால் போதும். வக்கீல் குமாஸ்தாக்களுக்கு சட்டம் தெரிவது போல மகாதேவனுக்கு முழு வைத்தியமும் தெரியும். நோயாளிகளுக்கு முன்னால் இரைந்து பேச மாட்டான்.

அவர்களிலும் யாராவது சற்று உரக்கப் பேசினால், "ஸ்" என்று ஒற்றை விரலை உதட்டில் வைத்து எச்சரிப்பான். அதுவும் புரியாவிட்டால், "டாக்டர், நான் – ரெண்டு பேருக்கும் காது நன்றாகக் கேக்குமே" என்பான்.

வந்த ஒரு வாரத்திற்கெல்லாம் வீட்டைச் சுற்றியிருந்த இடம் எல்லாம் ஒரு ஆளைக் கூப்பிட்டுக் கொத்திவிட்டு ஒரு பெரிய தோட்டத்திற்கு முளை போட்டுவிட்டான் மகாதேவன். இரண்டு வாரம் கழித்துப் பார்த்தால் தோட்டம் முழுவதும் முளையாக விட்டிருந்தது. நாற்றாக விட்டிருந்தது. ஏதோ பூச்செடியும் காய்கறிச் செடியுமாக வீடு வளர்ந்துகொண்டிருந்தது. வேலைக்காரி ஒருநாள் வரவில்லையே என்று சும்மா இருப்பானா மகாதேவன்? வரிந்து கட்டிக்கொண்டு கிணற்றிலிருந்து இழுத்து இழுத்து ஊற்றுவான். வேலை செய்கிறவனைப் பார்த்தால் யாருக்குத்தான் சும்மா இருக்கத் தோன்றும்? கலை நிகழ்ச்சிகளுக்குப் போகும் நேரம் தவிர மீதிப் போதெல்லாம் படிப்பு நிகழ்ச்சிகளில் ஈடுபட்டிருக்கும் அம்புக்குக் கூட அசைந்து கொடுக்கத் தொடங்கிவிட்டது. அவளே தோட்டத்தில் நின்று பார்க்க ஆரம்பித்துவிட்டாள். குப்பைமேனிச் செடிகளைப் பிடுங்கி எறிவாள். கொடியை எடுத்துத் கொழுவில் விடுவாள். குப்பைச் சத்தைகளைக் காலால் அகற்றுவாள். ஓரிரண்டு முறை ஏதோ புதிய படங்கள் இரண்டு மூன்றின் முதல் காட்சிகளைக்கூடத் தவறவிட்டுத் தோட்டத்தையே பார்த்துக்கொண்டிருந்துவிட்டாள். வாழைக்கன்று ஏழெட்டு வைத்திருந்தான் மகாதேவன். எல்லாம் சரியாகத்தான் குருத்துவிட்டன. ஒரு இரண்டு மூன்று சுருட்டிச் சுருட்டிச் சிறுக்கத் தொடங்கவே, "இன்னிக்குச் சாயங்காலம் அல்லது நாளைக்கு சாயங்காலம் பாருங்கள். வியாதி பிடிச்ச கன்னு மாதிரி இருக்கு. இந்தக் குருத்தும் சோகை பிடிச்சிருக்கிற மாதிரி தோணித்துன்னா, அடியோடு பிடுங்கி எறிஞ்சிடணும். இல்லேன்னா, மத்ததுகளுக்கும் நோய் தொத்திக்கும்" என்று எச்சரித்துவிட்டுப் போய்விட்டான். அம்பு மணிக்கு ஒரு தடவை வாழைக்குருத்தைப் போய் பார்த்துக்கொண்டேயிருந்தாள். இரண்டு மூன்று படங்களில் திறப்பு விழாவில் கலந்துகொள்ள முடியாமல் போய்விட்டது அவளுக்கு. எனக்கே பரிதாபமாயிருந்தது. "அம்பு! நான் வேணும்னா பார்த்துக்கறேனே! நீ எங்காவது போறதுன்னா போயிட்டு வா?" என்றேன். அம்பு பதில் பேசவில்லை. எப்போதும் போலவே வாழைக்கன்றைப் பார்த்துக்கொண்டே நின்றாள். "எனக்குப் போவதா வேண்டாமா என்ற தீர்ப்பை செய்துகொள்ளத் தெரியும். நீ ஒண்ணும் சொல்ல வேண்டாம்" என்று அர்த்தம். நான் பார்த்துக்கொண்டே நின்றேன். ஐயோ ஐயோ! என்ன அழகு! ஐயோ! எனக்கு உடம்பெல்லாம் சுட்டது. ஓடிப்போய்

அவளைக் கட்டி உடம்போடு உடம்பாக நொறுக்கிவிடவேண்டும் போலிருந்தது. ஐயோ! அந்த வாடாமல்லிப் புடவையும், பவுடர் போட்ட ரோஜாக் கன்னமும், சுரைக்காய் மாதிரி அழுத்தமும் சரிவுமாகத் தெறிக்கும் அந்த உடம்பும்!

"அம்பு" என்று ஆசை தாங்காமல் கூப்பிட்டுவிட்டேன்.

". . ."

"அம்பு."

"ம்."

"கொஞ்சம் குடிக்க ஜலம் வேணும்."

அம்பு திரும்பிப் பார்த்தாள். ஏன் அப்படிப் பார்த்தாள் என்று தெரியவில்லை. "தானாகத் தண்ணீர் எடுத்துக்கூடக் குடிக்க முடியவில்லையோ? அதுக்கு ஒரு ஆளா?" என்று ஒரு பார்வை. ஆனால் மூன்று குழந்தைகளுக்கும் பிறகு இவள் வாயைத் திறந்து சொல்லலாமே! ஏன் சொல்லவில்லை என்றுதான் எனக்கு வருத்தம். உள்ளே வந்தாள். தண்ணீரை மொள்ளப் போனாள். அவளைப் போய் கட்டிக்கொள்ளப் போனேன். "மகாதேவன் பார்த்துடுவான்" என்று முகத்தில் ஒரு கோணல், சுளிப்பு இல்லாமல் ஒரு எச்சரிக்கை வந்தது.

"மகாதேவன் இருக்கானா?"

"தோட்டத்திலே இருக்கானே!"

"அவன் வீட்டுக்குப் போகலியா இன்னும்?"

இன்னொருவராக இருந்தால் "இல்லை" என்ற பதில் சொல்லுவார்கள், இயந்திரம் மாதிரி. அம்பு சொல்லமாட்டாள். ஒரு தடவை சொன்னால் சொன்னது. வார்த்தைகளை வீணாக அடிக்கக்கூடாது.

சுவரில் பொட்டு அழுக்கிருந்தால் மகாதேவன் வெள்ளை அடிக்கிறவனைக் கூப்பிட்டு வந்துவிடுவான். குளிக்கும் அறைக் கதவு தண்ணீர் பட்டுப் பட்டு அடிநாதாங்கி துருப்பிடித்து விண்டுபோய் நொண்டியாகி விட்டது; மகாதேவன் வந்ததும் வேறு பட்டம் வாங்கி வந்து தன் கையாலேயே அடித்துவிட்டான்.

அன்று யாரோ கிழவி வந்தாள். "டாக்டர் இருக்காங்களா, தம்பி?" என்று கேட்டாள் என்னிடம். எனக்கு முதலில் புரியவில்லை. "என்ன வேணும்?" என்றேன். "வெளியே போயிருக்காங்களா?" என்றாள். மறுபடியும் அவளோடு என்ன விளையாட்டு என்று நினைத்துக்கொண்டு "இதோ நான் இருக்கேனே? என்ன

வேணும்னு சொல்லேன்" என்று சற்று உரக்கச் சொன்னேன். "இல்லே, தம்பி. பெரிய டாக்டரு இருக்காங்களான்னு கேட்டேன்" என்று – என் குரலின் சிடுசிடுப்பைக் கண்டு மன்னிப்புக் கேட்கிற பதிலாக வந்தது. பெரிய டாக்டர் அப்போது வாழைக்கன்னுக்குத் தண்ணீர் ஊற்றிக்கொண்டிருந்தார். "சார் சார், யாரோ உங்களைப் பார்க்கணும்னு வந்திருக்கா" என்று கொல்லைத் தாழ்வாரத்தண்டை போய்க் கூப்பிட்டேன். மகாதேவன் ஓடி வந்தான். கிழவியை என்னமோ விசாரித்தான். மருந்தைக் கொடுத்தனுப்பினான். அவள் வெளியே போகும்போதாவது "நான் பெரிய டாக்டர் இல்லை . . . சின்ன டாக்டர்தான்" என்றாவது சொல்லியனுப்பக் கூடாதா? (கம்பவுண்டர் என்று சொல்ல வேண்டாம்) . . . ஓகோ! அவனுக்குத் தெரியாதோ, பெரிய டாக்டர் என்று அவள் குறிப்பிட்டது? அவன் அப்போது கொல்லையிலல்லவா இருந்தான்? எனக்குச் சிரிப்பு வந்தது.

மகாதேவனிடம் ஒரே ஒரு குறைதான். காலை எட்டு மணிக்கு வருபவன், பன்னிரண்டு மணிக்கு வீட்டுக்குப்போய் மறுபடியும் நாலு மணிக்கு வருபவன், ஏழு மணிக்கு மேல் தங்கமாட்டான். லக்ஷ ரூபாய் சம்பளம் கொடுத்தாலும் ஏழு மணிக்குமேல் அவனை நிறுத்தமுடியாது. அதுவரையில் என்ன வேண்டுமானாலும் செய்யத் தயார். அதுதான் சொன்னேனே? கம்பவுண்டர் வேலை மட்டுமில்லை, டாக்டர் வேலை மட்டு மில்லை, தோட்டக்காரன் வேலை முடிந்தால் குழந்தைக்கு பாடம் சொல்லிக் கொடுக்கிறது, அம்புவுக்கு சினிமா போன்ற கலை நிகழ்ச்சி டிக்கட்டுகள் ரிசர்வ் செய்வது, எதுவும் செய்ய அவன் தயார். ஆனால் ஏழு மணிக்கு எதைச் சொன்னாலும் கேட்கமாட்டான்.

"குட்டிகள்ளாம் தனியாயிருக்கும், அண்ணா. ஏழு மணிக்கு மேலே என்னை விட்டுடுங்கோ . . . அண்ணா. வல்லையே வல்லையேன்னு எல்லாம் வாசலைப் பார்த்துண்டு நிக்கும். வயசான குழந்தைகள். அம்மா வேற கடைப்படாமல் போயிட்டா. எட்டு மணிக்குள்ளே எல்லாரும் சாப்பிட்டு விடணும்னு அம்மா வுக்கு ஆசை . . . ஆர்டர்னு சொல்லமாட்டேன். ஆனா எனக்கு என்னமோ அதை ஆர்டர் மாதிரி நிறைவேத்திடணும்னுதான் தோணறது. நம்ப ஊரா இது? பொம்மனாட்டிகள் காலமே மூணுமணி நாலு மணிக்கு எழுந்திருக்க வேண்டியிருக்கு. பால்காரனுக்கு அதுதான் சௌகரியமான நேரம், 'அம்மா, பால்'னு நாலு தடவை கத்துவன். கதவைத் தட்டுவன். இல்லாட்டா வாசல் ஜன்னலாலே எட்டிப்பார்ப்பன் . . . எல்லோரும் தூங்கறதை. எப்படித் தூங்கறான்னு பாக்கறாப்போல. அன்னிக்கு அப்படித்தான் எனக்கு நல்ல அசந்த தூக்கம்.

பால்காரப் பையன் வந்து கூப்பிட்டிருக்கான். அம்மாவுக்கு ஜுரம், அடிச்சுப் போட்டாப்பல தூங்கறா. என் தங்கையும் ரண்டு மணிவரை முழிச்சிண்டிருந்தது, அவளைக் கவனிச்சுப்ட்டு அசந்து தூங்கியிருக்கா. அவன் கூப்பிட்டது காதிலே விழலே. விழுந்துதான் சொப்பனம் மாதிரி இருந்திருக்கோ என்னமோ? கொஞ்ச நாழியாச்ச, விழிப்புக் கொடுத்துக் கண்ணைத் திறந்திருக்கா. அந்தப் பயல் ஜன்னலுக்க அந்தண்டே நின்று அவளைப் பார்த்துண்டே இருந்திருக்கான், அவளுக்குச் சடேர்னு தூக்கிவாரிப் போட்டிருக்கு. 'யாரு?'ன்னு மெரண்டு போய்க் கேட்டிருக்கா. 'நான்தாம்மா பால். எத்தினித் தடவையம்மா கூப்பிட்றது'ன்னிருக்கான். அவன் கூப்பிட்டது ஒரு தடவைதான். கூப்பிட்டு திறக்கலேன்னா கதவை இடிக்கப்படாதோ? அதுவும் செய்யாம, ஜன்னல்லெ வந்து தூங்கறவாளைப் பார்த்துண்டே நின்னா? சரி, அப்பா நாம அவனைக் கோவிச்சக்க முடியுமோ? 'ஏன் நிக்கறேன்'னு கோவிச்சுண்டா அவன் என்ன நினைச்சுப்பான்? தப்புப் பண்றவாளைத் தப்பு பண்ணினேன்னு சொல்றதுன்னா ரொம்பக் கஷ்டம்? அவா தப்பு பண்றதெல்லாம் ரொம்ப சாது மாதிரி நடந்துக்க மாதிரிதான் இருக்கும். நாம ஒண்ணும் சொல்லவும் முடியாது . . . மெல்லவும் முடியாது. ஜன்னலிலே ஏன் வந்து நிக்கறேன்னு கேட்க முடியுமா? சில பேர் கேப்பா. ஆனா அவன் என்ன பதில் சொல்லுவனோ! அதை வாங்கிக்கத் தயாராயிருந்தா கேட்கலாம். நாம ஜாக்கிரதையா இருந்துட்டா இந்தத் தண்டாவே கிடையாது. என்னமோ சொல்ல வந்தேன். எங்கேயோ போய்ட்டேன். நாலுமணிக்கு எழுந்து பால் வாங்கினா அப்புறம் தூக்கம் ஏது? வீடு பெருக்கணும். சாணி தெளிக்கணும். கோலம் போடணும். காபி போடணும். சமைக்கணும். மத்தியானம் பத்துப் பாத்திரத்தைத் தேய்க்கணும். இப்படி நீங்க பார்த்துண்டே போனா நம்ம பொம்மனாட்டிகளுக்கு ராத்திரி பதினோரு மணிவரையில், சமையல் உள்ளே அலம்பிவிட்டு, பாத்திரங்களை எடுத்து வைச்சு பாலுக்கு உறை குத்திப் படுத்துக்க வரைக்கும் சரியாயிருக்கும். நாம் லேட்டா போய்ச் சாப்பிட்டா, அது இன்னும் தள்ளிப்போகும். அதுக்காகத்தான் ஏழு மணிக்கு வீட்டுக்குப் போகணும்னு சொல்றேன். என்னை ஒண்ணும் வித்யாசமா நினைச்சுக்கப்படாது, அண்ணா" என்று மகாதேவன் சொல்லி முடிப்பதற்குள் ஏழு பத்தாகிவிட்டது. 'நீ போயிட்டு வாப்பா. இனிமே நான் இப்படிச் சொல்லலே' என்றேன். 'பார்த்தேளா, பார்த்தேளா! அண்ணா கோவிச்சுனூட்டாப் போலன்னா இருக்கு?' என்று வாய் அகல மலர்ந்தான்.

இந்தப் பயல் மூஞ்சி எப்படித்தான் இப்படி மலர்கிறதோ தெரியவில்லை. எப்போது பார்த்தாலும் கலகலவென்று

என்னமோ இப்பொழுதுதான் காபி சாப்பிட்டு வெற்றிலை போட்டுக்கொண்டாற்போல ஒரு உற்சாகம்! ஒரு அமளி!

2

நாலைந்து நாள் கழித்து ஒரு மாலை ஆறரை மணிக்கு ஒரு தந்தி வந்தது. அவசரத் தந்தி. சித்தப்பாவுக்கு உடல் நெருக்கடியான நிலையாம். உடனே புறப்பட்டு வர வேண்டுமாம். போட்மெயில் புறப்பட இன்னும் முக்கால் மணிகூட இராது. அதற்குள் நாலு மைலில் உள்ள ரயிலடிக்குப் போய், டிக்கெட் வாங்கி... எனக்கு சித்தப்பாவின் மீது கோபம் கோபமாக வந்தது. முகத்தைச் சிணுக்கினேன்.

"கவலைப்படாதீங்கோ, அண்ணா" என்றான் மகாதேவன். நாலு நிமிஷத்தில் டாக்ஸி வந்தது. அம்பு வேட்டி சட்டை களில் நாலைந்தை எடுத்து வைத்தாள். பணத்தை எடுத்துக் கொடுத்தாள். டாக்ஸியில் ஏறிக்கொண்டேன். மகாதேவனும் நானும் ஸ்டேஷனுக்குப் பறந்தோம். வண்டியில் கூட்டம் பிதுங்கிற்று. மனிதர்கள் படியிலும் ஜன்னல்களிலும் பிதுங்கி வழிந்துகொண்டிருந்தார்கள். வேளாங்கண்ணித் திருவிழாவாம். பிரத்யேக வண்டி விடுவார்களாம். மதச் சார்பற்ற ராஜ்யத்தில் ஏதோ போனால் போச்சு என்று ஒரு ஸ்பெஷல் வேண்டுமானால் விடலாம். இரண்டு, மூன்று என்று கேட்டால் அரசாங்க தத்துவத்தையே அல்லவா மாற்றவேண்டும்? என்ன செய்கிறது? நான் பல்லைக் கடித்துக்கொண்டேன். 'சித்தப்பா, இந்தச் சமயம் பார்த்து என்னைக் கழுத்தை அறுக்கிறாயே! நியாயமா?' பகவானைப் பார்த்து இரண்டு முறையாகத்தான் வேண்டிக்கொள்ள வேண்டும். சித்தப்பாவுக்கு இந்தச் சமயம் குணமாகி எழுந்து நடமாட வேண்டும். இல்லை, செத்துத்தான் போகவேண்டும் என்றால் நான் இடம் கிடைத்து நாளை அல்லது மறுநாள் புறப்பட்டுப் போய், என் முகத்தைப் பார்த்த பிறகு கண்ணை மூடவேண்டும்.

மகாதேவன் ஒரு தடவை பெருமூச்சுவிட்டான். "சித்தெ இருங்கோண்ணா" என்று மணிபர்ஸை வாங்கிக்கொண்டான்; போய்விட்டான். இன்னும் ஐந்து நிமிஷம்தான் இருக்கிறது வண்டி புறப்பட. அங்குமிங்கும் கால் தரிக்காமல் உலாத்தினேன். ஓங்கித் தரையைக் காலால் அடிக்கவேண்டும் போலிருந்தது. கூட்டத்தைப் பார்த்தேன். கடிகாரத்தைப் பார்த்தேன். டிக்கெட்டை வாங்கி விட்டுக் கீழே நிற்கிற நூற்றுக்கணக்கான ஜனங்களைப் பார்த்தேன். எண்ணூறு பேர் கொள்ளுகிற வண்டிக்கு இரண்டாயிரம்

தி. ஜானகிராமன்

டிக்கெட் எப்படிக் கொடுத்தார்கள் என்று என்னையே கேட்டுக் கொண்டேன். பாரத மாதாவின் புத்திரர்களையும் புத்திரிகளையும் சில சமயம் நெல்லிக்காய்களாகவும், சில சமயம் புளியாகவும் பெரியவர்கள் நினைக்கும் விந்தையைப் பார்த்தேன்.

"அண்ணா வாங்கோ! வாங்கோண்ணா!" என்று குரல் கேட்டது. என் பையை வாங்கிக்கொண்டு ஓடினான் மகாதேவன். நானும் பின்னால் ஓடினேன். ஒரு முதல் வகுப்பு வண்டியில் ஏற்றிவிட்டான். அங்கே இருந்த பிரயாணி ஒருவரிடம் அறிமுகப்படுத்தினான். "உங்களுக்காக இவா பெரிய தியாகம் பண்ணியிருக்கா, அண்ணா! சாதாரண 'ஸாக்ரிபைஸ்' இல்லே. இவர் பெர்த்திலே உங்களுக்கும் ஒரு இடம் தரேன்னு சொல்லிவிட்டார். நான் வந்து கேட்டுண்டேன், இந்த மாதிரி. 'இவரை உசிரா மதிக்கிற உசிரு ஒன்று துடிச்சுண்டு கிடக்கு. நீங்க எப்படியாவது சம்மதிச்சுத்தான் ஆகணும். ஒரு ஆத்மாவைக் கரையேத்தின புண்யமுண்டு'ன்னு சொன்னேன். 'சரி வரச் சொல்லுங்கோ'ன்னு சொல்லிப்டா. அண்ணா, செங்கல்பட்டுக்குப் போனப்புறம் இவாளுக்குச் சிரமமாயிருந்து படுத்துக்கணும்னா நீங்க கீழே துண்டை விரிச்சு பையைத் தலைக்கு உசரம் வெச்சுப் படுத்துடணும்' என்றான் மகாதேவன். அவன் நெற்றியெல்லாம் வியர்த்து ஊற்றிற்று. "இடம் கொடுத்தாரே அது போறாதா? செங்கல்பட்டு என்ன? தாம்பரம் போனவுடனேயே படுத்துக்கணும்னு சார் சொன்னாரானா, நான் கீழே இறங்கிப் படுத்துக்கறேன்.

"வாண்டாம் சார். நான் ராத்திரி பன்னிரண்டு மணிக்குத் தான் தூங்குகிற பழக்கம். விழுப்புரத்துக்கு அப்புறம் கொஞ்சம் அமட்டும். அப்பகூட என்ன? இப்படியே சித்தெ சாஞ்சிக்கிட்டாப் போவுது" என்றார் இடம் கொடுத்தவர்.

"மகாதேவா, உனக்குத்தான் சிரமம். நீ ஏழு மணிக்கே வீட்டிலே இருக்கணும்னு துடிப்பே. என்னை மன்னிச்சுக்கணும். உங்கம்மாகிட்டவும் தங்கை கிட்டவும் சொல்லு, இப்படி அவசரமா நேர்ந்ததுன்னு."

"ரொம்ப நன்னாருக்குண்ணா. ஏழுமணின்னா, எக்ரிமெண்டா? ரொம்ப அழகாயிருக்கு நீங்க பேசறது!"

கார்டின் ஊதல் கேட்டது. மகாதேவன் கீழே இறங்கினான். வண்டி ஊதிவிட்டுக் கிளம்பிற்று.

வழக்கம்போல விசாரணை எல்லாம் ஆரம்பமாயிற்று. பெயர், தொழில் எல்லாம் சொன்னேன்.

“உங்க கம்பவுண்டரா அவர்? அப்படியே வந்து அழுதுட்டார். சார்! என் காலைத்தான் கட்டிக்கலெ. கண்ணுலெ ஜலம் தளும்புது. நீங்க எப்படியாவது ஒரு இடம் கொடுத்துத்தான் ஆகணும்’ங்கறாரு. தொண்டை நடுங்குது. தழுதழுக்குது. ‘இவங்களை அப்படியே கண்ணுக்குக் கண்ணா வளர்த்த உசிரு இவரைப் பார்க்காம போயிடுமோன்னு அடிச்சுக்குது எனக்கு’ன்னாரு. ‘சரி, அழச்சிட்டு வாங்க’ன்னுப்ட்டேன். இந்த மாதிரி சமயத்திலே ஒத்தாசை பண்ணாமெ எப்பத்தான் பண்ணப் போறோம்? ஆனா, அவரும் அப்படியே ஆடிப்போடியிட்டார் சார். இந்த மாதிரி ஒரு அஸிஸ்டெண்ட் இருந்தா, எனக்கு இப்ப ப்ளேன்லே போற உத்யோகமா பல வருஷம் முன்னாடியே கிடைச்சிருக்கும். ஆனா நமக்குமாத்திரம் அந்த அதிர்ஷ்டம் கிடையாது. சர்க்கார்லெ எனக்கு அசிஸ்டெண்டா வரவங்கள்ளாம், கர்ணனுக்கு சல்லியன் வந்தாப்பல வந்தவங்க. ‘பாப்பாத்தியம்மா. மாடு வந்தது. கட்டினாக் கட்டிக்கோ, கட்டாட்டாப் போ’ன்னு சொல்ற ஆளாயிருந்தாக்கூட பரவாயில்லெ. அந்த மாட்டைக் குத்தியடிச்சு, வேறு யார் வீட்டிலாவது கொண்டு கட்டிப்ட்டுப் போயிடற ஆளுங்களாத்தான் நமக்கு வாச்சிட்டு வருது. நானும் ஸர்வீஸுக்கு வந்த நாள்ளேர்ந்து பாக்கிறேன். மருந்துக்கு பளிச்சுனு ஒரு மூஞ்சி? கிடையாது! எண்ணெய்னா எள்ளு கொண்டுவர ஆளாகத்தான் கிடைக்குது. அது ஜாதகம் சார். சில பேருக்கு வாகன அதிர்ஷ்டம், வீடு அதிர்ஷ்டம் எல்லாம் இருக்காதுன்னு சொல்ற வழக்கம். அந்த மாதிரி வேலைக்கார அதிர்ஷ்டம் நமக்குக் கிடையாது. சர்க்கார் வேலை சார். உங்க மாதிரி தனி ஆளா இருந்தா ஒரு சப்பையை வச்சுப்பீங்களா? இந்த மாதிரி ணங்ணங்குன்னு சுண்டிப்பார்த்து ஒரு ஆளைப் பொறுக்கி எடுத்திருக்கீங்க! நாங்க என்ன செய்யமுடியும்? காத்தில்லாத டயரு. ப்ரேக் இல்லாத சக்கரம் – இப்படி எதையாவது கொடுத்து ‘பாத்துக்குங்க’ என்பாங்க” என்று ஆரம்பித்தவர், தாம்பரம் வரும் வரையில் பேசிக்கொண்டேயிருந்தார்.

மகாதேவன் மாதிரி ஒரு ஆள் கிடைக்கிறது கடினம்தான். தனி முதலாளிக்குக்கூட இப்படிப்பட்ட ஆள் கிடைத்து விடாது. ஏனென்றால், இந்த மாதிரி ஆட்களை ஸ்வாமி அதிகமாகப் படைப்பதில்லை. எனக்கே வெட்கமாகத்தான் இருந்தது. நூற்றைம்பது ரூபாய் சம்பளம் அவனுக்கு எப்படிப் போதும்? நான் ஏன் இப்படிக் கஞ்சத்தனம் செய்ய வேண்டும்? அம்பு சினிமாவுக்கும் நாடகத்திற்கும் செலவழிக்கிற காசுகூட இல்லையே அது! வந்தவுடனே செய்கிற முதல் காரியம் அவனுடைய சம்பளத்தை ஒரு இருபது சதவீதமாவது உயர்த்துவதுதான்.

ஊருக்குப்போய் வண்டியைவிட்டு இறங்கினதுமே சித்தி "வாடா சந்தானம். சித்தப்பா உனக்குத்தான் காத்திண்டிருக்கார்டா. நீ பாரு, கூப்பிடு சித்தப்பாவை – யார் வந்திருக்கா பார்க்கட்டுமே" என்று கத்தினாள்.

மல்லாந்து படுத்திருந்த சித்தப்பா தலையை ஆட்டினார், "தெரிகிறது, கத்தாதே" என்று சொல்வதுபோல. உடம்பு பனியாகக் கிடந்தது. நாடிகூடத் தொய்ந்து கிடந்தது.

"நீ வரணும்னுதாண்டா காத்திண்டிருக்கா சித்தப்பா. 'இனிமே தாங்காது. சந்தானத்துக்குத் தந்தி கொடுத்திடு. நான் அவனைப் பார்க்காம போயிட்டேனோ என் ஜீவன் ரொம்பக் கஷ்டப்படும்'னு பறவாப் பறந்தா, உடனே ஓடிப்போய் தந்தி கொடுத்துது."

சித்தப்பா இதையெல்லாம் கேட்டுக்கொண்டு பேசாமல் மல்லாந்து படுத்திருந்தார். "அட அசடே!" என்று மனசுக்குள் சிரித்திருக்க வேண்டும். ஏனென்றால் அவர் செத்துப்போகவும் இல்லை; மண்ணும் இல்லை. என்னைப் பார்க்கக் காத்துக்கொண் டிருந்திருக்கலாம். ஆனால் யமன் என்ன வாசலில் வண்டி வைத்துக் கொண்டு அவசரப்படுத்துகிறானா? அவன் கூப்பிட்டால்தானே போகலாம்! என்னைப் பார்த்தால் போதுமா?

மறுநாள் சாயங்காலமே சித்தப்பாவுக்கு வேர்த்து ஊற்றின தெல்லாம் நின்றுவிட்டது. தானே எழுந்து உட்கார்ந்துகொண்டார். உடம்பு ஜில்லிப்பு மாறி, கதகதப்பு மீண்டுவிட்டது. நாடியைப் பார்த்தேன். விண்விண் என்று விரலை உதைத்தது. இன்னும் பத்து வருஷத்திற்கு சித்தப்பாவை யாரும் அசைக்க முடியாது. அந்த நாடி யமனையே உதைத்து விரட்டுவது போலிருந்தது.

ஆனால் சித்தி ஊருக்குப் போக விடவில்லை. 'ரெண்டு நாள் இருந்து சித்தப்பாவுக்கு மருந்து கொடுத்துவிட்டுப் போயேன்' என்றாள். என் நோயாளிகள் காத்திருப்பார்களே? எத்தனை நாள் தாமதிக்கிறது? டாக்டர் எத்தனை நாள் வெளியூரில் போய்க் காலங்கழிக்க முடியும்? அவனுக்கு என்று பெண்டாட்டி குழந்தைகளைப் போல ஒரு நூறு பேரைப் பிணைத்து வைத்திருக் கிறாரே கடவுள். ஒரு சித்தப்பாவுக்காக எத்தனை பேரைக் காக்க வைக்கிறது? ஆனால் சித்தி விடுகிற வழியாக இல்லை. 'சரி மகாதேவன் இல்லாவிட்டால் கவலையாகத்தான் இருக்கும். ஆனால் அவனையே பெரிய டாக்டராக நினைக்கிற கிழவிகள் நமக்கு நோயாளிகளாக இருக்கும்போது சற்று உலுஉலுப்பாக இருக்கலாம்' என்றுதான் தோன்றிற்று. மகாதேவனுக்கு எழுதிப் போட்டுவிட்டு உட்கார்ந்துவிட்டேன்.

நாலாம் நாள் சித்தப்பா எழுந்து நடக்கவே ஆரம்பித்து விட்டார். நண்பர்கள் அவரைப் பார்க்க வந்துகொண்டிருந் தார்கள். நான் மாடியில் உட்கார்ந்துவிட்டேன். திருப்பித் திருப்பி எத்தனை பேருக்கு சித்தப்பாவின் உடம்பைப் பற்றி சொல்வது?

"சந்தானம் – சித்தப்பா கூப்பிடறார்டா" என்று குரல் வந்தது. போனேன்.

" இவர் தாம்பரத்துக்குப் போறார். இவர் விமானப் படையிலே ஆபீசரா இருக்கார். மத்தியானம் தாம்பரம் போறாராம் கார்லே. என்னோட வேணும்னா வரட்டுமேன்னார்."

"ரொம்ப தாங்ஸ் ஸார். தாம்பரம் ஸ்டேஷன்லெ இறக்கி விட்டாலெ போதும். அங்கேருந்து எலெக்ட்ரிக் ட்ரெயின்லே போயிடறேன்."

சித்தப்பா செட்டப்பா. தன் காசில் மட்டுமில்லை, பிறர் காசிலும் ஒரு பைஸா இறையப் பார்க்கமாட்டார். 'உடம்புதான் சரியாகிவிட்டது. பிள்ளையாண்டான் இருபது முப்பது என்று செலவழிப்பானேன்?' என்று அவர் நினைப்பதில் தவறில்லை. வேளாங்கண்ணி ஜனங்கள் வேறு திரும்புகிற நேரம். சரியென்று சொல்லிவிட்டேன்.

கடலூர் வந்ததும் காரை நிறுத்தி, தாடையைத் திறந்து உபசாரம் எல்லாம் செய்து ஒரு ஒரு மணி நேரம் கழித்துக் கிளப்பி என்னை அவர் தாம்பரம் கொண்டுவிடும்போது மணி பத்தரை ஆகிவிட்டது. மின்சார ரயிலில் ஏறி, டாக்ஸிக்கு மன்றாடி, கிடைக்காமல் ஒரு சைக்கிள் ரிக்ஷாவை வைத்துக்கொண்டு வீடு வரும்போது மணி பன்னிரண்டரை. வாசலிலேயே படுத்துக் கிடக்கிற கறுப்பு நாய் என்னைக் கண்டதும் ஓடிவந்து அருகில் நின்று வாலையாட்டிற்று. வாசல்படி உள்ளே வந்ததில்லை அது. ஆனால் நான் வெளியே போகும்போதெல்லாம், 'கேட்'டண்டை வந்து நிற்கும் போதெல்லாம் பார்வையில் எங்கு படுத்திருந்தாலும் வேகமாக ஓடிவரும். வாலைக் குழைக்கும். வாயைப் பிளந்து குரைக்கும். பல்லைக் காட்டும். ஒரு நிமிஷம் நின்றுவிட்டுப் பேசாமல் போய்ப் படுத்துவிடும். வெளியே போகும்போதும் அப்படித்தான். கூடவே நாலைந்து வீடுவரை வந்து நான் தெரு முக்கு திரும்பியதும் நின்று திரும்பிப் போகும். இப்போது எனக்காக விழித்திருப்பது போல அது வாலாட்டிற்று. நிமிர்ந்து பார்த்தது. 'கேட்'டின் பானாக் கொக்கியைத் திறந்தேன். என்ன இது? – வாசல் கேட்டை ஒரு சங்கிலி போட்டுப் பூட்டுகிற வழக்கம். சங்கிலி பூட்டாமல் தொங்கிக்கொண்டிருந்தது, அம்பு ஏன் இவ்வளவு அஜாக்ரதையாக இருக்க வேண்டும் என்று புரியவில்லை.

திண்ணையின் மீது ஏறினேன். ஜன்னல் வழியாகப் பார்த்தேன். தெரு வெளிச்சம் நேராக உள்ளே விழுவதில்லை. அதன் மயக்கம் மட்டும் சுவரில் படர்ந்து, உள்ளே இருக்கிற பீரோ, கட்டில், நாற்காலிகளை லேசாகக் காட்டும். அம்பு கீழே படுத்திருந்தாள். அவளுக்குப் பிடித்த தாழம்பூ நிறப் புடவை மாதிரிதான் இருந்தது. பட்டுப் புடவையை அப்படி லேசாக வீணாக்குபவள் இல்லையே? குழந்தைகள் இரண்டையும் காண வில்லை. கூடத்தில் படுத்திருக்கின்றனவோ என்னவோ?

கட்டில் மீது என் படுக்கை விரித்துக் கிடந்தது. மெத்தை-ஆனால் வெள்ளையாக அதன்மேல் ஒரு மனித உருவமும் பனியன் போட்டுப் படுத்திருந்தது. ஒரு தலையணையை அழகாகக் கட்டிக்கொண்டு அயர்ந்து உறங்கிக்கொண்டிருந்தது. உற்றுப் பார்த்தேன். "பெரிய டாக்டர்" தான். தலைக்கு ஒரு தலையணை. காலுக்கு ஒரு தலையணை. நல்ல அயர்ந்த தூக்கம்.

ஹப்பாடா! சந்தன வாசனை அடிக்கிறது! நான் சந்தனம் பூசிக்கொள்வதில்லை. மாமாவுக்குக் கொடுத்த வைட்டமின் மொச்சை நாற்றம்தான் என் சட்டைப் பையில் வீசுகிறது. மறந்து போய் இரண்டு மாத்திரைகளை கடுதாசியில் மடித்துப் போட்டிருந்தேன். அந்த வாசனை இப்போது குப்பென்று வீசிற்று. சந்தன வாசனை ஏது இங்கே? உற்றுப் பார்த்தேன். கட்டில் காலடியில் சின்ன மேஜைமீது ஒரு சின்ன எவர்சில்வர் கிண்ணம். ஆனால் அங்கே அந்தக் குள்ள மேஜையும் இருப்பதில்லை; கிண்ணமும் இருப்பதில்லை.

கட்டிலுக்குப் பக்கத்திலேயே, கீழேயே அம்பு தூங்குகிறாள். அம்பு அயர்ந்து தூங்கும்போது உடம்பு மல்லாந்துவிடும். முழங்கால் சில் இரண்டும் தெரியும்படியாகத்தான் தூங்குவாள். புடவையைச் சில்லிலிருந்து நான் கீழே இழுத்துவிடுகிற வழக்கம். இப்போதும் அப்படித்தான் தூங்குகிறாள். பாதி வெளிச்சமும் பாதி இருளுமாக இருந்ததால், கால் இரண்டும் வெள்ளையாகத் தெரிந்தன. சுரைக்காய் போன்ற கால். முகம் பளபளவென்றது. கை பளபளவென்றது. அம்புவின் தேகம் மொழுமொழுவென்ற வாகு. நெற்றி ரொம்ப ரொம்ப அழகு. நேர் வகிட்டிலிருந்து தலைமயிர் பிரிந்து செவிளை நோக்கி இறங்குகிற அழகு – ஐயோ! – அந்த நீள முகத்திற்கும் அந்த இறக்கத்திற்கும் என்ன எடுப்பு! நீள மூக்கு, உதடு ஓரத்தில் ஒரு பள்ளக் கோடாக முடிகிற அழகு!

ஆமாம், என்ன விசேஷம்? காஞ்சிபுரம் தாழம்பூ நிறப்புடவை மாதிரி இருக்கிறதே! எங்கேயாவது கோயிலுக்கு, சினிமாவுக்குப் போய்வந்து களைப்புத் தாங்காமல் அப்படியே படுத்துட்டாளா?

அது சரி! இவ்வளவு பெரிய வீட்டில் – இந்த வீட்டைப் பற்றிச் சொல்லவில்லையே – கேட்டைத் தாண்டி உள்ளே நுழைந்ததும் திண்ணை – இரண்டு பக்கமும் வாசலைப் பார்த்து இரண்டு அறைகள் – ஒன்று என் வைத்திய அறை – இன்னொன்று படுக்கை அறை – நடுவில் வாசற்கதவு – கதவைத் திறந்ததும் ஒரு ஹால் – உள்ளே ஒரு பெரிய ஹால் – அதற்குப் பிறகு இடது பக்கம் சாப்பாட்டு அறை. அதைத் தாண்டிப்போனால் சமையலறை – வலது பக்கம் மூன்று அறைகள் – பிறகு கொல்லைத் தாழ்வாரம் – மூன்று மனை வீடு. சொந்த ஊர் வீடு மாதிரி இல்லாவிட்டாலும் இந்த ஊரில் நடுத்தர வீடு என்றுதான் சொல்ல வேண்டும். இல்லாவிட்டால் எழுபதாயிரம் ரூபாய் சொல்லுவேனா? நான் என்ன பேராசைக்காரனா, பைத்தியமா? இப்பொழுது இந்த மாதிரி கட்டுவதாக இருந்தால் எழுபத்தையாயிரம் ஆகும்.

அது சரி, இத்தனை பெரிய வீட்டில் மகாதேவனுக்குப் படுக்க வேறு இடமில்லையா? ஏன் நான் படுக்கிற அறையில், அதுவும் என் கட்டிலில், என் மெத்தை மீது என் தலையணைகளைக் கட்டிக் கொண்டு தூங்க வேண்டும்? அம்புவும் கட்டிலுக்கு இவ்வளவு அருகில் படுப்பானேன்? அவன் எழுந்துகொண்டு காலைத் தொங்கவிட்டால் கூட கால் விரல் இடிக்கும் போலிருக்கிறதே!

கதவை மெதுவாகத் தட்டினேன். பதில் இல்லை. கொஞ்சம் பலமாகத் தட்டினேன்.

"அம்பு! மோகன்! லதா! அம்பு!"

ஜன்னலண்டை மறுபடியும் போக வேண்டும் போலிருந்தது.

"யாரு?"

"நான்தான்!"

அம்பு ஜன்னலண்டை வந்தாள்.

"யாரு?"

"கதவைத் திற."

"இதோ வந்துட்டேன்."

ஜன்னலிலிருந்து மறைந்தாள் அம்பு. ஏதோ ஜமுக்காளம் இழுக்கிற சப்தம் கேட்டது. ஜன்னல் வழியாகப் பார்த்தேன். கட்டில் இருந்தது. மெத்தை இருந்தது. பிரித்தில்லை. சுருட்டியிருந்தது. சின்ன மேஜை மேல் கிண்ணத்தைக் காணவில்லை.

டொடக்.

தி. ஜானகிராமன்

தாழ்ப்பாள் சத்தம்தான்.

ஹால் விளக்கு எரிந்தது. கதவு திறந்தது!

அம்பு பளீர் என்று நின்றாள். தாழம்பூ வர்ணப் புடவைதான். பட்டுப்புடவை. தூங்கின பளபளப்பு முகத்தில். தலை மயிர்க் கலைவைக் கோதிவிட்டுக்கொண்டாள்.

"இப்பதான் வரேளா?"

"ம்."

"வண்டி ஏது இப்ப?"

"ஒரு சிநேகிதர் காரில் வந்தார். தாம்பரம் வரையில் ஏத்திண்டு வந்தார்" என்று சொன்னபடியே உள்ளே போனேன். ஹாலைக் கடந்து அறை விளக்கைப் போட்டேன்.

"யாரு படுத்திண்டிருக்கா?"

"மகாதேவன்."

மகாதேவன் எங்கேயோ சுவரோரமாக ஒரு வெள்ளைச் சீர்காழிப் பாயில் கிடந்தான்; உயரம் போதாத ஒரு தலையணையில் சுவரைப் பார்த்து ஒருக்களித்தபடி, இரண்டு கைகளையும் காலிடுக்கில் செருகி அயர்ந்து தூங்கிக்கொண்டிருந்தான்.

"வீட்டுக்குப் போகலியா?"

"போனான். சாயங்காலமே புடிச்சு லதாவுக்கு ஜுரமா யிருந்தது. மருந்து கிருந்து கொடுக்கணுமேன்னு இங்கதான் படுத்துண்டுடேன்னு சொன்னேன்."

லதா தூங்கிக்கொண்டிருந்தது. தொட்டுப் பார்த்தேன். வெறும் ஜலதோஷக் காய்ச்சல்தான்.

"என்ன ஆகாரம் கொடுத்தே?"

"கஞ்சிதான்."

"கஞ்சியைக் குடிச்சுட்டா இப்படித் தூங்கறான், பாவம்!"

"மகாதேவனைச் சொல்றேளா? அவனுக்கு என்னதுக்குச் கஞ்சி! அவன் வீட்டிலேயே சாப்பிட்டு வந்துட்டான்."

"லதாவுக்கு என்ன கஞ்சி கொடுத்தே?"

"பார்லிக் கஞ்சி. அதையே சரியாச் சாப்பிடலே. தூங்கியும் போயிடுத்து ...ம் சித்தப்பாவுக்கு எப்படியிருக்கு உடம்பு?"

"இப்ப சரியாத்தான் இருக்கு."

"என்ன பண்ணித்து?"

விவரமாச் சொல்ல ஆரம்பித்தேன். பாதி சொல்லும்போதே மகாதேவன் 'ம்ஹும்' என்று முனகியவாறு திரும்பிப் படுத்தான். ஐந்து நிமிஷம் கழித்துக் கண்ணை விழித்தான். எங்கே இருக்கிறோம், எந்த இடத்தில் படுத்திருக்கிறோம் என்று புரியாததுபோல் விழித்தான். அப்படியே புருவத்தைத் தூக்கி ஒரு தூக்கக் கலக்கப் பார்வை பார்த்துவிட்டு வாரிச் சுருட்டி எழுந்துகொண்டான்.

"எப்பண்ணா வந்தேள்?"

"நான் வந்து அரைமணியாச்சு."

"இப்ப ஏது வண்டி? பார்சல்ல வந்தேளா?"

"இல்லை. என்னையே ஒருத்தர் பார்சல் பண்ணிண்டு வந்துவிட்டார் கார்லே."

"மணி என்ன இப்ப?"

"ஒரு மணி."

"கார்லெ வந்தேளா?"

"ஆமாம். தாம்பரம் வரையில் ஒரு சிநேகிதர் வந்தார். என்னை அழைச்சிண்டு வந்தார். தாம்பரம் வந்ததும் எலெக்ட்ரிக் டிரெயின்லே ஏறி அப்புறம் ரிக்ஷா வச்சுண்டு வந்தேன்."

"சித்தப்பாவுக்கு எப்படியிருக்கு?" என்று அவன் கேட்டதற்கு ஒரு பாட்டம் பேசினேன்.

"அண்ணா போன முகூர்த்தம், பிழைச்சுட்டார். டிக்கெட் கிடைச்ச சுருக்கையும் – அதிலேயும் அன்னிக்கு, நெரிசல்லே இடம் கிடைச்சதும், அந்த மனுஷன் சரின்னு இடம் கொடுத்ததும் – நல்ல சகுனமாத்தான் இருக்கு. 'பயப்பட ஒண்ணும் இல்லை'ன்னு மனசிலே பட்டுண்டே இருந்தது. அப்படியே பயமில்லாம பண்ணிப்ட்டார் பகவான்" என்றான் மகாதேவன்.

"அது சரி, ஒரு பயம் போனா – இன்னொரு பயம்."

"அதெல்லாம் ஒண்ணுமில்லேண்ணா. நாடிகீடியெல்லாம் எப்படியிருக்கு?"

"நாடி செத்துப் போறவரைக்கும் அடிச்சிண்டுதானிருக்கும். பயம் இல்லாம இருக்குமா? அவர் பயப்படாட்டா சித்தி பயப்படறா. சித்தி பயப்படாட்டா நான் பயப்படறேன்."

"ஏன் அப்படி பயமாயிருக்கா?"

“எனக்குப் பயமாகத்தானிருக்கு.”

“எனக்கு என்னமோ அப்படித் தோணலேண்ணா.”

“உனக்குத் தோணலே. அனுபவிக்கிறவாளுக்குன்னா தெரியும்?”

“சரி – நீங்க ஏதாவது சாப்பிடறேளா?”

“செங்கல்பட்டிலே சாப்பிட்டுவிட்டேன்.”

“பால் இருந்தது. உறைகுத்திப்ட்டேன். வெந்நீரைப் போட்டு மால்ட் ஏதாவது கரைச்சுத் தரட்டுமா!”

“ஒண்ணும் வாண்டாம்.”

“ஏதாவது சாப்பிடுங்கோண்ணா. நான் வரேன்.”

“எங்கே?”

“வீட்டுக்குண்ணா.”

“இத்தனை நாழிக்கு மேலயா?”

“நன்னாருக்கே! நீங்க வந்தாச்சு, அப்புறம் என்ன? குழந்தைக்கு ஜுரமாயிருக்கேன்னு சொன்னா, வந்தேன். நீங்க வந்தாச்சு. நான் வரேண்ணா” என்று கிளம்புவதற்கு முன்னால் சீர்காழிப் பாயைச் சுருட்டி ஒரு ஓரமாக வைத்துவிட்டு “ரொம்ப நாழியாச்சு, அண்ணா படுத்துக்குங்கோ, கதவைத் தாப்பாள் போட்டுடுங்கோ” என்று சொல்லிவிட்டு நகர்ந்தான்.

மெத்தையில் படுத்தேன். லேசாகச் சந்தன மணம் வீசிற்று. பெரிய மகான்கள் செத்துப்போனால் சந்தனக் கட்டையை வைத்துக் கொளுத்துவார்களாமே?

“ஹப்பாடா – சந்தன வாசனை! அடிக்கிறதே ஏது?”

“நான்தான், வேத்துக் கசமாயிருந்தது. சாயங்காலம் வாங்கிண்டு வந்து கழுத்து மூஞ்சியெல்லாம் தடவிண்டேன்.”

“அப்பாடா! நல்ல சந்தனம் – காந்தி செத்துப் போனாப்பல வாசனை அடிக்கறது...”

“என்னது?”

“ஆமாம். காந்தி செத்துப் போனபோது சந்தனக் கட்டையெல்லாம் போட்டுத்தானே எரிச்சாளாம்?”

“ரொம்ப அழகாயிருக்கு பேசறது.”

“ஏன்?”

“ஏன்னு கேக்கணுமா? தத்துப்பித்துன்னு பேசிவிட்டு.”

“சந்தனம்னா சாந்திக் கலியாண உள்வாசனை வருங்கிறியா? உனக்கு வரதோ என்னமோ – எனக்குவல்லெ. எனக்கு காந்தி போன வாசனைதான் வரது.”

“திருப்பித் திருப்பிச் சொல்லிண்டேயிருக்கணுமாக்கும் அதை?”

“எனக்குச் சொல்லணும்போல் இருந்தா சொல்லப்படாதா?”

“உங்களுக்குப் பிடிக்கலேன்னா, நாளைக்கு வெய்யில்லே காயப்போட்டுட்டு, வாசனை போனப்பறம் படுத்துக்குங்கோ அதிலே.”

“வெய்யில்லே போட்டாப் போயிடுமாக்கும்? மறுபடியும் வந்துடுத்துன்னா, நான் ஊருக்கு மறுபடியும் போயிருக்கிறபோது?”

“…”

“ஆனா நான் மறுபடியும் ஊருக்குப் போனா மறுபடியும் அந்த வாசனை அடிக்காம பண்ண முடியும்.”

“…”

“எப்படின்னு கேக்க மாட்டேங்கிறியே?”

“…”

“கேட்க மாட்டியா?”

“அவசியமில்லே.”

“நான் அவசியமாச் சொல்லித்தான் ஆகணும். அந்தப் பெரிய டாக்டருக்குச் சீட்டுக் கிழிச்சுப்ட்டா இந்த வாசனை அடிக்காது.”

“என்னது?”

“ஒரு கிழவி கேட்டா அன்னிக்கு ஒரு நாளைக்கு. ‘பெரிய டாக்டர் இல்லியா, தம்பி?’’ன்னு அப்ப ஏதோ தெரியாம சொல்றாள்னு நெனச்சேன். இப்ப என்னடான்னா இந்த மெத்தை யும் அவன்தான் பெரிய டாக்டர்ன்னு சொல்ல ஆரமிச்சிருக்கு, இப்படியே விட்டுவிட்டா, மெத்தையைப் பிடுங்கிக்கிண்ட மாதிரி வீட்டையும் பிடுங்கிடுவான். அப்புறம்… காலமே சீட்டுக் கிழிச்சா சரியாப்போயிடறது.”

“அவனுக்குச் சீட்டைக் கிழிச்சா வீட்டைக் காப்பாத்திட முடியும்னு எண்ணமோ?”

“பின்னே இந்த அயோக்யன்களை முளையிலே கிள்ளி எறியாட்டா, வேப்பம் கன்னும் ஆலங்கன்னும் சுவர்லே வளர்றதை விட்டு வைக்கறாப்பலதானே?”

“ஹ்ம்.”

“என்ன ஹ்ம்?”

“வீடுன்னா என்ன – மூணு கிரவுண்டு மனை, முக்கால் கிரவுண்டு சிமிண்டுக் கட்டடம் மாத்திரம் இல்லே; அதிலெ இருக்கிற பெண்டாட்டி, குழந்தைகள்தான் வீடு. ஜாக்ரதை!”

“என்ன ஜாக்ரதை கீக்கரதைன்னு பயமுறுத்தறே?”

“நான் பயமுறுத்தலெ. நீங்கதான் பயமுறுத்தறேள், சீட்டைக் கிழிச்சிப்பிடுவேன், அப்படி இப்படின்னு.”

“ஏன் அவனுக்குச் சீட்டுக் கிழிக்கறேன்னவுடனே உனக்குப் பயமா இருக்கா?”

“எனக்கென்ன பயம்? நீங்கதான் பயந்துண்டு சீட்டைக் கிழிக்கறேன், வீட்டைக் காப்பாத்திக்கறேன்னேன்?”

அவள் கழுத்தைப் பிடித்து நெறித்து, ஆட்டி உலுக்கி... தலை கொளகொளவென்ற ஆடுகிற வரையில் உலுக்கி... அப்பா! என்ன பயங்கரம்! பல்லைக் கடித்துக்கொண்டு நான் குலுக்கின காட்சி என்னை என்னமோ செய்தது. பதில் சொல்லவில்லை. யாரையோ உரக்கத் திட்ட வேண்டும் போலிருந்தது. யாரை? என்னைப் படைத்தானே, அவனை. என் அம்மா அப்பா இரண்டு பேரையும் நினைத்துக்கொண்டு அழவேண்டும் போலிருந்தது.

மெத்தையில் தூங்கிவிட்டு, கதவைத் திறந்த பிறகு ஓசைப் படாமல் ஓடிப்போய், சீர்காழிப் பாயில் தூங்காமல் தூங்கின... சீ வயிற்றைப் புரட்டுகிறது. அம்மா! அப்பா! நல்ல வேளையாக நீங்கள் இப்போது இல்லை. உங்கள் பிள்ளையை, தெருவோடு போகிற பயல் இப்படி உள்ளே நுழைந்து, முதுகில் குத்துகிற கண்றாவியைப் பார்க்காமல் போனீர்களே!

மூன்று மணியாகிவிட்டது. தூக்கம் வரவில்லை. விளக்கைப் போட்டேன். அம்பு மல்லாந்து, முழங்கால்கள் இரண்டும் தெரியத் தூங்குகிறாள். வாய் லேசாகத் திறந்திருக்கிறது. ஐயோ! பெரிய சுரைக்காய் போல் வழவழவென்று கால், பொட்டுக் கட்டி ஆடுவாளே தெருவாசலில், அவளைப் பார்ப்பது போல என் உடம்பு சுட்டது. அம்பு அவளைவிட அழகு! அந்தக் கிழவியைவிட அழகு! அப்படியே பிழிந்து அவளை வாயில் ஊற்றிக்கொள்ள வேண்டும் போலிருக்கிறது. ஆனால் மகாதேவன் இந்தக் கால

கண்டியைப் பிழிந்து ஊற்றி நெஞ்சில் வைத்துக்கொண்டுவிட்ட மாதிரி இருக்கிறதே? — என் நெஞ்சம் சுடுகிறது.

நாய் குரைக்கிறது. கறுப்பு நாய்தான். எழுந்து ஜன்னல் வழியாகப் பார்த்தேன். தலையைத் தூக்கிக் கிழக்கே பார்த்துக் குரைக்கிறது. வொவ்... வொவ்... வொவ்... ஓவ்... யாரையோ திட்டுகிறாற் போல்தான் இருக்கிறது. பேஷ்! நன்றாகக் குரை. திட்டு, அந்தத் திக்கில் சூரியன் எழுவான்... திட்டு. நன்றாகத் திட்டு. 'ஏண்டா நேற்று சாயங்காலம் அஸ்தமித்தாய்?' என்று திட்டு!

3

காலை எழுந்து குளித்துவிட்டு முதல் காரியமாக என்ன செய்தேன் தெரியுமா? கிழக்கே போனேன். பிள்ளையார் கோயில் வாசலில் போய் நின்றேன். காத்துக்கொண்டு நின்றேன்.

அதோ வருகிறான் . . . வெள்ளையாக மொருமொருவென்று குளித்துவிட்டு மகாதேவன் வருகிறான் — தலைக்கு கருகருவென்று எண்ணெய் போட்டு வாரி — உடம்பில் ஒரு டெரிலின் சட்டை — அதே சட்டைதான். கபோதிப் பயலுக்கு — தோய்த்து வருஷக் கணக்கில் அதையே போட்டுக்கொண்டிருந்தான். வெள்ளை வெளேர் என்ற வேட்டி விபூதிப்பட்டை வேறு — இது விரலால் போடுகிற பட்டை இல்லை. அச்சு வைத்துப் போடுகிற பட்டை. இத்தனை அழகாக மனுஷன் யாரும் திருநீறு இட்டுக்கொள்ள முடியாது.

"நமஸ்காரம், அண்ணா! எங்கே இப்படி?" என்றான்.

அதே சிரிப்பு, அதே மலர்ச்சி — ஆனால் அதே மலர்ச்சி என்று எப்படிச் சொல்ல முடியும்? முகத்தில் ஒரு கேள்விக்குறி! அந்த மலர்ச்சி திரிந்துபோன பால் மாதிரி அவனுக்கும் உபயோகப்படாமல், எனக்கும் உபயோகப்படாமல் போன அந்தக் காட்சியை நீங்கள் பார்க்க வேண்டும்.

"உன்னைத்தான் பார்க்க வந்தேன்."

"என்ன?"

"சித்தப்பாவுக்கு உடம்பு சரியில்லேன்னு போனே னோல்லியோ? அவருக்கு ஆறாயிரம் ரூபாயோ என்னமோ கடனாம். அதைத் தீர்க்கிறேன்னு ஒப்புக்கொண்டு வந்துட்டேன். அதனாலெ எனக்கு உன்னை வச்சுக்க முடியாது போலிருக்கு. 'நீ இன்னியோடே நின்னுக்கோ'ன்னு சொல்லத்தான் வந்தேன்.

மூணு மாசச் சம்பளத்தை உனக்குக் கொடுத்துடறேன். இன்னிக்கு சாயங்காலம் உங்க வீட்டிலேயே கொண்டு வந்து கொடுத்துடறேன். நீ இல்லாம ரொம்பச் சிரமமாத்தான் இருக்கும் எனக்கு. அம்புவுக்கு இன்னும் ரொம்ப சிரமமாயிருக்கும். நீ அப்படிக் காரியங்கள்ளாம் பாத்துண்டிருந்தே. ஆனா நான் என்ன செய்யறது? என்னாலெ தாங்க முடியாது போலிருக்கு இந்தப் பளுவை. நீ ஒண்ணும் தப்பா நினைச்சுக்காமெ–"

"அதனாலெ என்னண்ணா? நீங்கதான் சொல்றேளே? உங்களுக்கு நிறுத்த மனசில்லெ. ஆனால் சந்தர்ப்பம் அப்படி வந்துடுத்து" என்று இரண்டு கைவிரல்களையும் பிரித்துச் சந்தர்ப்பங்கள் நேர்ந்ததைச் சேர்த்துச் சைகையாகக் காட்டினான் மகாதேவன்.

"ஆமாம்."

"அதனாலெ என்னண்ணா?"

"நான் சாயங்காலம் வீட்டிலே கொண்டு வந்துகொடுக்கிறேன் பணத்தை."

"அதனாலெ என்னண்ணா? உங்க சௌகரியம். நீங்க வரணும்ங்கிற அவசியமில்லெ. நானே வந்து வாங்கிப்பேன்."

"பரவாயில்லே, நீ எதிர்பார்க்காம நிறுத்திட்டேன். அதனாலே நான் கொண்டுவந்து கொடுக்கறதுதான் நியாயம்."

"அப்புறம் நான் என்னத்தைச் சொல்றது?"

"ஒழிஞ்சு போறது" என்ற மனசுக்குள் சொல்லிக்கொண்டேன்.

"வரேண்ணா" என்று பிள்ளையாரைப் பார்த்துப் பளார் பளார் என்று கன்னத்தில் அறைந்துகொண்டான். அந்த அறை மாத்திரம் பிள்ளையார் கன்னத்தில் விழுந்திருக்கட்டும், அவருக்கு இருக்கிற ஒரு தந்தமும் விண்டு விழுந்திருக்கும். திரும்பினான். பொட்டைச் சாரை மாதிரி விர்ரென்று நடந்தான்.

நான் வீடு திரும்பினேன்.

"மகாதேவன் ஏன் வரவில்லை?" இந்தக் கேள்வி வருமோ வருமோ என்று காத்துக் கிடந்தேன்.

அம்பு வாயைத் திறக்கவில்லை.

திருடனுக்குத் தேள் கொட்டினால் மூச்சுப் பரியுமோ? நோயாளிகள் வந்தார்கள். 'பெரிய டாக்டர்' இல்லாவிட்டால் என்ன? வைத்தியம் நடக்காதா? நோயாளிகள் வரமாட்டார்களா?

இல்லை நோயே செத்துவிடுமா? அம்பு! நீ ஒன்றுமே நடக்காதது போல இருந்தால் எனக்குப் புரியாதா என்ன? நெஞ்செல்லாம் கடுக்கும் என் முன்னால் நீ உஸ்உஸ் என்று தவிக்காவிட்டால் என்ன? நீ பாத்திரங்களை மொட்டு மொட்டு என்று வைக்கிறாயே! குளிக்கிற அறையில் போய் ‘சோப்புத் தேய்த்துக்கொள்கிறேன்’ என்று உடலெல்லாம் பிராண்டிக்கொண்டிருப்பாயே! ஒரு செம்பு ஜலம் விட்டுக்கொள்வதற்கு நடுவில், சூன்யத்தை வெறிச்சென்று பார்த்துக்கொண்டு நிற்பாயே! மோகன் மேலும் லதாவின் மேலும் எரிந்து விழுகிறாயே! எனக்கா தெரியாது? நானும் மனுஷன்தானே, உன்னைப் போல – எனக்கும் இங்கே வைத்தியம் ஓடவில்லையே. நாடியை எண்ணக்கூட முடியவில்லையே. முப்பது எண்ணின பிறகு முப்பத்தொன்று என்று சொல்ல மறந்து போய் நாற்பத்திரண்டு, நாற்பது நாலரை என்று சொல்லுகிறேனே... சில நாட்கள் என் காதில் கூட விழவில்லை. என் விரல் அதிரவில்லை. நான்கூட நோயாளியைப் பார்க்கவில்லை. உன்னைப்போல் சூன்யத்தைத்தான் பார்த்துக்கொண்டிருந்தேன். நோயாளி ஏதோ சொல்கிறான். காதில் விழுகிறது. ஆனால் விழவில்லை.

எனக்குச் சாதம் போட வேண்டும் என்றுகூடக் கவலையில்லை உனக்கு. சமையல்கார அம்மாள் இருக்கிறாள் அதற்கு. குழந்தைகளுக்குச் சோற்றைப் போட்டுப் பள்ளிக்கூடம் அனுப்பிட்டு நீயும் வாடாமல்லி நிறப் புடவையைக் கட்டிக்கொண்டு கிளம்பிவிடுவாய். எனக்கு நீ ஏன் சோறு போட வேண்டும்? ஒரு குழந்தை பிறந்தாலே போதாதோ, அகமுடையானை ஒதுக்கி வைக்க? இரண்டு குழந்தை இருக்கும்போது நான் சாப்பிட்டால் என்ன, சாப்பிடாவிட்டால் என்ன?

“எங்கே சாமி, நாலஞ்சு நாளா சேப்பையாவைக் காணும்?” – கம்பவுண்டர் சிவப்பு ஐயா – ஆமாம் – பட்டு ஐயா! வெல்வெட்டு மாதிரி இருப்பார். சிரிப்பார்.

“நிறுத்திட்டீங்களா? அதானே பார்த்தேன், இந்தப் பக்கமே காணுமேன்னு? ஐயிரே! சொல்றேன்னு நெனச்சுக்காதீங்க – உன் வீடு இனிமேத்தான் உருப்படும். புள்ளீங்களாம் பொறந்தப்பறம் சின்னப் புள்ளீங்க மாதிரியே இருக்க முடியுமா? நமக்கே வெக்கமா இருக்கும். உள்ள இருக்கிற சாமியே பார்த்துச் சிரிக்கும். நீ கவனமா இரு, சாமி. நம்மைத்தான் கவனிக்கலியேன்னு யாரும் நினைக்கப்படாது சாமி. வெவகாரம் இப்படியே போய்க்கிட்டிருந்தா அப்பாலெ முளிச்சுப் பிரயோசனமில்லை . . . வாயா வார்த்தையாப் பேசணும். நாம பிரியமா இருக்கணும். பிரியமா இருக்கிறோம்னு காமிக்கவும் வேணும். நாம பாட்டுக்கு

நம்ம பாட்டுக்கு நம்ம வேலையெப் பாத்துக்கிட்டிருந்தா, அவங்க அவங்களுக்குத் துணிஞ்சு போயிடும். புரிஞ்சிக்கறவங்க புரிஞ்சுக்குவாங்க, கவலையைவுடு."

இந்த வேலைக்காரி எதற்காக இவ்வளவு அந்தரங்கமாகப் பேசி, என்மேல் ஏன் இப்படி இரக்கத்தைக் கொட்டுகிறாள்? பாடம் சொல்லிக் கொடுக்கிறாள்! ஐயோ பாவம் என்று கண்ணாலேயே அழாமல் எனக்காக அழுது தொலைக்கிறாள்! ஆனால் இந்த "ஐயோ பாவ"த்துக்கெல்லாம் நான் அசைய மாட்டேன். என்னை அழவைக்கலாம் என்று பார்க்காதே.

நான் ஏன் அழவேண்டும்? வெள்ளம் தலைக்கு மேலே போய்விட்டது. முந்தாநாள் வேண்டுமென்றே முதல் காட்சி சினிமாவுக்குப் போனேன். சினிமாப் பார்க்க எனக்குப் பிடிக்கிற தில்லை. எந்த படே ஜாம்பவான் எடுத்த படமானாலும் எனக்குப் பிடிக்காது. ஆனால் உள்ளுக்குள்ளே இருக்கிற சந்தானம் பயல் முனகிக்கொண்டேயிருந்தான். அவனுக்கு ரூபாயை எடுத்துக்கொண்டு, பெண் வேட்டை ஆடு ஆடு என்று தூண்டத் தெரியாது. அவனுக்கு அது பிடிக்காது, பெண்ணை வேட்டையாட வேண்டியதில்லை. தூர இருந்து பார்த்தாலே போதும், சாமி நல்ல குயவன் என்று தெரியும். அவன் பண்ணுகிற ஜாடிகள் எல்லாவற்றுக்கும் ஆசைப்பட முடியாது. ஆளுக்கு ஒரு ஜாடிதான் நல்லது. வேறு ஜாடியை எடுத்துச் சாப்பிட்டால் ஒன்று எச்சிலாக இருக்கும். இல்லை இன்னொருத்தனுக்கு எச்சிலாகி விடும்.

டாக்டராக இருக்கிறவனுக்கு எச்சில் துப்பல்கூடத் தெரிய வேண்டாமோ! புரோகிதனுக்கும் பூசாரிக்கும் மட்டும்தான் தெரியவேண்டுமா என்ன? டாக்டருக்கல்லவா முக்கியமாகத் தெரியவேண்டும்? அதனால்தான் சந்தானம் சினிமாவுக்குப் போய்த் தொலைந்தான். அங்கே போனால் அம்பு வழக்கத்திற்கு மாறாக இரண்டாம் வகுப்பில் உட்கார்ந்திருந்தாள். பக்கத்தில் 'பெரிய டாக்டர்' உட்கார்ந்திருந்தார். படம் முடிந்ததும் நான் வீட்டுக்கு வந்தேன். பதினோரு மணிக்கு ஆட்டோ ரிக்ஷாவில் இறங்கினாள் அம்பு. படுத்திருக்கிற குழந்தைகளை மெனக்கெட்டு "சாப்பிட்டாச்சா?" என்று கேட்டுவிட்டுப் படுத்துவிட்டாள். குழந்தைகளுக்குச் சாப்பாடு போட்டுவிட்டு சமையல்கார அம்மாள் காத்திருந்தாள். நான் வரும் வரையில் காத்திருந்த பிறகு வீட்டுக்குப் போனாள்.

இப்போதெல்லாம் இலை மறைவு காய் மறைவுகூடப் போய்விட்டது. இரண்டு பேரும் சேர்ந்துதான் டாக்ஸியிலும் ரிக்ஷாவிலும் போகிறார்கள். ஆனால், வீட்டிலிருந்து கிளம்பும்

போதும் வீட்டுக்கு வரும்போதும் அம்பு தனியாகத்தான் போகிறாள், வருகிறாள். ஒருநாள் எனக்கு நேராகவே டாக்ஸி போயிற்று. அம்பு என்னைப் பார்க்காமலிருக்க முடியாது. அவ்வளவு அருகில் நின்றேன் நான். முன்னால் ஒரு வண்டி போய்க்கொண்டிருந்தது. டாக்ஸி மெதுவாகத்தான் அங்கு போகவேண்டியிருந்தது. அம்பு என்னைப் பார்க்காமலிருக்க முடியாது; ஆனால், அம்புவின் பார்வையைப் பற்றித்தான் சொல்லியிருக்கிறேனே? பாராத பார்வை. அந்த மகாதேவனைக்கூட அப்படிப் பாராத பார்வையோடுதான் பார்க்கிறாளா? அந்தப் பார்வையைப் பார்க்கும்போது எனக்கே பல சமயம் சந்தேகம் வந்ததுண்டு, 'இவள் சாதாரண மனித இன்பங்களால் சந்தோஷம் அடைகிறாளா? என்று. அப்பொழுதுகூட அவள் எங்கேயோ உத்திரத்தைத்தான் பார்த்துக்கொண்டிருப்பாள். இவள் மரக்கட்டையா, அல்லது 'இங்கே எங்கேயடா வந்தோம்?' என்று இந்த உலகத்தையே பார்த்து, பிறந்த நாள் முதல் ஆச்சரியப்பட்டுக் கொண்டிருக்கும் யட்ச, தேவ கின்னரியா என்று சந்தேகம் ஏற்பட்டதுண்டு. அப்பேர்ப்பட்ட இவள் மகாதேவனை மட்டும் பார்க்கிற பார்வையாகப் பார்த்துவிடப் போகிறாளா என்ன?

ஏன் என்று தெரியவில்லை. இப்பொழுதெல்லாம் நோயாளி யாருமே வருவதில்லை. பலகையும் நானும்தான் உட்கார்ந் திருக்கிறோம். பலகையை நான் பார்க்கிறேன், பலகை தெருவைப் பார்க்கிறது. ஆனால் அதை யாரும் பார்க்கிறதாகத் தெரியவில்லை. அம்பு மாதிரி ஒரு உருவம் இருக்கிற வீட்டில் வைத்தியம் என்று சாக்காவது சொல்லிக்கொண்டு யாராவது வர வேண்டாமோ? அதையும் காணோம்! மகாதேவன் அவ்வளவு பொல்லாதவனா? இல்லை, அவ்வளவு மன்மதனா?

அம்புவின் முகம், உடம்பெல்லாம் இப்பொழுது ஒரே அமளியாகக் களை கட்டியிருக்கிறது. என்ன மினுமினுப்பு! என்ன வர்ணம்! காதுக்கு முன்னால் அவளுடைய கன்னப்பகுதி எப்போதுமே அழகானது. இப்போது அந்த மினுமினுப்பும் சேர்ந்துகொண்டு – என்ன கம்பீரமான முகம்! ஏதோ ராஜ்யம் ஆள்கிற பெண்மாதிரி ஒரு தோற்றம் அவளுக்கு! எனக்கு அவளைக் கலியாணம் ஆனதிலிருந்து லேசில் அண்டுவதற்குப் பயம்தான். இந்த மாதிரி ஆசைகளை வைத்துக்கொண்டு அவளை நெருங்கலாமோ என்று பயப்படுவேன். அப்படி ஒரு கம்பீரமான, மலர்த்தன்மை இல்லாத முகம். சந்யாசினியோ அல்லது அரசியோ – இரண்டுக்குள் இருக்க வேண்டும். வெளிச்சம் கொஞ்சம் இருந்தால்கூட எனக்கு அவளை நெருங்கக் கூசும். 'என்ன இதையெல்லாம் தத்துப்பித்து என்று சொல்லிக் கொண்டு...' என்று நினைப்பார்கள். வெளிச்சத்தில் அவளைத்

தி. ஜானகிராமன்

தழுவிக்கொள்ள பயமாயிருக்கும் எனக்கு. முகத்தில் அத்தனை ராஜகளை. அவள் வேறு எதற்கோ பிறந்தவள்! அவளிடம் போய் இதெல்லாம்... நல்ல இருட்டாக இருந்தால்தான் எனக்குத் தைரியம் வருகிற வழக்கம். ஆனால், ஒன்று சொல்லவும் வேண்டும் – இந்த மாதிரி அண்ட முடியாதவர் என்று நினைக்கிற பேர்வழிகளிடம்தான் நம் நெஞ்சம் மாட்டிக்கொண்டு தவிக்கிறது. அதையும் ஜயித்துவிட்டோம் என்ற பெருமையல்லவா நமக்கு வேண்டியிருக்கிறது!

அம்பு! நானும் உன்னை அப்படித்தான் அணுகியிருக்கிறேன் போலிருக்கிறது! அதற்காகத்தான் இப்படி ஒரு போட்டியைக் கிளப்பிவிட்டிருக்கிறாயோ!

"ஆமாம். இங்கியே வச்சுக்கறதா! இல்லெ, ஆஸ்பத்திரியிலேயே வச்சுக்கிறதா? நான்தான் வந்திருக்கேனே, ஆஸ்பத்திரி எதுக்குன்னு நான் சொன்னேன். இங்கே யாரோ லேடி டாக்டர் சொந்தத்திலே ஆஸ்பத்திரி வச்சு நடத்தறாளாமே! 'அங்கதான் போற வழக்கம். அங்கியே போய்ட்டாப் போறது'ங்கறா அம்பு" என்றாள் அத்தை.

சொல்ல மறந்து போய்விட்டது – அம்புவின் அத்தையாம் இவள். திடீரென்று நாலைந்து நாளைக்கு முன்னால், அடியும் முடியும் சேராமல் அவள் தாடை மாதிரியே இருந்த ஒரு சின்ன கறுப்பு ட்ரங்குப் பெட்டியுடன் ஊரிலிருந்து வந்தாள். இரண்டு நாள் கழித்துத்தான் அம்புவின் மினுமினுப்புக்குக் காரணம் புரிந்தது. இத்தனை நாளாகக் கவனிக்கவில்லையா என்று கேட்கலாம். கவனிக்காமல் என்ன? ஆனால், இரண்டு மூன்று வருஷமாகவே அம்பு கொஞ்சம் பருத்துவிட்டாள். சரிவு குழைவெல்லாம் மேடிட்டு, உலக அனுபவமே உடம்பில் ஏறிவிட்டாற்போல வரும் சதைப் பூச்சு தட்டை மனிதர்களை வட்டமாக்குகிறதே. அந்த வயதை அடைந்துவிட்டாள். பிரசவ அறைக்குள் போவதற்குப் பத்துநாள் முன்னால்வரையில் சில பேரைக் கண்டுபிடிக்க முடியாது. அம்பு அந்தச் சில பேரைச் சேர்ந்தவள்.

"அவ சௌகர்யபடி செய்யட்டும்" என்று சொல்லி என் பொறுப்பை முடித்துக்கொண்டேன்.

வேலைக்காரி ஒருநாள் டாக்ஸி கொண்டுவந்தாள். அம்பு ஏறிக்கொண்டாள். நானும் ரொம்பக் கவலைப்படுகிறவன் மாதிரி வாசலில் வந்து நின்றேன். அம்பு மாதிரியே சிரிக்காமல் பழகியிருந்த மோகனும் லதாவும் வந்து நின்றார்கள். அம்பு நெற்றியில் குங்குமத்துக்கு மேல் ஒரு துளி விபூதிப் பொட்டும் தெரிந்தது.

இரண்டு வாரம் கழித்து அதே மாதிரிதான் நின்றேன். மோகனும் லதாவும் நின்றார்கள். டாக்ஸி வந்து நின்றது. மகாதேவன் இறங்கினான்! கதவைத் திறந்துவிட்டான். குழந்தை யோடு அத்தை இறங்கினாள். மெதுவாக முழங்கால் சில் தெரிய அம்பு இறங்கினாள். உள்ளே போய்ப் படுத்துக்கொண்டாள்.

மகாதேவன் காபி சாப்பிட்டான். சாயங்காலம் வந்து பார்த்தான். மருந்து வாங்கிக்கொண்டு வந்தான். இரவு இங்கேயே சாப்பிட்டான். அத்தை இலைபோட்டுச் சாப்பாடு போட்டாள்.

அத்தை இப்போதெல்லாம் என்னோடு அதிகமாகப் பேசுவ தில்லை. மகாதேவனுக்குக் காபி, மகாதேவனுக்கு சாப்பாடு, மகாதேவனோடு பேச்சு, அந்தரங்கப் பேச்சு, மகாதேவனோடுதான் கடைக்குப்போய், சாமான் வாங்கி வருவாள் அத்தை. மகாதேவன் அத்தைக்கு மருமகனாகிவிட்டான். கோவிலுக்கு அழைத்துப் போகிறான். நார் மடிப்புடவை வாங்க அழைத்துப் போகிறான்.

அப்படித்தான் ஒருநாள் அழைத்துப் போயிருந்தான். மோகனும் லதாவும் பள்ளிக்கூடம் போயிருந்தார்கள்.

நான் வழக்கம்போல் முன் அறையில் உட்கார்ந்திருந்தேன். அதற்குள் என்னைத் தவிர வேறு யாரும் வருவது கிடையாது என்பது எல்லோருக்கும் தெரியும். மோகனும் லதாவும் எதையாவது தேடிக்கொண்டு வரும். சில சமயம் என்னைப் பார்த்துக்கொண்டு உட்கார்ந்திருக்கும். ஏதோ பேச வரும். "பள்ளிக்கூடம் போனியா?" என்று கேட்பேன். இதுகளோடு நமக்கென்ன? எதையோ சொல்லிவிட்டுப் போகும். பள்ளிக்கூடம் போனியா என்று கேட்டதே நான் என்னமோ உயிரையே வாரி வீசிவிட்டதுபோல அதுகளுக்கு முகம் எல்லாம் பூரித்துப்போகும். ஏதோ சொல்லிவிட்டுப் போகும். மற்றபடி இங்கே யாரும் வருவது கிடையாது.

அம்பு வந்து அறையில் வாசற்படியண்டை நின்றாள். உள்ளே வரவில்லை.

"ஒரு சமாசாரம் பேசணும்."

எனக்குத் தூக்கி வாரிப்போட்டது – வேறு யாரோடாவது பேசுகிறாளா?

"என்னோடவா?"

"ஆமாம்."

"என்ன?"

தி. ஜானகிராமன்

"நான் தனியாப் போகப் போறேன். குழந்தைகளுக்கும் எனக்கும் எதையாவது கொடுத்து அனுப்பிச்சுடறதுதான் நல்லது."

"நான் ..."

"கஷ்டப்பட வேண்டாம். சௌகர்யமா இருக்கலாம் ... இஷ்டப்படி இருக்கலாம்."

"எல்லாம் இஷ்டப்படி இருக்கணும்னு ஆசைப்படறதில்லே."

"அதெல்லாம் இப்ப என்னத்துக்கு? ... நான் சொன்னதைச் சீக்கிரம் செய்தூட்டாத் தேவலை."

"என்ன பண்ணணும்? சொத்திலே பங்கு, அதுதானே? என்ன என்ன வேணும்?"

"எனக்கு இந்த வீட்டையும் சாப்பாட்டுக்கும் கொடுத்தாப் போதும்."

"வீடு கிடைக்காது."

"ஏனாம்?"

"கிடைக்காது."

"உன்னை இந்த வீட்டைவிட்டு விரட்டணும். இல்லே உனக்கு வாண்டாம். எனக்கும் வாண்டாம்னு ஆகணும் ... ரெண்டு பேரும் இதிலே இருக்கப்படாது."

"பழகிப்போன வீடுன்னு கேக்கறேன்."

"பழகிப்போன வீடுதானே? அப்படியே போயிடட்டும். இந்த வீட்டிலெ நான் இருக்கணும். நான் இல்லாட்டா, நீ இருக்க முடியாது."

"சரி, ஏதாவது செய்யட்டும்—சுருக்கச் செய்யட்டும்."

அதற்குமேல் பேச்சு நடக்கவில்லை.

மறுநாள் காலையில் நரைத்த மயிரும் முகமெல்லாம் பெருவியாதி மாதிரியுமாயிருந்த ஒருத்தர் சைக்கிளில் வந்து இறங்கினார். வைத்தியமில்லையாம்.

"என்ன சார்?"

"வீடு விக்கறதாகக் கேள்விப்பட்டேன்."

"ஆமாம்."

"பார்க்கலாமா?"

உள்ளே போய் பார்த்துவிட்டு வந்தார்.

“எப்படிக் கொடுக்கிறதா உத்தேசம்?”

“லட்ச ரூபாய்.”

“என்னது?”

“ஆமா, சார்! லட்ச ரூபாய்!”

“எத்தனை கிரவுண்டு!”

“மூணு கிரவுண்டு. வீடு மாத்திரம் முக்கால் கிரவுண்டு.”

“இன்னிக்கு புதுசாக் கட்டினால் அறுபதாயிரம் ரூபாய் கூட ஆகாதே.”

“கட்டிக்கிறதுதானே?”

“பார்த்துச் சொல்லுங்க சார்.”

“லட்ச ரூபாய். இஷ்டமிருந்தாப் பாருங்கோ. எனக்கு வேலை கிடக்கு.”

என்னை என்னவோபோல் பார்த்தார். முகம் சிவந்துவிட்டது.

ஓயாமல் இதே வேலைதான். அரைமணிக்கு ஒரு தரகன், இரண்டு மணிக்கு ஒரு கார். ஆனால், லட்ச ரூபாய்க்குக் குறைவேனா? இந்த வீட்டைக் கொடுத்துவிட்டால், இரண்டு வீடு வாங்கியாக வேண்டுமே? அம்புவுக்கு ஒன்று. எனக்கொன்று! லட்ச ரூபாய்தான்.

பதவியிலிருந்து ஓய்வெடுத்த கிழவர்கள்; பணக்காரக் கிழவிகள்; சைக்கிளில் வரும் தரகர்கள்; காரில் வரும் தரகர்கள்; நடந்து வரும் தரகர்கள்; கேட்டண்டையே நின்று உள்ளே வராமலேயே பேசும் வாடகைத் தரகர்கள் ...

காவல்காரன் மாதிரி வீட்டைச் சுற்றிச் சுற்றிக் காண்பிப்பேன். லட்ச ரூபாய் என்று தலையில் அடித்து கடைசியில் விரட்டுவேன்.

சினிமாக்காரர்கள் வந்தார்கள். இந்த வீட்டுக்கு வந்த பிறகுதான் மனைவிக்கும் எனக்கும் ஒத்துக்கொள்ளவில்லை என்றேன். ஓடிப்போய் விட்டார்கள். நம் ஊர் சினிமாக்காரர்களுக்குப் பாரதப் பண்பாடு ரொம்ப அதிகம்; தும்முவதற்குக்கூட நாள் பார்ப்பார்கள். பூசை போடுவார்கள் – எனக்குத் தெரியும்.

லட்ச ரூபாய்.

ஒன்றரை வருஷம் ஓடிவிட்டது. இது என்ன மோட்டாரா? காய்கறியா? தேய்மானம் கிடையாது. அழுகல் கிடையாது! லட்ச ரூபாய்தான். முடிந்தால் பாருங்கள். இல்லாவிட்டால் இருபது

வருஷம் வாடகை கொடுத்து சொந்தமாக்கிக் கொள்கிற வீடாகப் பாருங்கள். நீங்கள் கடைசித் தவணையைக் கட்டும்போது கடைசிச் சுவரும் விழும்படியாகக் கட்டியிருக்கும். இது அந்த மாதிரி வீடு இல்லை. எங்கள் ஊரிலிருந்து கொத்தனார்களை வரவைத்து வாழ்வதற்காகக் கட்டின வீடு. சுத்தத் தேக்கு. சுண்ணாம்பை மருந்து அரைக்கிற மாதிரி படிப்படியாக வைத்து அரைத்து, கோழி முட்டைகளை உடைத்துப் போட்டுக் கலக்கி உரப்படுத்தி, சதை சதையாக வைத்துக் கட்டின வீடு. அம்புவோடு நான் வாழ்வதற்காக அவள் அப்பாவும் யோசனை பண்ணிப் பண்ணி கட்டின வீடு. லட்ச ரூபாய் விலை காரைக்காக இல்லை. கல்லுக்காக இல்லை. மனத்துக்கு இல்லை – அக்கறைக்காக. அத்தனை பேர் மனசு இதில் விழுந்திருக்கிறது.

அம்பு! உன்னைக் கண்டு பயந்து பயந்து, அங்குலம் அங்குலமாக அடிவைத்து, உன்னைக் கடைசியில் தழுவி இறுக்கி வென்ற வீடு இது. அரசி மாதிரி, சந்யாசினி மாதிரி என்னை நடுங்க வைக்கிற உன் முகத்தைக் கண்டு இருளிலாவது உன்னை மனிதப் பொம்மனாட்டியாகப் பார்க்கலாம் என்று தவித்து, கூசி, நடுங்கி, உன்னைத் தொட்டு வென்ற வீடு. நீயும் நானும் சேர்ந்துதான் இதில் வாழ வேண்டும். "இல்லை" என்று இந்த நான்காவது குழந்தை சொல்கிறதா? ஆனால் அது சிறுபான்மை முனகல்தானே? நான் இருக்கிறேன். மோகன் இருக்கிறான். லதா இருக்கிறாள். நானும் நீயும் சேர்ந்துதான் இதில் வாழ வேண்டும். நீ மட்டும் எப்படி இங்கே இருக்க முடியும்?

தெய்வத்தைப் பார்த்து மனிதர்களுக்குப் பயம். அதனால்தான் பார்வதிக்கும் லஷ்மிக்கும் கலியாணம் செய்து வைத்து, அவர்களைத் தொட்டு அனுபவிக்க ஆண் கடவுள்களையும் படைத்து, பிள்ளை பெற வைத்து, தங்கள் ஆசையைத் தீர்த்து வெற்றிகொண்டிருக்கிறார்கள் மனிதர்கள். அந்த மாதிரிதான் உன்னைப் பயந்து தொட்டு இரண்டு குழந்தைகள் பெற்றுவிட்டேன். இந்த வீட்டில் உன்னை விட்டுப் பிரிந்து வேறு வீட்டில் நான் வாழ முடியாது. நீ வேண்டுமானால் என்னைவிட்டுப் போ. வீடு கிடையாது.

லட்ச ரூபாய் சொல்லியும் மனிதர்களுக்குச் சபலம் போக வில்லை. தினம் மூன்று நாலு பேராகச் சளைக்காமல் வந்து கேட்டுக்கொண்டிருக்கிறார்கள்.

○

அம்பு ஏன் விசித்து விசித்து அழுகிறாள்? தலை கலைசல் நெற்றியில் ஒன்றுமில்லை.

"என் வயிற்றெரிச்சலைக் கொட்டிண்டியே – என்னையும் இருக்க விடமாட்டேன், நீயும் இருக்க மாட்டேன்"னு என்று கத்தினாள்.

இந்த மாதிரி அவள் அழுது பார்த்ததில்லை. விசுக்கென்று ஓடினேன்.

மகாதேவன் வீட்டில் ஒரே மௌனம். விடுதலையின் மௌனம். தரையெல்லாம் தண்ணீர் – பாவங்களை எல்லாம் கழுவி விட்டாற்போல் இருந்தது. என்னைப் பார்த்ததும் மகாதேவன் தங்கை வீல் என்று அழுதது; "அண்ணா" என்று கூவியது.

திரும்பி ஓடி வந்தேன். அந்தமாதிரி இடங்களில் எனக்குப் பேச தெரியாது. வீட்டை நோக்கி ஓடி வந்தேன். கால் தள்ளாடிற்று. வேர்த்து ஊற்றிற்று. அம்புவைப் பார்த்ததும் எனக்கு நெஞ்சைக் கட்டிக்கொண்டது. சமையல்கார அம்மாள் ஒன்றரைக் கண்ணும் நார்மடிப் புடவையுமாக அவளுக்கு முன்னால் உட்கார்ந்திருக்கிறாள்.

உள்ளே வந்து நாற்காலியில் உட்கார்ந்தேன் – மகாதேவன் முதல்நாள் ராத்திரி வந்து படுத்தவன் எழுந்திருக்கவில்லையாம்.

அம்பு அழும்போதுகூட எத்தனை அழகாக இருக்கிறாள்! அந்தக் கண்ணும் நீள முகமும் நெற்றியின் சரிவும் எத்தனை அழகு கூடிவிட்டது! ஒரு கண்ணீர்த் துளியால் முகம்கூட அழகாகச் சிவந்திருக்கிறது.

"யார் சார், என்ன வேணும்? வீடா? வீடு விலைக்கு விற்கிற தில்லை – அப்புறம் ஏன் சார் உள்ளே வரணும்? விற்கிறது கிடையாது – அப்பறம் நிப்பானேன்? வீடு விலைக்கு விற்கிறது கிடையாது. வீடு வாங்கற மூஞ்சியைப் பாரு."

(*சுதேசமித்திரன் வாரப் பதிப்பு*, 1964)

அடி

நடுமுற்றத்தில் சாய்வு நாற்காலியில் உட்கார்ந்திருந்தார் செல்லப்பா. முற்றம் மிக மிக விசாலம். மேலே முற்றப் பரப்பு முழுவதும் அடைத்துக் கம்பி போட்டிருந்தது. முரட்டுக் கம்பிகள். எவனும் ஓட்டுக்கூரை வழியாக இறங்கிவிட முடியாது. இந்தக் கம்பிகூட லேசில் கிடைத்துவிடவில்லை. கறுப்பு மார்க்கெட்டில் வாங்கவேண்டியிருந்தது. சர்க்கார் அதிகாரிக்கெல்லாம் கறுப்பு மார்க்கெட் பயப்பட்டு விடாது. அதுவும் எங்கேயோ வடக்கே கண்காணாத ஊரில் உத்தியோகம். ஓட்டை சைக்கிளில் ஊர் ஊராகச் சுற்றுகிற ரெவின்யூ இன்ஸ்பெக்டருக்கு நூறுவேலி, ஐம்பது வேலி எல்லாம் சலாம் போடும். 'லொட லொட' ஜீப்பில் தாசில்தார் ஊர்க் கோடியில் வரும்போதே திண்ணையைவிட்டு எழுந்து, மேல் வேட்டியை இடுப்பில் கட்டாத குறையாக இருநூறு வேலிகள் காத்து நிற்கும். காபி உபசாரம் பண்ணும். "அப்படி லேசிலெ போக விட்டுடுவேன்னு நெனச்சேளா?" என்று, ரவா சொஜ்ஜியோ, உப்புமாவோ, வாழைக்காய் பஜ்ஜியோடு – இப்படி ஏதாவது திடீர் டிபன் தயார் பண்ணச் சொல்ல உள்ளே ஓடும். போன வாரம், ப்ளாக் டெவலப்மெண்ட் ஆபீஸராம் – காலம் மாறியிருக்கிறது. புதிய புதிய உத்யோகங்கள். புதிய புதிய பெயர்கள் – அவனும் ஸப்கலெக்டரும் ரெவின்யூ இன்ஸ்பெக்டரும் வந்திருப்பதாக பட்டாமணியம் ஆள் அனுப்பினார். செல்லப்பா போகும்போது பட்டாமணியம் உரத்த குரலில் பேசிக்கொண்டிருந்தார். யாரோ வயிற்றில்

அடித்துவிட்டாற்போல் குரலில் ஆற்றாமை. கண்ணில் நீர் துளிக்காத குறை. கண்டத்தில் தழதழப்பு. செல்லப்பாவுக்கு விவரம் புரிய சிறிது நேரம் ஆயிற்று. அதிகாரிகள் திண்ணையில் உட்கார்ந்து அவர் கத்துவதைக் கேட்டு ஒருவருக்கொருவர் பார்த்துக்கொண்டிருந்தார்கள். வாசல் பந்தலில் பக்கத்து, எதிர்வீட்டுக்காரர்கள் நாலைந்து பேர் நின்று பலியாட்டுப் பார்வை பார்த்துக்கொண்டிருந்தார்கள்.

செல்லப்பாவைப் பார்த்ததும் பட்டாமணியத்தின் குரல் இன்னும் உயர்ந்தது. வாலைக் குழைய வைக்கிற அதிகாரிகளைப் பார்த்து இப்படிச் சத்தம் போடுவதென்றால் ஏதோ அடிமடியில் கைபோடுகிற சேதியாக இருக்க வேண்டும்.

“உக்காருங்கோ, செல்லப்பா. இது என்ன ராஜாங்கம் பாருங்கோ. ஊர் முழுக்க நாற்பது வேலிக்கும் உரம் விட்டாச்சு. கடன் ஒடன்லாம் வாங்கி பாஸ்பேட்டு ஸல்பேட்டுன்னு வாங்கி செமத்தி ஒரு வாரம் ஆகல்லெ. இப்ப என்னமோ ஹெலிகாப்டர் வரப் போறதாம். அது தரை மட்டத்திலெ ஆகாசத்திலெ பறந்துண்டே ரசாயன உரத்தை ஒரு இஞ்சு விடாம தூவப் போறதாம். அதுக்குப் பணம் கட்டணுமாம். ஏக்கருக்கு எட்டு ரூபாயாம். ஊர் மொத்தம் 250 ஏக்கர். என்ன ஆச்சு? ரண்டாயிர ரூபா அப்படியே கட்டணுமாம். இதை ஒரு மாசத்துக்கு முன்னாடியே, ஒரு மாசம் வாண்டாய்யா – ரண்டு வாரத்துக்கு முன்னாடியாவது சொல்லியிருக்கலாமோல்லியோ? அவனவன் ஏதாவது வழிபண்ணியிருப்பான். இப்ப எல்லாம் முடிஞ்சப்ரம் திடீர்னு ஆகாசத்திலேர்ந்து உரம், கொண்டா ரண்டாயிரம்னா யாரு எங்க போவான் பணத்துக்கு? ‘ரண்டாம் தடவை போடலாம் பரவாயில்லெ, ஒண்ணுக்கு நாலா வெளஞ்சு கொட்டும், போடுங்கோ’ன்னு சப்புகொட்றா மூணுபேரும் வந்து. மூணு அதிகாரி போறாதுன்னு கட்சிச் செயலாளர் வேற வந்திருக்கார். இவர்தான். ரண்டாம் தடவை இந்த உரம் போட்டா என்ன ஆகும்? ஒண்ணுக்கு நாலா தழைதான் கிளம்பும். சார், இவர் செல்லப்பா. அதோ கோடி வீடு. மிலிடரியிலே டைரக்டர். ஐம்முகிட்ட இருக்கார். இவர் குணநாதன், ஐ.ஏ.எஸ். ஸ்ப்கலெக்டர். இவர் சிவதம்பி, ப்ளாக் டெவலப்மெண்ட் ஆபீசர். இவர் கணேசன், ரெவின்யூ இன்ஸ்பெக்டர். இவர் முழுமதி – கட்சிச் செயலாளர்” என்று கோபத்தோடு கோபமாக அறிமுகப் படுத்தினார் பட்டாமணியம். செல்லப்பா இங்கிலீஷில் பேசினார் – நியாயங்களை எடுத்து. அவர் பேசிக்கொண்டிருக்கும்போதே ஆகாய விமானம் போல சத்தம் கேட்டது. பந்தலில் நின்றவர்கள் வெளியே நகர்ந்து ஆகாயத்தை நாலுபக்கமும் பார்த்தார்கள். சத்தம் நெருங்கி வந்தது. திண்ணை முனையில் உட்கார்ந்திருந்த

செல்லப்பாவும் எட்டிப் பார்த்தார். தெருக்கோடியின் குறுக்கே தரைமட்டத்தில் ராட்சச தட்டான் பூச்சி போல ஒன்று பறந்து கடந்தது. ஒரு நிமிஷத்திற்கெல்லாம் சத்தம் அடங்கிற்று. வாசலில் நின்ற கூட்டம் "கீளக்குட்டைக் கரையிலெ இறங்கிட்டாப்பல இருக்கு" என்று கத்திக்கொண்டே ஓடிற்று. செல்லப்பா இங்கிலீஷில் அரைமணி பேசினார். அதிகாரிகள் 'வழவழ' என்று ஏதோ சொல்லிக்கொண்டிருந்தார்கள் – கத்தாழைச் சாற்றில் கையைப் பிசைவது போல. கடைசியில் கட்சிச் செயலாளர் "இதப் பாருங்க, ஒண்ணும் தழைச்சுப் போகாது. கண்டுமுதல் வீச்சாயிருக்கும்னு ஆராய்ச்சி பண்றவங்க சொன்னதைக் கேட்டுத்தான் இத்தினி நேரமா மல்லுக்கு நிக்கிறோம். இத்தினி சொன்னப்பறமும் உங்களுக்கு இஷ்டமில்லேன்னா, அடுத்தாப்பல ஏதாவது வளர்ச்சித் திட்டம், மான்யம், வட்டியில்லாத கடன்னு திட்டம் வந்திச்சின்னா, நாங்க உங்க ஊரை சிபார்சு பண்ணத் தயங்குவோம். முற்போக்குக்கு இந்த ஊர்க்காராங்க ஒத்து வரமாட்டாங்கன்னு அரசாங்கத்துக்கு நாங்க சொல்லும்படியா ஆயிடும்" என்று ஒரு பாறாங்கல்லைத் தூக்கிப் போட்டார். செல்லப்பாவின் இங்கிலீஷ் சோம்பி அயர்ந்தது.

"அடுத்தாப்பல பக்கத்து ஊர்லெ, நூத்தறுபது வேலிக்கும் பத்து நா முன்னாலெ போட்டோம். அவங்களும் இப்படித்தான் முன்னாலெ மயங்கினாங்க. அப்பறம் விளக்கிச் சொன்னப்பறம் சரின்னாங்க. செய்துகிட்டாங்க" என்று முடுக்கினார் கட்சிச் செயலாளர்.

"ஏன் சார் தாழங்குடிக்காரங்களும் நாங்களும் சமமா? அந்த ஊர்லெ பதினஞ்சு பெரிய புள்ளி. ஒத்தொத்தருக்கும் நாப்பது வேலி அம்பது வேலின்னு அண்டை ஊர் அசலூர்ன்னு வளைச்சுப் போட்டுக்கிட்டிருக்கிறவங்க. பரம்பரையா வட்டிக்கு விட்டு சொத்து சேத்த பாப்பாரச் செட்டியாருங்க. இந்த ஊர்லெ இருக்கிற பன்னண்டு வீட்டுப் பார்ப்பானும் அந்த ஊர்ப் பெரிய மனுஷங்களுக்குக் கார்யஸ்தன், சமையக்காரன், புரோகிதம்னு வயித்தைக் கழுவறவங்க. நல்ல பாம்பும் நாக்குப் பூச்சியும் ஒண்ணுங்கறாப்லன்னா இருக்கு நீங்க பேசறது" என்று பட்டாமணியம் கோபச் சிரிப்புச் சிரித்தார்.

"அப்படிச் சொல்லாதீங்க. நீங்க இல்லியா இப்ப, ஐயா இல்லியா இப்ப, மிலிடரியிலெ டைரக்டருங்கன்னா நாலுலக்கத் திலெ சம்பாரிப்பாங்களே மாசா மாசம்."

"ரண்டு பேர் இப்படியிருந்தா ஆயிடுத்தா?"

வாய்வலிதான் மிச்சம். கட்சிச் செயலாளர் போட்ட பாறாங்கல் ஊரார் மனசிலெல்லாம் விழுந்து பள்ளம்

பண்ணிற்று. கடைசியில் அந்தப் பெரிய தட்டான் பூச்சி ஊர் வயல் மேலெல்லாம் பறந்து உரம் தூவிவிட்டுப் போயிற்று.

செல்லப்பாவின் இங்கிலீஷோ, பதவியோ, அந்தஸ்தோ பலிக்கவில்லை. அவர் அதிகாரம் ஜம்முவோடு சரி.

வீடுகட்டுவதற்கு சிமிண்டு, இரும்பு எல்லாம் பாதிக்கு மேல் கறுப்பு மார்க்கெட்டில்தான் வாங்கும்படி ஆயிற்று.

செல்லப்பா இதையெல்லாம் அசைபோட்டார். சுகமான அசைதான். எப்படியோ வீட்டுவேலையெல்லாம் பூர்த்தியாகி விட்டது. இப்போது நிம்மதி. நல்ல காற்று. தெற்குக் காற்று வீசுகிறது. முற்றத்துக் கம்பிக்கு மேல் அந்தக் காற்று அனைத்தையும் அப்படியே விழுங்கி விடுகிறாற்போல – கோடைப்பந்தல் வாய்பிளந்தாற் போலப் போட்டிருந்தது.

முற்றத்தின் ஓரமாக அவர் தாயார், தூணுக்கு முட்டுக் கொடுப்பது போல் தாவாரத்தில் உட்கார்ந்து மடியில் பலகையைச் சாய்த்து உளுந்து ஆட்டிக்கொண்டிருந்தாள். கிழவிக்கு அறுபது அறுபத்தைந்து வயதிருக்கும். வெள்ளைப் புடவை. முண்டனம் செய்த தலைமீது முட்டாக்கு. கண்ணில் சதை வளர்ந்து அறுவை சிகிச்சை ஆனபிறகு வந்த மூக்குக் கண்ணாடி. அவள் அவரைப் பார்க்கும்போதெல்லாம் ஒரே சந்ததியான அவரைப் பார்த்துப் பருகவே டாக்டர் சிகிச்சை செய்தாற்போல கண்ணிரண்டும் மூன்றுமடங்கு பெரிதாகத் தெரிந்தது – கண்ணாடிக்குப் பின்னால்.

செல்லப்பா தாயாரைப் பார்த்துக்கொண்டிருந்தார். இப்படி நிம்மதியாக அவள் ஒருநாள் உட்கார்ந்ததுண்டா? செக்கு மாடாக உழைத்த உடம்பு அது. உழைப்பதற்காகவே பிறந்தாற்போன்ற உடம்பு. ஆனால் உழைத்து உழைத்து உரமேறியிருந்தது. இப்போதும் கண்ணில் சதை வளர்ந்து கண்ணாடி மாட்டியிருக்கிறது. ஒன்றுதான் வயதானதற்கு சாட்சி. மற்றபடி நெற்றாக இருந்த அந்த உடம்பை அயர்வோ நோவோ சீந்துவதாகக் காணோம். அவரும் காலையிலிருந்து பார்த்துக்கொண்டிருக்கிறார். விடியற்காலையில் அவர் மனைவியும் குழந்தைகளும் மாயவரத்திற்குப் போனார்கள் – ஜவுளி, மளிகைகளுக்காக வாசலில் வண்டியில் அவர்களை ஏற்றிவிட்டுத் திரும்பிவந்த கிழவி இதுவரை உட்காரவில்லை. பிள்ளைக்குக் காலை ஆகாரம் செய்து கொடுத்து – மாயவரம் சென்றவர்களுக்காக ஒரு பலகாரக்கடை காலை மூன்று மணிக்குத் தொடங்கிவிட்டது – பிள்ளைக்குச் சூடாகவேண்டும் என்று பிறகு ஒரு கடை – பிறகு வயலுக்குப் போய் ஒரு நடை பார்த்துவிட்டு, குளத்திற்குப்போய் முழுகிவிட்டு சமையலைத் தொடங்கி, சாப்பாடு போட்டு, தானும் சாப்பிட்டு, பிறகு நாளைப்

பலகாரத்திற்காக கல்லுரலை ஆட்டி, குத்தகைக்காரன் வீட்டுக்குப் போய், வராது போன வருஷப் பங்குக்காக ஒரு பாட்டம் சத்தம் போட்டுவிட்டு, பிற்பகலில் வந்த கொத்துமேஸ்திரியோடு பேரம் பண்ணிப் பணத்தைக் கொடுத்து – இத்தனைக்கும் பிறகு உளுந்து உருட்ட உட்கார்ந்திருக்கிறாள். 'அப்பாடா' என்று அவள் பெருமூச்சுவிட்ட குரல் கேட்கவில்லை.

அவளுடைய திருப்திக்காகத்தான் இந்த வீட்டைக் கட்டினார் செல்லப்பா. கட்டவில்லை; கட்ட உதவினார். அதாவது மாதா மாதம் நூறு, ஆயிரம் என்று அனுப்பிக்கொண்டிருந்தார். ஐந்து வருஷமாக இந்த வீட்டைக் கட்டிக்கொண்டிருக்கிறாள் கிழவி. கல்லு கல்லாகத் தட்டிப் பார்த்து செங்கல் வாங்கி, கூடத்திற்குக் கடப்பைக்கல் போட்டு, மற்ற இடங்களுக்கெல்லாம் சிவப்பு சிமெண்டு போட்டு, மாயவரத்துக்குப் போய் அசல் தேக்காக வாங்கி, தூணும் மோசனமும் உத்தரமும் வளைகளும் எழுப்பி, தூண்களுக்கும் ஜன்னல்களுக்கும் வர்ணம் அடித்து இத்தனையும் – அவள் ஒன்றிக் கட்டையாக நின்று மேஸ்திரியையும் ஆட்களையும் வேலைவாங்கிச் செய்தது. செல்லப்பா பணம்தான் அனுப்பிக்கொண்டிருந்தார். கிழவி ஓயாமல் எழுதிக் கொண்டிருந்தாள். அவளுக்கு எழுதப் படிக்கத் தெரியாது. எதிர் வீட்டுப் பெண்ணைக் கூட்டி வந்து வாரா வாரம் ஒரு கடிதம் எழுதிப் போட்டுவிடுவாள். "நீ எப்போது சாவகாசமாக லீவு எடுத்துக்கொண்டு வரப்போகிறாய்? சேர்ந்தாற்போல நாலுமாச லீவு கிடைக்காத ஒரு உத்தியோகமா? வீட்டு வேலை முக்கால் வாசி முடிந்துவிட்டது. சுவர்களுக்கும் தளவரிசைக்கும் சிமெண்டுபோட்டு வெள்ளையடித்தால் எல்லாம் ஆனாற்போல்தான். நீ ஒரு மூன்று மாசமாவது லீவு எடுத்துக் கொண்டு வரவேணும். மங்களத்தையும் குழந்தைகளையும் அழைத்துக்கொண்டு வரவேணும். நீலாவுக்கு இந்த வருஷம் கலியாணம் பண்ணிவிட வேண்டும். திரண்ட பெண்ணை எத்தனைநாள் வீட்டில் வைத்துக்கொண்டிருப்பாய்? நீலாவுக்கு எப்ப கலியாணம், எப்ப கலியாணம் பண்ணப் போறேள் என்று எல்லோரும் கேட்க ஆரம்பிச்சுவிட்டார்கள். இந்தக் கடிதம் கண்டவுடன் லீவுக்கு ஏற்பாடு செய்துகொண்டு உடனே புறப்பட்டு வரவும். வீடு அமைச்சலாக இருப்பதாகத் தாழங்குடி பெரிய பண்ணை சின்னப்பண்ணை எல்லோரும் வந்து பார்த்துச் சொல்லிவிட்டுப் போனார்கள். ஊர் எல்லாம் பார்க்கிறது. உடமைக்காரன் நீ எப்ப பார்க்கப் போகிறாய்? அப்படி என்ன உத்தியோகம் குடிமுழுகிப்போகிறதாம்? ..." இப்படி வாரா வாரம் ஒரே விஷயம் பல கோணங்களில் எழுதப்பட்டு வந்தவண்ணம் இருக்கும்.

இரண்டு வருடங்களுக்கு முன்னால் அவர் மட்டும் ஒரு பத்துநாள் லீவில் வந்து வீட்டைப் பார்த்துவிட்டுப் போனார். அவருக்கு அப்போது மனங்கொள்ளாத வியப்பு. வீட்டுக்கு எதிரே பூவரசந்தோப்பில் பள்ளம் பண்ணி இரண்டு மலையாளிகள் மரம் அறுத்துக்கொண்டிருந்தார்கள். வாசல் குறட்டில் தச்சு வேலை, கூடத்தில் கொத்துவேலை, முற்றத்தில் சிமெண்டும் மணலும் கலந்து சிற்றாள் பெண்கள் சுமை தூக்கித் தூக்கி நடந்துகொண்டிருந்தார்கள். அந்தப் பன்னிரண்டு ஆட்களையும் ஒன்றிக் கட்டையாக, முட்டாக்கும் வெள்ளைப்புடைவையுமாக நின்று மேற்பார்வை பார்த்துக்கொண்டிருந்தாள் தாயார்க்காரி. ஒரு கண் சதை வளர்ந்து மறைக்கத் தொடங்கின சமயம் அப்போது. ஒற்றைக்கண்ணை வைத்துக்கொண்டே அவள் செய்த கார்வாரைப் பார்த்து அவருக்கு மலைப்பு. குற்ற உணர்வு வேறு. ஒன்றும் சொல்ல, மெல்ல முடியவில்லை. இங்கு வந்தால் குழந்தைகள் படிப்புப் போய்விடும். நானும் இருக்கிறேன் என்று பத்துநாள் கூடமாட நின்றுவிட்டு, பட்டாமணியத்திடம் தாயாரைக் கவனித்துக்கொள்ளச் சொல்லிவிட்டுத் திரும்பிப் போவதைத் தவிர அவரால் ஒன்றும் சொல்ல முடியவில்லை.

இப்போது கிழவியைப் பார்க்கப் பார்க்க அவருக்கு நெகிழ்ந்து வந்தது.

அங்குமிங்குமாக நினைவு ஓடிற்று. மாயவரத்தில் பட்டமங்கலத் தெருவில் பெரிய வீடு. மொந்தனூர் அய்யர் அந்த வீட்டை வாங்கி பிள்ளைகளைப் படிக்கவைத்துக் கொண்டிருந்தார். கிராமத்திலிருந்து அரிசியும் விறகும் வாழைத்தாரும் காய்கறிகளும் வந்த மணியம், அந்தக் காலம். முப்பத்தைந்து வருடம் இருக்கும். அய்யரின் பிள்ளைகளோடு செல்லப்பாவும் 'பெட்ரோமாக்ஸ்' வெளிச்சத்தில் படிப்பான். ஐயர் வீட்டில் 'பெட்ரோமாக்ஸ்' எரியும். பிள்ளைகளுக்குப் படிக்க நல்ல வெளிச்சம் வேண்டும் என்று அவர் ஒரு கைதூக்கு பெட்ரோமாக்ஸையே வாங்கிப் போட்டிருந்தார். சமையல் அறையில் செல்லப்பாவின் தாயார் சமைத்துக்கொண்டிருப்பாள். சமையல் செய்கிற அம்மாளின் பிள்ளையாக லட்சணமாக செல்லப்பா அடக்க ஒடுக்கமாய்ப் படிப்பான். வயது பத்து. இடையில் ஒரு மூன்றுமுழத் துண்டு. வெறும் மார்பு. அதிலும் நெற்றியிலும் விபூதி. மொந்தனூர் அய்யர் முற்றத்தில் சாய்வுபிரம்பு நாற்காலியின் மீது படுத்து சட்டத்தை நீட்டி அதில் காலை வைத்துக்கொண்டிருப்பார். எட்டு மணிக்குச் சாப்பாடு, அம்மா பரிமாறுவாள். ஒரு கறி, ஒரு கூட்டு, பூப் பூவாக மலர்ந்த கருவடாம். எல்லாம் அம்மா செய்ததுதான். கறிநறுக்குவது முதல், தண்ணீர் நிரப்புவது முதல், கருவடாம் பிழிந்து உலர்த்தி அதை எண்ணெயில் பொரிப்பதுவரை – எல்லாம்

அம்மாதான். அய்யரின் மனைவி அந்தப் பெரிய கூடத்தில் ஊஞ்சலில் உட்கார்ந்தோ, ஒருக்களித்துப் படுத்தவாறோ, அடிக்கடி வெற்றிலை போட்டு நாக்கு சிவந்திருக்கிறதா என்று நாக்கை நீட்டி, நீட்டிக் கண்ணால் பார்த்துக்கொண்டிருப்பாள். கண்கள் இரண்டும் அப்போது ஒற்றைக் கண்ணாக மாறியிருக்கும். அந்த அம்மாள் நல்ல சிவப்பு. இரட்டை நாடி. மடிசார்க் கட்டு. பட்டுப்புடவை. ஊஞ்சலில் காலைத் தொங்கப் போட்டு மந்தமாக ஆடும்போது இரண்டு ஆடுதசைகளும் மஞ்சள் வெள்ளையாக 'வழவழ'வென்று பளபளக்கும். உள்ளங்கால் தரையைத் தேய்க்கும். அந்தப் பளபள காலையும் கையையும் பார்த்துவிட்டு வெட்கத்தாலும் மிரட்சியாலும் பார்க்காததுபோல் திரும்பிக்கொள்வான் செல்லப்பா. எப்படி இத்தனை வெள்ளையாக இவர்கள் பிறக்கிறார்கள் என்று அவனுக்குச் சந்தேகம். ஊட்டமா? வேலை செய்யாத ஓய்வா? சரித்திரப் புத்தகத்தில் ஆரியர்கள் சிவப்பாக, வாட்டசாட்டமாக மூக்கும் முழியுமாக இருப்பார்கள் என்றும் திராவிடர்கள் கறுப்பாக சுமாராக இருப்பார்கள் என்றும் எழுதியிருக்கிறது. இந்த மொந்தனூர் அய்யர், அவர் சம்சாரம், பிள்ளைகள் எல்லாம் இந்த திராவிட தேசத்தில்தானே பிறந்திருக்கிறார்கள்? எப்படி இந்தச் சிவப்பு வந்தது, எப்படி இந்த மூக்கும் முழியும் வந்தது என்று கேட்டுக்கொள்வான். அவன் அம்மா — உள்ளே சமையல் பண்ணுகிற அவன் அம்மா – கிட்டத்தட்ட கறுப்பு என்று சொல்கிற பழுப்பு நிறம். புத்தகத்துக்கு அட்டை போடுகிற கடுதாசு நிறம். அவனும் அப்படித்தான்.

"உன்னைத்தானே, காதிலே விழலியா?" என்று குரல் கேட்டது.

"என்ன, என்ன?" செல்லப்பா விழித்துக்கொண்டாற் போல் கேட்டார்.

உளுந்து உருட்டுகிற தாயாரின் இரு கண்களும் சோழி போல் பெருத்து அவரைப் பார்த்தன.

"என்ன யோசனை? வண்டி அனுப்ப வாண்டாமோ குத்தாலத்துக்கு? ஆறுமணி பஸ்ஸுக்கு வந்தாள்னா வண்டி தயாராயிருக்க வாண்டாமோ? அவா எத்தனை நாழி காத்துண்டிருப்பா?"

"மணி நாலுதானே ஆறது! சரி, எதுக்கும் முன்னாடி அனுப்பறது நல்லதுதான்" என்று எழுந்து கொல்லைப் பக்கம் போய் ஆளிடம் செய்தியைச் சொல்லப் போனார் செல்லப்பா. கொல்லைக்கட்டில் அவர் வருவதைப் பார்த்ததும் கொட்டிலில்

இருந்த வண்டி மாடு இரண்டும் அவரை நிமிர்ந்து பார்த்து என்ன வேணும் என்கிறாற் போல மூச்சு விட்டன. பசுவையும் எருமையையும் காணவில்லை. மேய்ச்சலுக்குப் போயிருந்தன. ஆளிடம் சொல்லிவிட்டுத் திரும்பி வரும்போது செல்லப்பா மாட்டு ஜோடியையும் கிணற்றங்கரையையும் சற்று நின்று பார்த்தார். கிணற்றங்கரைக் கட்டில் ஒரு பெரிய திண்ணை. அதற்குக் கீழ் ஒரு அகல மேடை. அதற்குப் பிறகு பெரிய திறப்பு. அதற்கப்பால் மாட்டுக் கொட்டில். திறப்பில் ஒரு பக்கம் பெரிய கிணறு. அதற்கு இடுப்பு உயரத்திற்குச் சுவர். இரும்பு சகடை. அதற்கு மோட்டார் டயர் கயிறு. கிணற்றுக்குப் பக்கத்தில் முல்லைக் கொடி, மல்லிகைச் செடிகள். ஒவ்வொன்றும் அம்மா பார்த்து எழுப்பினது. சின்ன அளவு இல்லை. பெரிய மனதுபோல் அத்தனை நீளம். அகலம். உயரம்!

அம்மாவுக்கு எப்படி இந்தப் பெருவாழ்வு ஆசை வந்தது? தாழங்குடி சின்னப் பண்ணை வீட்டை மாதிரியாகக் கொண்டு கட்டினாற்போல் இருக்கிறது. சமையற்காரியாக அவள் மொந்தனூர் அய்யர் வீட்டு அடுக்களையிலும், இடை கழியின் அரைத் திண்ணையிலும், தாவார ஓரத்திலும் ஒரு பழம்பாயில் பனந்தலையணையில் துணியைச் சுற்றிப் படுத்திருப்பாள். அய்யர் பிள்ளைகள் பட்டுப்பாயிலோ, அந்தந்த அளவு மெத்தையிலோ தூங்கும். செல்லப்பாவுக்கு ஒரு முரட்டுச் சீர்காழிப் பாய்.

மாயவரத்தில் ஐப்பசி மாதம் வந்துவிட்டால் மொந்தனூர் அய்யர் வீட்டில் சத்திரத்து அமளி. துலாஸ்நானத்துக்காகப் பக்கத்து ஊர்களிலிருந்தும் தூரத்து ஊர்களிலிருந்தும் வந்து மாசம் முழுதுமோ, ஒரு வாரம் இரண்டு வாரம் என்றோ டிகானாப் போடுகிற பணக்கார – நடுத்தர குடும்ப விதவைகள் – சுமங்கலிகளின் கூட்டம். கடைமுழுக்கன்று வீடு கொள்ளாத கூட்டம். அத்தனை பேருக்கும் காலையில் உப்புமா, பகல் சமையல், ராத்திரி பலகாரம் – எல்லாம் அம்மா உடம்பைப் புரட்டி எடுக்கும். பம்பரமாகச் சுற்றுவாள். ஒரு பணக்கார நார்ப்பட்டு விதவை 'தையும்மா, சுவாமி தேர்த்தம் கொடுக்கப் போறேர் லாக்கடத்துலெ. பாத்துட்டு ஒரு முழுக்குப் போட்டு ஓடி வந்துடப்போறேன். கொஞ்சம் பயத்தங்கஞ்சி அந்த சின்ன உருளியிலே பண்ணி வச்சிடணும். ஏன்னா நான் சாப்பிட்டுட்டு உடனே ரயிலுக்குப் போகணும்' என்று அதிகாரம் பண்ணிவிட்டு ஓடும். தையும்மா என்கிற செல்லப்பாவின் அம்மா சமையலோடு சமையலாகப் பயத்தம் பருப்பைப் புடைக்கத் தொடங்குவாள்.

உள்ளே வந்ததும் "சொல்லிப்ட்டியா வண்டிக்கு?" என்று கேட்டாள் தையும்மாள்.

“சொல்லிட்டேம்மா ... கிளம்பிண்டிருக்கான்.”

“கிளம்பட்டும், போறது வெளிச்சத்தோட போய் காத்துண்டிருக்கட்டும். நீ இன்னும் கொஞ்சம் காப்பி சாப்பிடறியோ?”

“சாப்பிடறேன் ... நீ அடுப்பு மூட்டணுமே! ...

“ப்ளாஸ்க்கிலே வச்சிருக்கேண்டா, வா” என்று உளுந்துப் பலகையை நகர்த்திவிட்டுத் தையும்மாள் எழுந்து உள்ளே போனாள். செல்லப்பா கூடத்து ஊஞ்சலில் உட்கார்ந்துகொண்டார். ஊஞ்சலை ஒட்டிய சுவரில் நாலைந்து புகைப்படங்கள். ஒன்றில் அவர் அம்மா மட்டும். இன்னொன்றில் அவர், அவர் மனைவி, அவருடைய மூன்று குழந்தைகள். இன்னொன்று அவருடைய கலியாண போட்டோ. அவர் மனைவி மங்களம் ...

அடுக்களையைப் பார்த்து அவருக்கு லேசாகச் சிரிப்பு வந்தது. “அம்மா, உனக்கு மொந்தனூர் அய்யர் வீடு மாதிரி தாழங்குடி பெரியப் பண்ணை, சின்னப் பண்ணை வீடு மாதிரி வால் வீச்சா வீடு கட்டணும்னு தோணித்து, அந்த மாதிரி வீட்டிலெ என்னை வச்சுப் பார்க்கணும்னு தோணித்தே. ஏன் அதுக்குத் தகுந்தாப் போல – இல்லாட்டா என் உசரத்துக்கும் உடம்புக்கும் ஒத்தாப்பல ஒரு பொண்ணைப் பார்க்கணும்னு தோணல்லெ? பருப்புத் தேங்கா மாதிரி குள்ளமா, குடுக்கையா ஒண்ணைப் பண்ணி வச்சிருக்கியே” என்று அடுக்களையை நோக்கிக் குரல் கொடுக்க வேண்டும் போலிருந்தது. போட்டோவைப் பார்த்தார். போட்டோவில் மங்களத்தம்மாள் பளிச்சென்றுதான் தெரிகிறாள். நேரில்? அவர் மார்பளவுக்கு உயரம். இரட்டை நாடியாக இல்லாவிட்டாலும் குள்ளத்தினால் இரட்டைநாடி போன்ற ஒரு தோற்றம். சற்றுத் தடித்த தோல். கலியாணத்தில் முதல் தடவை கைபிடிக்கும்போதே தெரிந்தது. பன்னிரண்டு பதின்மூன்று வயதுப் பெண்ணின் மெல்லிய, இழுத்துக் கட்டின வழவழத் தோலாக இல்லை. சிறிது கட்டைத் தோல். டிஷ்யூ காகிதத்தைத் தேய்த்து இழுத்தாற்போல ஒரு லேசுச் சுருக்கமான தோல் பரப்பு. ஆனால் முகத்தில் மட்டும் ஒரு தனி களை. பதின்மூன்று வயது முகம் இருபது வயது முகமாக முதிர்ந்து காணப்பட்டாலும் அதில் ஒரு வசீகரம். அவள் சிரிக்கிறபோது அந்த முகம் அழகாகக்கூட மாறிவிடும்.

செல்லப்பாவின் பெண் ஏழெட்டு வயதில் ஒரு நாள் தன் தாயைப் பார்த்து, “ஏம்மா உன் கைவிரல்லாம் தட்டையா குட்டை குட்டையா, இருக்கு? கால் விரலும் சின்னச் சின்னதா இருக்கு? அப்பா கால் விரல் கைவிரல்லாம் ஏன் நீளமா கூரா இருக்கு? அப்பா நடக்கறபோது கால் நேரா இருக்கு. உனக்கு

மாத்திரம் வளஞ்சு இருக்கே, ஏம்மா!" என்று அவள் காலையும் கையையும் பார்த்துக் கேட்டதாம். மங்களத்தம்மாளுக்குப் பொங்கிக்கொண்டு வந்தது. ஆனந்தம், குறை, ஒரு சின்னக் கோபம் – எது என்று அவளுக்கே தெரியவில்லை. மூன்றிலும் கொஞ்சம் கொஞ்சம் இருந்திருக்கும் "நான் உம்பளாச்சேரி பசுவோட பாலைக் குடிச்சு வளர்ந்தேன்டீம்மா. நீதான் உங்கப்பா மாதிரி இருக்கியே. நீளக் கையும், நீள நீள விரலும், நேர் காலுமா. அப்பறம் என்ன?" என்று பெண்ணுக்குப் பதில் சொன்னாள்.

"ஏம்ப்பா நீ யார் மாதிரி இருக்கே. உங்கப்பா மாதிரிதானே. நீ பாட்டி மாதிரி இல்லியே!" என்று செல்லப்பாவைப் பார்த்துப் பெண் கேட்டது.

'ம்க்கும்' என்பதைத் தவிர செல்லப்பாவுக்கு ஒன்றும் சொல்லத் தோன்றவில்லை. தகப்பனாரின் ஞாபகம் தேசல் மாசலாக இருந்த ஞாபகம்தான் அவருக்கு. அவர் வாட்ட சாட்டம். அரைவேட்டியை மடித்து டப்பாகட்டு கட்டியிருக்கும் – வயல் வரப்பிலும் வாய்க்காலிலும் நடப்பதற்குத் தோதாகவோ என்னவோ, கமுக்கட்டில் கொண்டை மூங்கில்கழி. தலைமயிர் அள்ளி சொருக்கு முடிச்சு. செல்லப்பாவுக்கு வேற ஒன்றும் ஞாபகம் இல்லை. கூடத்தில் உட்கார்ந்து ஓரிரண்டு தடவை சாப்பிட்டதைப் பார்த்த நினைவு. அவர் அம்மாவோடு பேசியதாகவோ தன்னோடு பேசியதாகவோ தன்னைத் தூக்கிக் கீக்கிக் கொஞ்சியதாகவோ – எந்த நினைவும் இல்லை. தன்னைத் தூக்கிக் கொஞ்சுவது போல அவர் ஆசையாக நினைத்ததுண்டு. எதை நினைத்தாலும் அம்மாதான் நிற்கிறாள். அப்பா – இன்னும் மற்றதெல்லாம், ஒட்டுத்திண்ணையில் கிடக்கிற பழஞ்சாக்கு, சுவரில் மாட்டியிருந்த ஒன்றிரண்டு தேய்ந்து போன படங்கள் – இவைகளைப் போல கவனத்துக்குரியதாக, நினைவுக்கு உரியதாகவோ தெரியவில்லை.

அம்மா காபியை எடுத்துக்கொண்டு அடுக்களையிலிருந்து நடந்து வருகிறாள். மாயவரத்துப் பழைய அம்மா முகத்திற்கும் இந்த முகத்திற்கும் வேற்றுமை தெரிகிறது. அந்த முகத்தில் ஒரு பயம். குனிந்த பார்வை. இந்த முகத்தில் விடுபட்ட நிமிர்வு – நேர்ப் பார்வை. ஆனால் அதில் ஏதும் கர்வமோ பெரிதாகச் சாதித்துவிட்ட சாகசமோ இல்லை. அவருக்கு ஏதோ சொல்லவேண்டும் போலிருந்தது. ஆனால் தாயாரையே முகமன் சொல்வதற்கு ஒரு கூச்சம். "ஒண்டியா இத்தனை பண்ணியிருக்கியே" என்று சொன்னால் "எல்லாம் உனக்காகத்தான்" என்று அவள் சொன்னாலும் சொல்லலாம். அவருக்காகத்தான் அவள் இந்த நிலத்தை வாங்கி, அவரைப்பந்தலா, பெருச்சாளிக்கூடா

என்று சொல்ல முடியாமல் அரைச் சுவரும் கால் சுவருமாகத் தொய்ந்துகொண்டிருந்த ஒரு வீட்டை வாங்கி, இப்படி மாயம் செய்திருக்கிறாள்; செல்லப்பாவையும் மொந்தனூர் அய்யரைப் போல், தாழங்குடி பண்ணைகளைப் போல் பார்க்க அவள் வேட்கைப் பட்டிருக்கவேண்டும். சற்று முன்பு முற்றத்தில் சாய்வு நாற்காலியில் உட்கார்ந்திருந்தபோது அவருக்கு மொந்தனூர் அய்யர் உட்கார்ந்திருக்கிற ஞாபகம் வரத்தான் செய்தது. கால்கூட அந்த மாதிரியே "ராயசமாக" ஆடக்கூட ஆடிற்று.

அம்மா காபி கொண்டு வரும்போது கண்ணாடிக்குள் இரு கண்களும் பெருத்து விழிப்பதைப் பார்த்து அவருக்கு மீண்டும் ஒரு குற்ற உணர்வு. கிழவி அவருக்கு இரண்டு தடவை எழுதிப் பார்த்தாள். லீவு கிடைக்கிறபாடில்லை. யாரோ தூரத்து உறவாம். அந்தக் குடும்பத்தின் மருமகளை உதவிக்கு வைத்துக்கொண்டு கிழவி கண் சிகிச்சையை முடித்துக்கொண்டு விட்டாள்.

அவர் காபி சாப்பிடும்போது பச்சாதாபத்தில் ஏதோ சொல்ல வேண்டும் போலிருந்தது. தயங்கித் தயங்கி "ஏம்மா, இப்ப கண் நன்னாத் தெரியறதோ?" என்று கேட்டு வைத்தார்.

"நன்னா பளிச்சுன்னு தெரியறது. அதான் அன்னிக்கே சொன்னேனே. மகாலிங்கம் டாக்டர்னா மகாலிங்க ஸ்வாமி தாண்டா. குருடுக்கெல்லாம் கண் கொடுக்கிற கை அது. ராசின்னா அப்படியாப்பட்ட ராசி. வார்த்தையிலேதான் எத்தனை குளுமை, எத்தனை கரிசனங்கறே! வயத்தில பொறந்த பிள்ளை மாதிரி, அம்மா அம்மான்னு நாலு வார்த்தைக்கு ஒரு அம்மா. நீங்க பயப்படாதீங்கோம்மா, பயப்படாதீங்கோம்மா, ஒரு கவலையுமில்லேம்மா, ஒரு கவலையுமில்லேம்மான்னு தயார் பண்ணிண்டேயிருந்தார். பல் டாக்டர்கிட்டே போகச் சொன்னாரே முன்னாடி. அங்கதான் கொஞ்சம் சிரமமாயிருந்தது. க்ளீன் பண்றேன் க்ளீன் பண்றேன்னு அவன் ஒவ்வொரு பல்லா பிராண்டி எடுத்துட்டான், நான்தான் சொல்ல வேண்டியிருந்தது– "என் பல்லிலே ஒரு அழுக்கு இருக்காதுங்காணும். இடுக்கில இருக்கிற கறுப்பெல்லாம் அழுக்கில்லே, கறையில்லே. சின்ன வயசிலே தாஷ்ணாப்பொடி போட்டுக் கிட்டிச்ச பல்லு. அது தாஷ்ணாப்பொடிக் கறுப்பு. அதைப்போய்ச் சுரண்டாதியும். உம்ம ஆயுதத்துக்கெல்லாம் அது சொன்னதக் கேக்காது"ன்னு பன்னிப் பன்னிச் சொன்னப்புறம்தான் விட்டான். மகாலிங்கம் டாக்டர் கிட்டவும் சொன்னேன். அவர் விழுந்து விழுந்து சிரிச்சார். அது என்ன தாஷ்ணாப் பொடின்னு கேட்டார். சொன்னேன். 'கொம்பரக்கிலெ தயார் பண்ணி எங்க மாமியார் கையிலெ கொடுத்து தேய்சுக்கச் சொன்னா, அப்புறம் கொப்பளிக்கச்

சொன்னா, கொப்பளிச்சேன். மூணுநாளைக்கு வாயெல்லாம் வெந்து போனாப்பல பிடுங்கி எடுத்தது. அப்புறம் வஜ்ரம் மாதிரி ஆயிடுத்து பல்லு'ன்னு சொன்னேன். "எனக்குக்கூட அந்த மாதிரி ஏதாவது பண்ணிண்டா தேவலை போலிருக்கு. எங்காத்து சமையக்காரம்மா முறுக்கு பண்றேன்னு பண்ணிக் கொடுக்கறா. அதைக் கடிக்கவாவது உங்க தாஷ்ணாப் பொடி வைத்யம் பண்ணிக்கணும் போலிருக்கு"ன்னு சிரிச்சார் மகாலிங்கம். டாக்டர்னா அப்படீன்னா இருக்கணும். ஆபரேஷன் பண்றப்ப கூட, பேசிண்டே இருந்தார். அஞ்சு நிமிஷம்கூட ஆகல்லெ. கட்டுப்போட்டாச்சு. இதபாருங்கோ இதுதான் பாட்டி கண்ணை மறைச்சுதுன்னு அந்தக் குட்டிக்கிட்டேயும் அவ ஆமடையான் கிட்டயும் காமிச்சாராம். என் காதிலெ விழுந்தது. பார்க்க முடியல. அதுதான் கட்டுப் போட்டாச்சே. சேப்பா பெரிய துவரம் பருப்பு மாதிரி இருந்ததாம். அதைத்தான் மெதுவா நிமிண்டி எடுத்திருக்கார். இவ்வளவு பெரிசா கண்ணுக்குள்ளே இத்தனை நாளா வளர்ந்துதுன்னு அந்தக் குட்டி மாஞ்சு போயிட்டுது. வெறுமெ சொல்லப்படாது, இந்தக் குட்டி செஞ்சாப்பல யாரு செய்வா? ஒரு வாரம் ஆஸ்பத்திரியிலெ படுத்துண்டிருந்தேனே. ராத்திரி ரெண்டுமணியோ மூணுமணியோ, இப்படிக் கொஞ்சம் 'ம்'னு முனகினால் போறும். இதோ வரேன் அத்தேனு எழுந்துட்டு வந்துடும். பட்டு பட்டுன்னு எப்படித்தான் பேர் வச்சாளோ! மேலே கை பட்டா பட்டு மாதிரிதான் இருக்கும். அவ தலகாணியிலேர்ந்து என்னைத் தூக்கி உட்கார்த்தி வைக்கிறதைப் பார்த்தான்னா தெரியும். துளி அலுங்காம, அதிராம நிமிர்த்திவச்சு, காபி கொடுத்து, வெந்நீர் கொடுத்து ... பாவம் ஒரு வாரம், கண்ணை மூடல்லெ அவ, அவ ஆமடையான் ரண்டு பேரும் – சொல்லப்போனா மங்களம் இருந்தாக்கூட அப்படிச் செஞ்சிருக்க மாட்டா போயேன்" என்று சற்று தயங்கினாற்போலச் சொன்னாள் அம்மா. தன் மருமகளைப் பற்றி பிள்ளையிடமே அப்படிச் சொல்வது அவளுக்கு என்னவோ போலிருந்தது. "நீ ஒண்ணும் நெனச்சுடாதே. நான் ஏதோ சொல்றேன்னு" என்று, மாப்பு கேட்கிறார்போல தொடர்ந்தாள்.

"என்னம்மாது? ஏன் இப்படிச் சொல்றே? இது நடக்கிறது தானே. நர்ஸிங் டெம்பர்மெண்ட்டுன்னு இங்கிலீஷ்லெ சொல்லுவா. உடம்பு சரியாயில்லாதவளை கவனமா பார்த்துக் கறது, பண்ணிப்போடறது, ஆகாரம் கொடுக்கறது, தடவிக் கொடுக்கறது, பிடிச்சுவிடறது, பிடிச்சு அழச்சுண்டு போறது இதெல்லாம் சில பேருக்குத்தான் வரும். ரொம்பப் பேருக்கு வராது. மனசிலே இருக்கும். செய்ய வராது. செஞ்சாலும் கரமுரடுன்னு இருக்கும்" என்று செல்லப்பா தாயாரை சமாதானம் செய்தார்.

"உனக்குப் புரியறதா அது!" என்று அவரை சிறிது நேரம் கண்ணைத் திருப்பாமல் பார்த்துக்கொண்டே புன்னகை செய்தாள் தையும்மாள். அது ஒரு மாமியாரின் புன்னகை. அவருக்குப் புரிந்துகொள்ள முடிந்தது.

மகாலிங்கம் டாக்டரைப் பற்றி தாயார் தொடர்ந்து பேசத் தொடங்கினாள். அதற்குள் ஆள் வந்து கூடத்து இரப்பிலிருந்து சாட்டைக் கழியை உருவினான்.

"யார்றாது? முச்சாமியா!"

"ஆமா. வண்டி பூட்டியாச்சுங்க. சாட்டைக்கழி எடுத்துக் கிட்டுப் போறேன்."

"விளக்கு எடுத்துண்டியா?"

"எல்லாம் கட்டியாச்சு."

"எண்ணெய் இருக்கா, பாத்தியா, விளக்லெ?"

"இருக்குங்க."

"கிளாசைத் துடைச்சியா, கரியா இருந்துதே."

"துடைச்சாச்சு. வந்து பாருங்க" என்று செல்லப்பாவைப் பார்த்து வெள்ளைப் பல் வரிசை மின்ன சிரித்தான் முத்துசாமி. "கரெக்ட்டுன்னா கரெட்டு அம்மா; இல்லாட்டி தொளைச்சு எடுத்துடுவாங்க."

"பின்னே என்ன? இப்ப லாரியெல்லாம் போக ஆரமிச்சிருக்கு தாழங்குடிக்கும் குத்தாலத்துக்கும். கள்ளைக் குடிச்சிட்டு ஓட்றானாம். போன மாசம் இருட்டிலெ குருக்கள் விளக்கில்லாமல் வண்டி ஓட்டிண்டு வந்திருக்கார். மேலே வந்து இடிச்சானாம் லாரிக்காரன். லாரி விளக்கு சரியா எரியலியாம்."

"நான் அந்த ரோடிலெ போகலெம்மா. குறுக்காலே வண்டிப் பாதையோட போப்போறேன். லாரி, மோட்டார் ஒண்ணும் வராது."

"நீயும்தான் போய்ட்டு வாயேண்டா குழந்தே. கொஞ்சம் மளிகை சாமானும் வாங்கிண்டு வாயேன், மங்களத்தைக் கேட்டுண்டு" என்று செல்லப்பாவை உந்தினாள் தாயார். அவசர அவசரமாக சாமான் குறிப்பு எழுதிக்கொண்டார் செல்லப்பா.

வாசலில் அரைவண்டி ஒரு மயிலையும் வெப்பாளையுமாகக் கிளம்பத் துடித்துக்கொண்டிருந்தது. வண்டியிலும் மாட்டிலும் கூட அம்மாவைத்தான் பார்க்கமுடிகிறது. வண்டிக் காளைகளைக்

கூடப் பொறுக்கி எடுத்து வாங்கியிருந்தாள். மாட்டு முகத்திற்குக் களை, பார்வை, அழகு எல்லாம் உண்டென்று தோன்றிற்று அவருக்கு. கொப்பி போட்ட கொம்பும் சலங்கைகளும் நடுத்தர உயரமும் பருமனும் நிமிர்ந்த தலையுமாக சவாரிக்குத் தயாராக நின்றன இரண்டும். வண்டியையும் தாழங்குடி பண்ணைகளின் மாடலில் உருவாக்கியிருந்தாள் அம்மா. நுகத்தடிக்கு முன்னால் நின்று அவர் ஏறுகிறவரையில் நகர்ந்துவிடாமல் காத்துக் கொண்டிருந்தான் முச்சாமி. அவர் ஏறினதுதான் தாமதம் – விருட்டென்று நகர்ந்தது. பாய்ந்து ஏறிக்கொண்டான் அவன்.

ᴑᴑᴑ

முக்கால் தூரமும் வயலை ஒட்டிய மண்சாலையும் இன்னும் தண்ணீர் பாயாத வயல்களில் விழுந்த வண்டிச் சுவடுகளும்தான். ஆனால் சிமெண்டுச் சாலையில் போவது போல் மாடி ரண்டும் பாய்ந்துகொண்டிருந்தன. கிட்டத்தட்ட நாலு மைல் தொலைவும் அரை மணிக்குள் போய்விட்டது. பாதி தூரம் போனதும் ஒரு சிகரெட்டை எடுத்துப் பற்ற வைத்துக்கொண்டார் செல்லப்பா. அம்மாவுக்கு எதிரில் புகைக்க அவருக்குக் கூச்சம் – கொஞ்சம் பயம்கூட. நல்ல வேளையாக அம்மா போகச் சொன்னாளே என்று இருந்தது. காலையிலிருந்து பிடிக்காததையெல்லாம் சேர்த்து வெறியோடு இழுத்தார். குத்தாலம் கடைத்தெரு வருவதற்குள் மூன்று சிகரெட்டுகள் புகைந்து விழுந்தன.

மணி இன்னும் ஆறு அடிக்கவில்லை. ரயிலடிக்குப் பக்கத்தில் வண்டியை அவிழ்த்துப் போடச் சொல்லிவிட்டுக் கடைத் தெருவில் நடந்தார். செல்லப்பாவுக்குத் தெரிந்தவர்கள் அங்கு யாரும் இல்லை – மளிகைக் கடைக்காரரைத் தவிர. அவரை யாரும் நன்றாக ஏறிட்டுக்கூடப் பார்க்கவில்லை. நின்ற பார்வையாகக் கூடப் பார்க்கவில்லை. ப்ரிகேடியர்களும் கர்னல்களும் நின்று செல்யூட் அடிக்கிற அவருடைய அந்தஸ்து யமுனைக்கப்பாலும் ஜம்முவோடும் நின்றுவிட்டது போலிருந்தது. அவருக்குக் கொஞ்சம் சிரிப்புக்கூட வந்தது. ராணுவ சப்ளைகளுக்கு அவருடைய கையெழுத்துக்குக் கெஞ்சிக்கொண்டு பல யூனிட்டுகள் நிற்க வேண்டும். இப்போது அவரே சர்க்கரை ரேஷனுக்கு மாயவரத்துக்கும் ஊருக்கும் நாலு தடவை நாயாக அலைந்ததுண்டு. அவரை நிற்கவைக்காமல் உட்கார ஸ்டூல் கொடுக்கிறார்களே.

ஒரு பஸ் விரைந்து வந்தது. "டாட்டி" என்று ஒரு சத்தம். ஒரு கை ஆட்டிற்று. பஸ்ஸிலிருந்த அவர் பையன் அவரைப் பார்த்துச் சிரித்தான். தலையை இழுத்துக்கொண்டான். அவர் வேகமாக பஸ் ஸ்டாண்டை நோக்கி நடந்தார். பஸ்

ஸ்டாண்டை நெருங்கியபோது "அப்பா வந்துட்டா" என்று அவர் பெண் ஓடிவந்தது. பையன் ஓடி வந்தான். முச்சாமி அவர்கள் கொண்டுவந்த சாமான்களை ஒவ்வொன்றாக எடுத்து அருகில் இருந்த ஷெட்டில் சேர்த்துக்கொண்டிருந்தான். மங்களத்தம்மாள் எண்ணி சரி பார்த்துக்கொண்டிருந்தாள். முச்சாமி கடைசி நடை வரும்போது "எல்லாம் சரியாயிருக்கா?" என்ற அவனோடு இன்னொரு அம்மாளும் வந்து மங்களத்தம்மாளைக் கேட்டுக் கொண்டே சாமான்களை எண்ணத் தொடங்கினாள். செல்லப்பா பெண்ணோடும் பிள்ளையோடும் அருகே வந்தார்.

"கரெக்ட்டா இருக்கு மாமி – நான் எண்ணிப்பிட்டேன்" என்றாள் அந்த அம்மாள்.

"யாரு தெரியறதா?" என்றாள் மங்களத்தம்மாள்.

அந்த அம்மாளை நிமிர்ந்து பார்த்தார் செல்லப்பா, அம்மாளா! முகத்தைப் பார்த்தால் 'அம்மாள்' மாதிரி இல்லை. பெண்மணி. இருபத்தைந்து இருபத்தெட்டு வயது இருக்கலாம். உயரமாக, ஒல்லியாக, மடிசார்க்கட்டோடு செருப்பு இல்லாத வெறுங்காலோடு நின்ற அந்தப் பெண்ணைப் பார்த்தார். கழுத்தில் தாலிக்கயிறு மட்டும். கையில் மூன்று நான்கு ரப்பர் வளை. முகத்தை எங்கேயோ பார்த்தாற் போலிருக்கிறது. சரியான ஞாபகமும் இல்லை.

"தெரியலியா?" என்றாள் மங்களத்தம்மாள்.

அந்தப் பெண்மணி நாணத்துடன் குனிந்து நின்றாள்.

"யாரு?" என்று மீண்டும் பார்த்தார் செல்லப்பா.

"நன்னாப் பார்த்தா ஞாபகம் வரும்."

செல்லப்பா நன்றாகத்தான் பார்த்தார். முகம் எப்போதோ பார்த்த மாதிரி இருந்ததைத் தவிர வேறு ஒன்றும் நினைவில் தட்டவில்லை. அவருக்குச் சட்டென்று பட்டதெல்லாம் அந்த உயரமும் ஒல்லியும் வெறும் காலும் அந்த வெறும் காலில் நீண்டு வளர்ந்திருந்த விரல்களும்தான்; செருப்புப் போடாத அந்தக் காலும் விரல்களும் மண் பதிந்திருந்ததுதான். கால் நகங்களிலும் வெள்ளையை மறைத்துப் படிந்திருந்த புழுதி. அத்தோடு தாலிக் கயிற்றைத் தவிர எதுவும் இல்லாத கழுத்தும், கிட்டத்தட்ட முழங்கை வரை வந்த பூப்போட்ட வெள்ளைச்சீட்டி ரவிக்கையும், சிறிது பச்சை நரம்போடிய முன்கையில் தளர்ந்து சரிந்திருந்த ரப்பர் வளைகளும் காதில் மங்கிய பழைய சிவப்புத் தோடும் இடித்துக் காட்டின ஏழ்மை. பரம ஏழைகள் போட்டுக் கொள்கிற உருட்டைக்கூடக் கால் விரலில் காணவில்லை. ஒரு

சமயம் கணவன்... என்று சந்தேகப்பட்டு நிமிர்ந்து பார்த்தபோது நெற்றியில் குங்குமம் தெரிந்தது. கணவன் இருக்கிறவள்தான். உருட்டுக்கூடப் பண்ணிப் போட முடியாத, அல்லது உருட்டைக் கூடப் பிடுங்கி விற்று விடுகிற கணவனா...

"ஞாபகம் வல்லியா?" என்றாள் அவர் மனைவி.

"நான் அப்ப சின்னக் குழந்தை மாமி" என்று மங்களத் தம்மாளைப் பார்த்து நாணப் புன்னகை செய்தாள் அந்தப் பெண். "எத்தனை வருஷமாச்சு!"

"பட்டு – சிவசாமி ஆம்படையா பட்டு. உங்கம்மாவோட மாமாவோட மாமாவுக்குப் பேத்தி. நம்ப அம்மாவுக்குக் கண்ணைக் கொடுத்த பட்டு."

"ஆமா, கண்ணைக் கொடுத்தேன்" என்று அதை மறுத்து மங்களத்தம்மாளைப் பார்த்துச் சிரித்தாள் பட்டு. "டாக்டர், ஆஸ்பத்ரி, நர்ஸு – எல்லாரும் பேசாம இருந்தா – நான்தான் கண்ணைக் கொடுத்தேன்."

பட்டு அவரைப் பார்க்கவில்லை. மங்களத்தம்மாளைப் பார்த்துக்கொண்டுதான் பேசினாள்.

"அப்படியா? என்ன கோயின்ஸிடென்ஸ் பாரு. நான் வண்டியைக் கட்டிப் புறப்படறத்துக்கு முன்னாலெதான் அம்மா சொல்லிண்டிருந்தா இவா செஞ்சதை. நர்ஸு, டாக்டர்ன்னெல் லாம் அம்மா சொல்லலே – இவாளைப் பத்தித்தான் சொல்லிண் டிருந்தா–"

"இவா என்ன இவா! இவன்னு சொன்னாப் போரும்" என்று பட்டுவைப் பார்த்து லேசாகச் சிரித்தாள் அவர் மனைவி – ஈரக் கார்க்கை சீசாவிலிருந்து இழுப்பதுபோல. மங்களத்தம்மாளின் சிரிப்புக்கு அந்த ஓசைதான்.

"இஞ்சானே இருங்க. வண்டியைப் பூட்டிக்கிட்டு வாறேன்" என்று விரைந்தான் முச்சாமி.

"கடைத் தெருக்குப் போறதுக்கு முன்னாலெ கொர நாட்டிலெ இறங்கி பட்டுவையும் அழச்சிண்டு போகலாம்னு போனேன். எல்லாரையும் பார்க்கணும்னு சொன்னா. ஆப்பரேஷனாகி கொண்டுவிட்டப்பறம் அம்மாவையும் பார்க்கலியாம். அதான் அழச்சிண்டு வந்தேன்."

"பார்க்கட்டும், நாமள்ளாம் ஊருக்குப் போற வரைக்கும் இங்கியே இருக்கட்டும். அம்மா விடவும் மாட்டா. அம்மா

இவரைப் பத்திப் பேசறதைப் பார்த்தான்னா தெரியும்... ஏன் அவரையும் அழைச்சிண்டு வரப்படாதா... அவர் பேர் என்ன?"

"நல்ல ஞாபகம். இப்பதானே சொன்னேன் சிவசாமி. அவனையும் அவர்னு சொல்லவாண்டாம். இவளையும் இவர், இவான்னெல்லாம் சொல்லவாண்டாம். வயசும் குறைச்சல். உறவு வேற. என்னமோ வயித்துப் பொழைப்புக்காக நம்மையெல்லாம் ஆயிரம் மைல் ரண்டாயிரம் மைல்னு தூக்கிப்போட்டிருக்கு. அதுக்காகப் பேச்சிலெகூட ஆயிரம் ரண்டாயிரம் மைல் தூரம் இருக்கணும்னு இல்லெ."

மங்களத்தம்மாள் பேசுவதைக் கேட்டு, பையனும் பிள்ளையும் ஒருவருக்கொருவர் பார்த்து உதட்டை நீட்டிக்கொண்டார்கள். பையன் அதோடு நிற்கவில்லை.

"அப்பா, நீயும் எங்க மாதிரி பள்ளிக்கூடத்தில் படிக்கிறாப்பல நினைச்சுக்கோயேன். எந்தப் பையன் புதுசா வந்தாலும் நாங்க எடுத்த எடுப்பிலே நீ வா, போடாபுடான்னு தான் பேசிக்குவோம்."

பட்டு ஒன்றும் பேசவில்லை. எல்லாவற்றுக்கும் புன்சிரிப்பு தான். செல்லப்பாவையும் பார்க்கவில்லை.

வண்டியில் போகும்போது அவள் அவரைப் பார்க்கவில்லை. முழங்காலைக் கட்டியவாறோ, எதிர்ச் சட்டத்தைப் பற்றியவாறோ முன் பக்கம் பார்த்துக்கொண்டிருந்தாள். எப்போதாவது செல்லப்பா சட்டத்தைப் பற்றியிருக்கிற அந்த விரல்களையும் முன்கையையும் பார்ப்பார். அம்மா பாடின 'நர்ஸிங்' கையா இது? நீளவிரல்கள், புறங்கையில் வழவழப்பு. பச்சை நரம்போடிய முன்கை. அதில் அவருக்கு போஷாக்கில்லாத வறுமைதான் தெரிந்தது. முகத்திலும் பார்வையிலும் மட்டும் அதைச் சட்டை செய்யாத ஒரு சிறு மலர்ச்சி. அல்லது அது பழகிப்போய் விட்டாற் போல் அதோடு மனஸ்தாபமில்லாமல் ஒத்துப்போய் வாழ்கிற திருப்தி. இந்த மாதிரி எத்தனையோ குடும்பங்களை அவர் பார்த்திருக்கிறார் – ஜம்முவிலும் அவர் வேலை பார்த்த பல இடங்களிலும். இங்கும் இந்த இரண்டு மாத லீவில் ஊரிலேயே பலர் அப்படித்தான் இருக்கிறார்கள். பொழுது விடிந்தால் வெறும் சோறு, வெறும் புளிக்குழம்பு, தண்ணீரைத் தாராளமாகக் கலந்து பெருக்கின மோர், இருந்தால் ஒரு அப்பளம் – இப்படி காய்கறி, பால், பருப்பு என்று ஒன்றையும் காணாத குடும்பங்கள் ஊரில் இருக்கின்றன. மனித ஜாதியை ஏழை, பணக்காரன் என்று பிரிப்பதைவிட, தெம்புக்காகச் சாப்பிடுபவர்கள், உயிரை உடம்பில் நிறுத்தச் சாப்பிடுபவர்கள் என்று பிரிக்க வேண்டும் என்று இந்த இரண்டு மாசமாகத் தோன்றிக்கொண்டு வருகிறது.

அவரும் ஒரு ஏழைக்குப் பிறந்தவர்தான். ஆனால் தையும்மாள் சமையல் செய்கிற வீட்டில் அந்தப் பணக்காரக் குழந்தை களோடு குழந்தையாக அவருக்குக் கிடைத்த சாப்பாடு வெகு குழந்தைகளுக்குக் கிடைத்ததில்லை. அதனால் நல்ல சாப்பாடு, த்ராபை சாப்பாடு என்று இரண்டு இனங்கள்தான் உண்டு என்பது அவருடைய தற்போதைய கணக்கு.

பட்டுவை அப்படித்தான் மனதுக்குள் பார்த்துக் கொண்டிருந் தார் அவர். எங்காவது ஒண்டுக்குடி – ஒற்றை அறையில். கொண்டவன் சாப்பிட வந்தால் பருப்பில்லாத குழம்பு, பருப்பில்லாத ரசம், மோர் என்கிற கழுநீர் – வாரத்துக்கு ஒரு தடவை இந்தச் சமையலில் ஒரு கீரைத்தண்டு . . .

வண்டிக்காரனுக்குப் பக்கத்தில் போகிற திசையைப் பார்த்து அவர் பையன் உட்கார்ந்திருந்தான். பின்னால் அவருடைய பெண். அதற்குப் பிறகு பட்டு, பிறகு அவர் மனைவி, பிறகு அவர். எதிரும் புதிருமாக உட்கார்ந்திருந்தார்கள். அவரும் பட்டுவும் ஒரே வரிசையில் உட்கார்ந்திருந்ததால் அவருக்கு அவளை நன்றாகப் பார்க்க முடியவில்லை. முயற்சியோடு திரும்பிப் பார்க்கவும் கூச்சம். அவளுடைய கைகளையும் எதிர்ச் சட்டத்தைப் பற்றியிருக்கிற விரல்களையும்தான் பார்க்க முடிந்தது. பஸ் ஸ்டாண்டில் அறிமுகப்படுத்தப்பட்டபோது இரண்டு தடவை முகத்தைப் பார்த்தார். அவளுடைய கண்கள் சற்று அளவுக்கு மீறிப் பெரியவை – சிறிது நேரம் இமை கொட்டாமல் பார்க்கக் கூடிய கண்கள் என்று மட்டும் தெரிந்துகொள்ள முடிந்தது. சில கண்கள் துருவிப் பார்க்கும் – கொட்டாமல் – எதையும் – அப்படிப் பார்க்கிற அவசியம் இருந்தாலும் இல்லாவிட்டாலும். அந்த மாதிரி கண் இது. அதோடு, ஒரு சிறு சிரிப்பும் எப்போதும் படர்ந்திருக்கிறாற் போன்ற கண். அந்தச் சிரிப்பு உதட்டில் விளைந்ததா, கன்னத்தில் விளைந்ததா என்று கண்டுபிடிக்க முடியாத சிரிப்பு. அது சில கண்களின் வாகாக இருக்கலாம்.

செல்லப்பாவை வழக்கமான கூச்சம் விடவில்லை. மொந்தனூர் அய்யர் வீட்டில் அடங்கி ஒடுங்கிப் பழகிய சுவடு அவரை இன்னும் விட்டபாடில்லை. பேசவும் துடித்தது. முன்கையின் பச்சை நரம்பும் செருப்பில்லாத வெறும் காலும் அவர் ஆவலைக் கிளறிக்கொண்டிருந்த நமநமப்புத் தாங்காமல் வாயைத் திறந்தார்.

“சிவசாமி என்ன பண்ணிண்டிருக்கார்?”

சிறிது நேரம் பதில் இல்லை. மங்களத்தம்மாளும் பேசவில்லை.

“உனக்கும் தெரியாதா?” என்றார் அவர் மனைவியைப் பார்த்து.

"சொல்லேண்டி பட்டு!"

"என்னத்தைச் சொல்றது மாமி! ஏதோ பண்ணிண்டிருக்கார்."

"ஏதோன்னா?"

"ஏதோதான்" என்று பட்டு சொல்லும்போதும் கன்னத்தில் சிரிப்பு. அவர் தைரியமாகவே பார்த்தார் அதை.

"–"

"அவருக்கு இஷ்டப்பட்டா வேலைக்குப் போவார். செட்டியார் பாடசாலை சத்திரத்திலே கணக்கு வழக்கெல்லாம் பார்த்திண்டிருந்தார். அப்புறம் பாடசாலை சத்திரம் எல்லாம் மூடியாச்சு. மூணு வருஷமாச்சு. அதிலேர்ந்து அப்படீ இப்படீதான். இன்ன வேலைன்னு நிச்சயமா ஒண்ணும் கிடையாது."

மேலே நிமிண்டி நிமிண்டிக் கேட்கத் தயங்கினார் செல்லப்பா. பிறகு அவர் பேசவில்லை. அவர் மனைவி கடைக்குப்போன விவரங்களைச் சொல்லத் தொடங்கினாள்.

2

பட்டு வந்து மூன்று நாளாயிற்று. அன்றிரவு சாப்பிட்டுவிட்டு வாசல் திண்ணையில் உட்கார்ந்திருந்த செல்லப்பா சிகரெட் பிடிப்பதற்காகத் தெருவை விட்டு வெளியே கிளம்பிப் போகலாம் என்று நினைக்கும்போது, அவர் தாயார் "நீதான் உட்கார்ந் திருக்கியா?" என்று கேட்டுக்கொண்டே வந்தாள். வாசலில் கும்மிருட்டு.

"ஏம்மா?"

தையும்மாள் அவருக்கு எதிரே உட்கார்ந்து கொண்டாள்.

"நாளைக்குக் காலமே சிவசாமி வரானாம்" என்று ஆரம்பித்தாள்.

"அப்படியா?"

"உன்னைப் பார்க்கத்தான் ..."

"ம்."

"வெறுமே பார்க்க வர்லெ. உனக்கு ஒரு பொறுப்பு வந்திருக்கு."

"என்ன?"

"அவனுக்கு ஒரு வேலை வாங்கித் தரணும். பட்டு பயப்படறா."

"அப்படீன்னா?"

"பட்ட காலிலே படுங்கிற கதைதாண்டா" என்று சொல்லத் தொடங்கினாள்.

சிவசாமிக்குத் தாயாரில்லை. பதினான்கு வயதில் அவனையும் ஒரு பெண் குழந்தையையும் புருஷனையும் விட்டுவிட்டு மூன்றாவது பிரசவத்திற்கு வயிற்றுக் குழந்தையோடு பலியாகிவிட்டாள். அவள் புருஷன் ஸப் மாஜிஸ்ட்ரேட்டாக இருந்தவன். குழந்தைகளைக் காப்பாற்றுவதாக வேறு கலியாணம் செய்துகொள்ளாமல், தானே சமையல் செய்து இரண்டு குழந்தைகளுக்கும் போட்டு படிக்க வைத்துக்கொண்டிருந் தானாம். சப் மாஜிஸ்ட்ரேட் ஆதலால் ஒரு சிநேகிதப் போலீஸ் இன்ஸ்பெக்டர் ஆர்டர்லியை அனுப்பி அவருக்கு வீட்டு வேலையில் உதவி செய்துகொண்டிருந்தாராம். மனுஷன் அதிர்ஷ்டக்கட்டை. தாயார் இறந்த ஒரு வருஷத்திற்கெல்லாம் அந்தப் பெண்ணும் எங்கேயோ விழுந்து சிராய்த்துக்கொண்டதாம். அதைச் சரியாகக் கவனிக்கவில்லை. டெட்டனஸ் வந்து, அதை அம்மை என்று நினைத்துக்கொண்டு ஒன்றுவிட்ட தமக்கை ஒருத்தி வந்து கைவைத்தியம் செய்ததில் நோய் முற்றி பெண் கண்ணை மூடிவிட்டது. பட்டுவின் தகப்பன் பக்கத்துக் கோர்ட்டு வாசலில் ஸ்டாம்ப் விற்றுக்கொண்டிருந்தானாம். ஒரே தெருவில் வாசம். செத்துப்போன அந்தப் பெண்ணோடு ஒரே வகுப்பில் படித்துக்கொண்டிருந்தாள் பட்டு. அந்தப் பெண் கிடக்கும்போது "அம்மை, வராதே வராதே" என்று வாசலில் வேப்பிலைக் கொத்தைச் செருகி பட்டுவை உள்ளே வரவிடாமல் தடுத்துக்கொண்டிருந்தாள் தமக்கை. அந்தப் பெண் கண்ணை மூடின அன்று காலையில்தான் அது அம்மையில்லை என்று பக்கத்து வீட்டுக்காரர்கள் வந்து பார்த்துச் சொன்னார்களாம். ஆனால் அதற்குள் பெண்ணுக்கு நினைவு மாறி மாறித் தவறத் தொடங்கிவிட்டதாம். தகப்பனும் தாயும் சொன்னதைக் கேட்டு, கடைசி நிமிஷத்தில் பட்டுவும் ஓடியிருக்கிறாள். அந்தப் பெண் ஏதோ சுலோகம் சொல்லிக்கொண்டிருந்ததாம் – நினைவு வருகிற சமயத்தில் பட்டுவைப் பார்த்ததும், "நீ கொண்டுவிட வந்திருக்கியா?" என்று கேட்டதாம்.

"என்ன காமு?"

"அதோ ராமனும் சீதையும் நிக்கறா பாரு, என்னை அழைச்சிண்டு போக. நீ எதுக்கு என்னைக் கொண்டு விடணும்? அவாதான் நேரே வந்திருக்காளே!"

பிறகு “தொலினே ஜேஸின பூஜா பலமு...” என்று பாடுகிறாற் போலக் குழறிற்றாம். நினைவு அத்தோடு நழுவிவிட்டது. மூன்று நிமிஷம் கழித்து ஒரே அடக்கமாகி விட்டது. சப்மாஜிஸ்ட்ரேட்டின் தமக்கைக்காரி ‘செல்லமே’ என்று வீறிட்டாளாம். சிவசாமி சிறிது நேரம் முகத்தில் அறைந்தாற்போல் நின்றுவிட்டு, செய்தியை முழுவதும் உள்ளே வாங்கியதும் நடுங்கி வெலவெலத்து அந்த உடலின் மீது விழுந்து அழுதானாம். “காமூ, காமூ – இனிமே என்னை யாருடீ பார்த்துப்பா – யாருடீ பார்த்துப்பா” என்று உடல் மீது புரண்டு துடித்திருக்கிறான். இருபது தடவை அவன் இப்படிக் கத்தியதைப் பார்த்து, “ஏய் சிவூ! எழுந்திரு – எழுந்திரு, நான் உன்னைப் பார்த்துக்கறேன். எழுந்திரு. நான் இருக்கேன் உன்னைப் பார்த்துக்க” என்று அவனுடைய முதுகை அணைத்து இழுத்தாள் பட்டு. “நான் பார்த்துக்கறேன் உன்னை, நான் பார்த்துக்கறேண்டா.”

“பேசாமே இருடீ குழந்தே” என்றாளாம் அந்த தமக்கைக்காரி.

தையும்மாள் மேலே பேசவில்லை. கரகரவென்று வந்த தொண்டையைக் கனைத்துக்கொண்டாள்.

கும்மிருட்டு. எதிரேயிருந்த வெற்றுமனையில் பூவரச மரங்களும் தென்னம்பிள்ளைகளும் சலசலக்கிற ஓசை. ஒரு வெள்ளை நாய் வந்து வாசலில் நின்று அவர்கள் உட்கார்ந்த திசையைப் பார்த்துக்கொண்டு நின்றது.

செல்லப்பாவின் நெஞ்சு கரைந்துகொண்டிருந்தது. அவரும் பேச முடியாமல் சிறிது காத்திருந்தார். தையும்மாள் இன்னும் மேலே பேசவில்லை.

“ஒரு குடும்பத்துக்கு இப்படியெல்லாமா வரும்?” என்று சொல்லி, குரல் கரகரப்பைத் தெளிவுபடுத்திக்கொண்டார்.

தையும்மாள் கண்ணாடியை எடுத்து புடவைத் தலைப்பால் கண்ணைத் துடைத்துக்கொள்வது தெரிந்தது. “அப்பாடா” என்று பெருமூச்சுடன் அவள் வாய் திறந்தது. “பட்டு சொன்ன சொல்லைக் காப்பாத்திப்ட்டா – அதுக்குன்னா சொல்ல வந்தேன்... சிவசாமி அப்பா அப்படியே உருகி உருகி அடுத்த வருஷம் செத்துப் போய்ட்டார். சிவசாமி தன்னந் தனியா நின்றான். மெட்ரிக்குலேஷன் பரீட்சை எழுதற சமயத்துக்கு அவர் பிராணனை விட்டுட்டார். தன்னந்தனியா நின்றிருக்கான். அப்புறம் என்னென்னவோ பண்ணிப் பார்த்திருக்கான் – வேலை ஒண்ணும் கிடைக்கிற வழியாயில்லே. கொஞ்சநாள் ஒரு ஷாப்புக் கடையில் வேலை பார்த்தானாம். அப்புறம் ஒரு டாக்டர்கிட்ட வேலை பார்த்தானாம். அப்பதான் பட்டுவோட

கலியாணப் பேச்சு வந்திருக்கு. அது தங்கைக்காரி மேலே பெரண்டு விழுந்தவனை இழுத்துச் சொல்லித்தே – அதை விடலெ. சிவசாமியைத்தான் பண்ணிக்குவேன்னு பிடிவாதமா நின்னிருக்கு. "படிப்பும் முடியாம, நாதனும் இல்லாம, கிட்டின உறவும் இல்லாம ஒண்டிக்கட்டையா நிக்கிறான் – சுயமா ஒரு வேலையும் கிடையாது அவனுக்கு. அவனோட ஏகாதசிக்குப் பங்கு போட்டுக்கப் போறியான்னு அவ அம்மாக்காரி கேட்டாளாம். அவதான் எங்க மாமாவோட மாமா பொண்ணு. ஏகாதசியோ, சிவராத்திரியோ எதாயிருந்தாலும் சரி, அவன்தான் எனக்குன்னு சொல்லித்தாம் இந்தக் குட்டி. நல்ல வரன்லாம் வந்திருக்கு. ஒண்ணும் காதிலெ விழலெ அதுக்கு. சரின்னு பண்ணிக் கொடுத்துட்டா. கல்யாணத்துக்கப்பறமும் அந்தக் கடை இந்தக் கடைன்னு இருந்துப்ட்டு நாட்டுக்கோட்டை செட்டி பாடசாலை சத்திரத்தில கணக்கெழுதப் போனான். காரணம் ஒண்ணும் இல்லெ. பாடசாலை பையன்களோட சாப்பாடு. இனாம்னு போய்ச் சேர்ந்தான் அங்கே. இப்ப அதுவும் இல்லெ. இப்ப இது திருப்பதி மரப்பாச்சி மாதிரி நிக்கிறது – ஒரு பாசி மணிக்கு வழி கிடையாது. அது கலியாணத்துக்கு நான் போயிருந்தேன். நிகிநிகின்னு சுடராட்டமா நின்னுது. அடி அசட்டுப் பொண்ணேன்னு அப்பவே நினைச்சுண்டேன். அது நிறமும் களையும் உடம்பும் தோரணையும் – யாரோ பெரிய மனுஷன் வீட்டுப் பொண்ணுமாதிரி நின்னுது. அவ அப்பனுக்கு மூஞ்சியிலெ ஈயாடலெ தாரைவாக்கறபோது. இது கவலையே படலெ. அப்புறம் என்னமோ சம்பாதிக்கலெ அதுஇதுன்னு மாப்ளைட்ட சாச்சாப்பல இருந்தானாம் அப்பன்காரன். அதிலேர்ந்து பிறந்தாத்துக்குப் போறதயும் நிறுத்திட்டுது. உங்க சங்காத்தமே வாண்டாம்னு அங்கே போறதே கிடையாதாம்."

"பார்த்தா ரொம்ப சாது மாதிரியிருக்கே!" என்றார் செல்லப்பா.

"சாதுதான். அதிலெ என்ன குறைச்சல்? தங்கம். சமர்த்துன்னா பொறந்து வரணும் அந்தமாதிரி. எல்லாம் பெரிய போக்குதான். பிடிவாதமும். என் ஆமடையானை லட்சியம் பண்ணாட்டா எனக்கு மட்டும் என்ன வேண்டிக்கிடக்குன்னு ஒரு பௌருஷம். நியாயம் தானே!" என்றாள் தையும்மாள்.

வெள்ளை நாய் நின்றுகொண்டேயிருந்தது.

"ரொம்ப நேரமா நிக்கறதும்மா இது" என்றார் செல்லப்பா.

"எது?"

"உன்னோட வளப்புதான். வால் குழையறது."

"இதுவா? ... மறந்தே போய்ட்டேன். இதோ கொண்டு வரேன். நீ போறதுன்னா போய்ட்டு வாயேன் சுருக்க. இன்னும் சமாசாரம் சொல்லணும்டா."

"இன்னும் என்ன? வேலை தேடிக் கொடுக்கணும். அதானே."

"ஏதாவது பண்ணித்தான் ஆகணும். அவன் நாளைக் காலமே வரானாம் – சிவசாமி. நீ சுருக்க வந்துடு" என்று உள்ளே போனாள் தாயார்.

அவர் புகைபிடிப்பதை அவள் அனுமதிக்கிற பாணி இது.

செல்லப்பா எழுந்து கீழண்டைக் குளக்கரைப் பக்கம் நடந்தார்.

○○○

ஹோட்டல் மூடுகிற சமயம். வியாபாரம் முடிந்துவிட்டது. முதலாளி கல்லாவில் உட்கார்ந்து குத்தூசியில் இருந்த பில் சீட்டுகளை ஒவ்வொன்றாக எடுத்துக் கூட்டிக் கொண்டிருந்தார். அவர் தம்பி சில்லறைகளை எண்ணிக் கொண்டிருந்தான். ஒரு ஆள் ஹோட்டல் தரையை வாளி வாளியாகத் தண்ணீர் விட்டு வாருகோலால் ஒதுக்கிக்கொண்டிருந்தான். மணி ஒன்பது. சிவசாமி, வீட்டுக்குப் போக முதலாளி உத்தரவுக்காகக் காத்து ஒரு மேஜை முன்பு உட்கார்ந்திருந்தான். கடைசி நிமிஷத்தில் அவர் ஏதாவது காபி, டீ என்று கேட்பது வழக்கம். "நீங்க புறப்படலியா?" என்று அவர் கேட்டதும், எழுந்து உக்ராண உள்ளில் மாட்டியிருந்த சட்டையை எடுத்துப் போட்டுக்கொள்வதற்காகப் போனவனுக்கு, பை கனத்தைப் பார்த்ததும் சட்டென்று ஞாபகம் வந்தது. பையில் இரண்டு மூன்று சாவிகள் கோத்த வளையம் கனத்தது. பட்டு ஊரில் இல்லாதது அப்போது தான் நினைவுக்கு வந்தது. உடனே கொல்லைப் பக்கம் போனான். நாலு வாளி தண்ணீரை மேலே கொட்டிக்கொண்டு தேய்த்துக் குளித்தான். பழைய வேட்டியையே இழுத்துக் கட்டிக்கொண்டான். சட்டையைப் போட்டுக்கொண்டான். உள்ளே போய் தலைமைச் சமையற்கார சுப்புணியைக் கேட்டு நாலு ஆறிப்போன இட்லியையும், மிளகாய்ப் பொடி, எண்ணெயையும் வாங்கிக்கொண்டான்.

"என்ன இன்னிக்கு அபூர்வமாயிருக்கு!"

"வீட்டிலெ யாரும் இல்லெ. உறவுக்காரா வந்திருந்தா. அவாளோட ஊருக்குப் போயிருக்கா" என்று வேண்டா வெறுப்பாகத் தின்றான். அவனுக்கு ஹோட்டலில் எதையும் சாப்பிடப் பிடிக்காது. காபி மட்டும் குடிப்பான். சுப்புணி முதல்

எண்ணெயில் போட்ட பஜ்ஜி, வடை ஏதாவது இருந்தால் மாலை வேளையில் ஒன்றிரண்டைத் தின்று காபியைக் குடிப்பான். அதேபோல விடியற்கலையில் ஹோட்டலுக்குள் நுழைந்ததும் முதல் ஈட்டு இட்லியில் நாலைந்தைத் தின்றுவிட்டு, சர்வர் வேலையைத் தொடங்குவான். இது ஒரு மாதமாக நடக்கிறது. தற்போது அவன் வேலை ஹோட்டல் சர்வர்.

வீட்டில் ஐந்து குடிகள். முதல், இரண்டாம் கட்டுகளைக் கடந்து மூன்றாம் கட்டில் நடைக்கு இந்தப் பக்கமும் அந்தப் பக்கமும் ஒவ்வொரு குடித்தனம். அதில் ஒன்று சிவசாமி – பட்டு குடும்பம். சிவசாமி இருளையும் பாதி இருளையும் கடந்து அறைப் பூட்டைத் திறந்து பெட்ரூம் விளக்கை ஏற்றினான். பட்டு இல்லை. தனி, தனி, தனி, தனி என்று பெட்ரூம் விளக்கு சொல்லுவது போலிருந்தது. வயிற்றில் 'நமநம'வென்ற – என்னவென்று சொல்ல முடியாத ஒரு கவலை – லேசாக ஒரு கலக்கம். அதோ குமுட்டி அடுப்பு. சுவரோரமாக ஒரு மரப்பெட்டி. அதன் மேல் இரண்டு பழைய ஒற்றைப் பாய், இரண்டு ஜமக்காளம், மூன்று தலையணைகள். குமுட்டிக்குப் பின் பக்கம் சுவரில் மாட்டியிருந்த ஷெல்பில் சின்னதும் பெரியதுமாக இரண்டு வெண்கலப் பானைகள், கீழ்த்தட்டில் எண்ணி ஆறு பித்தளை டம்ளர்கள் – இரண்டு டவராக்கள். மரப்பெட்டிக்கப்பால் இரண்டு பெட்டிகள் – பழைய ட்ரங்கு. இந்தண்டைச் சுவரில் பெரிய பறை. அதில் இரண்டு மூன்று ஸ்வாமி படங்கள். அதன் கீழே ஒரு சின்ன அலமாரி. அதில் ஏழெட்டு புத்தகங்கள், பத்திரிகைகள்.

புதிதாக இந்த அறையைப் பார்ப்பது போலிருந்தது. பட்டு இல்லாத அறையில் ஒவ்வொன்றும் இப்போதுதான் வந்ததுபோல் இருந்தது – அவன் பிரக்ஞைக்கு.

என்ன இது?

களைப்பாகவும் இருந்தது. பாயை எடுத்து சுவரோரமாக விரித்து சுவர் மீது சாய்ந்துகொண்டு சுற்றிலும் ஒவ்வொன்றாகப் பார்த்தான்.

ஆமாம். கலியாணம் ஆன நாளிலிருந்து இதுவரை பட்டு அவனை ஒரு நாள் கூடப் பிரிந்திருந்ததில்லை. வீட்டு விலக்காக மூன்று நாள் அவள் கொல்லைத் தாழ்வாரத்தில் படுத்திருப்பாள். அது பிரிவில்லை. அவள் இல்லாமல் இருந்ததில்லை.

சிவசாமிக்கு வியப்பாக இருந்தது.

என்ன இது! ஒருநாள் கூடப் பிரியாமல் எப்படியிருந்தோம்! இப்போது எப்படித் தனியாக இருக்கிறோம்?

தி. ஜானகிராமன்

இது புதிய அனுபவம். கூட்டத்தில் தாயை விட்டுப் பிரிந்து விட்ட குழந்தையைப் போல அவனுக்கு உடல் ஏதோ பரந்தது. ஒரு மெல்லிய கிலி.

ஆமாம். ஒரு நாள்கூட அவள் பிரிந்ததில்லை. கடைத் தெரு. ஆடி அமாவாசைக்குக் கடலில் குளிக்க வேதாரண்யம், காவேரிப்பட்டினம்; நடராஜாவைப் பார்க்க சிதம்பரம் – இரண்டு பேரும் சேர்ந்து சேர்ந்து சுற்றிக்கொண்டிருப்பார்கள். இன்னும் எத்தனையோ.

சத்திரத்துக் கணக்கு வேலை போன பிறகு அவன் பார்க்காத வேலைகள் குறைவு – மாட்டுத் தரகு, வக்கீல் குமாஸ்தா, சமையல்காரருக்குத் துணை, ஒரு சின்ன வெற்றிலைப் பாக்குக் கடை, பள்ளிக்கூடத்து வாசலில் சர்பத் வியாபாரம் – இந்த வியாபாரம் எல்லாம் கடன் கொடுத்துக் கொடுத்து நஷ்டமடைந்த பிஸினஸ்கள். அதற்காக அவன் யாரையும் திட்டவில்லை. கோபம் வரும், சிரிப்பான். வீட்டுக்கு வந்து பட்டுவைப் பார்த்ததும், நஷ்டம் எல்லாம் லாபமாக அவள் நிற்பது போல் தோன்றுகிற வழக்கம் அவனுக்கு. ஏதோ பெரிய காற்று அடித்து தெருக்குப்பைகளைத் திரட்டி, பிறகு ஒரு மழை பெய்து, தெருவே நறுவிசாக ஆகிவிட்டாற்போல நெஞ்சு அவளைப் பார்த்துத் தெளிந்து போகும். பத்து நாள், ஒரு மாதம், மிஞ்சினால் மூன்று மாதம் ஒரு வேலை தங்கினால் பெரிய காரியம் அவன் வாழ்வில். உயரத்தில் ஒரு சுவர்மீது தன் கால்கூட பாவாத ஒரு சின்ன விட்டத்தில் கூடுகட்ட வைக்கோலை வைத்து அது விழுந்துகொண்டேயிருப்பதைப் பார்த்து மீண்டும் மீண்டும் அதே இடத்தை விடாத முட்டாள் குருவி மாதிரி தன்னைப் பற்றியே அவனுக்குத் தோன்றும். நான் முட்டாள் குருவியா? இல்லை, அதிர்ஷ்டமே என்னைக் கண்டதும் ஓடிப்போகிற துக்கிரியா நான்!

முதல்முதலில் அவனுக்கு ஊர்மேல், ஜனங்கள் மேல் எல்லாம் கோபம். ஸப்–மாஜிஸ்ட்ரேட்டின் பிள்ளையாகப் பிறந்து, தூக்க ஆள், பள்ளிக்கூடம் அழைத்துக்கொண்டு போக ஆள், திருப்பி அழைத்து வர ஆள், கடைசியில் ஒவ்வொருவராக உருட்டி விட்டு, தான் மட்டும் தனியாக நிற்பதென்றால்! எத்தனை பெரிய அதிஷ்டம்!

“பட்டு! எப்படி நீ என் கையைப் பிடிக்க இத்தனை பிடிவாதம் பிடித்தாய்? ஏன்? என் தங்கைமீது விழுந்து கதறியபோது சொன்ன ஒரு வார்த்தைக்கா . . . அப்படி ஒரு பிடிவாதம் ஒரு ஜன்மத்திற்கு இருக்குமா என்ன? சங்கா தோஷம், பேய் புகுந்து

– இந்த மாதிரி ஜன்மங்களுக்குத் தான் இத்தகைய வெறி, சண்டித்தனம் எல்லாம் வருமாம். பட்டுவும் அந்த மாதிரி ஒரு ஜன்மமா?”

அந்த பெட்ரூம் விளக்கின் இருட்டொளியில் குழந்தை மாதிரி உட்கார்ந்திருந்தான் அவன். உள்ளே தாய் காரியமாக இருக்கிறபோது தனியாக சிறிதுநேரம் அங்குமிங்கும் பார்த்துக் கொண்டிருக்கிற குழந்தை, அவள் நினைவு வந்ததும் அரள்வது போல ஒரு மருட்சி.

“பெரிய இடம் என்று இல்லாவிட்டாலும், வசதியான வீட்டில் இருக்க வேண்டிய ஜன்மம் அது. வசதியான இடத்துக்கு ஏற்ற தோற்றம், பார்வை, பேச்சு. எப்படி இங்கு வந்து காலை விட்டுக் கொண்டாள் – பொறியில் விடுகிறது போல...”

தான் பெரிய இவன் மாதிரி வீட்டுக்கு வந்ததும் சோற்றைப் போட்டுவிட்டு, தானும் சாப்பிட்டுவிட்டு சும்மாவாவது எதிரே உட்கார்ந்திருப்பாள். பேசமாட்டாள். ஏதாவது படிப்பாள். அதெல்லாம் சும்மா. அவனோடு உட்கார்ந்திருக்க வேண்டும். பேசவேண்டாம்; கிட்ட இருந்தால் போதும் என்பதுபோல. அவனும் அவளைப் பார்த்துக்கொண்டேயிருப்பான். அப்பா! என்ன களை! என்ன உயரம்! என்ன நறுவிசு! உடம்பு வாகில், நடையில், உட்காரலில், பேச்சில், பரிமாறலில் பிசிறு இல்லாத ஒரு நறுவிசு. நினைவு, சிரிப்பு, பார்வை – இன்னும் எதை எதையெல்லாமே சேர்த்து அழகாக, பொட்டலம் கட்டினாற் போல ஒரு அடக்கம்.

தையும்மாளுக்குக் கண் சிகிச்சைக்கு அவனும் கூடப் போயிருந்தான். அந்த அம்மாள் பட்டுவின் காலில் விழுந்து கும்பிடாத குறை, அப்படி அவளுடைய பணிவிடையில் சொக்கிக்கிடந்தாள். அவள் வீட்டுமனிதர்கள் என்பதற்காகத் தான் பட்டு, கூப்பிட்ட உடனே அவர்களுடன் கிளம்பியிருக்க வேண்டும்!

மாலையில் பட்டு ஹோட்டலில் வந்து நின்று உள்ளே சொல்லி அனுப்பினாள். அவளை அங்கு பார்த்ததும் அவனுக்கு வெட்கம் படர்ந்தது. பள்ளிக்கூடத்துக்குத் தன்னைப் பார்க்க வந்த தகப்பனைக் கண்டு குன்றி வெட்கம் படர்கிற பிள்ளையைப் போலக் குன்றினான். மங்களத்தம்மாளையும் குழந்தைகளையும் பார்த்ததும்தான் அவனுக்கு தைரியம், பழைய நிலை எல்லாம் திரும்பிற்று. மல்லுக்கட்டி அவர்களுக்கு டிபன் காபி எல்லாம் உபசாரம் செய்தான் – தன் கணக்கில். எல்லாம் முடிந்ததும், மங்களத்தம்மாளையும் குடும்பத்தையும் அவன் பார்த்த

ஞாபகம்கூட சரியாக இல்லை. வடக்கே பெரிய உத்யோகத்தில் இருக்கிறவரின் குடும்பம் என்பது மட்டும் அவனுக்குப் பெரிதாகப் படவில்லை. பட்டுவே அவன் வேலை செய்கிற இடத்திற்கு அவனைப் பார்க்க அழைத்து வருகிறாள் என்றால், அவர்கள் அவனுடைய பரிவுக்கும் உபசாரத்திற்கும் உரியவர்களாகத் தான் இருக்க வேண்டும்.

"பாட்டி உங்களையெல்லாம் பத்தி ரொம்ப சொல்லியிருக்கா. இப்ப கண் எப்படியிருக்கு? நான் வந்து பார்க்கணும்னு ஆசை. எதாவது ஒரு காரணம், முடிய மாட்டேங்கறது" என்று மன்னிப்புக் கேட்கிறாற்போல சொன்னான்.

"அதுக்குத்தான் வந்தேன். நான் இப்ப பட்டுவை ஊருக்கு அழச்சிண்டு போகலாம்னு நினைக்கிறேன். நீங்களும் இப்பவே கூடவரணும்." – மங்களத்தம்மாள்.

"பேஷா, பட்டு வரட்டும். திடீர்னு இப்ப முதலாளியைக் கேட்டுண்டு நான் கிளம்பறது சிரமம். நான் நாலாம் நாள் காலமே வறேன்."

"சரி, வந்து ஒருவாரம் எங்களோட இருக்கணும்."

"சரி. சௌகர்யம் போல பார்த்துப்பம்."

பட்டுவை உற்சாகமாகத்தான் வழி அனுப்பினான் – நல்ல மனிதர்கள், வசதி படைத்தவர்கள், துணையென்று.

இப்போது?

பயம் – குழந்தை பயம்.

பட்டுவை நினைக்க நினைக்க அவனுக்கு வியப்பு. என்னோடு ஏன் இப்படி அவளும் சரிந்துகொண்டிருக்கிறாள்? என்னிடம் என்ன குறையைக் கண்டார்கள் வேலை கொடுக்கிறவர்கள்? எல்லோருக்கும் கூலி நாலணா கொடுத்தால், என்னைப் பார்த்தவுடன் ஏன் அவர்களுக்கு இரண்டணா போதும் என்று தோன்றுகிறது? என் முகத்தில் சாது, அசடு, இளிச்சவாயன் என்று எழுதி ஒட்டியிருக்கிறதா? . . . ஒரு தடவை வேலையில்லாதபோது ஒரு புது வியாபாரம் ஆரம்பித்தான் சிவசாமி. ஒருபடி பார்லி அரிசியை வாங்கித் தண்ணீரை விட்டுக் காய்ச்சினான். வாசனை, ரோஜா நிறம் எல்லாம் கலந்தான். ஒரு பெரிய பானையில் கொட்டினான். ஒரு பெரிய கூடையில் காகிதங்களைப் போட்டு ஐஸ் கட்டிகளைப் போட்டு நிரப்பினான். அதன் மேல் பானையை வைத்து, தலைமேல் சும்மாடு கட்டி சுமையைத் தூக்கிக்கொண்டு கடைத் தெருவில் கடை கடையாக ஒவ்வொரு டம்ளராக ஊற்றி

ஊற்றிக் கொடுத்தான். பூக்கடைக்காரர், வெற்றிலை சாயபு, பாத்திரக்கடை சாயபு ஒருவர் பாக்கியில்லை. பாதி கடன். முக்கால் பானை தீர்ந்துபோன சமயத்தில், திடீரென்று ஒரு சைக்கிள் சக்கரம் பின்னால் வந்து காலிடுக்கில் புகுந்தது. சைக்கிள் விழுந்தது. அதிலிருந்து ஒரு பையன் விழுந்தான். சிவசாமியின் தலையிலிருந்து பானை விழுந்தது. பார்லி சர்பத் பூமாதேவிக்கு நிவேதனமாயிற்று. கடைத்தெரு நாய்கள் இரண்டு ஓடி வந்தன. அவற்றால் சர்பத்தை நக்கவும் முடியவில்லை. தெரு மண்ணுக்குள் புகுந்துவிட்டது சர்பத்து. கூடையை மட்டும் எடுத்துக்கொண்டு சில்லறையை எண்ணினான். போட்ட காசுக்குமேல் ஆறணா திட்டம் போட்ட எட்டு ரூபாய் லாபம் இனிமேல் தான் கடன் சொல்லிக் குடித்தவர்களிடமிருந்து வரவேண்டும்.

வீட்டுக்கு வந்து சேதியைச் சொன்னதும் பட்டு சிரித்தாள். "லாபத்துக்குப் பதில் புத்தி கொள்முதல் – வாண்டாம் சனியன்" என்றாள்.

"சைக்கிள்விடக் கத்துண்டானாம் அந்தப் பையன். புதுசா எதைக் கத்துண்டாலும் பலின்னு ஒண்ணு கொடுக்கணுமோல்லியோ? பார்லி சர்பத்தும் என் முழங்காலும் கை கொடுத்தது" என்று வேட்டியைச் சிறிது உயர்த்திக் காட்டினான். பட்டு அவன் முழங்காலில் விழுந்த சிராய்ப்புக்குத் தண்ணீர்விட்டுத் துடைத்து தேங்காய் எண்ணெய் தடவினாள். அன்றிரவு வீதிவீதியாக அலைந்து நொந்த அவன் காலை நடுநிசிவரை அமுக்கினாள்.

"ஏன் பட்டு இந்தத் தரித்திரத்தை இப்படிக் கட்டிண்டு அழறே? பேசாம, ஓடிப் போயேன் எங்கியாவது?"

"யாரோட!" என்று சொல்லி அவன் உதட்டைக் கடித்தாள் பட்டு. அவன் கண்ணையும் துடைத்தாள். அன்று இரவு முதல் இரவு திரும்பி வந்தாற்போல் ஆயிற்று. நான் இருக்கேன், நீ இருக்கே என்று ஒற்றைப்படையில் அவன் காதில் முணுமுணுத்துக் கொண்டே இருந்தது அவள் உதடுகள் இரண்டும். "இதுதான் அதிர்ஷ்டம்" என்று அந்த மேனி முழுவதும் அவனை ஆட்கொண்டது. பார்த்துப் பார்த்துப் பிரமித்தான் அவன். "ஈடில்லாத தேகம். அப்பாஹ் அப்பாஹ்" என்று அரற்றினான்.

"எப்படித் தெரியும், ஈடு இருக்கறதும் இல்லாததும்" என்று அவனை முடுக்கினாள்.

வறுமை, துயரம் எல்லாம் இந்த முயக்கில் கரைந்து விட்டாற் போலிருந்தது.

மறுநாள் காலை ..?

தி. ஜானகிராமன்

ஒருவருக்கொருவர் பார்த்துச் சிரித்துக்கொண்டார்கள். பட்டு சிவந்துகொண்டிருந்தாள். வேலை தேடவும் பார்லி சர்பத் பாக்கியை வசூலிக்கவும் கிளம்பினான் அவன்.

ஒவ்வொரு நினைவாக வந்து – வந்து இதையெல்லாம் நினைத்துப் பார்ப்பதற்காகவே பட்டு அவனை விட்டு விட்டுப் போனாற் போலிருந்தது.

பாங்க் மணி இரண்டு அடிக்கிறது. எதிர் அறையில் குடியிருந்த பஞ்சு சாஸ்திரியின் குறட்டை உறுமலும் ஊதலுமாக. நடுநடுவில் கொளகொளப்புமாக மாறி மாறிக் கேட்கிறது. இரவும் இருளுமே அப்படிக் குரல் கொடுப்பது போலிருந்தது. சிரிப்பு வருகிறது.

இந்தக் குறட்டையைக் கேட்கும்போதெல்லாம் ஆஸ்பத்ரி கண்முன்னால் வந்துவிடுகிறது. எத்தனை வருஷமாயிற்று! அவன் பள்ளிக்கூடத்துக் கடைசி வருஷ கடைசி பரீட்சை எழுதுவதற்கு முன்னால் இந்த உலகத்தை விட்டுவிட்டார். பரீட்சை நடக்கிற போது அவன் தினமும் காலையில் சாஸ்திரிகளோடு போய் அரச மரத்துக்கடியில் ஊன்றியிருந்த கல்லை எடுத்து போன உயிருக்குத் தர்ப்பணம் செய்யவேண்டியிருந்தது. பின்பு அவனுடைய அப்பாவின் ஒன்றுவிட்ட சகோதரி வீட்டில் போய் இருந்துகொண்டு பரீட்சையை முடித்துவிடுவதாகப் படிக்க ஆரம்பித்தான். தாயில்லை, தகப்பன் இல்லை. உடன் பிறந்தவரு மில்லை. இந்தப் பயத்தில் அவனுக்குப் படிப்பிலும் ஆர்வம் வற்றிக்கிடந்தது. அந்த ஒன்றுவிட்ட அத்தையின் புடவை, அவள் கணவரின் வேட்டியைத் துவைப்பது, கடைசிக் குழந்தையைத் தூக்கி வைத்துக்கொள்வது, மார்க்கெட்டுக்குப் போவது – அந்த மனிதர்களுக்குச் சம்பளமில்லாமல் ஒரு ஆள் கிடைத்துவிட்ட பெருமை. அடுத்த பரீட்சை முடிவு செய்தித் தாளில் வந்தபோது நம்பர் இல்லை. திருப்பித் திருப்பிப் பார்த்தான். இங்கிலீஷ் பேப்பரை வாங்கிப் பார்த்தான். பார்வையில் பஞ்சு பூத்தாற் போலிருந்தது.

அன்றிரவு ஒன்றுவிட்ட அத்தையின் வீடு அமளிப்பட்டது. பையன் புழுவாய்த் துடித்தான். கடைசியில் உண்மையைக் க்க்கினான். துக்கம் தாங்காமல், அவமானம் தாங்காமல் மூட்டைப்பூச்சி மருந்தைச் சாப்பிட்டு விட்டானாம். ஆஸ்பத்ரிக்கு தூக்கிக்கொண்டு ஓடினார்கள்.

"ஏண்டாப்பா! எத்தனை நாளாய் இப்படிப் பண்ணணும்னு காத்துண்டிருந்தே! நாங்க என்னடா பண்ணினோம்!" என்று அந்த ஒன்றுவிட்ட அத்தை ஒற்றை மாட்டு வண்டியில் சரம்

அடி
285

சரமாக அவன்மீது பாய்ச்சிக்கொண்டிருந்தாள். அவர்தான் ‘ஸ்ஸ்’ என்று மனைவியைச் சுடச்சுட விழித்துக்கொண்டிருந்தார்.

பொம்மனாட்டிகளுக்குத்தான் இந்தக் கல் நெஞ்சு வரும் என்று அவனுக்குத் தோன்றிக் கொண்டேயிருந்தது.

ஆஸ்பத்திரியில் காஷுவால்ட்டி வார்டுக்குள் நுழைந்ததுமே, “மூட்டப்பூச்சியா! வா வா” என்று ஒரு காக்கிச் சட்டைக்காரன் அவனை பாத்ரூமுக்கு இழுத்துக்கொண்டு போனான். “பேப்பர்லெ ரிசல்ட் போட்டாலும் போட்டாங்க, இத்தோட இன்னிக்கி மூணாவது மூட்டைப்பூச்சி” என்று சொல்லிக்கொண்டே அவன் வாந்தி மருந்து கொடுத்தான். பாத்ரூம் எல்லாம் ரகளை.

“கொடுத்துவச்ச தம்பிடா. கண்டம் பொளச்சே. சோறு தின்னுப்ட்டு மருந்தைக் குடிச்சிருக்கே. வெறும் வயித்துலெ குடிச்சிருந்தே, யம லோகத்திலெதான் உன்னைப் புடிச்சிருக்க முடியும் . . . என்னத்துக்கு பள்ளிக்கூடம் பரீட்சையெல்லாம் வச்சிருங்காங்க – பரீட்சையிலெ உன் நம்பர் வரலேன்னா, உங்க வாத்யாருல்ல இந்த மூட்டைப்பூச்சி மருந்தைக் குடிக்கணும். அவருக்குத்தானே கெட்ட பேரு. கிளிப்புள்ள கணக்கா முப்பது வருசமா சொன்னதையே சொல்லிட்டிருக்காரே – அவருல்ல சாப்பிட்டிருக்கணும். உங்கப்பனுக்கு சொன்னதைத்தான் உனக்குச் சொல்வாரு. உனக்குச் சொன்னதைத்தான் உன் மவனுக்கும், உன் பேரனுக்கும் சொல்லிக் கொடுப்பாரு. அவரு இந்த மூட்டைப்பூச்சி மருந்தைக் குடிச்சிருந்தா, வேற யாராவது வந்து புதுசா எத்தையாவது சொல்லுவாங்க” என்று சிவசாமியைப் பிரியமாக அணைத்து அழைத்துப் போனான். சலவை செய்த பளீர் வெள்ளைத் துணியை ஒரு கட்டிலில் போட்டுப் படுக்க வைத்தான். வீட்டில் யாரும் கவனிப்பதற்கில்லை என்று அந்த ஒன்று விட்ட அத்தை சொன்னதால் இரண்டு நாள் ஆஸ்பத்திரியிலேயே அவனை வைத்துக்கொண்டார்கள். காக்கிச் சட்டை கருங்கல் மாதிரி பேசுவான். ஆனால் மனசு வெண்ணெய். இரண்டாம் நாள் இரவுதான் தொல்லை தாங்கவில்லை. பக்கத்துக் கட்டிலில் வந்த ஆள் இப்படித் தான் எதிர் அறைக் குறட்டை போல உறுமலும் ஊதலுமாக விட்டுக் கொண்டிருந்தான். ஏற்கனவே பயந்தும் உண்ட வீட்டுக்குச் செய்த அபசாரத்தின் குற்ற உணர்வோடும் உறங்கின சிவசாமிக்கு திடீர் திடீர் என்று விழிப்பு வரும். கெட்ட கனவு வரும். அவனுக்கு இந்தக் குறட்டையின் விநோத ஒலிகளைக் கேட்டுச் சிரிக்கத் தோன்றிற்று. காக்கிச் சட்டைக்கு சிவசாமி மேல் ஏதோ தனிப் பரிவு. இரவு பன்னிரண்டு மணிக்கு ஒரு நோயாளியிடம் போய் ஹார்லிக்ஸ் வாங்கிக் கரைத்துக்கொண்டு கொடுத்தான். குறட்டையைக் கேட்டுச் சிரித்த சிவசாமியைப் பார்த்தான்.

"கருக்கல் மட்டும் பொறுத்துக்க, அப்புறம் வீட்டுக்கு ஓடிப் போயிரலாம்" என்றான். பிறகு அவன் குடும்பம் பற்றி எல்லாம் விசாரித்தான். ஸப்–மாஜிஸ்ட்ரேட்டின் பிள்ளை என்று தெரிந்ததும் "அவரு மவனா நீ?" என்று மாய்ந்து போனான். குறட்டை விடுகிற நோயாளியை இரண்டு மூன்று தடவை தொட்டுப் புரட்டி சிறிது குறட்டையை நிற்கப் பண்ணினான். ஆனால் பயனில்லை. சற்று நின்றுவிட்டு அது மீண்டும் புது வேகத்துடன் கிளம்பும்.

திருவாரூரைவிட்டு பிறகு அவன் மாயவரம் வந்தான். மாயவரத்திலும் அவன் அதிர்ஷ்டம் மாய மானாக தூர தூர ஓடிக்கொண்டிருந்தது. மாயவரம் வந்து வருஷக் கணக்கில் ஓடிவிட்டது. மாய மான் கையில் பிடிபடுவதாகத் தோன்றவில்லை. அதை அழுத்திச் சொல்வது போல அந்த துரதிர்ஷ்ட கால ஆஸ்பத்திரிக் குறட்டையே இப்போது எதிர் அறை சாஸ்திரியின் முகத்துவாரங்களில் வந்து புகுந்தது போலிருக்கிறது.

பட்டு இப்போது என்ன செய்துகொண்டிருப்பாள்? அவள் ஒரு நாள் இல்லாததற்கு இந்தக் கலக்கமா?

பாங்க் மணி மூன்று அடித்தது காதில் விழுந்தது. நாலாவது மணி விழுவதற்கு முன் தூங்கிவிட்டான் சிவசாமி.

காலையில் களைத்து எழுந்தவனுக்கு ஹோட்டலில் வேலை செய்கிறாப் போலவே இல்லை. அன்று இரவும் அப்படியே கழிந்தது – கலவரம் இல்லாவிட்டாலும், சூன்யமும் வறட்சியுமாக. நாலாம் நாள் காலை வருவதாகச் சொல்லியிருக்கிறான். அதுவரை தாங்க முடியாது போலிருந்தது.

மறுநாள் – மூன்றாவது நாள் காலை, பத்து மணிக்குக் காலைக் கூட்டம் சற்றுக் கலைந்து ஓய்ந்திருந்தபோது லீவு கேட்டான் முதலாளியிடம் – சாயங்காலத்திலிருந்து.

"நாலு மணிக்குத்தானே டிபன் நேரம்? அப்ப எப்படி போறது? அஞ்சு மணி ஆறு மணி வரைக்கும் கூட்டம் வந்துகிட்டே யிருக்கும். ஏழு மணிக்குப் போங்களேன்."

"போகலாம். ஆனா குத்தாலத்திலேர்ந்து தாழங்குடி வரைக்கும் நடக்கணும். நாலரை மைல் அஞ்சு மைல் இருக்கும். இருட்டிலே போயாகணும். அந்த ரூட்லெ பஸ் கிடையாது."

"காலையிலே போங்க."

"இல்லெ. சாயங்கலாம் போய்த்தான் ஆகணும்."

"சரி, சரி. ஆறு மணிக்குப் போங்க."

ஆறு மணிவரையில் அவனுக்கு இருப்பாக இருக்கவில்லை. முள் மேல் நிற்பது போலும் நடப்பது போலும் இருந்தது.

மணி ஐந்தடித்ததும் உக்ராண உள்ளில் போய் சட்டையை மாட்டிக்கொண்டான். கொண்டு வந்த பையிலிருந்த வேறு வேட்டியை எடுத்துக் கட்டிக்கொண்டு வெளியே வந்தான்.

"நான் வரேன் சார்."

"மணி அஞ்சுதானே ஆகுது."

"பரவாயில்லெ சார். இப்ப புறப்பட்டாத்தான் நல்லது . . . ஒரு அஞ்சு ரூவா பணம் வேணும், சம்பளத்திலே புடிச்சிண்டு . . ."

முதலாளி ஒரு ஐந்து விநாடி அவன் கண்களை நேராகப் பார்த்துக்கொண்டிருந்தார்.

"பஸ் சார்ஜுக்கு. அப்புறம் ஏதாவது வாங்கிண்டு போகணும். குழந்தைகள் இருக்கிற குடும்பம் – அஞ்சோ, பத்தோ உபயோகமா யிருக்கும்."

முதலாளி மறுபடியும் அதே மாதிரி பார்த்துவிட்டு தம்பி யிடம் திரும்பினார்.

"அஞ்சு பத்தென்ன? முழுக்கவே கணக்குத் தீர்த்துட்றது" என்ற முடிவும் கேள்வியுமாக தம்பியைப் பார்த்தார். தம்பி ஐம்பது ரூபாயை எடுத்துக் கொடுத்தான் – சிவசாமியிடம்.

"அப்படீன்னா?" என்று நின்றான் சிவசாமி.

"கணக்குத் தீர்த்தாச்சு."

"நான் எத்தனை நாள் லீவு எடுத்துக்கறது?"

"லீவு எதுக்கு? நீங்க நின்னுக்கலாம்."

சிவசாமிக்கு ரத்தம் தலைக்கேறிற்று.

"ஆறுமணின்னு நீங்க சொன்னேள். நான் அஞ்சு மணிக்குக் கிளம்பறேன். அதுக்காகவா?"

"இப்ப வியாபாரம் பிஸியான டயம்" என்று பில் கொடுக்கக் காத்திருந்த மூவரிடம் கொடுக்குமாறு கையை அசைத்தார் முதலாளி. சிவசாமி சற்று நின்றான். அவர் அவனைப் பார்க்கிற வழியாக இல்லை. வெளியே வந்தான்.

நான் என்ன செய்துவிட்டேன் வேலையை விட்டு நீக்க என்று யோசித்துக்கொண்டே நடந்தான். அவன் பார்க்கும்

வேலைகள் ஒவ்வொன்றும் தங்காதது இப்படித்தான். அவனுக்குத் தெரிந்தது. இந்தத் தடவை பட்டு காரணம். பட்டுவை எத்தனை முடியுமோ அத்தனை முன்னால் பார்த்துவிட வேண்டும் என்று ஆவல். பரவாயில்லை என்று நடந்தான். பஸ்ஸில் ஏறினான்.

குத்தாலத்தில் இறங்கி உலர்ந்த திராட்சை, இரண்டு சீப்பு வாழைப்பழம், குழந்தைகள் ஓவியம் தீட்டுகிற கலர்ப் பெட்டி இரண்டு – எல்லாவற்றையும் வாங்கிக்கொண்டு தாழங்குடி சாலையில் நடந்தான். பாதி வழியில் இருட்டிவிட்டது. நட்சத்திர ஒளி வழி காட்டிற்று. ஹோஹோவென்று நடக்க வேண்டியிருந்தது. வேலை போனது எப்போதாவது ஞாபகம் வரும். போடா போ என்று சொல்லிக்கொண்டே நடந்தான். காயத்ரீ சொல்லிக் கொண்டேயிருந்த மனது. அதற்கு அர்த்தமும் தெரியும் அவனுக்கு. நடுநடுவே தமிழில் அதை நினைத்துப் பார்ப்பான். "இந்தப் பிரபஞ் சத்தை ஈன்றெடுக்கிற திவ்வியப் பேரொளியே, நீதான் எங்கள் புத்தியைத் தூண்டி இயக்குகிறாய். உன்னைப் போற்றுகிறோம்" என்று அர்த்தத்தைப் பார்த்துக்கொண்டான். "மரம், வயல், வயலில் ஆடும் நாற்றுகள், கூஹூவென்று வயல்வெளி நிரம்பக் கூவுகிற கோட்டான், கண்ணுக்கெட்டிய வரையில் பரந்து கிடக்கிற வெளி, மடையில் சலசலவென்று பாய்கிற தண்ணீர் எல்லாம் உன்னால் இயங்குகிறது" என்று எண்ணிக்கொண்டே நடந்தான். "வேலை போகிறதும் உன்னால்தான். கிடைக்கிறதும் உன்னால்தான். எனக்கென்ன பயம். மடியில் இருக்கிற நாப்பத்து சொச்சம் ரூபாயைக்கூட யாராவது மதகில உட்கார்ந்திருக்கிற பயல் மிரட்டிப் பிடுங்கிக்கொண்டால்கூட பயமில்லை" என்று தனி வழியைக் கண்டு பயந்துகொண்டே நடந்தான்.

தாழங்குடிப் பக்கம் சாலை திரும்பிற்று. ஊருக்குள் திரும்பாமல் பக்கத்தூருக்குப் பிரிகிற மண் பாதையில் திரும்பினான். பத்து வயல்களைத் தாண்டித் திரும்பியதும் கோவில். எதிரே குளம். குளத்திற்கு விசாலமான படிக்கட்டு. அதற்குமேல் ஒரு பெரிய மேடை. மேடைக்கு மூன்று பக்கமும் கட்டைச் சுவர். பல வருஷங்களுக்கு முன்னால் இங்கு யாரோ உறவுக்காரர்கள் வீட்டுக் கலியாணத்திற்காகப் பிள்ளை வீட்டாருடன் இங்கு வந்தது ஞாபகம் வருகிறது. இந்த மேடையில்தான் மாப்பிள்ளையை உட்கார்த்தி சட்டை, கோட்டு எல்லாம் போட்டு கோயிலுக்குள் அழைத்துப் போனார்கள். அங்கிருந்து மாப்பிள்ளை அழைப்பு தொடங்கிற்று. அந்தக் கலியாணத்தின்போது சிவசாமி இந்தக் குளத்தில்தான் குளிக்கிற வழக்கம்.

குளத்து மேடையின் கட்டைச் சுவர்மீது யாரோ உட்கார்ந்து பீடி பிடித்துக்கொண்டிருந்தான். பீடி இல்லை. சிகரெட் மாதிரி

கம்மென்று ஒரு மணம். பிறர் சிகரெட் குடித்தால் அந்த மணம் நன்றாகத்தான் இருக்கிறது.

தெருவுக்குள் நுழைந்ததும், கோடி வீட்டு வாசல் பந்தலில் தொங்கும் அரிக்கேன் விளக்கு வழி காட்டிற்று.

"யாரது?" என்று அதிகாரமாக குரல். பட்டாமணியம், இரவில் தெருவில் நடந்துபோகிற நாலுகால் ஜந்துக்களைத் தவிர மனிதர்கள் யாராயிருந்தாலும், யாரது என்று சிறிது அதட்டலான குரலில் கேட்காமல் விடமாட்டார்.

"யாருன்னேன்?"

"அசலூரு. தையும்மாளாத்துக்குப் போறேன்."

"தையும்மா பிள்ளையைக் குளத்துமேடையிலே பார்க்கலியா?"

"இல்லியே!"

"சரி சரி போங்கோ."

பத்தடி நடந்ததும் நாய் குரைத்தது. குரைப்போடு ஒரு வெள்ளை நாய் ஓடி வந்தது அவனை நோக்கி. கன்னம், உடம்பெல்லாம் மணல் படர, சீ போ என்று கல்லை எடுப்பதுபோல் கீழே குனிந்து கையை ஓங்கினான். சரசரவென்று வந்த பக்கமே திரும்பி ஓடிற்று அது.

கோடி வீட்டை அடைந்ததும் மறுபடியும் "யாரு?" என்று குரல். தையும்மாளின் குரல்.

"நான்தான் பாட்டீ."

"நான்தான்னா?"

"குரல தெரியலியா? சிவசாமி."

"அட சிவசாமியா! வாடா வாடா – வா வா– நாளைக் காலமே வரதான்னா சொன்னா பட்டு – வா வா. இந்த இருட்டிலெ – நடந்தா வந்தே? . . . உட்காரு . . . இன்னும் சாப்பிடலியே?"

"இனிமேத்தான்."

"யாரு பாட்டி?" என்றான் தையும்மாளின் பக்கத்தில் உட்கார்ந்திருந்த பேரன்.

"நன்னாப் பாரு குழந்தே. என்னைத் தெரியலெ. முந்தாநாத் தானே பார்த்தே . . . டிபன் சாப்பிடலியா க்ளப்பிலே . . ."

"ஸ் . . . ஓ . . . பட்டு மாமா . . . பட்டுமாமா . . . எக்ஸ்ூஸ்மீ மாமா – இருட்டிலெ தெரியலெ" என்று அருகில் வந்தான் பையன்.

சிவசாமி திண்ணையில் உட்கார்ந்துகொண்டான். பையன் உள்ளே ஓடினான்.

"கிழக்காலியா வறே?"

"ஆமா."

"செல்லப்பாவைப் பார்க்கலெ. குளத்தாங்கரையிலே சுருட்டுக் குடிச்சிண்டிருப்பானே?"

"இல்லியே!" என்று மரியாதையாகச் சொன்னான் அவன்.

"வா வா" என்று இடைவழியில் குரல் கேட்டது.

அது மங்களத்தம்மாளின் குரல்.

"காலமே வரப்போறதாக நினைச்சுண்டிருந்தோம்" என்று இருளில் இன்னொரு குரல். பட்டுவின் குரல்.

அதைக் கேட்டதும் அவன் உடலில் ஒரு சிலிர்ப்பு ஓடிற்று. உள்ளுக்குள் வெவெதவென்ற இளம் சூடாக நீர் பரவுகிறாற்போல தேகம் சுட்டது.

"இலையைப் போடு பட்டு. அவன் இன்னும் சாப்பிடலெ" என்று தையும்மாள் குரல் கொடுத்தாள். "வா, எழுந்திரு."

சாப்பிட்டு அவன் கூடத்திற்கு வருவதற்கும் செல்லப்பா வருவதற்கும் சரியாக இருந்தது.

"நமஸ்காரம்."

"வாங்கோ. எப்ப வந்தேள்?"

"இப்பதான் வந்தேன். சாப்பிட்டேன்."

ஊஞ்சலில் அவர் உட்கார்ந்துகொண்டார். அவன் நின்று கொண்டேயிருந்தான்.

"உட்காருங்கோ!"

"பரவாயில்லே."

"இப்படி உட்காருங்கோ" என்று இடம் கொடுத்தார் செல்லப்பா.

"பரவாயில்லெ" என்று கீழே உட்கார்ந்துகொண்டான் அவன்.

"பட்டாமணியம் சொன்னார் வரப்ப, யாரோ விருந்து வந்திருக்குன்னு ..."

"அப்பா, மாமா முந்தாநாள், ஏ ஒன் ஹல்வா, ரவா தோசை யெல்லாம் கொடுத்தார் – இலையிலே வச்சு, விளையாட்டா அல்வாத்துண்டை விரலாலெ தள்ளினேன். பொதக்குனு வழுக்கிண்டு ஓடிப்போய் கீழே விழுந்துடுத்து. மாமா வேற துண்டு கொண்டு வச்சார்" என்ற பையன் சிவசாமியையே பார்த்துக்கொண்டிருந்தான்.

"அடுத்த தடவை மாயவரம் போனா நானும் சாப்பிடறேன்" என்று பையனை அணைத்துக்கொண்டார் செல்லப்பா.

"வேற ஹோட்டலுக்குத்தான் போகணும், நான் இருக்க மாட்டேன்" என்று சிரித்தான் சிவசாமி.

"என்ன ?"

"லீவு கேட்டேன், இங்க வரதுக்குன்னு. கொடுக்க மாட்டேன்னு கணக்குத் தீர்த்துப்டான் முதலாளி."

"நல்லதாப் போச்சு, நீயும் பட்டுவும் இங்கியே இருங்கடா. நன்னாப் போனான் ஹோட்டல் வேலைக்கு. ஏண்டா, மெட்டிகேஷன் வரைக்கும் படிச்சுப்ட்டு ஹோட்டல் வேலை தான் ஆம்பிட்டுதா உனக்கு!" என்று தையும்மாள் அவனுக்கு வேலை போனதைக் கேட்டு அதிராமல் கொள்ளாமல் வரம் கொடுத்தாள்.

"இப்பதான் ஒண்ணரை மாசமா இந்த வேலை. வேற வழியில்லேன்னு இதுக்குப் போனேன். அதுவும் போயிட்டுது ... வேலையிலெ எதுவாயிருந்தா என்ன? எல்லா வேலையும் சரிதான். உசத்தி என்ன, தாழ்த்தி என்ன ?"

"காலம் மாறிப் போயிட்டுதும்மா. ஹோட்டல்லெ எப்படி வேலை செய்யறதுன்னு இப்ப தனிப் பள்ளிக்கூடமே வச்சு சொல்லிக் கொடுக்க ஆரமிச்சுட்டா" – செல்லப்பா.

"ஆமா, இனிமே இவன் படிக்கப் போறான்! ஹோட்டல் வச்சு மானேஜ் பண்ணப் போறான்! போடா கெடக்கு."

"உங்களுக்கு என்ன வயசாறது ?"

"முப்பத்திரண்டு."

"படிச்சுது பள்ளிக்கூடத்தோட சரி ?"

“கடைசி வருஷம் பாஸாகலெ. அவ்வளவுதான். பாஸ் பண்ண முடியாம அப்படி ஆட்டி வச்சுது கெட்டகாலம் அப்ப . . .”

“நான் ஜம்முவுக்கு அழச்சிண்டு போனா வருவேளா?”

“ரண்டு பேரும் வரத் தயார். எங்க கூப்பிட்டாலும். பழகின ஊரை விட்டு வேற எங்கியாது போனால் போரும். பழகின ஊர்லெ, இவன் இவ்வளவுதான்னு முத்திரை போட்டு வச்சுடறா. அதுக்காகத்தான் நான் எத்தனையோ வேலை மாறிமாறி முயற்சி பண்ணினேன் – எதிலயாவது ஒண்ணிலே பிடிச்சுக்குமான்னு. நடக்க மாட்டேங்கறது. பாருங்களேன். ஒரு மணி முன்னாலெ போனாத்தான், இருட்டுக்கு முன்னாலெ போக முடியும்னு சொன்னதுக்காக சீட்டையே கிழிச்சுப்ட்டான் ஹோட்டல் முதலாளி. நானும் ஒரு வார்த்தைக்கு இடமில்லாம வேலை செஞ்சுண்டுதான் இருந்தேன். என் மேலேயும் தப்புதான். நான் நாளைக்குக் காலமே புறப்பட்டிருக்கலாம். என்னமோ உங்களை யெல்லாம் பார்க்கணும்னு வேகம் வந்துடுத்து. பிடிவாதமா கிளம்பினேன். நெனச்சவுடனே எதையும் செஞ்சுடணும்னு ஒரு சுபாவம் எனக்கு. இனிமே அதைக் குறைச்சுக்கணும் போலிருக்கு.”

“அதுவும் நல்லதுதான். என்னோட வர சம்மதமானாச் சொல்லுங்கோ.”

“அதான் எங்க வாணா வரேன்னு சொல்றானேடா அவன். பேசாம ரண்டு பேரையும் அழச்சிண்டு போங்கோ. அங்கேயே ஒரு வேலையை வாங்கிக்கொடு –” என்று தையும்மாள் உந்தினாள். “ஊர்ப்பக்கம் நாலு வருஷம் தலையே காட்ட வாண்டாம் ரண்டுபேரும். முகம் தெரியாத இடத்துக்குப் போனா மரியாதைக்கு மரியாதை. கௌரவத்துக்குக் கௌரவம். நீ முட்டாய்க் கடையிலே வேலை செஞ்சேன்னு ஒருத்தரும் சொல்லப் போறதில்லெ. தெரியவும் தெரியாது யாருக்கும். குறைச்சப் படிப்பு, நாதியில்லாத போன குடும்பம் – எல்லாம் ஊரைவிட்டு ஓடணும்டா. கண் காணாத இடத்துக்குப் போயிடணும்” என்று தையும்மாள் கண்டித்தாள்.

செல்லப்பா தன்னை நினைத்துக்கொண்டார். அவரும் இருபத்தைந்து முப்பது வருஷம் முன்னால் ஓடிப்போனவர்தான். அவரும் இதைப் போலவே பள்ளிக்கூடத்துக் கடைசிப் பரீட்சையில் சரிந்து போனவர்தான். தையும்மாளின் அண்ணனுக்குப் பாரிசவாயு வந்து, தனக்கு வந்து உதவி செய்யும்படி அந்த நாளில் அழைத்தார். அவருக்குக் குடும்பம் கிடையாது. சன்யாசி மாதிரி வாழ்ந்தவர். ஜபம் தபம் என்ற இந்த ஊரில் ஒரு சின்ன

மனைக்கட்டில் வாழ்ந்து வந்தவர். திடீர் என்று கைகால் இழுத்துக்கொண்டதும் தானாக வேட்டிகூடக் கட்டிக்கொள்ளாத நிலை. தையும்மாள் பையனை அழைத்துக்கொண்டு மொந்தனூர் அய்யர் வீட்டைவிட்டு, இங்கே வந்தாள். செல்லப்பா தினமும் நாலைந்து மைல் நடந்து குத்தாலம் பள்ளியில் படிக்கப் போனான். காலையும் மாலையும் சேர்ந்து கிட்டத்தட்ட எட்டு, ஒன்பது மைல் நடை. அந்தி மயங்க மயங்க வீட்டுக்கு வந்ததும், கால் இற்றுக் கிடக்கும். சுடுநீர் கொட்டின மத்தியானச் சோறும் தண்ணீர் மோரும் ஊறுகாயுமாக, காலம் மாறிற்று. பரீட்சை முடிவு வந்தபோது அவன் நம்பரைக் காணவில்லை. அன்றிரவு ஆளையும் காணவில்லை. "அம்மா, கவலைப்படாதே. தாறுமாறாக ஒன்றும் செய்து விடவில்லை. வேலை தேடி ஓடுகிறேன். உன்னை சமையற்காரியாகப் பார்க்கக்கூடாது என்றுதான் ஓடுகிறேன். கொஞ்சம் பொறுத்துக்கொள். கலவரப்பட வேண்டாம், உன்னை எப்போதும் மறக்க முடியாத செல்லப்பா" என்று சுருக்கமாக ஒரு சீட்டு பூஜை அலமாரியில் விபூதி சம்புடத்தின் கீழ் கிடந்தது.

ஒரு தடவை கண்ணீர் வடித்துவிட்டுக் காத்துக் கிடந்தாள் தையும்மாள். மூன்று மாதம் கழித்து பம்பாயிலிருந்து ஒரு கடிதம். அடுத்த மாதம் பூனாவிலிருந்து. வேலை கிடைத்துவிட்டது என்று – அடுத்த மாதம் பெஷாவரிலிருந்து. அதற்கும் இரண்டு மாதம் கழித்து மெஸொபடோமியாவிலிருந்து ஒரு கடிதம். அது அக்கரைச் சீமை என்று யாரோ சொன்னார்கள். கடைசியில் நான்கு ஆண்டுகள் கழித்து ஒரு கடிதம் – பூனாவிலிருந்து. "...நான் இப்போது கொஞ்சம் வசதியாகத்தான் இருக்கிறேன். தனியாக கண்ட கண்ட ஆகாரத்தைத் தின்றுகொண்டு உடல் கெட்டுக் கிடக்கிறது. நீயாக ஒரு பெண்ணைப் பார்த்துக் கலியாணம் செய்துவைக்கவும். மாமாவும் நீயும் பார்த்தாலே போதும். எனக்கு மேற்கண்ட விலாசத்திற்கு எழுதவும்" என்று சுருக்கமாக ஒரு கடிதம். அப்போது தையும்மாளின் அண்ணனுக்கு உடல்நிலை மிக மோசமாயிருந்தது. அவருடைய உயிரில்லாத உடலைப் பார்க்கத்தான் செல்லப்பா பூனாவிலிருந்து வந்து இறங்கினான். மூன்று மாதம் கழித்து மீண்டும் வந்தான். தாயார் பார்த்து வைத்த பெண்ணின் கையைப் பற்றினான். பெண்ணை முதல் நாளிரவு பார்த்ததும் தாயார் மீது கோபம் வந்தது – கோபம் என்று வராமல் வருத்தமாக இருந்தது. பெண் குள்ளம். காலை மொத்தமாகப் பண்ணி யாரோ நாலு தடவை கீறிவிட்டாற் போல் குட்டை விரல்கள். குட்டையாகக் கைவிரல்கள். செல்லப்பாவுக்கு ஏமாற்றம் தாங்கவில்லை. தாயார், உறவினர்கள் பார்த்து முடிவு செய்து கலியாணத்திற்கு இருதரப்பார்களும் கூடிவிட்டார்கள். சம்பிரமமாக சமையல் நடக்கிறது. மேளம் கொட்டுகிறது. இனிமேல் வேண்டாம் என்று எப்படிச் சொல்ல? மேளச்

தி. ஜானகிராமன்

சத்தத்தில் ஏமாற்றத்தை அமுங்கவிட்டான். "அம்மா, ஏம்மா இப்படி செய்தாய்? நான் உயரமாக இல்லையா? பார்க்கும் படியாக இல்லையா? நடையும் உடையுமாக இல்லையா? உன்னை எதற்காக நம்பி எழுதினேன்? எனக்காக இவ்வளவு செய்திருக்கிறவள் இதையும் பொருத்தமாகச் செய்வாய் என்றுதானே எழுதினேன்... இப்போது எப்படி நான் முரண்டு பிடிப்பது? ஊர் சிரித்தால் உன்னைப் பார்த்தல்லவா சிரிக்கும்?" என்று அவன் உள்ளே கேட்ட குரலை தவுல்சத்தம் அமுக்கிக் கொண்டிருந்தது. அந்தக் குரலை அமுக்குவதற்காகவே வந்தவன் போல், தவுல்காரன் அகல மார்பும், கண்டு கண்டாகத் தசை திரண்ட புஜமும், கருங்கல் தோளும், அகல மணிக்கட்டும், வேர்வையுமாக வந்து தவுலை அடிப்பது போலிருந்தது... ஆனால் இதுவரை அம்மாவிடம் செல்லப்பா வாயைத் திறந்து கேட்டதில்லை. மங்களத்தம்மாளும் அதற்கு ஈடுகட்டி விட்டாள். உடல்தான் நெருங்கலாக இருந்ததே தவிர, மற்றபடி முகத்தில் ஒரு களை –அறிவு. தைரியமும் சமர்த்தும் நிர்வாகத் திறமையுமாக அவருக்கு ஏற்ப நின்றாள். பெஷாவர், குவெட்டா என்று முரட்டுப் பட்டாணிகள் வாழ்ந்த ஊரில் எல்லாம் ஒன்றிக்கட்டையாகக் குடித்தனம் நடத்தியிருக்கிறாள். மாற்றலாகி மூன்று மாசத்திற்குள் அந்தந்த பாஷையை சரளமாக, தேவைக்கு ஏற்பப் பேசத் தொடங்கிவிடுவாள். அவளுக்கு அது ஒரு தனித்திறமை. தான் அழகில்லை, வடிவில்லை என்று அவள் தன்னைக் குறைவாக உணர்ந்துகொண்டதில்லை. வெள்ளைக்காரப் பொம்மனாட்டிகள் வந்து கூடும் பார்ட்டிகளுக்குக் கணவனோடு தைரியமாகப் போவாள். பேசுவாள். துபாஷியை வைத்துக்கொண்டு புத்திசாலித் தனமாகப் பேசுவாள். கும்பகோணம், தர்மாவரம், ஆரணி என்று ஜரிகை போட்ட புடவைகளை மாறி மாறி மடிசாராக அணிந்துகொண்டு, ஜரிகை முந்தானையைப் பார்த்து அந்த வெள்ளைக்காரிகள் வியந்து கேள்விகள் கேட்கும்படி நிற்பாள். பதில் சொல்லுவாள். நாலைந்து வெள்ளைக்காரிகளுக்கு அந்த மாதிரிப் புடவைகளைத் தருவித்தும் கொடுத்திருக்கிறாள். அவர்களை வீட்டுக்கு அழைத்து, முறுக்கு சீடை பொரிவிளங்காய் என்று பரிமாறுவாள். மூட்டை மாதிரி அவள் பார்ட்டிக்கு வருவதைப் பார்த்து, "பதினெட்டு முழத்தையும் இடுப்பு அகல சுத்திண்டு எதுக்கு வரே? பனிரெண்டு முழம் போறாதா? உடம்போடு ஒட்டிண்டு ஒல்லியா, உயரமாக் காமிக்கும்" என்று செல்லப்பா ஒரு தடவை தேவலாலியில் சொன்னார் அவளைப் பார்த்து.

"நான் இருக்கிறபடி இருக்கேன். அவா இருக்கிறபடி தானே இருக்கா, கவுன் போட்டுக்கறா. அவா ஊர்லெ தினமும் யாரும்

குளிக்கிறதில்லையாம். இங்கியும் அப்படியேதான் இருக்கா. நெறைய பவுடர், செண்ட் எல்லாம் போட்டுண்டு வந்துடறா. அதுக்குப் பதிலாக தப்பித்தவறி கிட்டப்போய் எங்கியாவது இசைக்கேடா நின்னா மூத்ர நெடி அடிக்கிறது! இந்த தர்மங்களையெல்லாம் அவா மாத்திக்கலையே இங்க வந்ததுக்காக. நான் ஏன் மடிசாரை மாத்திக்கணும்? நீங்களும் அம்மா சொன்னதை மீறாம, பார்ட்டியிலே போய் குடிக்காம கிடிக்காம ஆரஞ்சு, டொமடோ ஜூஸின்னுதானே சாப்பிடறேள்? நான் மட்டும் என் ஆசாரத்தை ஏன் மாத்திக்கணும்?" என்று அவருக்கு சமாதானம் சொல்லிவிட்டாள் மங்களத்தம்மாள்.

பள்ளிக்கூடப் பரீட்சை தவறி ஓடிவந்த ஓடுகாலியாக அவரை யாருக்கும் தெரியாது. பரீட்சை தவறியதற்காக அவருடைய திறமையையும் யாரும் பார்க்க மறுக்கவில்லை.

இந்த சிவசாமி மட்டும் என்ன குறைந்துவிடப் போகிறான்? அவன் ஓடவும் இல்லை. அம்மா ஓடச் சொல்கிறாள். அவனுக்கு இன்னொரு அதிர்ஷ்டம், பார்க்கும்படியாக ஒரு மனைவி. அம்மா இந்த மாதிரி ஒரு நாற்பது ஐம்பது பேரை இரண்டாம் உலகப்போர் காலத்தில் அவரிடம் அனுப்பியிருக்கிறாள். கால், கை, கண் என்று முழுசாக இருந்தால் போதும். ஏதாவது ஒரு வேலையில் பூட்டிவிடுவார். கண்ணே இல்லை என்று சொல்லும்படியாக, சோடா பாட்டில் மூக்குக் கண்ணாடி போட்டுக்கொண்டு கண்ணுக்குள் புத்தகம் திணித்து விடுகிறாற் போல வைத்துப் படிக்கிற இரண்டு ஆசாமிகளுக்கு வேலை போட்டுக் கொடுத்திருக்கிறார். ஒரு டமாரச் செவிடும் இந்தப் பட்டியலில் உண்டு. அம்மா சொல்லுகிறாள் என்றால் அவர் யாருக்கும் எதுவும் செய்யத் தயார்.

அப்படியே நடந்தது. ஒரு மாதம் கழித்து அவர் விடுப்பு முடிந்து திரும்புவதற்குள், ஒரு பெரிய பெட்டியும், ஒரு சின்ன பாத்திர மூட்டையும், ஒரு படுக்கையுமே உடைமைகளாகப் பட்டுவும் சிவசாமியும் ஜாகையைக் காலி செய்துவிட்டு வந்து சேர்ந்தார்கள். செல்லப்பாவின் குடும்பத்தோடு குடும்பமாகக் கலந்துகொண்டு ரயிலில் ஏறினார்கள்.

"பெண்ணுக்குக் கலியாணம் இப்போது அவசரம் இல்லை. படிக்க வைக்கப் போகிறேன்" என்று பெண்ணையும் அழைத்துக்கொண்டார். அந்தப் பெண் படிக்கட்டும் என்று இரண்டு நாள் கிழவியைக் குழையடித்தது பட்டுதான். அதற்காக அந்தப் பெண் அவளோடு பிரியா இணைபோல் ஒட்டிக் கொண்டது. அவள் கையைக் கையை முத்தமிட்டது.

தி. ஜானகிராமன்

3

கிழவிக்கு வழக்கம் போல் வாரத்துக்கு ஒரு கடிதம் வந்துகொண்டிருந்தது. செல்லப்பாவோ அவர் மனைவியோ குழந்தைகளோ மாறி மாறி எழுதும். யார் எழுதினாலும் வாரத்துக்கு ஒரு முறை அவளுக்கு ஒரு கடிதம் போய்ச் சேரவேண்டும்.

ஒரு கடிதம்.

மாதாஸ்ரீ அம்மாவுக்கு அநேக நமஸ்காரம்... இங்கு யாவரும் சௌக்யம்... ஊரிலிருந்து வந்து மூன்று மாதமானாலும் சிவசாமிக்கு வேலைக்கு இன்னும் முயற்சி பண்ணவில்லை. அவன் ஹிந்தி கற்றுக்கொள்கிறான். பட்டுவும் ஹிந்தி கற்றுக்கொள்கிறாள். வேலைக்கு இப்போது ஒன்றும் அவசரம் இல்லை. இரண்டு மூன்று மாதம் போகட்டும். ஊர் ஜனங்கள், பழக்க வழக்கங்கள் முதலியவைகளை நன்றாகத் தெரிந்துகொள்ளட்டும் என்று உங்கள் பிள்ளை சொல்லுகிறார். அவர்கள் இருவர் இருப்பதும் எங்களுக்கும் சௌகர்யமாக இருக்கிறது. பட்டு ஒரு அதிசயமான பெண். எனக்கு வீட்டு வேலை, சமையல் எல்லாம் மறந்துவிடும் போலிருக்கிறது. கடை கண்ணிக்குப் போவதைத்தான் நான் பார்த்துக்கொள்கிறேன். வீட்டுக்குள் அவள்தான் எல்லா வேலையும். நீங்கள் இப்போது பட்டுவைப் பார்த்தால் ஆச்சரியப்படுவீர்கள். மூணுமாசம் முன்னால் மாயவரத்திலும் ஊரிலும் பார்த்த பட்டு இல்லை. சோகை வெளுப்பு இல்லை. நரம்பு தெரியவில்லை. உடம்பில் ரங்கு ஏறி பார்க்க பளிச்சென்று இருக்கிறாள். வீட்டுக்கு லட்சுமியைப்போல் அவள் வந்திருப்பதாகத்தான் தோன்றுகிறது. சில சமயம் சிவசாமிக்கு வேலை கிடைத்து, அவள் தனியாகப் போய்விடப் போகிறாளே என்றுகூடக் கொஞ்சம் எனக்குக் கவலைதான். குழந்தைகளும் அவளோடு ஒட்டிக்கொண்டிருக்கின்றன. மரப்பாச்சி மாதிரி நிற்கிறாளே என்று கழுத்துக்கு ஒரு புது மெட்டல் சங்கிலியும் வளைகளும் காலுக்கு உருட்டும் வாங்கிக் கொடுத்திருக்கிறது. அவள் உடம்பில் அசல் தங்கமாக அத்தனையும் மின்னுகிறது. அவள் பதவிசையும் சமர்த்தையும் பார்க்கும்போதெல்லாம் உங்களைத்தான் நினைத்துக்கொள்கிறோம். நீங்கள் சொல்லாவிட்டால் அவர்கள் ஏன் இங்கு வரப்போகிறார்கள்! இவர்தான் அவர்களை எப்படி அழைத்து வந்திருப்பார்...

இப்படிக்கு,
மங்களம்

இரண்டு மாதம் சென்றதும் செல்லப்பாவிடமிருந்து ஒரு கடிதம் சிறியதாக:

"...... நிற்க, பட்டுவும் சிவசாமியும் சௌக்யம். அவர்களைப் பற்றி நீ இனிமேல் கவலைப்பட வேண்டாம். சிவசாமிக்கு முப்பது வயதாகிவிட்டதால் சர்க்கார் வேலை கிடைப்பது சிரமம். சர்க்காருக்கு காண்ட்ராக்டர்களாக இருக்கிற ஒரு கம்பெனியில் உன் ஆசீர்வாதங்களால் அவனுக்கு ஒரு வேலை கிடைத்திருக்கிறது. கம்பெனி சொந்தக்காரன் எங்களுக்கு வேண்டியவன். அதனால் மாலாசு பண்ணாமல் நானூறு ரூபாய்க்கு மேல் சம்பளம் போட்டுக் கொடுத்திருக்கிறான். அநேகமாக அவனை டில்லிக்குக்கூட மாற்றிக்கொள்வான். அந்தக் கம்பெனிக்கு டில்லியில்தான் முக்கிய ஆபீஸ். இரண்டு வாரமாக வேலைக்குப் போகிறான் சிவசாமி. ரொம்ப நன்றாக வேலை செய்கிறான் என்று நேற்று ஆபீஸிலிருந்து மேலே இருப்பவர்கள் மூலம் தெரிய வந்தது. நீ அனுப்பிய பேர்களில் ஒன்றிரண்டு பேர்களைத் தவிர மீதி நாற்பது நாற்பத்திரண்டு குடும்பங்களும் மிக மிக நல்ல நிலைமைக்கு வந்துவிட்டார்கள். ஏழெட்டு பேர் வீடுகூட வாங்கிக் கொண்டிருக்கிறார்கள். ஊரில் நிலம் வாங்கியிருக்கிறார்கள். கடனை அடைத்துவிட இரண்டு பேர் நிலங்களை மீட்டிருக்கிறார்கள். இந்த சிவசாமியும் நல்லபடியாக இருப்பான் என்று தோன்றுகிறது. நீ கபடமில்லாமல் நிர்மால்யமாக எவ்வளவோ பேருக்கு உதவி செய்திருக்கிறாய். உடம்பால் உழைத்து செய்து போட்டிருக்கிறாய். உன் ஆசிகள் எப்போதும் எல்லாரையும் நல்ல நிலைமைக்குக் கொண்டு சேர்க்கும். சிவசாமியும் பட்டுவும் இப்போது தனியாகக் குடி போயிருக்கிறார்கள். உன் மாட்டுப் பொண்ணுக்கு அதனால் உடம்பு 'இளைச்சுப் போயிட்டுது' ...

இப்படிக்கு,
செல்லப்பா

பின்னர் சிவசாமியிடமிருந்து வந்த கடிதத்தைப் பார்த்து கிழவிக்கு நெஞ்சு விம்மிப் போயிற்று.

"பாட்டியின் சரணங்களில் கோடி சாஷ்டாங்க நமஸ்காரம் செய்து சிவசாமி எழுதிக்கொண்டது. என் கடிதங்கள் உங்களுக்கு ஒழுங்காக வந்து சேர்வதாக நினைக்கிறேன். மேலே விலாச மாறுதலைக் கவனித்துக்கொள்ளுமாறு வேண்டுகிறேன். எனக்கு இப்போது டில்லிக்கு மாற்றலாகி விட்டது. டில்லியில் ரொம்ப செலவு என்று சம்பளம் அறுநூறு ரூபாய் போட்டிருக்கிறார்கள்.

தி. ஜானகிராமன்

இந்த ஆறேழு மாதமாக, அதாவது மாமாவைப் பார்த்ததிலிருந்து நடந்துவரும் சேதிகளைப் பார்த்தால், எனக்கு இதெல்லாம் சொப்பனமா நிஜமா என்று பிரமிக்கிறது. எனக்கா நானூறு ரூபாய் சம்பளம், அறுநூறு ரூபாய் சம்பளம் என்று என்னையே கிள்ளிக் கிள்ளிப் பார்த்துக்கொள்ளுகிறேன். பாடசாலை சத்திரத்தில் வேலை செய்த மூன்று வருஷம் போக மீதி எல்லா சமயங்களிலும் நித்ய கண்டம் பூர்ணாயுசு என்று சொல்லும்படியாக என்னை மூதேவி மடியில் வைத்துத் தாலாட்டிக்கொண்டிருந்தாள். அவள் புலம்பலை என்றைக்குக் கேட்காமல் இருக்கப்போகிறோம், உயிர் போகிற வரையில் அதைத்தான் கேட்டுக்கொண்டே இருக்கப் போகிறோமோ என்றெல்லாம் அலமலந்திருந்தேன். இப்போது எனக்கு அடிக்கிற அதிர்ஷ்டம் குபேரனுக்குக்கூட அடிக்காது போலிருக்கிறது. வயிற்றில் பிறந்த பிள்ளை மாதிரி என்னைக் கூப்பிட்டு இப்படி நீங்கள்தான் ஏற்றியிருக்கிறீர்கள். உடம்பைச் செருப்பாகத் தைத்துப் போடவேண்டும் என்று சொல்லுவார்கள் – அந்த மாதிரிதான் உங்கள் காலுக்கு நான் ஆக வேண்டும். அப்படியே மாமாவுக்கும் மாமிக்கும். நினைக்க நினைக்க எனக்கு நம்ப முடியவில்லை. ராத்திரி தரையில் கிடந்தவன் காலையில் பாயில் முழித்துக்கொள்கிறாற்போல உங்கள் பிள்ளையும் மாட்டுப்பொண்ணும் என்னையும் பட்டுவையும் தலை எழுத்துத் திருத்தி நடக்கவிட்டிருக்கிறார்கள். இந்த நன்றியை நானும் பட்டுவும் ஒரு நாளும் மறக்க மாட்டோம்... எனக்கு இன்னும் ஜாகை கிடைக்கவில்லை. கம்பெனி ஆபீஸ்லேயே ஒரு அறையில் தங்கியிருக்கிறேன். ஷை விலாசம் கம்பெனி விலாசம். நாளைக்கு உங்கள் பிள்ளை இங்கு ஆபீஸ் வேலையாக வருவதாக எழுதியிருக்கிறார். போனவாரம் ஆபீஸ் முதலாளியோடு இந்த ஊருக்கு வந்தேன். வந்ததே பிடித்து வேலை அதிகம். இன்று சனிக்கிழமை. மத்தியானம் கொஞ்சம் நேரம் கிடைத்திருக்கிறது.

இப்படிக்கு,
சிவசாமி."

அடுத்த வாரம் கம்பெனியில் வேலை செய்பவர்களின் உதவியால் சிவசாமிக்கு வீடு கிடைத்துவிட்டது. இரண்டாம் மாடியில் ஒரு பர்ஸாத்தி. ஆனால் அதை இரண்டு அறை போல் உருவப்படுத்தி யிருந்தான் வீட்டுக்காரன்.

மறுவாரம் செல்லப்பாவே பட்டுவை அழைத்து வந்தார்.

சிவசாமி டில்லிவாசி ஆகிவிட்டான்.

அன்றிரவு சாப்பிட்டுவிட்டு விடை பெற்றுக்கொண்டார் செல்லப்பா. மாதம் ஒரு முறை அவருக்கு டில்லி வருகிற வேலை. கடிதம் வரும். சிவசாமி புதுடில்லி ஸ்டேஷனுக்குப் போய் அவரை வரவேற்பான். கூடவே பட்டுவும் போவாள். அவரை அவர் தங்கப் போகிற சர்க்கார் விடுதியிலோ, ஹோட்டலிலோ கொண்டு விட்டுவிட்டு இருவரும் வீடு திரும்புவார்கள். அவர் ஊர் திரும்புவதற்கு முன், அல்லது ரயிலுக்குக் கிளம்பு முன் அவர்கள் வீட்டில் சாப்பிட்டுவிட்டுப் போவார். பட்டுவும் சிவசாமியும் அவரை ரயிலில் ஏற்றி புறப்படுகிறவரையில் இருந்துவிட்டு வருவார்கள்.

நன்றியை எப்படித் தெரிவிப்பது என்று தெரியாமல் இப்படி வரவேற்றும், கொண்டுவிட்டும் இருவரும் தவித்துக் கொண்டிருந்தார்கள்.

சில சமயங்களில் சிவசாமிக்கு அவரை வரவேற்க ஒழிவு இராது. பட்டுவே ஸ்டேஷனுக்கும் போய் செல்லப்பாவை வரவேற்பாள். அவள் போக அவசியம் இல்லை. இருந்தாலும் அது ஒரு பழக்கமாகிவிட்டது. முதலில் அவரை ஸ்டேஷனில் மட்டும் சந்தித்துவிட்டு, சர்க்கார் விடுதிக்கோ, ஹோட்டல் அறைக்கோ கொண்டு விட்டுவிட்டு வீடு திரும்புவாள். அவரை வரவேற்கப் போகும் போதே ஏதாவது ஆகாரத்தையும் எடுத்துப் போவாள்.

செல்லப்பாவுக்கு இந்த உபசாரம் உடம்பை முதலில் கூச வைத்தது. நாளாக ஆக அது பழகிவிட்டது. சர்க்கார் விடுதிக்கு அவள் வருகிறேன் என்றபோது அவருக்கு சகஜமாகத் தோன்றிற்று. சில சமயம் அங்கு இடம் கிடைக்காமல் – ஹோட்டலுக்குப் போனபோது அவளும் கொண்டுவிட வந்தாள். முதல் தடவை அவள் அந்த மாதிரி ஒரு ஹோட்டலுக்கு உடன் வந்தபோதும் அவருக்கு சாதாரணமாகத்தான் இருந்தது. ஐந்தாவது தடவையோ, என்னவோ, அவருக்குப் பயமாக இருந்தது. அறைக்குக்கூட அவளை வரவிடாமல் அவளை வரவேற்பு மேஜைக்கு அருகேயே விடை கொடுத்தனுப்பிவிட்டு அறைக்குப் போய்விட்டார்.

அவருக்கு இப்போது அம்பாலாவுக்கு மாற்றல். இரண்டு மாத லீவில் குடும்பத்தோடு ஊருக்குப் போய் வந்தார். அவர்கள் திரும்பி வரும்போது அந்தக் குடும்பம் சிவசாமி வீட்டிலேயே இரண்டு, மூன்று நாள் தங்கிவிட்டுப் போயிற்று. ரயிலில் போகும்போது மங்களத்தம்மாள் சொன்னாள்:

தி. ஜானகிராமன்

“பட்டு எப்படியிருக்கா பார்த்தேளா இப்ப? நாளொரு மேனியும் பொழுதொரு வண்ணமாக குழந்தைகள்தான் வளரும். ஒரு நாளைக்குப் பார்த்தாப்பல குழந்தை இருக்காது. நாளுக்கு நாள் பளபளப்பும் வளர்த்தியும் கூடிண்டு வரும். பெரியவாளுக்கு இப்படி இருக்குமோ! அப்படின்னா கன்னங் கழுத்தெல்லாம் மின்றது பட்டுவுக்கு.”

“அவ என்ன கிழங்கட்டையா? வயசு முப்பது ஆறதோ முப்பத்திரண்டு இருக்குமோ என்னவோ. சந்தோஷமா இருக்கா இரண்டு பேரும் . . . என்னவோ வயசு அறுவது எழுவது ஆய்ட்டாப்பல பேசறியே.”

“இல்லெ, உடம்பு வாகைச் சொல்றேன். சிலபேருக்கு எத்தனை போஷாக்கு சாப்பிட்டாலும் கருமேனி ஒரு வண்ணமாத்தான் இருக்கு. சிவசாமி அப்படியேதானே இருக்கான்! பேச்சு பார்வை யிலேதான் தைர்யம், தீர்மானம் எல்லாம் வந்திருக்கு. உடம்பு அப்படியேதானே இருக்கு. பட்டுவுக்கு அத்தோட உடம்பேன்னா மெருகு கூடிண்டு வரது.”

“நீ சொல்றாப்பல உடம்பு வாகுதான். ஹ்ருதயமும் சுத்தமா இருக்கோல்லியோ. கல்மஷம் இல்லாத ஹ்ருதயம். இப்பேர்ப் பட்டவர்கள் மேனியும் நாளுக்கு நாள் மெருகேறிண்டுதான் வரும்.”

“ஆமா. எங்களைப் போலவாள்ளாம் கல்மஷம் உள்ளவா . . .” என்றாள் மங்களத்தம்மாள். அவர் திரும்பி அவளைப் பார்த்தார். இந்தக் கோணல், குறுக்குப் பேச்சு அவளிடமிருந்து எதிர்பாராத சமயங்களில் வருவதுண்டு. அதற்குப் பதில் சொல்லத் தொடங்கினால் அந்த அம்மாள் விடமாட்டாள். இடக்குப் பேச்சு அடுக்கடுக்காகக் கிளைக்கும். அந்தப் பயத்தில் செல்லப்பாவின் உதடுகள் கெட்டியாக மூடிக் கொண்டன.

“மேனாமினுக்கியா இருக்கறவள்ளாம் கல்மஷமில்லாத வர்ன்னு ஆறது” என்று தொடர்ந்தாள் மனைவி.

“மேனாமினுக்கிகளைப் பத்தியா பேசறோம் இப்ப? அவாளுக்கு என்னென்னமோ கட்டிண்டு, பூசிண்டுதானே மினுக்கவேண்டியிருக்கு. அப்படியில்லாத மனுஷாளைப் பத்தின்னா பேசறோம் இப்ப.”

“சரி சரி” என்று எதிரே ஓடும் மரங்களைப் பார்த்தவாறு பேச்சை நிறுத்தினாள் மனைவி.

செல்லப்பாவுக்கு ஒன்றும் புரியவில்லை.

அவருடைய மனைவிக்கு என்ன வந்துவிட்டது?

கோணல் பேச்சு, பூடகமாக பொடி வைத்துப் பேசுகிறது – அவளுக்கு இந்த மனநிலைகள் திடீர் திடீர் என்று வரும். சந்தோஷமாக எல்லாம் செய்துகொண்டிருப்பாள். நடுநடுவே திடீர் என்று சாம்பிராணி குண்டத்திலிருந்து ஒரு பொடி தீப்பொறி பறந்து காலில்பட்டு அணைகிறாற்போல சுரீர் என்று ஒரு சொல். பொறி கவிந்திருக்கும். எரிப்பு நீடிக்கும்.

இவளுக்கு என்ன வந்துவிட்டது?

பட்டுவின்மீது பொறாமையா? நன்றிபட்டவர்கள் இவள் மார்பளவுக்கு மேல் உயரக்கூடாதா? உதவி செய்கிற எல்லாருக்கும் வரும் வயிற்றுக் கடுப்பா இது?

இவள் சொல்வதுபோல், சிவசாமி அப்படியேதானிருக் கிறான். பட்டுவைப் பார்த்தால் வைத்த கண் எடுக்க முடியாத ஒரு கவர்ச்சி. கழுத்து, பிடரி, கையில் எல்லாம் ஒரு பளபளப்பு. சிரிக்கிற கண்களில் ஒரு உற்சாகம். அவருக்கு அவளை இரண்டு வருஷங்களுக்கு முன்னால் குத்தாலம் பஸ் ஸ்டாண்டில் பார்த்த தோற்றம் வந்தது. ரத்தம் சுண்டிய சோகை வெளுப்பு, தூசிபடிந்த வெறும் கால், கழுத்தில் வெறும் சரடு. கையில் ரப்பர் வளை, கிழியாத குறையாக நைந்துபோன புடவை–.

இப்போது அவள் கழுத்தில் ஒரு நிஜ தங்கச்சரடு, கையில் இரண்டு பவுன் வளை, மேனியில் மெருகு –

செல்லப்பாவுக்கு இந்தப் பழக்கம் எப்போதிருந்து ஏற்பட்டதோ தெரியவில்லை. யாரைப் பார்த்தாலும் காலையும் கைகளையும் முதுகையும் வெறித்துப் பார்க்கிற பார்வை. மாயவரத்தில் மொந்தனூர் அய்யர் மனைவி முழங்காலுக்குக் கீழ் பாதி தெரிந்ததும் தெரியாததுமாக ஊஞ்சலாடிக் கொண்டே காலைத் தரையில் தேய்க்கிறதை மிரண்டு மிரண்டு பார்த்த பழக்கமோ என்னவோ! ஊஞ்சலுக்கு முன்னால் தொங்கும் கயிற்றை சற்றைக்கொருமுறை பற்றிப் பற்றி இழுத்துவிட்டு, விட்டுவிடுவாள். கைநிறைய பவுன் வளையும், சிவப்புக்கல் வளைகளும் வழவழவென்று கரவும் சரிவுமாக உயர்ந்து உயர்ந்து தாழும். அதைப் பார்த்த பழக்கமா? . . . அதுவும் இல்லை, செல்லப்பாவின் கண்ணே அப்படி. பார்க்கிற மனிதர்கள் யாரையும் தலைமயிரிலிருந்து கால்விரல்வரை அளந்து வகைப்படுத்துகிற கண். ரயிலில் போகும்போது, தெருவில் நடக்கும்போது, வீட்டில் யாராவது சக அதிகாரிகள், கீழ் அதிகாரிகள், வேலைக்கார

ஆண்கள், பெண்கள் – யாரையும் இப்படித் துருவித் துருவிக் கால்விரல், கைவிரல்களை வகைப்படுத்துவது அவர் கண்ணில் ஊறிவிட்டது.

ஒரு தடவை ஜய்ப்பூர் ஸ்டேஷனில் ஒரு போர்ட்டரை அமர்த்திக்கொண்ட நினைவு அவருக்கு அடிக்கடி வரும். ஆள் ஆறரை அடி உயரம். கடைசல் பிடித்த கால் கைகள். தலையில் ஒரு அகலமான தட்டைச் சிவப்பு முண்டாசு. இடையில் கச்சம். மார்பில் ராஜஸ்தானிகள் போட்டுக்கொள்கிற புத்தானில்லாத, துணியையே நாடாக்களாக ஆக்கி பல இடங்களில் முடிச்சுப் போட்டிருக்கிற அங்கி – சிவப்பு வர்ணத்தில். ஆளைப் பார்த்தால் அரண்மனைப் படத்தில் எழுதியிருக்கிற ஆள் நடந்து போவது போலிருந்தது – அவனும் காலை எட்டி எட்டிப்போட்டு பெட்டி படுக்கையைத் தூக்கிக்கொண்டு நிமிர்ந்த பெருநடை நடந்தான். காலில் முன்பக்கம் கூர்ந்து உயர்ந்து வளையும் அரைபூட்ஸ்... செல்லப்பாவுக்கு அவனோடு நடக்க வெட்கமா யிருந்தது. அவன் போர்ட்டரா, தான் போர்ட்டரா என்று உள்ளுக்குள் நகைத்துக்கொண்டார்.

அம்பாலாவுக்கு வந்த பிறகு அவர் டில்லிக்கு வருவது மாதம் ஒரு முறையிலிருந்து இரண்டு மாதத்துக்கு ஒருமுறையாக ஆயிற்று. இரண்டு தடவை இப்படி ஆயிற்று. மூன்றாவது தடவை வழக்கம் போல சிவசாமியும் பட்டுவும் அவரை ரெயிலடியில் வரவேற்று ஜன்பத் ஹோட்டலில் கொண்டு விட்டார்கள்.

மறுநாளைக்கு மறுநாள் அவர் அம்பாலாவுக்குத் திரும்பச் செல்ல வேண்டும்.

"மாமா, இந்தத் தடவை மன்னிச்சுக்கணும். நான் நாளைக்கு அகமதாபாத், பம்பாய் போறேன். ஒரு பிஸினெஸ் ஆரம்பிச்சிருக்கேன். நாளைக்கு வரதாகத் தந்தி குடுத்துட்டேன்."

செல்லப்பாவுக்குப் பிரமிப்பு.

"பிஸினெஸா?"

"ஆமாம் மாமா. உங்க ஆசீர்வாதம். துணிக்கடை வைக்கப் போறேன். முதலாளி முதற்கொண்டு உதவி பண்றேன்னிருக்கார். என்னாலெ அவருக்கு போன வருஷம் ரண்டுமூணு பெரிய காண்டிரக்ட் கிடைச்சுது. அந்தப் பிரியத்திலெ ஒத்தாசை பண்றேன்னிருக்கார்... எல்லாம் நீங்களும் பாட்டியும் மாமியும் ஏத்தி வச்ச விளக்கு."

பட்டுவின் பக்கம் திரும்பியபோது உற்சாகமாகச் சிரிக்கிற கண்கள் மலர்ந்து, அவரோடு சேர்ந்து அவனைப் பாராட்டுவது போலிருந்தது.

"ஃபண்ட்டாஸ்ட்டிக்!" என்றார் அவர்.

"எனக்குக்கூட அப்படித்தான் தோண்றது. ஊர் மண்ணைத் தட்டிவிட்டு உங்களோடு வந்த நாள்ளேர்ந்து, எல்லாமே மாறிண்டிருக்கு. பாட்டி சொன்னாப்பல பழகின இடத்தை விடணும், பழகின மண்ணு ஒட்டிண்டிருக்கப் படாது."

மூன்றாவது நாள் மாலையில் சிவசாமி வீட்டுக்குச் சாப்பிடப் போனார் அவர் – ரயில் ஏறுவதற்குமுன்.

சாப்பிட்டு முடிந்ததும், சிறிதுநேரம் உட்கார்ந்துகொண்டார்.

"இப்பல்லாம் நீங்க வரது குறைஞ்சுபோயிடுத்து. மறுபடியும் எப்ப வருவேள்?" என்று பட்டு ஒரு ஓரமாக உட்கார்ந்து கொண்டாள்.

செல்லப்பா குனிந்துகொண்டிருந்தார். உதட்டில் வந்த புன்சிரிப்பை இழுத்துப் பிடித்துப் பழைய நிலைக்குக் கொண்டு வந்தார். பத்து விநாடி பதினைந்து விநாடி நகர்ந்தது. வாய்க்குள் சொல் நடுங்கிக்கொண்டிருந்தது, குழறுவது போலிருந்தது.

"என் மனசிலெ இருக்கிறதைப் புரிஞ்சுக்கணும்னு நீ எப்பவாவது நெனச்சதுண்டா?" என்று தடுமாறினார். குனிந்த தலை நிமிரவில்லை. பூட்ஸ் நாடாவை முடிச்சுப் போட முடியாமல் கைவிரல்கள் நடுங்கிக்கொண்டிருந்தன.

"நீங்க வந்துட்டு ஊருக்குப்போற அன்னிக்கெல்லாம் எனக்கு என்னமோ வெறிச்சுனு ஆயிடறது. ஏதோ பறந்து போயிட்டாப்பல ஆயிடறது" என்று பட்டு அவரை நிமிர்ந்து பார்த்துக்கொண்டிருந்தாள். அவள் குனியவில்லை. குழற வில்லை. நடுங்கவில்லை.

"ஏன்?"

"எனக்கே தெரியலெ."

செல்லப்பாவுக்கு உடம்பு கொதிப்பது போலிருந்தது. நாக்கும் நெஞ்சும் வரள்வது போலிருந்தது.

கையை மூடி கட்டைவிரலை உதட்டருகில் உயர்த்தினார்.

"இதோ கொண்டு வரேன்" என்று ஒரு டம்ளரில் தண்ணீர் கொண்டு வைத்தாள்.

தி. ஜானகிராமன்

அதை எடுத்து வழக்கம்போல் தூக்கிக் குடித்தார். கிழவன் கைபோல் கை நடுங்கிற்று. தண்ணீர் சட்டை மேல் எல்லாம் வழிந்தது.

டீப்பாய் மேல் டம்ளரை வைத்துவிட்டு சோபாவில் சாய்ந்து கொண்டார்.

'என்ன இது?' என்று தனக்குள் கேட்டுக்கொண்டார். 'நான் சொல்லவேண்டியதை இவள் அல்லவா சொல்லுகிறாள்!' என்று அவர் மார்புக்குள் ஒரு பரபரப்பு.

நிதானப்படுத்திக் கொண்டு எழுந்தார்.

"நான் வரேன்."

"சரி" என்று வழக்கம்போல அவளும் எழுந்து வாசல் கதவைப் பூட்டி அவரோடு படியிறங்கினாள். தெருக்கொடி வரை நடந்து சிறிது காத்திருந்ததும் டாக்சி ஒன்றை அமர்த்திக்கொண்டார்.

ஹோட்டல் அறைக்குள் போனதும் அவள் உடுப்புகளையும் பேப்பர்களையும் பைல்களையும் பெட்டியில் வைத்து அடுக்க ஆரம்பித்தாள். இதுவரை அவள் அதையெல்லாம் செய்ததில்லை. ஏதோ கூட்டத்தில் அவர் பெட்டியில் சாமான்களை வைத்து அடுக்குவதைப் பார்த்துக்கொண்டு சும்மா உட்கார்ந்திருப்பாள். இப்போது முதல் தடவையாக அவளே அதையெல்லாம் செய்யத் தொடங்கியபோது...

"நோ நோ ப்ளீஸ் – வாண்டாம்" என்று அவள் வீணாகச் சிரமப்படுவது போல குறுக்கிட்டார் அவர்.

"ஏன்?" என்று அவர் பக்கம் பெட்டியண்டை உட்கார்ந்தவாறே திரும்பினாள். "நான் நன்னா 'பாக்' பண்ணுவேனே" என்று புன்னகையோடு அவரைப் பயமுறுத்துவது போலப் பாசாங்குப் பார்வை ஒன்றை வீசிவிட்டு, மறுபடியும் திரும்பி அடுக்கி வைக்கத் தொடங்கினாள்.

"நம்ம ஊர் ஹோட்டல்லெ இப்படியெல்லாம் உதவி செய்தா, எப்படியோ பார்ப்பா."

"அங்கெல்லாம் நானும் வந்து இப்படி உதவி பண்ண மாட்டேனே."

பெட்டியைப் பூட்டித் தயாரான பிறகு இருவரும் சிறிது நேரம் உட்கார்ந்துகொண்டார்கள். பேசவில்லை. அவர் கடிகாரத்தை சற்றைக்கொரு தடவை பார்த்துக்கொண்டிருந்தார். இருப்புக்கொள்ளவில்லை.

“புறப்படலாம்” என்று எழுந்து புத்தானை அமுக்கி அறைக் கதவைத் திறந்து வைத்தார். பத்து விநாடிக்குள் ஹோட்டல் போர்ட்டர் வந்தான்.

வெளியே வந்து சாவியைக் கொடுத்தார். முன்வாசலில் நின்ற டாக்சியில் ஏறிக்கொண்டார்கள்.

“நான் தப்பா ஏதாவது சொல்லிட்டேனோன்னு இருக்கு” என்று முணுமுணுத்தாள் பட்டு.

“நான் சொல்லியிருப்பேன். சொல்லணும்னு ஒரு வருஷமா போராடிண்டிருக்கேன். அப்படி நினைக்கிறபோதெல்லாம் நடுங்கி நடுங்கிண்டு வரும் . . . அப்பறம் . . . அப்பறம் . . .”

பட்டு திரும்பி அவரைப் பார்த்தாள் – காரின் பாதி இருளில்.

“ஆமா, எனக்கு வயசு நாப்பத்தொன்பது முடிஞ்சு ஐம்பது பிறந்திருக்கும்.”

“தெரியும். நான் அதுக்காக இரக்கப்படலெ.”

“–”

“மாமியோட உங்களைப் பார்க்கறபோது பொருத்தத்தை நினைச்சும் இரக்கப்படலெ. நான் ஊர்லெ மாயவரத்திலெ, ஜம்முவிலெ இன்னும் இங்கே தெரிஞ்சவாகிட்டல்லாம் உங்களைப் பத்தி விசாரிச்சிருக்கேன். எல்லாரும் உங்க குணத்தைப் பத்தி சாதாரணமாச் சொல்லலெ. கிட்டத்தட்ட அம்பது குடும்பம் உங்க பேரைச் சொல்லி இப்ப பிழைச்சிண்டிருக்கு, நாங்க அம்பத்தொண்ணு. இத்தனை பேருக்கு செஞ்சும் நீங்க செஞ் சதாகவே காமிச்சதில்லெ. மாமி சொல்லித்தான் தெரியும். தப்பித் தவறிக்கூட உங்க வாயிலெ அதெல்லாம் பத்திப் பெருமையா ஒரு வார்த்தை வந்ததில்லெ. சொல்லப்போனா இதுகூட பெரிசில்லே–”

“எஸ். பிறத்தியாருக்கு நாம உதவி செய்யறோம்னு நெனச்சுக் கிறதே சரியான எண்ணம் இல்லெ. அது இயற்கை. கொஞ்சம் மேட்டிலெ தண்ணி விட்டா கொஞ்சம் தாழ இருக்கிற இடத்தைப் பார்க்க ஓடும்.”

வண்டி கன்னாட் ப்ளேஸுக்குள் புகுந்தது.

“எங்கம்மா நல்ல குடித்தனம் நடத்தற வயசிலே, அப்பா காலமாகி, சமையல் பண்றதுக்கு பெரிய மனுஷன் வீடு வீடாப் போய் உழச்சா. சம்பளத்துக்கா உழச்சா அவ? சம்பளம் கொடுத்தா

அந்த மாதிரி பண்ணிப் போட்டுடுவாளா யாராவது? காசைக் கொடுத்து உழைக்கச் சொல்லலாம். ஆனா பிரியமா உழை, உன் பிள்ளை உன் குடும்பம்னு நினைச்சிண்டு உழைன்னு சொல்ல முடியாது." செல்லப்பா சொல்வதை உன்னிப்பாகக் கேட்டுக் கொண்டிருந்தாள் பட்டு.

பிறகு டாக்சி ஸ்டேஷனை அடையும் வரை அவரும் பேசவில்லை. பெட்டியை கூலி எடுத்துக்கொண்டான். பட்டியலைப் பார்த்து வண்டி நம்பர், சீட் நம்பர் எல்லாம் பார்த்துக்கொண்டு முதல் வகுப்பில் ஏறினார் செல்லப்பா.

நாலு பேருக்கான அறையில் இரண்டு பேர்தான் எழுதி யிருந்தது. இரண்டாவது யாரோ சர்தார்ஜி பெயர். அவரும் வரவில்லை. பெட்டியில் விளக்குகளும் எரியவில்லை. என்ஜின் கோக்கவில்லை.

ப்ளாட்ப்பாரத்து வெளிச்சம் லேசாக விழுந்திருந்தது. முக்கால் இருளில் செல்லப்பா உட்கார்ந்துகொண்டார். எதிர் இருக்கையில் உட்கார்ந்தாள் பட்டு.

அவளைப் பார்த்து அவருக்கு ஒரு வருஷமாகவே ஒரு தினுசான வியப்பு – மலைப்புக்கூட. பிறர் தன்னைப் பற்றி என்ன நினைத்துக்கொள்வார்கள் என்றெல்லாம் அவள் யோசிக்கிறதாகத் தெரியவில்லை. தனக்கு சரி என்று பட்டதைச் செய்கிற ஒரு துணிச்சல், உறுதி. இல்லாவிட்டால் சிவசாமிக்கு வேலை கடுமையால் வர முடியாதபோது இவள் மட்டும் அவரை வந்து ரயிலடியில் வரவேற்பது, கொண்டு விடுவது, இதெல்லாம் எப்படி நடக்கும்? அதுவும் பல தடவை. அவனும் அவள் சுபாவத்தை உறுதியைப் புரிந்துகொண்டிருக்க வேண்டும். அவள்பால் ஒரு மரியாதைகூட அவனுக்கு இருக்க வேண்டும் . . . ஆம், மனைவியிடம் ஒரு மரியாதை, உடல் இச்சையிலும் ஒரு மரியாதை.

"உனக்கு நாழியாகலெ? வண்டி புறப்பட இன்னும் அரைமணி இருக்கு. காத்துண்டிருக்கணும். அப்புறம் பஸ் கிடைக்கணும்–" என்றார் செல்லப்பா.

"வண்டி புறப்பட்ட அப்புறம் ஏழெட்டு பஸ் இருக்கு. நான் அப்புறமே போறேன் . . ." என்றாள் பட்டு. சற்றுக் கழித்து, "எனக்கு வண்டி புறப்பட்ட அப்புறம்தான் போகணும் போலிருக்கு . . . உங்களுக்கு ஒண்ணும் இடைஞ்சல் இல்லியே?" என்று கேள்வியோடு நிறுத்தினாள்.

"இடைஞ்சலா! என்ன இது?"

“இல்லெ. நான் இப்பவே போயிடணும்னு தோணித் துன்னா ...”

“ப்ளீஸ் ப்ளீஸ் எனக்கு மாத்திரம் வெறிச்சுன்னு ஆகலேன்னு நினைச்சுண்டிருக்கியா? ஒவ்வொரு தடவையும் நீ கொண்டுவிட்டு, ரயில் நகர்ந்தப்புறம், என்னமோ இழந்துட்டாப்பலதான் ஆயிடறது. எனக்கு இதைச் சொல்ல இத்தனை நேரம்!”

“எனக்கு வீட்டுக்குப் போகமுடியறதில்லெ. காலெல்லாம் விட்டுப் போனாப்ல ஆயிட்றது. ரண்டு மூணுநாள் கூட இருந்துட்டு, அப்புறம் எதையோ பறிகொடுத்தாப்பல நான் திரும்பி தனியா வீட்டுக்குப் போறபோது . . .” அவள் பேச்சு முடியாமல் தொங்கிற்று.

பட்டு நாலு வார்த்தைக்கு ஒருதடவை, ‘மாமா’, ‘மாமா’ என்று கூப்பிடுகிற வழக்கம். இன்று மாலையிலிருந்து அந்த வார்த்தையைக் கேட்கவில்லை அவர்.

“நான் எதுக்காக உட்கார்ந்திருக்கேன் தெரியுமா?” என்றாள் அவள். “உங்ககிட்டேர்ந்து ஏதோ பரிவு, ஒரு இளக்கம் ஓடி வறாப்பல இருக்கு. நீங்க அதிகமாப் பேசறதும் இல்லெ. நீங்க பேசவாண்டாம். ஆனா என்னமோ இதம்மா மிருதுவா ஏதோ தளும்பித் தளும்பி பரவறாப்பல இருக்கு. மேலெல்லாம் வந்து பரவறாப்பல... அதனால்தான் நீங்க வர்றபோதெல்லாம் முடிஞ்ச மட்டும் கூடவே இருக்கணும் போலிருக்கு ... சிலசமயம் அவர் நினைவு வரும். இப்படி நினைக்கிறதெல்லாம் அவருக்கு ஏதோ தப்பு பண்றாப்பல இருக்கோன்னு பயமாயிருந்ததுண்டு. இப்பகூட இருக்கு – நான் இப்படியெல்லாம் உங்ககிட்ட பேசறது அவருக்கு தெரிஞ்சுதுன்னா என்ன நடக்கும்னு கொஞ்சம் நடுக்கமாகத்தான் இருக்கு. ஆனா இருக்கிறதைச் சொல்லாமலும் இருக்க முடியலெ... நீங்க நடுவிலெ மூணுமாசம் வரலியா ... ஏதாவது சொல்லிண்டு ஊருக்கு வரலாமான்னு நெனச்சேன். பாட்டியைப் பார்க்கறாப் போல ஒரு விஜயமா . . .” அவள் பேச்சு நின்றது.

வண்டி ஒரு தடவை அதிர்ந்தது. என்ஜினைப் பூட்டி விட்டார்கள் போலிருக்கிறது.

சற்றுக் கழித்து பளிச்சென்று விளக்கு எரிந்தது. பட்டு தலைப்பால் கண்ணைத் துடைத்துக்கொள்வது தெரிந்தது. வெளிச்சத்தைப் பார்த்ததும் சுவடு தெரியாமல் கண்ணையும் முகத்தையும் அழுத்தித் துடைத்துக்கொண்டாள் அவள். எப்போ தாவதுதான் இருவரும் பேசினார்கள். மௌனம்தான் கனத்து நின்றது.

இந்த ஐம்பதாவது வயதில் – செல்லப்பாவுக்கு இவையெல்லாம் இதுவரை கேட்காத சொற்கள் – இதுவரை எட்டாத உணர்வு – இதுவரை மனதில் படாத மெல்லிய நுட்பங்கள். அதைச் சொல்லவேண்டும் போலிருந்தது. மெதுவாகச் சொல்லியும் விட்டார். "நான் ஒரு பொம்மனாட்டி கிட்ட . . . இதெல்லாம் கேட்கிறது . . . இப்பத்தான் . . . நீ இதெல்லாம் சொல்றபோது சிவசாமியை நான் பங்கப்படுத்தறாப்பல தோணலெ. நீயும் அப்படி செய்யறாப்பல தோணலெ . . . அதனாலெ இதுக்கு தெய்வ சம்மதம்கூட இருக்கும்னுகூட தோண்றது." பட்டுவுக்கு இதைக் கேட்டு சிலிர்த்து, உடல் நெருங்கி விறைத்தது.

"ஸ்வாமி உங்களுக்கு ஆதியிலே தப்புப் பண்ணியிருப்பர். இப்ப அதைத் திருத்திக்கலாம்னு நினைச்சுண்டாரோ என்னவோ–"

இருவருக்கும் சிவசாமியின் நினைவு வந்துகொண்டிருந்தது.

"அப்புறம் எப்ப வரதாக இருக்கும்?"

அவர் பதில் சொல்வதற்குள் போர்ட்டர் ஒருவன் பெரிய கருப்புப் பெட்டி, படுக்கைச் சுருள், பைகள் – எல்லாவற்றையும் சுமந்துகொண்டு அறைக்குள் நுழைந்தான். பின்னால் வந்த சர்தார்ஜி ஒவ்வொன்றாக வாங்கிக் கீழே இறக்கினார். பட்டு அந்த இருக்கையைவிட்டு செல்லப்பாவின் இருக்கையில் வந்து அமர்ந்துகொண்டாள்.

கடிகாரத்தைப் பார்த்தார் செல்லப்பா. இன்னும் ஐந்து நிமிஷம் இருந்தது வண்டிபுறப்பட. சர்தார்ஜி – காப்டன் என்று கருப்புப் பெட்டிமேல் எழுதியிருந்தது – கூலியைக் கொடுத்து விட்டு "புக் ஸ்டாலுக்குப் போய் வருகிறேன். கொஞ்சம் பார்த்துக் கொள்ளுங்கள்" என்று கீழே இறங்கிப் போனார்.

"நானும் இறங்கி நிக்கிறேன்" என்று எழுந்து நின்றாள் பட்டு.

செல்லப்பா எழுந்தார். அவள் உள்ளங்கையையும் விரல் களையும் பற்றினார். ஒரு நிமிஷமாயிற்று இரண்டு கைகளும் பிரிய.

"பார்த்தா வழவழான்னு மிருதுவா இருக்கு என் விரலெல்லாம் நொறுங்கிப் போயிட்டாப்பல இருக்கு" என்று குனிந்துகொண்டே சொன்னார். அப்போதுதான் பட்டுவின் முகத்தில் புன்னகை திரும்பி வந்தது. புதிய புன்னகை – நாணப் புன்னகை.

"எனக்கு வேற ஒண்ணும் வாண்டாம். உங்களைப் பார்த்துண் டிருந்தாப் போரும்" என்றாள் அவள்.

"அப்படித்தான் இங்கியும்."

"நான் சொன்னப்பறம்தானே சொல்றேள்" என்று குனிந்து கொண்டே சொல்லி நகர்ந்தாள் அவள். கீழே இறங்கினாள். வண்டி கிளம்புகிற வரையில் கீழேயிருந்து அவரைப் பார்த்துக்கொண்டே நின்றாள். சட்டென்று ஏதோ ஞாபகம் வந்து தள்ளுவண்டிக் காரனிடம் சென்று, கைப்பையிலிருந்து ரூபாயை எடுத்து ஒரு ப்ளாஸ்டிக் பாட்டிலை வாங்கி, சற்று தள்ளியிருந்த குடிநீர்க் குழாயில் தண்ணீர் பிடித்துக்கொண்டு வந்து செல்லப்பாவிடம் நீட்டினாள்.

"வண்டி வேகம் ஜாஸ்தி. அனல் காத்தா வீசும்; தொண்டைக்கு வேண்டியிருக்கும்" என்று அவரிடம் கொடுத்தாள். "உங்கம்மா, மாமி மாதிரியே நீங்களும் ஆசாரம். தூக்கிக் குடிச்சா மேலெல் லாம் விழும். அப்படிக் குடிக்க வாண்டாம். ஊர்லே போய் அலம்பிக்கலாம்" என்று கண்ணை அகட்டி பொய்க் கண்டிப்போடு சிரித்தாள்.

வண்டி நகர்ந்தது. கையை ஆட்டிக்கொண்டே நின்றாள் பட்டு. அந்த உருவம் மறைந்ததும், சர்தார்ஜியை உடனே பார்க்க விரும்பாமல் செல்லப்பா கதவண்டையே நின்றார். கரகரவென்று வந்த தொண்டையை கழிவறையைத் திறந்து கனைத்துக்கொண்டார். அவருக்கு நெஞ்சு அடங்க நாலைந்து நிமிஷமாயிற்று. உடல் மட்டும் நிலைகொள்ளவில்லை. மனசும் அவரை விட்டு டில்லி ஸ்டேஷன் ப்ளாட்ஃபாரத்திற்குத் திரும்பிப் போய் அலைந்துகொண்டிருந்தது.

"ஈச்வரி – என்ன இது! என்ன இது!" என்று ஒரு பக்கம் புத்தி அரற்றியது.

'ஈச்வரி ஈச்வரி' என்று அவர் குடும்பம் முழுவதும் அரற்றப் பயின்றிருந்தது. அவருடைய குழந்தைகளுக்குக்கூட அது பழக்கமாகிவிட்டது. அவருடைய மாமாவும் மனைவியும் அதற்கு அவரைப் பழக்கப்படுத்தியிருந்தார்கள். பாரிசவாயு வந்து கிடந்த அண்ணனுக்கு உதவி செய்வதற்காக, சமையல் வேலையை விட்டு மாயவரத்திலிருந்து பிள்ளையை அழைத்துக்கொண்டு அண்ணனிடம் வந்து சேர்ந்தாள் அவருடைய தாய். பிரம்மச்சாரி யாக, ஒன்றிக்கட்டையாக வாழ்ந்து வந்த அண்ணாவுக்கு 'ஈச்வரீ தாயே' என்று ஓயாமல் முணுமுணுத்துக் கொண்டிருக்கிற முகம்.

பள்ளிக்கூடப் படிப்பு முடிவதற்கு முதல் வருடம். அவர் செல்லப்பாவை இழுத்து வைத்து ஏதோ காதில் சொன்னார். "செல்லப்பா, இத பாரு, உங்கம்மாதான் உனக்குக் கதி. உன்மேலே உசிறா இருக்கா அவ. அவளுக்கு வேற நாதி கிடையாது.

உனக்கு மட்டும் இல்லெ. எனக்கு, இந்த ஊருக்கு, உலகத்துக்கு, பிரபஞ்சத்துக்கு, அதிலே சுத்திண்டிருக்கிற கிரகங்களுக்கு, நட்சத்திரங்களுக்கு, அப்பறம் இந்த பூமியிலியே சுத்தற ஜந்துக் களுக்கு, மலைக்கு, மரத்துக்கு, காத்துக்கு – எல்லாத்துக்கும் அம்மாவை விட்டா நாதி கிடையாது. அம்மாதான் நடராஜாவைக் கூட தாண்டவம் பண்ணச் சொல்றா. உங்கம்மா, நான், நீ – எல்லாம் அந்த அம்மாக்குள்ள அடக்கம். அவ எப்பவும் நம்மைக் கைவிடமாட்டா, அவளை நெனச்சிண்டிருந்தா. நாம நல்லது பண்றது, தப்பு பண்றது எல்லாம் அவள் மனசு வச்சாத்தான் நடக்கும். நான் இப்ப சொன்னேன் பாரு காதோட. அதை எப்பவும் மனசிலெ சொல்லிண்டேயிரு. உனக்கு எப்பவும் ஜயம்தான்."

செல்லப்பா தன் அம்மா உழல்கிற இடுப்பொடிகிற உழைப்பி லிருந்து, தினமும் ஒன்பது மைல் நடந்து பள்ளிக்குப் போய் வருகிற படிப்பின் அநிச்சயத்திலிருந்து மீள யாரோ கைக்கோல் கொடுத்தாற் போலிருந்தது. இத்தனை சொல்லுகிற மாமா ஏன் இப்படி வேட்டி கட்டிக்கொள்ளக்கூட உதவி வேண்டி அவதிப்படுகிறார் என்று சில சமயம் சந்தேகம் வரும். கடைசியில் அதெல்லாம் உறுதிக்குச் சோதனை என்று அம்மா சொன்னதைக் கேட்டுப் பற்றிக்கொண்டான். அவனுக்குப் பள்ளிப்படிப்பின் கடைசிப் பரீட்சை தவறியதைக்கூட சோதனை என்று நினைத்துக்கொண்டு, வீட்டை விட்டு ஓடினான். மாமா காதோடு சொன்னதை மனதுக்குள் ஜபித்துக்கொண்டே ஓடினான்.

அவனுடைய கலியாணத்தின்போது பெண் வீட்டுக்காரர்கள் ஒரு பெரியவரை அழைத்து வந்திருந்தார்கள். பெரியவர் என்றால் வயதில் அல்ல. முப்பது வயது. அவரும் மாமாவைப் போலவே 'ஈச்வரி ஈச்வரி' என்று அரற்றிக்கொண்டேயிருந்தார். அவரையும் அவர் மனைவியையும் பெண் வீட்டுக்காரர்கள் நெடுஞ்சாண்கிடையாக விழுந்து விழுந்து கும்பிட்டுக் கொண்டிருந்தார்கள். அந்த முப்பது வயது பெரியவரும் அவர் மனைவியும் சேர்ந்து பக்கத்தில் – பக்கத்தில்தான் எப்போதும் உட்கார்ந்திருப்பார்கள். அவர் முகமெல்லாம் ஐம்பது அறுபதுநாள் மயிர். எலும்பு, ரத்தநாளங்கள் எதுவும் தெரியாத பூசினாற்போன்ற உடம்பு. இடுப்பில் ஒரு அரக்குப்பட்டு வேட்டி. நெற்றியில் பெரிய மஞ்சள் குங்குமம். கண்ணில் தீ. அவர் கண்ணைப் பார்க்கவே பயமாக இருந்தது. யாரையும் கண்கொட்டாமல் வெறித்துப் பார்க்கிற பார்வை. மனதுக்குள் இருக்கிறதையெல்லாம் கிளறிச் சுருட்டிப் பார்க்கிறது போன்ற பார்வை. சிறிது நேரம் அந்த முகத்தைப் பார்த்தால் அவருக்கு மார்பு, கைகால் போன்ற அங்கங்கள் இல்லாதது போலவும், கண் ஒன்றுதான் அவருடைய

உடம்பு, உருவம் எல்லாம் என்பது போலவும் ஒரு பிரமையை ஏற்படுத்துகிற பார்வை. இரண்டு மூன்று கணங்களுக்கு மேல் அந்த கண்களைப் பார்க்க முடியாது. பேச்சுகூட அதேபோல. வயதான கிழங்கட்டைகளைக் கூட ஒருமையில்தான் பேசுவார். டா, டீ போட்டுத்தான் பேசுவார். பேச்சில் ஒரு தீர்மானம், அதட்டல்கூட.

கலியாணமான மறுநாள் மாலை – பெண் வீட்டில் அவர் பூஜை செய்கிறார் என்று பார்க்க அழைத்தார்கள். ஒரு இயந்திரத்தை வைத்துப் பூஜை செய்துகொண்டிருந்தார் அவர். சுற்றிலும் கூட்டம். அவர் மனைவி அவருக்கு எதிரே அவரைப் பார்த்துக்கொண்டு அமர்ந்திருந்தாள். கூடை கூடையாகப் பூக்கள். பூஜை முடிந்ததும் இயந்திரத்திற்கு ஆரத்தி காட்டிவிட்டு, அந்த மனைவிக்கும் ஆரத்தி எடுத்தார். இயந்திரத்தில் விழுந்திருந்த பூக்களையும் குங்குமத்தையும் ஒரு தட்டில் எடுத்து அவள் கையில் கொடுத்தார். "அம்பிகே, குடுடீ எல்லாருக்கும் – உன் குழந்தைகளுக்கெல்லாம் கொடு. எல்லாரும் வியாதி வெக்கையில்லாம, ஞானமும் சம்பத்துமா இருக்கனும்னு கடாட்சம் பண்ணிக்கொடுடீ . . . வாங்கிக்கடா எல்லாரும் – பொண்டுகளே வாங்கிக்கிங்கடீ" என்று சுற்றி ஒரு முறை பார்த்துவிட்டு அவள் முன் குனிந்து நெற்றி தரையைத் தட்ட வணங்கினார். அந்த மனைவி எல்லோருக்கும் பூவும் குங்குமமும் வழங்கி, எல்லோரும், விழுந்து விழுந்து 'வணங்கியதை' ஏற்றுக்கொண்டாள். எல்லோரும் நின்றார்கள். ஒரு நிசப்தம். பெரியவர் எல்லோரையும் ஒவ்வொருவராக ஏற இறங்கப் பார்த்தார்.

"இங்க வா" என்று செல்லப்பாவையும் மணப் பெண்ணையும் அருகே அழைத்தார்.

"உனக்கு இதில் எல்லாம் நம்பிக்கை உண்டா?" என்றார்.

"உண்டு" என்று செல்லப்பா அவரைப் பார்த்தான். அவர் சிரித்தார். அவர் முகம் மலர்ந்தது இப்போதுதான் போலிருந்தது.

"கேள்விப்பட்டேன். உங்க மாமாவைப் பத்தியும் கேள்விப் பட்டிருக்கேன். நீ நன்னாருப்பே, போ. உனக்கு ஒரு குறைவும் வராது."

செல்லப்பாவுக்குப் புல்லரித்தது.

"என்னடீ சிரிக்கறே கழுதே" என்றார் மணப்பெண்ணைப் பார்த்து.

". . ."

“சொல்லுடீ.”

“. . .”

“சொல்லுடீங்கறேன் . . . பேசாம நிக்கறியே! நமஸ்காரம் பண்ணுடீ!” என்று ஒரு அதட்டல் போட்டார். மங்களம் விழுந்து வணங்கும்போது “ஏண்டி சிரிச்சேங்கறேன். பதில் சொல்லாம நின்னே?” என்று அவள் பின்னலைப் பிடித்துக்கொண்டு முதுகில் பளார் பளார் பளார் என்று ஒரு ஆறு அடி அடித்தது, அவர் கை. அடி சாதாரண அடி இல்லை. முதுகு பிளந்துவிடுகிற அடி. மங்களம் எழுந்துகொண்டபோது சிரித்துக்கொண்டே எழுந்தாள். ஆசீர்வாதம் பண்ணினவுடனே சந்தோஷம் தாங்கலெ. சிரிச்சேன்” என்றாள்.

“அவன் அடிக்க மாட்டான். மகா சாது. ஞானி. அவன் கிட்ட ஒழுங்கா இருக்கணும்னுதான் போட்டேன் நாலு” என்று சிரித்தார்.

“என்ன இது!” என்று குழம்பினான் செல்லப்பா.

“மாப்ளெ யோசிக்கிறான் – இது என்னடா பைத்தியம்னு” என்று மறுபடியும் சிரித்தார் அவர்.

“மாப்ளெக்கு ஏதாவது உபதேசம் பண்ணினா நல்லதுன்னு தோண்றது” என்றார் மங்களத்தின் தகப்பன்.

“ஓகோ. நல்லதுன்னு உனக்குப் படறதோ? எனக்குப் பட வாண்டாமோ? அவனுக்கு இப்ப ஒண்ணும் அவசியம் இல்லெ. அதுக்கு சமயம் வரும். அவன் மாமா சொல்லியிருக்கறது போரும். வேலையை ஒழுங்காப் பார்க்கட்டும். இதுக்கெல்லாம் நேரம் இருக்காது. அதுக்கு நேரம் வரும். தானா வருவான் . . . என்னடீ மங்களம், புரியறதா? நீ அழச்சிண்டுவா அவனை ரிடயராறத்துக்கு முன்னாலெ. அப்ப பார்த்துண்டாப் போரும். இதப்பாரு, நீங்கெல்லாம் என்னை வந்து பார்க்கணும்னு இல்லெ. இப்ப பார்த்தது போரும். வேலையைப் பார்த்துண்டு இருங்கோ ஒழுங்கா” என்று மறுபடியும் சுற்றிலும் பார்த்தார் பெரியவர்.

மங்களத்திற்கு மட்டும் இல்லை. இன்னும் ஏழெட்டு பேருக்கு அந்த மாதிரி முதுகு விரிகிற அடியாக விழுந்தது.

“சரி போங்கோ எல்லாரும் . . . மாப்ளெ, மங்களம் – நீங்க ரண்டு பேரும் போகலாம். நான் உங்களை நெனச்சிண்டிருப்பேன். வெறுமனே வந்து என்னைத் தொந்தரவு பண்ண வாண்டாம். டேய் மாப்ளெ – இங்க பார்த்ததெல்லாம் யாருக்கும் சொல்லாதே. பைத்தியம்பான் எல்லாரும். ஒரு பைத்தியத்தைப் பத்தி மத்த பைத்தியங்க கிட்டவும் சொல்ல வாண்டாம். போய்ட்டு

வாங்கோ” என்று விரட்டுகிற குறையாக விடை கொடுத்தார் பெரியவர்.

செல்லப்பாவுக்கு ரயில் ஓட்டத்தின் தாளத்திற்கு இடையே மார்பும் சற்றுப் படபடத்தது. எத்தனை வருஷமாயிற்று! பெரியவர் போட்ட அதட்டலுக்கும் அடிக்கும் இந்தக் கணத்திற்கும் என்ன சம்பந்தம்? ஏன் திடீர் என்று திரும்பித் திரும்பி அந்தக் காட்சி கண்முன் நிற்கிறது?

நெஞ்சு வறண்டு கிடந்தது. சீறிச் செல்லும். ரயிலின் சாளரம் வெதவெதவென்று நைப்பு இல்லாத வறட்டுக் காற்றை மேலே கொட்டிற்று. ப்ளாஸ்டிக் பிளாஸ்கை எடுத்துத் தண்ணீர் குடித்தார். இப்போது ரயில் ஆட்டத்தினால் தண்ணீர் முகவாய், தாடை, சட்டை மீதெல்லாம் வழிந்தது.

அதிகமாக அதைக் குடிக்க மனம் இல்லை. ஓரிரண்டு வாய் குடித்துவிட்டு மூடி வைப்பார். தண்ணீரின் ஒவ்வொரு துளியிலும் பட்டுவின் உருக்கமும் தன்னையே முழுதும் கொடுத்துக்கொள்கிற படையலும் ததும்புகிறது போல மெய் பரக்கிறது. அவள் இவ்வளவு சொல்லியும் கலக்கமுடியாத ஒரு தூய்மை அவள் சொற்களில் ஊடுருவி நின்றது. ஆமாம் நொறுங்கிவிடுவதுபோல், அவள் கடைசி நிமிஷத்தில் அவர் கையைப் பிசைந்து பிழிந்தாள். அதில்கூட ஒரு தூய்மை, கபடமில்லாத ஒரு தெளிவும் நிச்சயமும் தெரிகின்றன.

இது என்ன அற்புதம்! ஐம்பது வயதில்! முதல் தடவையாக! ‘ஈச்வரி ஈச்வரி’ என்று அரற்றுகிறோமே. உருகுகிறோமே அதன் கொடையா?

உடல் – உள் – எல்லாமே பட்டுவாக ஆகிவிட்டது போலிருந்தது செல்லப்பாவுக்கு. அவரால் நம்பவும் முடியவில்லை. இப்படி ஒரு பிணைப்பு சாத்தியமா, நடக்கக் கூடியதா என்று பரவசத்துக்கு நடுவில், அந்தப் பேச்சு, கைப்பிடி எல்லாம் நிகழாதது போலிருந்தது சிலசமயம். இல்லை. அத்தனையும் உண்மை. நானும் ஒரு சிருஷ்டி தான். என்னை யாரும் புறக்கணிக்கவில்லை. இத்தனை வருஷம் மனைவியோடு குடித்தனம் நடத்தியது. இரண்டு சந்ததிகள் பிறந்தது எல்லாம் ஈடுபாடற்ற ஓட்டமாக ஓடின இயக்கம். அந்த சூன்யம் இப்போது மறைந்துவிட்டது போல இடம் நிறைந்துவிட்டது போலிருந்தது அவருக்கு. மனநிலையைக் கடந்து, இதயநிலையைக் கடந்து உடல் நிலை வரையில் அது எட்டாவிட்டால்கூட ஒன்றும் குறைந்துவிடப் போவதில்லை. உடல்நிலை வரை எட்டுவது ஒரு முக்கியமில்லை. அது தற்செயல்

இனி இது வேர் இல்லாத மரம் இல்லை. எதற்கும் இலக்காக இல்லாத தனி இல்லை. ஒரு ஆத்மாவுக்கு ஒரு இலக்காகி விட்ட பொருள். ஒரு ஆத்மா ஏங்குகிற இலக்கு. எல்லாவற்றுக்கும் அடி மூலமான ஒரு பேருணர்வுக்குத் தகுதியான இலக்காக ஆகிவிட்டது இந்த ஆத்மா –

இனி?

செல்லப்பா அம்பாலாவுக்குப்போன பிறகு ஆபீஸ் தபால் களோடு தபாலாக ஒரு கடிதம் வந்தது – பட்டுவிடமிருந்து. வெறுமே 'நமஸ்காரம்' என்று தொடங்கியிருந்தது. "நான் ஒவ்வொரு க்ஷணமாக எல்லாம் நினைத்து நினைத்துப் பார்த்துக் கொண்டிருக்கிறேன். பார்த்துக்கொண்டிருந்தாலே எனக்குப் போதும். இது படைத்த பரமன் ஆணையாகச் சொல்லுகிற பேச்சு. எனக்கு வேறு ஒன்றும் வேண்டாம். நீங்கள் மறந்துவிடுவதாக ஒரு சந்தர்ப்பம் ஏற்பட்டுவிடுமோ என்று நினைக்கும்போது எனக்குக் கிலி பிடித்தாற்போல ஆகிவிடுகிறது. சிலசமயம் இந்த எண்ணத்தை இருவரும் வெளிப்படுத்தியிருக்க வேண்டாமோ என்றுகூடத் தோன்றுகிறது. அப்படி இருந்திருந்தால் எப்போதும் போல் இருந்திருக்கலாம். ஆனால் இப்போது அதுவும் இல்லை. தூரமும் ஏமாற்றமும் ஏக்கமும்தான் மிஞ்சியிருப்பது போலாகி விட்டது. நீங்கள் மறந்தோ அசட்டையாகவோ இருக்கிற ஒரு சமயம் வந்துவிட்டால், உங்கள் மனசில் இந்த பந்தம் வறண்டு விடுகிறாற்போல –

ஒரு சமயம், இங்கு என்ன நேரும் என்று சொல்வதற்கில்லை. நான் அவருக்கு ஊறு நினைத்ததில்லை. நினைக்கவும் விரும்ப வில்லை. இதனால் ஏதோ அந்தரத்தில் தவிப்பது போல் இருக்கிறது. எனக்கு ஒன்றும் புரியவில்லை. ஏன் நான் உங்களையே நினைத்துக்கொண்டிருக்கிறேன் . . ."

ஒரு வாரம் கழித்து டில்லிக்குப் புறப்பட்டார் செல்லப்பா – ஒரு தந்தி அடித்துவிட்டு. பட்டுவும் சிவசாமியும் ரயிலடிக்கு வந்து அவரைப் பார்த்து ஹோட்டலில் கொண்டு விட்டுப் போனார்கள். அன்று மாலை அவரைப் பார்க்க வந்தாள் பட்டு.

செல்லப்பா எதைத் தற்செயல் என்று நினைத்தாரோ, எது எட்டாவிட்டால்கூட ஒன்றும் குறைந்து விடாது என்று நினைத்தாரோ, அது தற்செயலாக நிகழாமல், இருவரும் வேண்டி மனது ஒப்ப, உணர்வு ஒப்ப நிகழ்ந்தது.

எப்போதும் அவள் வரும்போது அறையைத் திறந்து வைத்தே பேசிக்கொண்டிருப்பதை வழக்கமாகக் காண்கிற ஹோட்டல்

பணியாள், கதவு மூடியிருப்பதைக் கண்டான். பட்டுவுக்காக அவர் காபி வரவழைக்கிற வழக்கம். காபி சாப்பிட்ட பிறகு, இந்த ஓடும்பிள்ளை திறந்த கதவு வழியாக தட்டாமலே உள்ளே வருவான். பாத்திரங்களை எடுத்துப் போவான். ப்ளாஸ்கை எடுத்துப் போய் தண்ணீர் கொண்டு வைப்பான். அடிக்கடி வந்து விசாரிப்பான். வேறு எந்த அறையோ மணி அடித்ததைத் தவறாகக் கேட்டு, இந்த அறைக்குள் எட்டிப் பார்ப்பான். "கூப்பிட்டீர்களா?" என்று கேட்பான். இன்றைக்கு அந்தக் கதவு சாத்தியிருந்தது. விரலால் லேசாகத் தள்ளிப் பார்த்தான். கதவு அசையவில்லை.

பட்டு கண்ணாடிக்கு முன் நின்று கட்டில் ஓரத்தில் இருந்த உடைகளை ஒவ்வொன்றாக எடுத்து மீண்டும் அணிந்து கொண்டாள். தலையை வாரிக்கொண்டாள். முகத்தில் அவர் பெட்டியில் இருந்த பவுடரையே எடுத்துப் பூசிக்கொண்டாள். தன் கைப்பையிலிருந்த குங்குமத்தை எடுத்து இட்டுக்கொண்டாள். அறைக் கதவின் தாழை நீக்கினாள். கதவை லேசாகத் திறந்து வைத்தாள். நாற்காலியில் உட்கார்ந்துகொண்டாள். அவரையே வெறித்துப் பார்த்தாள்.

"இது நேரும்னு நான் எதிர்பார்க்கவே இல்லெ" என்றாள்.

"நான் எதிர்பார்த்தேன். நீ என்னை ஒரு பொருட்டா மதிச்சு அன்னிக்கு சொன்னதெல்லாம் மேலேருந்து வந்த கொடைன்னு எனக்கு நிச்சயமாத் தோணித்து. நீ சொன்னது, எழுதினது எல்லாம் பார்த்தா, அது இன்னும் நிச்சயமாத் தோணித்து. நான் அதை முழுசா ஏற்றுக்கொள்ளணும்னு தோணித்தது. கதவுத் தாழ்ப்பாளைப் போட்டேன் . . . தெய்வத்தின் பேரை இதிலே இழுக்கிறது தப்புன்னு தோணலாம். எனக்கு அப்படித் தோணலெ. நான் இப்படி ஒரு உலகத்தை பார்த்ததில்லே – இந்த ஒரு மணியிலே பார்த்த உலகத்தை. முழுக்க முழுக்க எனக்கு இது ஒரு புது அனுபவம். எனக்கு இரண்டு குழந்தைகள் இருக்கு. ஆனா இந்த மாதிரி உலகத்திலே பிறந்ததில்லே அதுகள். இப்பதான் புரிஞ்சுது."

சிறிது நேரம் பேச்சு நின்றது.

"நீங்க பேசறதைக் கேட்டுக்கிண்டே இருக்கணும் போலிருக்கு. நான் பேசணும்னு நினைக்கறதை எல்லாம் நீங்க பேசறேள். நான் நினைக்கிறதுதான் உங்க கிட்டே புகுந்து உங்க வார்த்தையா வராப்பல இருக்கு. நீங்க இன்னும் அழகாப் பேசறேள். நான் உளறிக் கொட்டப் போறேனோன்னு பயந்துண்டு, நான் பேச

நினைக்கிறதெல்லாம் உங்ககிட்ட ஓடிப்போய் உங்க வார்த்தையா வரது போலிருக்கு" என்று கரைந்துகொண்டிருந்தாள் பட்டு.

"இதுவும் ஒரு அபூர்வமான 'தாட்'தான். நானும் மங்களமும் இப்படி ஒரு நிமிஷம்கூட பேசிண்டதில்லே. அவளுக்கு நான் பேசறபோதெல்லாம் மாறா ஏதாவது பேசணும்போலத் தோணும். அவளுக்கு சுதந்திரமா யோசிக்கத் தெரியாது, பேசத் தெரியாதுன்னு நான் முடிவு கட்டிட்டேனோன்னு கவலை அவளுக்கு. அதுக்காக எதிர்க் கட்சியை எடுத்துப்ப. ஒத்துப் போகலாம்கற பேச்சைக்கூட எதிர்த்துப் பேசுவ."

"தெரியும். நான் நாலஞ்சு மாசம் கூட இருந்து கேட்டிருக்கேன்."

"அதுக்குத்தான் என் மேலே இரக்கம் வந்துதா?"

"இல்லேன்னு முதல்லேயே சொன்னேனே. மாமி மாதிரிக் குள்ளமும் சொள்ளையுமா இல்லாம ஒரு அப்ஸரஸே உங்களுக்கு வாச்சிருந்தாலும் அதுக்கும் நான் நினைக்கிறதுக்கும் என்ன சம்பந்தம்? நான் நான்தான் . . . இல்லெ, நீங்கதான்" என்று கடைசி வார்த்தையை நாணத்தில் புதைத்துக்கொண்டாள் பட்டு.

○○○

செல்லப்பாவை டில்லி இந்த மாதிரி ஆறேழு தடவைகள் இழுத்துக்கொண்டு வந்தது – இரண்டு வாரங்களுக்கு ஒரு முறை மூன்று வாரங்களுக்கு ஒரு முறை என்று.

ஒரு தடவை, "நான் இனிமே எப்படி மாமியை ஏறிட்டுப் பார்க்கப் போறேன்னு தெரியலெ. நீங்க எப்படியோ – தைரியமா ஒண்ணுமே நடக்காதது போல இவரோட நின்னு உங்களாலெ பேச முடியறது. அது ஒரு புருஷனுக்கு சாத்தியமோ என்னவோ. என்னாலெ தைரியமா பார்க்க முடியும்னு தோணலெ . . ." என்றாள் பட்டு. தட்டின தவலைத் தண்ணீர் போல அவள் உடலில் ஒரு சிறு அதிர்வு படர்ந்தது.

செல்லப்பா பதில் பேசவில்லை. பேச முடியவில்லை.

"தெய்வமாப் பார்த்துக் கொடுத்த கொடை, அதனால முழுசா ஏத்துக்கணும்னு தோணினதாக முதமுதல்லெ அப்ப சொன்னேன். ஆனா இது வழக்கமாப் போயிடும் போலிருக்கு. ஒருத்தருக்கொருத்தர் பிடிக்க முடியாம, ஓடிண்டிருக்கிறதே போரும்னு தோண்றது எனக்கு" என்றாள் பட்டு.

"பிடிச்சிண்ட பிறகுதானே இந்த எண்ணம் வந்தது?"

"ஆமா. அது வழக்கமாப் போயிடும்கற பயத்தினாலெதான் இப்படி தோண்றது. பிடிபடலியே பிடிபடலியேன்னு பின்னாலெ

ஓடிண்டிருக்கிறதுதான் நிஜமா செய்ய வேண்டிய காரியம். அதிலெயே களைச்சு ஒரு நாளைக்கு உசிரு போயிடணும் . . .”

இப்படிச் சொன்ன பிறகும் இரண்டு முறை செல்லப்பா டில்லிக்கு வந்தார்.

அம்பாலாவிலிருந்து ஒரு நாள் கடிதம் வந்தது. செல்லப்பாவின் கையெழுத்துக்குப் பதிலாக மங்களத்தம்மாளின் எழுத்து. அவளுக்கு உடம்பு சரியாக இல்லை – ஏதோ களைப்பு – தள்ளாமை போல – பொதுவான பலஹீனம் என்று டாக்டர் சொல்கிறார் – பட்டு வந்து ஒரு வாரம் இருந்தால் உதவியாக இருக்கும் – இதுதான் கடிதம்.

சிவசாமிதான் கடிதத்தைப் பிரித்தான். வாசித்தான். அவளும் வாசித்தாள்.

“மாமி கூப்பிட்டதேயில்லெ இப்படி. எத்தனை சம்பளம் வாங்கினாலும் வேலைக்கு ஆள் இருந்தாலும் அந்தரங்கமாப் பண்ணிப் போடறவா இல்லாட்டா எப்படியிருக்கும். உடனே கிளம்பு” என்றான் சிவசாமி.

மறுநாள் இரவே ரயில் ஏறினாள் பட்டு.

அம்பாலா ஸ்டேஷனுக்கு செல்லப்பாவின் பிள்ளை பட்டுவை அழைத்துப் போக வந்திருந்தான்.

மங்களத்தின் உடம்பு சற்று ஊதியிருந்தது. ரத்த சோகை லேசாக வந்தாற்போல உடலில் ஒரு அசட்டுப் பருமன். நடையில் சோர்வு. அடிக்கடி கட்டிலில் ஓய்வு.

செல்லப்பா டில்லியில் காண்கிற செல்லப்பாவாக இல்லை. பழைய ஜம்மு செல்லப்பாவாக, உதவி செய்கிற பழைய செல்லப்பாவாக நடமாடிக்கொண்டிருந்தார்.

“எத்தனை வருஷம் பழகினாலும் மாமாவுக்கு சங்கோசம் விடாது. பரவாயில்லெ. நீயே பரிமாறு அவருக்கும், குழந்தைகளுக்கும். எனக்கு இன்னிக்கு என்னமோ ரொம்ப தள்ளாமையா இருக்கு. தலையைச் சுத்தறது” என்ற கட்டிலில் உட்கார்ந்தபடியே வேண்டினாள் மங்களத்தம்மாள்.

அப்படியே பட்டு பரிமாறுவதைச் சாப்பிட்டுவிட்டுச் செல்லப்பா ஆபீஸுக்குப் போனார். குழந்தைகள் பள்ளிக்கூடம் போயின.

அவர்கள் போய் இரண்டு நாழிகைக்குப் பிறகு மங்களமும் பட்டுவும் சாப்பிட்டார்கள். மங்களம் கட்டிலில் வந்து படுத்தாள்.

பாத்திரங்களை ஒழித்து அடுக்களையைச் சீர்பண்ணிவிட்டு, மங்களத்தம்மாளோடு பேச வந்தாள் பட்டு.

வெயிலில் ஊர் வதங்கிச் சாம்பித் துயில்வது போல ஒரு அயர்வு – நிசப்தம்.

"இப்படி வந்து உட்கார்ந்துக்கோயேன்" என்று கட்டிலில் நகர்ந்து படுத்தாள் மங்களத்தம்மாள். பட்டு அவள் அருகே உட்கார்ந்து தடவிக் கொடுத்தாள்.

"ஏன் இப்படி திடீர்னு இப்படி அசதி வந்துது?" என்று அவள் தோளை அமுக்கினாள்.

"அப்பாடா, பட்டு கை கைதாண்டி. எங்க மாமியார்னா உன் கையைப் பத்தி சொல்லிக் கேக்கணும். எனக்கு திடீர்னு இப்படி வரலெ பட்டு. ரண்டு மூணு மாசமாவே இப்படி இருக்கு. சமாளிச்சுப் பார்த்தேன். முடியாமதான் உனக்கு எழுதிப் போட்டேன். சிவசாமி எப்படியிருக்கான்?"

"சௌக்யமா இருக்கார். ஆபீஸ்ல நல்ல பேரு. அப்புறம் தனியா ஒரு துணி பிஸினஸ் பண்றார். கடையின்னு தனியா பெரிசா வச்சுக்காம, ஆர்டர் புக் பண்ணிடறார். ஆடர் பண்ணினவா எடுத்துக்க வேண்டியது. அந்த மாதிரி அஞ்சாறு மில்லுக்கு ஏஜன்ஸி மாதிரி எடுத்துண்டிருக்கார். அடிக்கடி வெளியூர் போறார். சனிக்கிழமை போய்ட்டு திங்கட் கிழமை வந்துடுவர், ஒரு நாள் இரண்டு நாள் கூட ஆனா ஆபீஸ்லெ முதலாளி ஒண்ணும் சொல்றதில்லெ. அதுக்காக சில சமயம் ப்ளேன்லெ போய்ட்டு, ப்ளேன்லெயே வந்துடறார் . . ."

"பேஷ். மாமா எத்தனையோ பேருக்கு வேலை பண்ணி வச்சிருக்கார். எல்லாம் அதே டிபார்ட்மெண்டுலெ படிப்படியா மரவட்டை ஏர்றாப்பல மெதுவா ஏர்றதுகள். சிவசாமி ஒருத்தன்தான் பிரகாசமாக் கிளம்பினான். நான் ஊர்லெ திண்ணைப் பள்ளிக்கூடத்தில் படிக்கிறபோதே ஒரு கதை. ஒரு அப்பா இரண்டு பிள்ளைகிட்ட தலைக்கு ஒரு ரூபா கொடுத்து, உங்க உள்ளு நிறையப் பண்ணுங்கோ பார்ப்பம்னு சொன்னாராம். ஒரு பிள்ளை பெரிய வைக்கல் கட்டை வாங்கி ரூம் பூரா திணிச்சு வச்சானாம். இன்னொரு பிள்ளை ஒரு விளக்கை வாங்கி ஏத்தி தன் ரூம்லெ தொங்க விட்டானாம். எல்லாருக்கும் மாமா ஒண்ணாத்தான் செஞ்சிருக்கார் – அதை விருத்தி பண்ணிக்கிற வழி அவாவா சமர்த்தைப் பொருத்திருக்கு."

"இவருக்கு நல்ல காலம் ஒத்துண்டுது."

"பானை பிடிச்சவ பாக்கியம்னு சொல்ல மாட்டியா?" என்று மங்களத்தம்மாள் பட்டுவின் விரலை அமுக்கினாள். பட்டுவுக்கு வேறு அந்த விரல்களின் நினைவு வந்தது. மனசு எங்கேயோ போய்விட்டது – சிறிது நேரம். மங்களத்தம்மாள் மேலே ஏதோ சொன்னது கேட்டது. என்ன என்று அவள் கவனிக்கவில்லை. "ம்" "ம்க்கும்" என்று இரண்டு மூன்று தடவை வாய் ஒலித்தது.

"என்ன 'ம் ம்'கறே? நான் சென்னது காதிலே விழலியா?"

"நான் என்னமோ நெனச்சிண்டிருந்தேன். சட்டுனு கவனிக்கலெ."

"சிவசாமி மாமாகிட்ட சரியா நடந்துக்கறானான்னு கேட்டேண்டி பட்டு."

"என்ன அப்படி கேக்கறேள்? மாமா கிட்ட வேற எப்படி நடந்துப்பார்!"

"சந்தேகப்படாம இருக்கானாங்கறேன், அவர் மேலே?" பட்டுவுக்கு முகத்தில் வெளிர் படர்ந்தது.

"என்னது?" என்றாள் வறண்ட குரலில்.

"சொல்லு."

"எனக்குப் புரியலெ மாமி."

"நான் ஒரு நாளைக்கு சொப்பனம் கண்டேன். மாமா உன்னோட அசட்டுப் பிசட்டுன்னு நடந்துக்கறாப்பல. நீள சொப்பனம். அடாத காரியமா மாமா ஏதோ செய்ய முயற்சி பண்றாப்பல. நான் தடுக்கப் போறேன். ஆனா தடுக்க முடியலெ. மாமா உன்னை இடுப்பைப் பிடிச்சிண்டு நகர்த்திண்டு போறாப்பல இருந்தது. முழிப்புக் கொடுத்துது. எழுந்துண்டேன். மாமா ஊர்லெ இல்லெ. டில்லிக்குப் போயிருந்தார். இது என்னடா கெட்ட சொப்பனம்னு ராத்திரி முழுக்கப் பதறிப் போயிட்டேன். பூஜை அலமாரியைத் திறந்து விளக்கை ஏத்திவச்சேன். குழந்தைகள் தூங்கிண்டிருந்தது. மறுநாள் காலமே ஆபீஸுக்கு போன் பண்ணினேன், மாமா எப்ப டூர்லேர்ந்து திரும்பி வருவார்னு. சாகிப் டூர்லெ போகலியே, மூன்று நாள் லீவு எடுத்துண்டுன்னா போயிருக்கார்னு சொன்னான் மாமாவோட அஸிஸ்டெண்ட்டு. மாமா திரும்பி வந்தார். நான் ஒண்ணும் கேக்கலெ. அடுத்த தடவை டூர்லெதான் போனாளாம். அதுக்கும் அடுத்த வாரம் மறுபடியும் லீவு . . . நான் அப்பவும் கேக்கலெ மாமாவை ஒண்ணும் – அதுக்குத்தான் கேட்டேன் சிவசாமி மாமா மேலே ஏதாவது சந்தேகப்படறானோன்னு –" என்று பட்டுவைத் தடவிக் கொடுத்தாள் மங்களத்தம்மாள் படுத்தவாறே.

“என்ன மாமி, என்னென்னமோ கேக்கறேள்?” என்று உலர்ந்த குரலில் தடுமாறிற்று பட்டுவின் பதில்.

பட்டுவுக்கு வயிற்றில் கனத்தது. பாத்ரூமுக்குப் போக வேண்டும் போலிருந்தது. பளீர் என்று ஒரு ஞாபகம். மாமிக்கு இந்த மாதிரி ஒரு இயல்பு உண்டு என்று செல்லப்பா ஒரு நாளைக்கு எதோ போகிற போக்கில் சொன்னது இதோ என்று அவள் நெற்றியைப் பிளக்கிறாற்போல வந்து குத்திற்று. மாமி ஒரு ‘சைக்கிக்’ மாதிரி ஏதாவது இப்படிப் பிதற்றுவாளாம். சொப்பனம் கண்டேன் என்பாளாம். ‘கிருஷ்ணன் படத்தைப் பார்த்துண்டேயிருந்தேன். படத்திலேர்ந்து கிருஷ்ணன் எழுந்து வந்து கண்ணுக்கிட்ட வராப்பல இருந்தது’ என்பாளாம். எதிர் வீட்டு மேஜர் சம்சாரம் பிள்ளை பெறுவதற்காக ஆஸ்பத்ரிக்குப் போனாளாம். பிரசவத்திற்கு இரண்டு நாள் முன்பு தனேஜா ஒரு பெண் குழந்தையை மடியிலே வச்சிண்டிருக்கான். இதான் என் குழந்தை என்று சொல்கிறாற் போல மாமி சொப்பனம் கண்டாளாம். பிரசவம் ஆகி நாலாம் நாள் மிஸஸ் தனேஜாவைப் பார்க்கப் போனபோது குழந்தை, பெண் குழந்தை, மாமி கனாவில் பார்த்தது போலவே இருந்ததாம். மிஸஸ் தனேஜா அப்போது பாத்ரூமுக்குள் போயிருந்தாளாம். மேஜர் தனேஜா குழந்தையை மடியில் வைத்துக்கொண்டு மாமியையும் செல்லப்பாவையும் வரவேற்றானாம். இப்படி இரண்டு மூன்று சொன்னார் செல்லப்பா. மாமியைப் பற்றி அவர்கள் ஹோட்டலில் பேசின பல பேச்சுகளில் ஒன்றாக இது வந்தது. பட்டு அதைப் போகிற போக்கில் கேட்டாள். மனதில் போட்டுக்கொள்ளவில்லை. அது இப்போது ஒளிந்துகொண்டிருக்க மூலையிலிருந்து திடீர் என்று பாய்வதுபோல் அவள் மூளையில் பாய்ந்தது.

“என்னென்னமோ கேக்கலெடீ பட்டு. திடீர்னு அந்த மாதிரி சொப்பனம் வந்தவுடனே எனக்கு என்னமோ பதறித்து. நீங்களும் ஊர்லெ கொஞ்சமா கஷ்டப்படலெ. இப்ப மாமா ஏதோ கையக் காமிச்சு விட்டதிலெ ஒரேயடியா மாறிப் போயிடுத்து. சிவசாமிக்கு யோகம் அடிக்கிறது. நீயும் ஆளை அடிக்கிறாப்பல அப்படி ஒரு மேனியும் எடுப்புமா மாறிவிட்டே. உன்னைப் பார்த்தா எனக்கே பிரமிக்கிறது. மாமா நல்லவர்தான். ஆனா தனியா பார்க்கற ஒரு சந்தர்ப்பம் பொல்லாதோல்லியோ. நீயும் மாமாவாலெதான் இப்படி உசந்துட்டோம்னு நன்னி விசுவாசத்தினாலெ இசைகேடா நடந்துக்கலாம். நடந்துக்க சம்மதிக்கலாம்னு நினைக்கலாமோல்லியோ!”

பட்டு வெறித்து அவளைப் பார்த்தாள். சிறிது நேரம். கன்னம் இழுத்துக்கொண்டது. வாய் கோணி, உதடு நடுங்கிற்று. அப்படியே

நகர்ந்து மங்களத்தம்மாளின் கால் விரல்களைப்பற்றி முகத்தில் புதைத்துக்கொண்டாள். விசும்பி விசும்பி அழுதாள். மங்களம் காலை இழுத்துக்கொள்ள முயன்றாள். கால் விடுபடுகிற வழியாக இல்லை. கன்னத்திலும் கண்களிலும் அந்த உள்ளங்கால்களும் விரல்களும் தேய்ந்துகொண்டிருந்தன.

"நான் பயந்தது சரியாப் போயிட்டுதா பட்டு – ஏன் இப்படி தேம்பறே? என்ன இது?"

பதில் இல்லை.

"பட்டு!"

". . ."

"பட்டு நான் கேட்டதுக்குப் பதில் சொல்லேன்."

"ம்!"

"என்ன 'ம்'?"

"என்னை ஒண்ணும் கேக்காதிங்கோ மாமி."

"பின்னே யாரைக் கேக்கறது? மாமாவைக் கேட்கட்டுமா?"

"வாண்டாம், வாண்டாம். வாண்டாம்."

"நீயாவது சொல்லு."

"ஆமாம்."

"என்ன ஆமாம்."

"என்னோட நன்னிதான் செஞ்சிருக்கணும். நான்தான் என்னறியாம தூண்டிருக்கணும்."

"உன்னறியாம எப்படித் தூண்டமுடியும்?"

'என்ன பொம்மனாட்டி இவள்!' என்று அந்தத் துயரத்துக்கு நடுவில் ஒரு கோபம் வந்தது பட்டுவுக்கு.

"மாமாகிட்ட இப்படி ஒரு சந்தேகம் வந்தவுடனே நீ எனக்கு சூசகமாகத் தெரிவிச்சிருக்கலாம் இல்லியா?"

"ஒரு கை மாத்திரம் எப்படி தட்டும்?" என்று பயத்தோடும் வெறுப்பை மறைத்துக்கொண்டும் முனகினாள்.

"பட்டு, என் மேலே கோபம் வாண்டாம். நான் உளவு வச்சு இதைக் கண்டுபிடிக்கலெ. நீயேதான் இப்ப ஒப்புக்கிண்டே."

"ஆமா."

“மாமாவோட அம்மா எங்க மாமியார் பரம பரிசுத்தை. அவ அண்ணா பெரிய உபாசகர். அவர் மாமாவுக்கு உபதேசம் பண்ணியிருக்கார் அந்தக் காலத்திலெ. அந்த தெய்வம் இருக்கிற இடம் தாசியும் மாசுமா இருக்கப்படாது. எங்க பிறந்தாத்துக்கும் ஒரு மகான் இன்னும் வழி காமிச்சு இப்பவும் காப்பாத்திண்டு வறார். அவா ரண்டு பேரையும் மோசம் பண்ணினாப்பல ஆயிட்டுது இப்ப மாமா செஞ்சுது ... என் உடம்பைப் படுத்தறது அதுதான். ஆளை அடிக்கிறாப்பல மாறிப்போயிட்டாளேன்னு நினைச்சேன் உன்னைப் பார்த்து. அப்படியே ஆயிட்டுது.”

“போரும். போரும். இனிமே நான் அடிக்கமாட்டேன். பேசாம இருங்கோ ... இனிமே நான்தான் அடியைப் பட்டுண் டிருக்கப் போறேன்” என்று முனகினாள் பட்டு. அப்போதும் மங்களத்தம்மாளுக்கு அது புரியும் என்று அவள் நம்பவில்லை. செல்லப்பாவைப் பார்க்காத, பேசாத, அருகில் இல்லாத அடி எப்படியெல்லாம் அவளை வீழ்த்தப் போகிறதோ.

உங்களுக்குப் புரியாது இது, புரியவேண்டாம் என்று மனதுக்குள் மங்களத்தம்மாளிடம் ஒரு இரக்கத்தோடு, அசட்டை யோடு அவள் நெஞ்சு காய்ந்தது.

அந்த அசட்டையோடும் பரிவோடும் கழிவிரக்கத்தோடும் நன்றியோடும் பதினைந்து நாள் பட்டு பணிவிடை செய்துகொண் டிருந்தாள்.

பதினைந்தாவது நாள் ஒரு தந்தி ஊரிலிருந்து வந்தது. “உடனே குடும்பத்தோடு வரவும், என் உடல் நிலை சரியில்லை. சிவபாதம் வந்து தங்கியிருக்கிறார். அம்மா.”

செல்லப்பா குழம்பினார்.

“யாரு சிவபாதம்?”

“மறந்துபோச்சா? அவர் பேரை யாரு சொல்றா? நம்ம கலியாணத்தும்போது வந்திருந்தாரே தம்பதியா – அவர் தான் ... சிவபாதம் அவர் பேருன்னே யாருக்கும் தெரியாது. அம்பாகடாட்சம்னு சொன்னாத்தான் புரியும்.”

குடும்பம் இரண்டு நாள் கழித்துப் புறப்பட்டது. பட்டுவை டில்லியில் விட்டுவிட்டு ரயில் ஏறினார்கள். ரயில் பிரயாணத்தில் மங்களத்தம்மாள் அம்பாகடாட்சத்தைப் பற்றி அடிக்கடி பேசிக் கொண்டேயிருந்தாள்.

“அவரை எல்லாரும் மனுஷன்னு நெனச்சிண்டிருக்கா. நம்ம மாதிரி சாப்பிடறார், நடக்கிறார், பேசறார். நம்ம மாதிரி கைகால் உடம்பு எல்லாம் இருக்கு – நம்ம மாதிரி

சிரிக்கிறார். வெளிவாசலுக்குப் போறார் — அதனாலே நம்ம மாதிரி மனுஷன்தான்னு பாமர ஜனங்கள் நினைக்கிறா. பாமர ஜனங்களைக்கூடச் சொல்லமாட்டன். படிச்சவ நினைக்கறா. ஏன்னா படிச்சவாளுக்குத்தான் சந்தேகம் வரும். ஸ்வாமின்னா அப்படி இப்படி இருப்பார்னு தங்க படிப்புக்கு ஏத்தாப்பல, முடிவு பண்ணியிருப்பா. அம்பாகடாட்சம் மனுஷன் இல்லேன்னு புரிஞ்சிக்க முடிஞ்சவர்களுக்குத்தான் புரியும். அவருக்கு இந்த உலகத்திலே எங்க என்ன நடக்கிறதுன்னு தெரியும். அம்பாலாவிலே நாம என்ன பண்றோம் ஒரு குறிப்பிட்ட நேரத்திலேன்னு அவர் பார்த்துண்டிருப்பர். டில்லியிலே நாம தங்கி ரயில்லெ ஏறினதுகூட அவருக்குத் தெரியும் — அது ஈச்வராம்சம். அம்பாளே தன்னோட ஒரு கலையிலே ஒரு துளி இழையை எடுத்து இப்படி மனஷ்ய ரூபத்திலெ நடமாட விட்டிருக்கா — நடமாடிண்டு வரா.”

இப்படியே பேசிக்கொண்டு வரும் மனைவியைக் காதில் வாங்கிக்கொண்டதும் கொள்ளாததுமாக செல்லப்பா ஏதாவது பதில் சொல்வார். புதுடில்லி ஸ்டேஷனில் சிவசாமியும் பட்டுவும் வந்து ரயில் ஏற்றிவிட்டார்கள். வண்டியை ப்ளாட்ஃபாரத்தில் இன்னும் நிறுத்தவில்லை. ஏதோ பேச்சுவாக்கில் நடப்பதுபோல் பட்டுவும் மங்களமும் நடந்துபோய் சிறிது தூரத்தில் நின்று பேசிக்கொண்டிருந்தார்கள். பட்டுவின் உயரத்திற்கேற்ப மங்களம் அவளைத் தலையைத் தூக்கி நிமிர்ந்து பேசிக்கொண் டிருந்தாள். பட்டு கண்ணீர்விட்டு தலைப்பால் கண்ணைத் துடைத்துக்கொள்வது போலிருந்தது. மங்களம் என்ன சொல்லிக் கொண்டிருக்கிறாள்? செல்லப்பாவுக்குக் கால் அங்கு ஓடிப்போய் நிற்கவேண்டும்போல் புருபுருத்தது. சிவசாமி, ‘டீ’ சாப்பிடலாமே என்று அவரைச் சற்று அப்பால் அழைத்துச் சென்றான். டீ சாப்பிடும்போதும், குழந்தைகள் பெட்டி படுக்கைகளைச் சரியாகக் காத்துக்கொண்டிருக்கிறார்களா என்பதைவிட, பட்டு — மங்களம் பேசுவதையே பார்த்தார். அவர் பார்ப்பதை சிவசாமியும் பார்த்தான்.

“மாமியைக் கண்டுட்டா ஓயமாட்டா பட்டு. மாமியும் அப்படித்தான்” என்று அவனும் அங்கு பார்த்தான்.

வண்டி வந்தது. சாமான்களைக் கொண்டு வைத்தார்கள். வண்டி புறப்படுகிற வரையில் பட்டு செல்லப்பாவைக் கண்ணெடுத்துப் பார்க்கவில்லை. கடைசியில் வண்டி நகரும் போது மட்டும் யாரும் பார்க்காதபோது அவரைப் பார்த்து தலையசைத்தாள், “இல்லை இல்லை” என்று சொல்லத் தலையாட்டுவது போல. அதற்கு என்ன இந்த அசைப்புக்கு, செல்லப்பா குழம்பினார். “வேண்டாம் வேண்டாம்” என்று

சொல்ல, தலை அசைப்பது போலிருந்தது. என்ன அர்த்தம்? லெட்டர் போட வேண்டாமா? நான் மறக்கமாட்டேன் என்று அர்த்தமா? இனிமேல் இதெல்லாம் வேண்டாமா?

செல்லப்பாவுக்கு ஊருக்குப் போகிறாற்போல் இல்லை. மனது வெறிச்சோடி அலைந்தது. பிடிப்பு இல்லாமல், அமர இடமில்லாமல் பறந்தது. இருப்புக்கொள்ளவில்லை. எழுந்து எழுந்து பெட்டிக் கதவண்டை போய் சிகரெட்டை ஊதிக்கொண் டிருந்தார்.

பட்டுவைப் பற்றி மங்களத்திடம் பேசவும் அவருக்கு மனம் இல்லை. “இது மிக மிகப் புனிதமான பரஸ்பர ரகசியம் – எங்க இரண்டு பேருக்குள்ள இரண்டு பேர் மட்டும் தெரிந்து திளைக்கிற ரகசியம். பட்டுவைப் பற்றி அவளோடு பேசுகிறதே ஏதோ ஒப்பந்தத்தை மீறுவதுபோல, சத்தியத்தை மீறுவதுபோல படுகிறது. இது ரொம்ப ரொம்பத் தனியான, தூய்மையான ரகசியம். பட்டுவைப் பற்றி இவகிட்ட நான் பேசவேபடாது” என்று பிடிவாதமாக இருந்தார்.

ஆனால் மங்களம் பேசுவதைக் கேட்காமல் எப்படி இருக்க முடியும்?

“ஊரைவிட்டு வந்ததிலேர்ந்து நம்ப அம்மாவைப் போய்ப் பார்க்கலேன்னு அவளுக்குக் குறை. ‘பாட்டியை ஒண்ணும் தப்பா நினைச்சுக்கச் சொல்லாதீங்கோ. முதல் சம்பளத்தைப் பாட்டிக்கிட்ட கொடுக்கறாப்பல நினச்சிண்டுதான் உங்கக்கிட்ட கொடுத்து நமஸ்காரம் பண்ணினார் அவர். பாட்டி ஜம்முவிலே இருந்திருந்தா, பாட்டிக்கிட்டத்தான் முதல்லெ கொடுத்திருப் போம். என்னடா, வருஷம் மூணாகப் போறது. ஒருநடை வந்து பார்க்கப்படாதா, பாட்டி நினைச்சிண்டாலும் நினைச்சுக்கலாம். சீக்கிரமா வரேன்னு சொல்லுங்கோ. நானும் பாட்டிக்கு மாசத்துக்கு ஒரு லெட்டர் போடாம இருக்கறதில்லெ’ன்னு கண்ணாலெ ஜலம் விட்டுட்டா பட்டு ஸ்டேஷன்லெ. சிவசாமியும் அப்படித்தான் இருக்கான். அவன் உடம்பே நன்னியால பண்ணினாப்பல பறக்கிறான் நம்மைக் கண்டுட்டா.”

இதை நன்றாகக் கேட்டுக்கொண்டார் செல்லப்பா. வெறும் நன்றி மட்டுமா உனக்கு? நன்றிக்கு எல்லை உண்டு. ஒரு எல்லைக்குப் பிறகு அது ஆளை எரிக்கும். புழு நெளிவதுபோல் நெளியப்பண்ணும். கோபம் வரும். பகையாடும். உன்னிடம் பொங்குகிறது நன்றி இல்லை. நன்றியெல்லாம் மங்களத்துக்கு. அம்மாவுக்கு . . . நன்றி இப்போது கை மாறிவிட்டது . . . என்று கரைந்துகொண்டிருந்தது.

அநாவசியமான ஸ்டேஷன்களில் திடீரென்று வேகம் குறைந்து ரயில் நிற்பதைப்போல அவர் நெஞ்சும் எப்போதாவது படபடக்கும். இப்போது எதற்காக ஊருக்குப் போகிறோம்? அம்மாவுக்கு என்ன உடம்பு? அம்பாகடாட்சம் வந்து உயிரை நிறுத்தி விடப்போகிறாரா? அவர் அமானுஷ்ய ஜீவனாக இருந்தாலும் இறைவன் வகுத்துவிட்ட இயற்கையின் போக்கில் குறுக்கிடு வாரா!... அவர் கண்கள்! உள்ளத்தின் ஆழத்தில் இருப்பதைத் துருவிப் பார்க்குமாம் அந்தக் கண்கள் ... என்ன இது!...

கலியாணமாகி இரண்டு வருஷம் வரையில் அம்பாகடாட்சம் காட்டுகிற வழிதான் வழி, கடவுளை நினைக்க வேற வழியே இல்லை, மற்றவை எல்லாம் சுற்றி வளைத்துச்செல்கிற பாதைகள் என்று வெறி பிடித்தாற்போல் பேசிக்கொண்டிருப்பாள் மங்களம். மணிக்கணக்கில் பேசுவாள். அவருக்கு அலுத்து அலுத்து வரும். அவளுடைய வெறியால் அவருக்கு அம்பாகடாட்சத்தின்மீது மதிப்புக் குறைந்துவிடும் போலிருந்தது. அதைத் தவிர்த்துக்கொள்ள, அவருடைய அறிவு, விவேகம் எல்லாவற்றையும் திரட்டி சிரமப்பட வேண்டிருந்தது. மகான்களைக் கீழே இழுத்து இறக்குகிறவர்கள் சீடர்கள்தான் என்பதன் அர்த்தம் அவருக்குப் புரியத் தொடங்கிற்று.

அம்பாகடாட்சத்தை அவரே நேரில் மறுபடியும் பார்த்தால் தான் தெரியும். கலியாணத்திற்குப் பிறகு அவரைப் பார்க்கவில்லை. மங்களம் மட்டும் ஓரிரண்டு முறை சிதம்பரத்திற்குப் போய் அவரைப் பார்த்துவிட்டு வந்தாளாம் – அவரைவிட்டு ஓரிரண்டு மாதம் குழந்தைகளுடன் தெற்கே போயிருந்த சமயங்களில்.

4

குத்தாலம் ஸ்டேஷனில் தையும்மாளின் வில்வண்டி காத்திருந்தது. முச்சாமி வெள்ளைப் பல்வரிசை மலர வரவேற்றான்.

ஊருக்குள் நுழைகிற வரையில் அவன் செய்தி சொல்லிக் கொண்டே வந்தான்.

“சாமியாரு வந்து ஒருவாரம் ஆச்சுங்க. அவங்க அம்மாளும் வந்திருக்காங்க ... பொளுதன்னிக்கும் பூசைதான். நானும் பக்கிரியும் தாழங்குடி, பழங்காடு, முத்தாறுன்னு பக்கத்தூரெல் லாம் தினம் தினம் போயிட்டு வாரோம். எதுக்கு? பூவுக்கு. கொடலை கொடலையாய் பூ. கூடை கூடையாப் பூ. நாலு கண்ணாலம் பண்ணலாம். அத்தினிப் பூ. சாமிக்குப் பூதான் புடிக்கும் போலிருக்கு” என்று ஆரம்பித்தான். “பெரியம்மா வுக்கு இடுப்பு ஒடிஞ்ச முதரண்டு நாளைக்கு. அப்புறம்

மேலே தாழங்குடியிலேர்ந்து ரண்டு அம்மா வந்து ஒத்தாசை பண்றாங்க . . .

ஊர் வந்துவிட்டது.

வீட்டு வாசலில் வண்டி வந்தது. நின்றதும் மங்களத்தம்மாளின் முகம் பெரிதாக மலர்ந்தது – வாசலைப் பார்த்து. வாசலில் பாதித் தெருவை அடைத்துப் பெரிய கோலம். குறடு, ஆளோடி திண்ணைகள், நிலைக் கதவு – எங்கு பார்த்தாலும் வெள்ளை வெளேர் என்று இழைக் கோலம். வாசல் நிலையிலும் உள் நிலையிலும் மாவிலைத் தோரணங்கள்.

“கலியாண வீடு மாதிரின்னா இருக்கு . . . இவர் அடிவச்ச இடமெல்லாம் கலியாணம்தான்” என்று உள்ளே நடந்தாள்.

“பாட்டீஈஈ” என்று பையனும் பெண்ணும் உள்ளே ஓடின.

“மாப்பிளையா, வரணும் வரணும்” என்று குரல். ஊஞ்சலில் உட்கார்ந்திருந்த அம்பாகடாட்சம் குரல் கொடுத்தார். அவரைப் பார்த்ததும் பார்க்காததுமாக மங்களம் அவர் காலில் விழுந்தாள். செல்லப்பாவும் விழுந்து கும்பிட்டார்.

அடுக்களையிலிருந்து தையும்மாளும் இன்னும் இரண்டு பெண்டுகளும் வெளிப்பட்டார்கள். குழந்தைகள் குதித்தன. மங்களத்தின் செல்ல அதட்டலைக் கேட்டு இரண்டு குழந்தை களும் அம்பாகடாட்சத்தை விழுந்து கும்பிட்டன.

செல்லப்பா அவரை நின்றுகொண்டே பார்த்தார். கலியாணத்தின்போது பார்த்தது. அதேபோல முகத்தில் முப்பது நாற்பது நாள் மயிர். வேறு ஒன்றும் மாறியதாகத் தெரியவில்லை. இப்போது ஐம்பத்தைந்து வயதிருக்கலாம் அவருக்கு. தோல் மட்டும் அதற்காகச் சற்று முற்றியிருந்தது. முகத்தில் ஓரிரண்டு நரை. உடலில் சிறிது இளைப்பு. கண்ணில் அதே துருவித் துளைக்கிற, இமை கொட்டா பார்வை. செல்லப்பாவையே சிறிது நேரம் அந்தப் பார்வை ஊடுருவிற்று. தூணோடு அவரைத் தைத்துவிடுவது போன்ற ஆணிப் பார்வை. செல்லப்பா முதலில் சற்று அதிர்ந்தார். வயிறு என்னமோ செய்தது. பிறகு ‘நான் என்ன செய்துவிட்டேன்?’ என்று தேற்றிக்கொண்டார். வயிறு பழைய நிலைக்கு வந்தது.

“நல்லதாப் போச்சு, இன்னிக்கு பௌர்ணமி. நேத்து வரலியா – கொஞ்சம் கவலை. இன்னிக்கு நீ வந்துடுவேன்னு நினைச்சேன். பௌர்ணமி ரொம்ப விசேஷம். அம்பாளுடைய சௌந்தர்யம் உலகம் முழுக்கப் பூரிச்சுக் கொட்டும். இன்னிக்கு அவ அழகைப் பார்க்கணும். பௌர்ணமி அன்னக்கி பூஜை

பூஜைன்னு அம்பாளைப் பூஜை பண்ற பயல்கள்ளாம் ரூம்லே உட்கார்ந்துண்டு ராத்திரி முழுக்க பூவைக் கொட்டிக்கிண்டிருப்பன். அஸப்யங்கள். அவ அழகை வெளியிலே போய் ஆகாசத்துங் கீழே நின்னுண்டுன்னா பார்க்கணும். ஜிலுஜிலு காத்தா வந்து அவமேல உரசிண்டு போறதையும், தென்னை மர ஓலையிலே மினுக்கறதையும், சலசலக்கறதையும், நரையான் அலகிலே புகுந்து அவ நிலாவிலெ சுத்தறதையும் இந்த அரசிகப் பசங்கள்ளாம் அதைப் பார்க்காம பூஜை அலமாரிக்கு முன்னாலியும், கோயில் இருட்டிலியும் உட்கார்ந்துண்டு வேர்த்து விறுவிறுக்கறானு களே . . . என்னத்தைச் சொல்றது? . . .”

அம்பாகடாட்சம் சொல்லிக்கொண்டே உடல் குலுங்க உரக்கச் சிரித்தார். “இதுகளுக்கெல்லாம் படைப்போட தத்துவம் எப்படித் தெரியப் போறது” என்று சிரிப்பு அடங்கிக் கோபமாகப் பார்த்தது அவர் கண்கள்.

மங்களம் சொல்கிறாற்போல இல்லையே இவர் என்று அவரைப் பார்த்து சற்று திகைத்து நின்றார்.

“பைத்தியம் பேசறாப்பலதானே இருக்கு” என்றார் அம்பாகடாட்சம். “சரி, போ, பிரயாணம் ரொம்ப பெரிசு. களைச்சுப் போயிருப்பே. போய் ஸ்நானத்தைப் பண்ணி சாப்பிட்டு, கொஞ்ச நேரம் ரெஸ்ட் எடுத்துங்கோ எல்லாரும்.”

மங்களம் கையைக் கோத்தவண்ணம் சொன்னாள்.

“கலியாணத்தும்போது சொன்னேள். என்னை வந்து அடிக்கடி பார்க்க வாண்டாம். தொந்தரவு பண்ண வாண்டாம். சமயம் வரபோது பாத்துக்கலாம்னு.”

“சரி சரி, நீ போய்க் குளிச்சு அவனுக்குச் சாதத்தைப் போடு. எல்லாம் அசந்து போயிருக்கும். அப்பறம் பேசிக்கலாம்.”

“சரி சரி சரி” என்று மங்களம் விருட்டென்று குளிக்க ஓடினாள்.

திண்ணை ஓரமாக இருந்த உக்ராண அறையைச் சுத்தப்படுத்தி அவருக்கு ஒழித்துக் கொடுத்திருந்தாள் தையும்மாள். அதற்குள் மறைந்துவிட்டார் அம்பாகடாட்சம்.

சாப்பிட்டதும் பையனையும் பெண்ணையும் உள்ளே கூப்பிட்டு கதைகள் சொல்லிக்கொண்டிருந்தார்.

செல்லப்பாவுக்கு அயர்வு தாங்கத்தான் இல்லை. மாலை நாலு மணி ஆயிற்று எழுந்துகொள்ள. காபி குடித்ததும்

அம்பாகடாட்சம் அவரை உள்ளே அழைத்தார். அவர் போனதும் கதவைத் தாழிட்டுக்கொண்டார்.

"உட்காரு" என்றார்.

செல்லப்பா உட்கார்ந்ததும் "இதை வாசி" என்று ஒரு இரண்டு மூன்று தாள்களைக் கொடுத்தார். "இன்னிக்கிப் பௌர்ணமி. உன் கலியாணத்தும்போது மாப்ளைக்கு ஏதாவது உபதேசம் பண்ணனும்னு கேட்டுண்டான் உங்க மாமனார். ஞாபகம் இருக்கா?"

"இருக்கு."

"நான் என்ன சொன்னேன்?"

"இப்ப வாண்டாம். அதுக்கு ஒரு சமயம் வரும். அப்ப பாத்துக்கலாம். இப்ப வேலையை ஒழுங்கா செஞ்சிண்டிருந்தாப் போரும்னு சொன்னேள்."

"இன்னக்கி அதுக்குத்தான் வந்திருக்கேன். பௌர்ணமி. பொன் கிடைச்சாலும் புதன் கிடைக்காதுன்னு அசடெல்லாம் சொல்லும். பௌர்ணமி கிடைக்காதுன்னு சொல்லணும். உனக்கு ஏதாவது தெரிஞ்சுக்க இஷ்டமா?"

"எல்லாரும் ஆசார்யனைத் தேடித் தேடி ஓடுவா. வருஷக் கணக்கிலெ தவங்கிடப்பா. நீங்க என்னை இப்ப துரத்திண்டு வராப்பல வந்திருக்கேள். இஷ்டம் இஷ்டமில்லேன்னு சொல்றதுக்கே எனக்கு அதிகாரம் ஏது?"

"பலே பலே. ஒரு படிச்ச ஞானி பேசறதுக்கும், பக்தி பக்தின்னு குருட்டு உருப்போடறவன் பேசறதுக்கும் என்ன வித்யாசம் பாரு . . . சரி இன்னிக்கு ராத்திரி பூஜை முடிஞ்ச வுடனே சொல்றேன். அதுக்கு முன்னாலெ இதை வாசி" என்றார்.

மடித்திருந்த தாள்களைப் பிரித்தார் செல்லப்பா. என்ன இது! மங்களத்தின் கையெழுத்து!

அம்பாலா

பார்வதி பரமேச்வரர்களே அவதாரம் எடுத்த ஜீவர்களை அருள வந்திருக்கும் பரமகுருவின் பாதங்களில் நமஸ்கரித்து தங்கள் பிரியமுள்ள புத்திரியான மங்களம் எழுதிக்கொண்டது. எங்கள் கலியாணத்தின் பொழுது தாங்கள் சொன்னதை ஞாபகப்படுத்துகிறேன். நான் என் கணவரோடு நமஸ்காரம் பண்ணியதும் என்னை அன்பாக முதுகில் அடித்து, "அவன் ஞானி. அவன் கிட்ட

ஒழுங்கா நடந்துக்கோ” என்று சொன்னீர்கள். அதையே உபதேசமாகக் கொண்டு நான் என் அறிவுக்கு எட்டிய வரை நடந்து வருகிறேன். அவரும் நல்ல பக்தியும் குணமும் நிறைந்தவர். அடக்கமானவர். இதுவரையில் எனக்கு எள்ளளவும் துரோகம் செய்யாமல் நடந்துதான் வந்தார். ஆனால் விதிக்கு அது பொறுக்கவில்லை போலும். சில மாதங்களாக அவருடைய நடவடிக்கைகள் குழப்பமாக இருந்து வருவதாகத் தோன்றிற்று. நான் அவரை ஒன்றும் கேட்கவில்லை. தாங்கள் அருளியபடி அவரிடம் நான் ஒழுங்காக நடந்துகொள்ள வேண்டும். இருந்தாலும் மனது கேட்கவில்லை. சில புருஷர்களுக்கு இந்த மாதிரி சபலங்கள் ஏற்படுவது சகஜமாக இருக்கலாம். அதற்கு ஈடுகொடுக்க என்றே ஒரு வகுப்பாகப் பெண் ஜன்மங்கள் உள்ளன. இதற்காக ஒரு குடும்பஸ்திரீயைக் குலைப்பது மகா பாதகமான செயல். அது நடந்துவிட்டது. நடந்துகொண்டு வருகிறது. அந்தப் பெண்ணையே கூப்பிட்டுக் கேட்டேன் – ஒரு சொப்பனம் கண்டு எழுந்து பதறிப்போய் அவளை வரவழைத்துக் கேட்டேன். ஒப்புக்கொண்டாள். என் உயிரை விட்டுவிடலாம் போலிருக்கிறது. இனி இந்த உலகத்தில் என்ன இருக்கிறது என்று தோன்றுகிறது? வெண்ணெய் திரண்டு வருமுன்பு தாழி உடைந்தாற்போல் நிற்கிறேன். இந்தக் குடும்பம் பரதேவதையை உபாசிக்கிற குடும்பம். எங்கள் வழியிலும் அவர் வழியிலும் அம்பாளை வீட்டில் நடமாடும்படி ஏங்கிக் கேட்கும் குடும்பம்... இப்போது இந்த குடும்பமே, இந்த வீடே சாபத்திற்கு ஆளாகி விட்டாற்போல் களையற்றுக் கிடக்கிறது. ஒரு நல்ல வீட்டில் குப்பை கூளம் எல்லாம் பறந்து வந்து இறைந்து கிடக்கிறது.

அவர் ரிடயர் ஆக இன்னும் மூன்று வருஷங்களே இருக்கின்றன. பிறகு ஊரில்தான் வந்து செட்டில் பண்ணப் போகிறோம். இந்த மாசு பண்ணிக்கொண்ட உடம்போடு எனக்கு அந்த வீட்டில் குடி புகுவது சரியில்லை என்று தோன்றுகிறது. குப்பை கூளமான இந்த உறவோடு நானும் அவரும் அந்த வீட்டில் வாழும்போது அந்த வீடும் மாசுபடும். சாந்தியில்லாத அவலமாகத் தோன்றும்.

வீட்டைக் கட்டி முடித்தவுடனேயே தங்களை அழைத்து அடியெடுத்து வைத்துப் புனிதப்படுத்த வேண்டும் என்று நான் எண்ணியிருந்தேன். அப்போது என்ன காரணத்தாலோ முடியவில்லை. இப்போது தாங்கள் வந்து தங்கள் திவ்விய சரணத்தால் கோவிலாகச் செய்ய வேணும். இவருக்கும் ஒரு சொல் சொல்லி கரையேற்றி கௌரவமான ஆத்மாவாக

ஆக்க வேணும். தாங்கள் உடனே இந்தக் கடிதம் கண்டதும் ஊருக்கு வந்து தங்கி எங்களுக்குச் செய்தி அனுப்பினால் நாங்கள் உடனே புறப்பட்டு வருகிறோம். என்னுடைய துக்கத்தைச் சொல்லப் போதுமான வார்த்தைகள் இல்லை. அப்படித் துடிக்கிறேன். அதுவும் அவருடைய நல்ல வாழ்வையும் குழந்தைகளின் வருங்காலத்தையும் இந்தக் குடும்பத்தின் க்ஷேமத்தையும் நினைத்தே இந்தத் துக்கம் பொங்கிப் பொங்கி வருகிறது. இந்தக் கடிதத்தையே நான் செய்த சரணாகதியாக ஏற்று தாங்கள் உடனே ஏதாவது செய்து காப்பாற்றவேணும்.

தங்களிடம் அருள் செய்தியை சீக்கிரம் எதிர்பார்த்துக் கொண்டிருக்கிறேன். பார்வதி பரமேச்வர அவதாரமான தங்கள் இருவரின் அருளும் என்னையும் இந்தக் குடும்பத்தையும் கைவிடாது என்று நிச்சயமாக நம்புகிறேன்.

அடிபணியும்,
மங்களம்

செல்லப்பா கடிதத்தைப் படிக்கும்போது ரத்தம் உடல் முழுவதும் சுண்டிவிட்டாற்போல் ஆயிற்று. ஒரு பேயறைந்த வெளிர் முகத்தில் படர, மீண்டும் ஒருமுறை படித்தார். படிக்கிறாற் போல எழுத்துக்களைப் பார்த்துச் சமைந்திருந்தார். எழுத்துக்கள் அவர் காணும் சூன்யத்தின் நடுவில் இடம் விட்டுவிட்டுப் பாய்ந்துகொண்டிருந்தன.

"படிச்சு முடிச்சாச்சா?" என்று குரல்.

"ம்."

"இதிலெ எழுதியிருக்கிறதெல்லாம் நிஜம்தானே?"

செல்லப்பா தலையாட்டினார்.

"அவ்வளவும்?"

"அவ்வளவும் இல்லெ."

"எவ்வளவு?"

"நேர்ந்தது சபலம் இல்லெ; ரொம்ப ஆழமான பந்தம்."

"அது சரி, நீ தாசிவீட்டுக்குப் போகலியே..."

". . ."

"இந்தப் பெண்ணைத்தான் ஒரு தாசி மாதிரி ஆக்கிப்ட்டே. ரண்டு பேரோட மட்டும் இருந்தாலும் தாசிதானே ... சரி

நீ நன்னா படிச்சவன். இப்பவும் உன்னை ஞானிதான்னு சொல்றேன். கடைசியா பார்த்தா சபலமும் ஆழமான பந்தமும் ஒண்ணுதான். நீ ஒத்துக்கமாட்டே. நீ இருக்கிற நிலையிலே வேற என்ன சொல்லப்போறே? ஆனா, அவன் அவன் குடும்பம், நீ, உன் குடும்பம். உன்னோட மாமா, அம்மா, அவளோட கந்தல் மனசு – இதெல்லாம் நானும் உன் மாதிரி பார்க்கிறேன். மங்களம் இன்னொரு லெட்டர் எழுதியிருக்கா. நீ உன் வாயால் உன் குடும்பத்துக்கு முன்னாலெ இதை ஒத்துக்கணும்னு. சபலமோ, ஆழமான பந்தமோ எதையும் தாண்டறதுக்கு அதுதான் வழி. கிழிச்சுத்தான் ஆகணும். ஆழமான பந்தம் இருந்து என்ன பண்றது. நீ இருக்கிற நிலையிலெ அவ புருஷன் இருக்கற நிலையிலே என்ன ஆகப்போறது? இந்த ஆழமான பந்தம் யாரையாவது இழுத்து அடி மணல்லெ கொண்டு சொருகப் போறது. காலை இழுத்துக்கிண்டு உன்னையும் எல்லாரையும் காப்பாத்திக்கிறதுதான் நல்லதுன்னு தோன்றது.”

செல்லப்பா பேசாமல் இருந்தார்.

“சம்மதமா?”

சம்மதம் என்பதுபோல் தலை ஆட்டினார்.

“சரி, போ . . . குளிச்சுப்ட்டு பூஜைக்குத் தயாரா இரு. ஆறு மணிக்கு.

பூஜை பூவும் அமளியுமாக நடந்தது.

ஊர்க்காரர்கள், தாழங்குடியிலிருந்து நாலைந்து குடும்பங்கள் – வீட்டில் கூடம் நிறைந்திருந்தது. மனைவியை உட்கார்த்தி ஆரத்தி காட்டினார் அம்பாகடாட்சம்.

“எல்லாரையும் நல்ல புத்திகொடுத்து காப்பாத்துடீ தாயே” என்று விழுந்து வணங்கினார் அவளை,

எல்லோரும் விழுந்து வணங்கினார்கள். குங்குமமும் சுண்டலும் வாங்கிக்கொண்டார்கள்.

பிறகு சிறிதுநேரம் உட்கார்ந்திருந்தார் அம்பாகடாட்சம். சுற்றிலும் எல்லாரையும் ஏற இறங்கப் பார்த்தார்.

“சரி, போங்கோ எல்லோரும். இந்த குடும்பத்தைச் சேர்ந்தவாளத் தவிர, மீதி எல்லோரும் போகலாம்” என்று ஒரு அதட்டல் குரல்.

கூட்டம் கலைந்தது.

“நீங்களும் போங்கோ” என்று தாழங்குடியிலிருந்து தையும்மாளுக்கு உதவிக்கு வந்திருந்த இரண்டு பெண்டுகளை

யும் பார்த்து அதட்டினார். “நீங்கோ போய்ட்டு நாளைக் காலமே வரலாம்.”

பயந்தாற்போல இருவரும் வாசலை நோக்கி நடந்தார்கள்.

“தாப்பாப் போட்டுவாடி வாசக்கதவை” என்று மங்களத்தைப் பார்த்துக் கத்தினார் அம்பாகடாட்சம். அவள் போட்டுவிட்டு வந்தாள்.

“உட்காருங்கோ.”

“செல்லப்பா, உன் பையனையும் பெண்ணையும் பக்கத்துலே உக்காத்திவச்சுக்கோ.”

இருவரும் வந்து அருகில் உட்கார்ந்துகொண்டார்கள்.

“இப்ப சொல்லு பையன் காதிலெ. யாரை என்ன பண்ணினேன்னு –”

செல்லப்பா பேசாமல் உட்கார்ந்திருந்தார்.

“சொல்லு.”

செல்லப்பாவுக்கு உதடு நடுங்கிற்று. எல்லோரும் அவரையே பார்த்தார்கள்.

“என்ன இது?” என்பதுபோல் ஒன்றும் புரியாமல் அவர் பெண் முகத்தைச் சுளித்தது. பையன் சுளிக்காமல் விழித்தான்.

“சொல்லு.”

செல்லப்பா தன் பையனின் காதைத் தன் பக்கம் இழுத்துக்கொண்டார். “பட்டு மாமியோட சேர்ந்து தகாதபடி நடந்துண்டேன்” என்று உரக்கக் கத்தினார்.

தொண்டையில் கோப நடுக்கமும் ஆத்திர உரப்பும் ஒலித்தன. பிறகு பிள்ளையும் பெண்ணையும் ஒரு தடவை பார்த்தார். பேந்தப் பேந்த விழித்தார்.

அம்பாகடாட்சம் பக்கத்திலிருந்த தாம்பாளத்தில் பாலும் தேனுமாக விழுந்திருந்த நீரை எடுத்து அவர் மேல் தெளித்தார்.

“இதுதான் நான் அப்ப உன் கலியாணத்தும்போது அப்பறம் சொல்றேன்னு சொன்னேனே. நீ நித்தியப் புஸ்தகத்திலெ படிக்கிறதுதான். அனா சொல்றவன் சொல்லணும். இல்லாட்ட கள்ள நோட்டு மாதிரி” என்று சிரித்தார். காதில் சொன்னார்.

“சொல்லு.”

செல்லப்பா திருப்பிச் சொன்னார்.

"நான் பண்றதைப் பண்ணிட்டேன். இனிமே நீதான் திருந்திக்கணும். இந்த சொல்லைச் சொல்றபோது இதெல்லாம் ஞாபகம் முதல்லெ வரும். அப்பறம் சரியாயிடும்" என்று செல்லப்பாவைக் குழந்தையைத் தடவிக் கொடுப்பது போல் தடவிக் கொடுத்தார்.

மங்களம் வந்து செல்லப்பாவின் முன் விழுந்து கும்பிட்டாள்.

"பச்சாதாபமோ?" என்று கத்தினார் அம்பாகடாட்சம். அப்படியே அவள் கூந்தலை லாவிப் பற்றி இழுத்தார். முதுகில் 'சொடேர் சொடேர்' என்று அடியாக விழுந்துகொண்டிருந்தது. "பண்றதையெல்லாம் நமஸ்காரமாப் பண்றே அவனுக்கு. எல்லாம் உன்னாலே வந்ததுதானேடீ! நமஸ்காரமா பண்றே, அரசிகக் குடுக்கே" என்று மீண்டும் மீண்டும் அடித்தார்.

செல்லப்பாவும் தையும்மாளும் பேய் அறைந்தாற் போல் பார்த்துக்கொண்டிருந்தார்கள்.

"மாமா, எதுக்கு அடிக்கிறேள். விடுங்கோ விடுங்கோ" என்று அழுகிற குரலில் பெண்ணும் பையனும் கத்தின. அவர்களுக்கும் இரண்டு அடி முதுகுக்கு ஒன்றாக விழுந்தது.

"பேசாம இருடா குழந்தே" என்று மங்களத்தம்மாள் தலைக் குலைவைச் சரிப்படுத்திக்கொண்டாள். அம்பாகடாட்சத்தின் முன் விழுந்து வணங்கினாள்.

"ராட்சசி" என்று மறுபடியும் மண்டையில் ஒரு அடி விழுந்தது. "எந்திரு. இலையைப் போடு. குழந்தைகள்ளாம் பசியோட காத்திண்டிருக்கு. நானும் அபசாரம் பண்ணிப்ட்டேன். குழந்தைகள் இத்தனை நேரம் காத்துண்டிருக்க முடியாது. பூஜை பண்ற பசங்கள்ளாம், குழந்தைகள், வந்த அதிதி எல்லாரையும் பட்டினிபோட்டு, பூஜை பண்ணிண்டே இருப்பன் அஸ்தமனம் வரைக்கும். அது அம்பாள் பசின்னு தெரியாம, வஜிரசும்ப வல்லார ஓழிகள், அந்த மாதிரி நானும் இருந்துட்டேன் இன்னிக்கி – அதுக்கு நானும் அடி வாங்கணும், இங்கே வா" என்று மனைவியை அதட்டினார்.

அவர் மனைவி அருகே வந்தாள்.

"என் கன்னத்திலெ ரண்டு போடு" என்று அதட்டினார்.

அவள் தட்டினாள்.

"ஓங்கிப்போட்றீ, வலிக்கும்படியா – என் தாயே."

அவள் ஓங்கி இரண்டு அறைவிட்டாள்.

குழந்தைகள் இரண்டும் இந்த அதிசயச் சூழ்நிலையை பார்த்து பேந்தப் பேந்த பயந்து விழித்தன.

சாப்பாடானதும் செல்லப்பாவை அழைத்துக்கொண்டு வாசலுக்குப் போனார் அம்பாகடாட்சம். பால் நிலவாக தெரு அமைதியில் கிடந்தது. வெள்ளை நாய் அவர்களைப் பார்த்துக் கூட ஓடிற்று. இருவரும் கீழ்க் குளத்தங்கரையைப் பார்க்க நடந்தார்கள். அதைக் கடந்து மண் ரஸ்தாவில் நடந்தார்கள். மேலே முழுமதி. கீழே வயல்கள்.

"இதுதான் அம்பாளோட அழகு. நீ இந்த மாதிரி ஒண்ணைப் பார்த்து கொஞ்ச காலம் சுருண்டு அவ மடியிலே கிடந்துட்டே. அவளும் அம்பாளோட ஒரு அம்சமாத்தான் இருந்திருக்கணும். இருந்தாலும் – இது உலகம். திருடப்படாது. சிவனுக்கே பார்வதின்னு ஒருத்தியை ஒதுக்கி வச்சுப்ட்டானுக. பிரம்மாவுக்கு சரஸ்வதின்னு ஒதுக்கி வச்சுப்ட்டானுக. இவன் மாதிரியே சாமிக்கும் பாகம் பங்கெல்லாம் போட்டு வச்சுட்டானுக. அப்பறம் திருடன், விடன்னு புதுசு புதுசா டிக்ஷ்னரி போடும்படியா ஆயிட்டுது. நாம இருக்கிற வரைக்கும் இந்த டிக்ஷ்னரியை விட முடியாது" என்ற நிலவையும் அதில் மின்னும் நாற்றுக் கதிர்களையும் பார்த்தார்.

"கெட்டிகாரப் பசங்கடா உங்க ஊர்ப் பசங்க. வரப்பெல்லாம் எத்தனை உசரம் போட்டிருக்காண்டா, டே எங்கப்பா" என்று சிரித்தார்.

பட்டுபோல மென்காற்று செல்லப்பா மீது தவழ்ந்தது.

எங்கோ நாய் இரண்டு குரைப்பது கேட்டது.

"பேஷ் பேஷ்" என்றார் அம்பாகடாட்சம். "இதைவிட எப்படி அழகா அம்பாளைப் பார்த்துப் பாட முடியும்?" என்று புன்னகையுடன் குரைப்பில் லயித்துவிட்டதுபோல் நின்றார் அம்பாகடாட்சம்.

(*மோனா* மாத இதழ், 1979)